மருதன்

இந்தியா கண்டுபிடிக்கப்பட்ட கதை

கிழக்கு

இந்தியா கண்டுபிடிக்கப்பட்ட கதை

India Kandupidikkapatta Kathai

Marudhan ©

Kizhakku Edition: January

440 Pages

ISBN : 978-93-90958-22-1

Kizhakku - 1255

Kizhakku Pathippagam

177/103, First Floor, Ambal's Building, Lloyds Road,

Royapettah, Chennai - 600 014. Ph: +91-44-4200-9603

Email : support@nhm.in Website : www.nhm.in

kizhakkupathippagam kizhakku_nhm

Cover Image: Head of Buddha (5th-6th century), Rogers Fund, 1930

Author's email id: marudhan@gmail.com

Kizhakku Pathippagam is an imprint of New Horizon Media Private Limited

இந்தியா

கண்டுபிடிக்கப்பட்ட கதை

‘எளிய மக்கள் நேர்மையானவர்களாக,
மதிப்புக்குரியவர்களாக இருக்கிறார்கள்.
கொடுத்த வாக்கைக் காப்பாற்றுகிறார்கள்.
இனிமையாகப் பழகுகிறார்கள்.’

யுவான் சுவாங்

‘எங்கள் நாடு போல் வேறொன்று இல்லை;
எங்கள் மன்னர்கள் போல் வேறு எவரும் இல்லை;
எங்கள் மதம் போல் வேறெதுவும் இல்லை;
எங்கள் அறிவியலுக்கு இணையாக எதுவுமில்லை
என்று இந்துக்கள் நம்புகிறார்கள்.’

அல்பெரூனி

உள்ளே

இந்தியாவைக் கண்டுபிடிக்க முடியுமா?

உலகம் வீட்டுக்குள் முடங்கிய பெருந்தொற்றுக் காலத்தில் ஜூனியர் விகடனில் நான் எழுதிய தொடரின் நூல் வடிவம் இது. இந்தியாவின் கதையை அயலவர் குறிப்புகளின் அடிப்படையில் விவரித்துச் செல்வதுதான் திட்டம். தொலை தேசங்களிலிருந்து புறப்பட்டு, பாலைவனத்திலும் காட்டிலும் புழுதியிலும் கால்களைப் பதித்து இந்தியாவுக்கு வந்துசேர்ந்தவர்களை, அமர்ந்த இருக்கையைவிட்டு அகலாமல் அறிமுகப்படுத்துவதில் உள்ள முரணை உணர்கிறேன். குதிரையிலும் ஒட்டகத்திலும் கப்பலிலும் வந்து குவிந்தவர்களின் கதைகளைத் தெரிந்துகொள்ள நான் மேற்கொண்ட பயணம், என் வீட்டு அலமாரியில் தொடங்கி கன்னிமாரா நூலகத்தில் நிறைவடைந்துவிட்டது.

ஆனாலும் நான் வாசித்த நூல்கள் நான் செல்லத் துடிக்கும் இடங்களையும் ஒருபோதும் செல்லவே முடியாத இடங்களையும் கைப்பிடித்து என் அறைக்குள் அழைத்துவந்துவிட்டன. கிரேக்கத்திலிருந்தும் சீனாவிலிருந்தும் ஐரோப்பாவிலிருந்தும் வந்த பயணிகளோடு சுற்றித் திரிந்து, அவர்கள் கண்கள்மூலம் இந்தியாவைக் காணும் உணர்வை அவர்கள் விட்டுச்சென்ற பதிவுகள் ஏற்படுத்திவிட்டன. அந்த உணர்வில் ஒரு சிறு

பகுதியையேனும் இதை வாசித்துக்கொண்டிருப்பவர்களுக்கு என்னால் கடத்திவிடமுடியுமானால் அதுவே போதும்.

சில விளக்கங்கள். முதலில் தலைப்பு. வானொலி போல், விமானம் போல் இந்தியா கண்டுபிடிக்கப்பட்ட ஒரு பொருளல்ல என்பது உண்மை. அதே போல் இந்தியா பலராலும் பல முறை கண்டுபிடிக்கப்பட்டிருக்கிறது என்பதும் உண்மை. மெகஸ்தனிஸின் பதிவை வாசிக்கும்போது அவர் புத்தம் புதிதாகக் கண்டுபிடித்த ஓர் இந்தியாவைத்தான் அதில் நாம் பார்க்கிறோம். யுவான் சுவாங்கின் பதிவில் அவர் கண்டுபிடித்த வேறோர் இந்தியா இடம்பெற்றிருக்கிறது. அது முழுக்க, முழுக்க அவருடைய உருவாக்கம்.

தான் கண்ட, தான் உணர்ந்த, தான் கற்பனை செய்து வைத்திருந்த ஓர் இந்தியாவின் கதையைச் சொல்லும் நூலுக்கு The Discovery of India என்று நேரு பெயரிட்டது இதனால்தான். இந்நூலில் இந்தியாவின் கதை அவர் வாழ்வோடு இழையோடி வரும். நேருவின் வாழ்வை, அவர் வளர்ந்த பின்னணியை, அவர் வாழ்ந்த காலத்தை, அந்தக் காலத்தின் போராட்டத்தை, அந்தப் போராட்டத்தின் தாக்கம்கொண்ட அவர் சிந்தனைகளை அவர் கண்டுபிடித்த இந்தியாவில் நம்மால் தரிசிக்கமுடியும்.

அந்த வகையில் இந்நூலில் இடம்பெறும் ஒவ்வொருவரின் வாழ்வும் அவர் கண்டுபிடித்த இந்தியாவின் ஒரு பகுதியாக மாறி நிற்கிறது. பயணம் செய்து இந்தியாவை வந்தடைந்தவர்கள் என்றாலும் பயணி என்று அனைவரையும் அழைத்துவிட முடியாது. சிலர் வணிகம் செய்ய வந்தவர்கள். சிலர் அலுவல் காரணமாக வந்தவர்கள். சிலர் புனித யாத்திரை மேற் கொண்டவர்கள். சிலர் மதம் பரப்ப வந்தவர்கள். இன்னும் சிலர் ஆக்கிரமிக்கவும், ஆக்கிரமித்த நிலத்தை ஆளவும் வந்தவர்கள். இந்தியாவுக்கு வெளியிலிருந்து வந்தவர்கள் என்பதுதான் அவர்கள் அனைவருடைய பொது அடையாளமும்.

மூன்று வகை நூல்களை இதை எழுதுவதற்குப் பயன் படுத்தியிருக்கிறேன். முதலாவது, இந்தியா குறித்து எழுதப்பட்ட அயல்நாட்டவரின் பதிவுகள். இரண்டாவது, இந்தப் பதிவுகளை அலசியும் விளக்கியும் விமரிசித்தும் எழுதப்பட்ட ஆய்வுகள். மூன்றாவது, விரிவான புரிதலை அளிக்கும் இந்திய வரலாற்று நூல்கள். இவற்றின் பட்டியல் பின்னிணைப்பில் இடம் பெற்றுள்ளது.

இது ஆய்வு நூல் அல்ல என்பதாலும் பொது வாசகர்களுக்காக எழுதப்பட்ட ஒரு தொடர் என்பதாலும் அடிக்குறிப்புகள் தவிர்க்கப்பட்டிருக்கின்றன. பெரும்பாலான பயணிகளின் பதிவுகள் ஆங்கிலத்தில் முழுமையாக உள்ளன. அல்லது ஆங்கிலத்துக்கு மொழிபெயர்க்கப்பட்டுள்ளன. பழமையானவை என்பதால் கிட்டத்தட்ட அனைத்துமே இணையத்தில், பொது வெளியில் கிடைக்கின்றன. இந்தப் பிரதிகளிலிருந்து எனக்குத் தேவைப்பட்ட பகுதிகளை, சொல் சொல்லாக அல்லாமல் உள்வாங்கித் தமிழில் அளித்திருக்கிறேன். அதனாலேயே மேற்கோள்களையும் தவிர்த்திருக்கிறேன்.

தொடரை வெளியிட்ட ஜூனியர் விகடனுக்கு நன்றி. இதழில் பணியாற்றும் நண்பர்கள் வெய்யில், பரிசல் கிருஷ்ணா, பாலு சத்யா, ஓவியர் ஹாசிப் கான் ஆகிய நால்வருக்கும் நன்றி. தோழர் எஸ். சுஜாதாவின் பார்வைக்குப் படாமல் இது அச்சுக்குச் சென்றிருந்தால் பெருந்தொற்றோடு இந்நூலின் பிழைகள் போட்டியிட்டு வென்றிருக்கும். அவருக்கு நன்றியும் அன்பும்.

மருதன்

டிசம்பர் 2021

\- 1 -

இந்தியாவை எழுதியவர்கள்

'இந்தியர்கள் எல்லாவற்றிலும் ஒருவித ஒழுங்கைக் கடைபிடிக்கிறார்கள். ஒழுங்கின்மையை வெறுக்கிறார்கள். சிக்கனமாக வாழ்கிறார்கள். மிக மிக அரிதாகவே திருட்டு நடக்கிறது. இத்தனைக்கும் அவர்களிடம் எழுதப்பட்ட சட்டங்கள் என்று எதுவுமே இல்லை. அப்படி எதுவும் தேவையுமில்லை. ஏனெனில் அவர்களுக்கு எழுதவோ படிக்கவோ வராது. அன்றாட வாழ்வுக்குத் தேவைப்படுவதையெல்லாம் மனனம் செய்து வைத்துக்கொள்கிறார்கள். ஒருவரையொருவர் நம்புகிறார்கள். போரிடுவதிலும் நாட்டமிருப்பதுபோல் தெரியவில்லை. அதிகம் மது அருந்துவதுகூட இல்லை. வீட்டைப் பூட்டி வைத்துக் கொள்ளவேண்டும் என்றுகூட அவர்கள் நினைப்பதில்லை என்றால் பார்த்துக்கொள்ளுங்கள். மொத்தத்தில் எளிமையாகவும் மகிழ்ச்சியாகவும் நிறைவாகவும் வாழ்கிறார்கள்.'

கிட்டத்தட்ட 2400 ஆண்டுகளுக்கு முன்பு இந்தியாவுக்கு வருகை தந்த கிரேக்கப் பயணியான மெகஸ்தனிஸின் குறிப்புகள் இவை. அடடா, இதுவல்லவா தேவலோகம் என்று முதுகுப்பையோடு அடுத்தடுத்து பலர் இந்தியாவை நோக்கி நடைபோடத்

தொடங்கினர். மெகஸ்தனிஸ் கண்ட அதே இந்தியாவை, அதே இந்தியர்களை அவர்களும் கண்டார்கள் என்று சொல்ல முடியாது. ஆனால், இந்தியா வந்த ஒவ்வொருவரும் ஆளுக்கோர் இந்தியாவைக் கண்டடைந்தார்கள்.

நான் கண்ட நிலம் இப்படியாக இருந்தது, அப்படியாக இருந்தது என்று அவர்கள் எழுதியும் பேசியும் இந்தியாவைத் தங்கள் நாட்டில் பரப்புரை செய்தனர். ஒரு தரப்பினருக்கு அதிசய பூமியாகவும் வண்ணமயமான அனுபவங்களை வாரிவழங்கும் காமதேனுவாகவும் இந்தியா இருந்தது என்றால், இன்னொரு தரப்புக்கோ கடும் நரகமாகவும் கொடுங்கனவாகவும் தோற்ற மளித்தது. இரண்டுமே அல்ல, இயல்பான இன்னொரு நாடு அவ்வளவுதான் என்று வாதத்தை முடிவுக்குக்கொண்டுவர சிலர் முயன்றனர். இல்லை, யார் சொல்வதையும் நம்பாதீர்கள். இந்தியா ஒருவராலும் விளங்கிக்கொள்ள முடியாத மர்மம் என்று ஒரு புதிய தேடல் அலையை இன்னொரு குழு தொடங்கி வைத்தது.

பதிவுகள் பெருகப் பெருகப் பயணிகள் பெருகினர். பயணி களோடு சேர்ந்து பதிவுகளும் வளர்ந்தன. முடிவிலாப் பெருஞ் சுழலொன்றின் இதயமாக இந்தியா மாறியது. இது இந்தியாவை நல்லவிதமாகவும் கெட்டவிதமாகவும் பாதித்தது. இந்தியா குறித்து வெவ்வேறு மனச்சித்திரங்களை உலகம் உருவாக்கிக் கொண்டதற்கு இந்தப் பதிவுக் குவியலே முதன்மையான காரணம். இந்தியாவுக்குள் காலடி எடுத்து வைக்காமலேயே ஒரு பெருங் கூட்டம் இந்தியாவை எழுத்துகளின் வாயிலாகத் தரிசித்தது. வரலாற்றாசிரியர்கள் இந்தியாவின் வரலாற்றை எங்கிருந் தெல்லாமோ கட்டமைக்கத் தொடங்கினார்கள். வணிகர்கள் இந்தியாவுக்குள் காலடி எடுத்து வைப்பதற்கு முன்பே இந்தியா குறித்த கனவுகளை வளர்த்துக்கொள்ள ஆரம்பித்தனர். இந்தியாவின் காற்றை ஒருமுறைகூடச் சுவாசிக்காமலேயே உலகக் கவிஞர்கள் இந்தியாவைப் பாட ஆரம்பித்தனர். உலக அரசியல்வாதிகள் பெரும் திட்டங்களைத் தீட்டத் தொடங்கினர். இந்தியா குறித்த பிம்பங்கள்தாம் நிஜமான இந்தியா என்று உலகம் திடமாக நம்ப ஆரம்பித்தது. அதன் தொடர்ச்சியாக இந்தியாவைத் துரத்தி வந்து உலகம் வேட்டையாடியது, ஆக்கிரமித்தது, ஒரு கட்டத்தில் மிகப் பெரிய அளவில் வீழ்த்தவும் செய்தது.

இந்தியாவை எழுத ஆரம்பித்தவர்கள் அறிந்தும் அறியாமலும் இந்தியாவின் தலைவிதியையும் சேர்த்தே எழுத ஆரம்பித்தனர்.

இந்தியாவுக்கு வந்த அயல்தேசத்தவர் தங்கள் கண்களையும் காதுகளையும் முழுமையாகத் திறந்து வைத்திருந்தனர். நம் நிலம், நம் கடல், நம் கடவுள், நம் வாழ்க்கை, நம் மரணம், நம் வேலை, நம் சாதி, நம் வழிபாடு, நம் பகை, நம் போர், நம் காதல், நம் கனவு என்று அனைத்தையும் அவர்கள் விளங்கிக்கொள்ள முயன்றனர்.

நம் தோலின் நிறம் என்ன? நம் தலை எவ்வாறு அமைந் திருக்கிறது? நம் மூக்கு எவ்வளவு கூர்மையாக இருக்கிறது? தலைமுடியைச் சடையாக வளர்க்கிறோமா, கத்திரிக்கிறோமோ, வழித்து மழிக்கிறோமா? இங்குள்ள அனைவரும் சாமியார்களா அல்லது ஒரு சிலர் மட்டும்தானா? நம் கடவுள்கள் ஏன் விசித்திரமாகத் தோற்றமளிக்கிறார்கள்? முதலில் ஏன் இவ்வளவு கடவுள்கள்? நாம் எப்படி உரையாடுகிறோம்? எப்படிக் கல்வி கற்கிறோம்? எப்படிப் பயிரிடுகிறோம்? எப்படி ஆடை அணிகிறோம்? எப்படித் தரையில் அமர்கிறோம்? எப்படிக் கைகளால் அள்ளி உண்கிறோம்? எவையெல்லாம் நம் உணவு? யாரைக் காதலிக்கிறோம்? எப்படித் திருமணம் செய்து கொள்கிறோம்? எப்படிக் கனவு காண்கிறோம்? யாரோடு போரிடுகிறோம்? யாரோடு உறவு பேணுகிறோம்? எப்படி இறக்கிறோம்? இறந்த பின் நம் உடல் என்னாகிறது? ஏதோ மறுபிறப்பு, ஆன்மா என்றெல்லாம் சொல்கிறார்களே அவையென்ன?

எல்லாவற்றிலும் ஆர்வம் இருந்தது. ஆர்வத்தைத் தேடலாக நீட்டித்துக்கொள்ளவும் தெரிந்திருந்தது. நடை, நடை என்று நடந்து, அலை அலை என்று அலைந்து, கண்ணில் அகப்பட்டதை யெல்லாம், காதில் விழுந்ததையெல்லாம் திரட்டிச் சேகரித்திருக் கிறார்கள். அனுபவமிக்க தேர்ந்த இதழாளர் போல் பொது மக்களைச் சந்தித்து, இது என்ன, அது என்ன? இதை ஏன் இப்படிச் செய்கிறீர்கள், அதை ஏன் அப்படிச் செய்கிறீர்கள்? என்று தோண்டித் துருவியிருக்கிறார்கள்.

இந்தியா என்பது என்ன? இந்தியர்கள் என்பவர்கள் யார்? அவர்கள் எப்படிப்பட்டவர்கள்? இன்றுவரை நம்மால் திட்டவட்டமாக விடையளிக்க முடியாத இந்த ஆதாரக் கேள்விகளை அவர்களும் எழுப்பியிருக்கிறார்கள். எழுப்புவதோடு நில்லாமல், தங்களால் இயன்ற விடைகளையும் கண்டறிந்திருக்கிறார்கள்.

இந்தியாவை எழுதியவர்கள் என்று நம் வசதிக்காக இங்கே அழைத்துக்கொள்கிறோமே தவிர, அவர்களை ஒற்றைக்

குடையின்கீழும் அடக்கிவிட முடியாது. அவ்வாறு செய்வது முறையுமல்ல. காரணம் அவர்களுடைய பின்னணி, வாழ்க்கை முறை, சிந்தனை முறை என்று அனைத்தும் மாறுபட்டவை. ஒவ்வொருவரும் ஒவ்வொரு விதமாக இந்தியாவை அணுகியிருக்கிறார்கள், ஒவ்வொரு விதமாக இந்தியாவைப் புரிந்துகொண்டிருக்கிறார்கள்.

இவர்களில் சிலர் தூதுவர்கள். சிலர் வணிகர்கள். சிலர் அதிகாரிகள். சிலர் உளவாளிகள். சிலர் சாகசவாதிகள். சிலர் சுற்றுலாப் பயணிகள். சிலருக்குச் செல்வம் முக்கியம் என்றால் வேறு சிலருக்குத் தத்துவம். இந்து மதத்திடம் சிலர் தஞ்சம் புகுந்தனர் என்றால் சிலர் புத்தரிடம் சரணடைந்தனர். நதிகளால் ஈர்க்கப்பட்டு வந்தவர்கள் சிலர் என்றால் மொழிகளால் கவரப் பட்டவர்கள் வேறு சிலர். இந்தியாவிடமிருந்து கற்றுக்கொள்ள வந்தவர்கள் ஒரு பக்கம் என்றால் இந்தியாவைச் சுரண்டும் நோக்கத்தோடு புகுந்தவர்கள் மற்றொரு பக்கம். மற்றபடி அனைவருக்கும் இந்தியா குறித்து ஒரு பெருங்கனவு இருந்திருக்கிறது. அந்தப் புள்ளியில்தான் அனைவரும் ஒன்றிணைகிறார்கள்.

இவர்களுடைய பல பதிவுகளை இப்போது எடுத்து வாசிக்கும் போது வியப்பில் ஆழ்ந்துவிடுகிறோம். எங்கோ தொலை தேசங்களில் பிறந்த இவர்களால் எப்படி நம் நாட்டின் சாரத்தை முதல் பார்வையிலேயே இத்தனை துல்லியமாக உணரமுடிந்தது? பல நூற்றாண்டுகளுக்கு முன்பு இவர்கள் வந்தடைந்திருக்கும் முடிவுகளும் தொகுத்து அளிக்கும் மதிப்பீடுகளும் இன்றும் பொருந்தும் அதிசயம் எப்படி நிகழ்கிறது?

சிக்கல்களும் இல்லாமலில்லை. ஒரு குழந்தைக்குக்கூடத் தெரியும் அடிப்படைகள் எப்படி இவர்களுக்குத் தெரியாமல் போனது? என்னதான் அயல்நாட்டுக்காரர் என்றாலும், என்னதான் இந்தியாவை முன்பின் தெரியாது என்றாலும் இப்படியா அபத்தமாக எதையாவது எழுதி வைப்பது? தெரியவில்லை என்றால் நான்கு பேரிடம் கேட்க வேண்டியதுதானே? இதென்ன அனுபவக் குறிப்பா அல்லது அம்புலிமாமா கதையா?

சில பதிவுகள் நம்மை ஏங்கச் செய்கின்றன. இவர் ஏன் இவ்வளவு குறைவாக எழுதியிருக்கிறார்? அங்கெல்லாம் சென்றதோடு நில்லாமல் இங்கும் சென்றிருந்தால் அதைப் பற்றியும் இன்று நமக்குச் சில தரவுகள் கிடைத்திருக்கும் அல்லவா? இவர் ஏன்

இன்னமும் தன் படைப்பை விரிவாக்கியிருக்கக் கூடாது? பல முக்கியமான இடங்களை இவர் ஏன் காணாமல் தவிர்த்து விட்டார்? நாம் வியக்கும் பலரை இவர் சந்திக்கவேயில்லையா அல்லது சந்தித்தது குறித்து எதுவும் எழுதவில்லையா?

இன்னும் எவ்வளவோ உணர்ச்சிகள் தோன்றக்கூடும். எவ்வளவோ வருத்தங்களும் ஏற்படக்கூடும். வாய்விட்டுச் சிரிக்கும் இடங்களும் மிக அதிகமே. ஆனால், இந்தப் பதிவுகளையெல்லாம் நெருக்கமாக ஆராய்ந்திருக்கும் இன்றைய வரலாற்றாசிரியர்கள் அனைவரும் ஒப்புக்கொள்ளும் ஓர் அடிப்படை உண்மை இதுதான். அவர்கள் மட்டும் இந்தியாவுக்கு வராமல் போயிருந்தால், தங்கள் அனுபவங்களைப் பதிவு செய்யாமல் போயிருந்தால், இந்திய வரலாற்றில் பல பக்கங்கள் நமக்குக் கிடைக்காமலேயே போயிருக்கும். எனவே, இந்தியாவை எழுதியவர்களுக்கு இரு கரம் கூப்பி, முதுகு வளைத்து, ஆயிரம் ஆயிரம் நன்றிகள் சொல்ல நாம் கடமைப்பட்டிருக்கிறோம். அவர்களின்றி இந்தியா இல்லை.

இனி நம்முடைய முறை. இந்தியாவைத் தேடியவர்களை நாம் தேட ஆரம்பிப்போம். தங்களுடைய நுண்ணோக்கியின்கீழ் இந்தியாவைக் கொண்டுவந்து ஆராய்ந்தவர்களை நாம் புதிய நுண்ணோக்கியின்கீழ் கொண்டு வந்து நிதானமாக ஆராய்வோம். இந்தியாவிடமிருந்து இவர்கள் திரட்டிக்கொண்டதுபோல் நாமும் இவர்களிடமிருந்து நமக்கான தரவுகளைத் தேடித் திரட்டிக் கொள்வோம். யார் இவர்கள்? இவர்கள் பின்னணி என்ன? உலகில் எவ்வளவோ இடங்கள் இருக்க, இந்தியாவை இவர்கள் தேர்ந்தெடுத்தது ஏன்? எத்தகைய எதிர்பார்ப்புகளோடு இவர்கள் இந்தியாவைக் காணவந்தார்கள்? அந்த எதிர்பார்ப்புகள் நிறைவேறினவா? எத்தகைய இந்தியாவை இவர்கள் கண்டனர்? அவர்கள் கண்ட இந்தியா ஏன் அவர்களுக்குப் பிடித்திருந்தது, ஏன் பிடிக்கவில்லை? ஏன் அவர்களைப் பரவசப்படுத்தியது, ஏன் அச்சுறுத்தியது? ஏன் குழப்பியது, ஏன் மயக்கியது?

இந்தியாவை எழுதிய கிரேக்கர்களையும் ரோமானியர்களையும் சீனர்களையும் அராபியர்களையும் ஆப்பிரிக்கர்களையும் ஐரோப்பியர்களையும் அமெரிக்கர்களையும் நாம் எழுதத் தொடங்குவோம்.

- 2 -

கிரேக்கர்களின் இந்தியா

பயணத்துக்கும் வரலாறுக்கும் உள்ள தொடர்பைப் புரிந்து கொள்ள ஹெரோடோட்டஸ் என்னும் கிரேக்கரிடமிருந்து தொடங்குவதுதான் சரியாக இருக்கும். வரலாற்றின் தந்தை என்று கொண்டாடப்படும் ஹெரோடோட்டஸ் சுமார் 2400 ஆண்டு களுக்கு முன்பு வாழ்ந்தவர். இவர் கடைபிடித்த வரலாற்று முறையியல் இன்றளவும் உலகம் முழுவதிலுமுள்ள பள்ளிப் பாடப்புத்தங்களில் வியப்போடு அறிமுகப்படுத்தப்படுகிறது. அறிஞர்களால் தொடர்ச்சியாக இன்றும் மேற்கோள் காட்டப் படுகிறது.

வரலாறு என்றால் ஹெரோடோட்டஸ். ஹெரோடோட்டஸ் என்றால் 'ஹிஸ்டரிஸ்.' இதுதான் அவர் புத்தகத்தின் பெயர். கிட்டத்தட்ட 600 பக்கங்களுக்கு நீண்டு செல்லும், அவர் பெயரைச் இன்றும் சொல்லிக்கொண்டிருக்கும் முக்கியமான படைப்பு. அவர் விட்டுச்சென்றுள்ள ஒரே நூல் இதுதான்.

ஏன் ஹெரோடோட்டஸ் முக்கியமானவர்? எதுவொன்றையும் எழுதுவதற்கு முன்பு சாத்தியமாகக்கூடிய அத்தனை தரவுகளையும்

முறைப்படி சேகரிப்பது அவர் வழக்கம். சேகரித்த தரவுகள் ஒவ்வொன்றையும் எடுத்து வைத்துக்கொண்டு இது உண்மையா, அது ஏற்கத்தக்கதா, இது எங்கிருந்து கிடைத்தது, கிடைத்த இடம் நம்பத்தக்கதுதானா என்றெல்லாம் விலாவாரியாகப் பரிசோதிப்பார். பிறகுதான் எழுதவே அமர்வார். இந்தாருங்கள், இதுதான் நான் சொல்ல வந்த வரலாறு என்று பெற்றுக் கொண்டதையெல்லாம் திரட்டிக் கொடுத்துவிட்டு நகர்ந்து சென்றுவிடுவது அவர் பாணி அல்ல. மணி மணியாக எல்லாவற்றையும் கோர்ப்பார். இடையிடையே வண்ணம் கலப்பார். தங்கமோ வைரமோ தொங்கவிடுவார். கண் கவரும் கதம்பம் கிடைக்கும்வரை ஓயமாட்டார்.

நிலம், கடல், மன்னர், மக்கள், போர் என்று எதை வர்ணிப்பதாக இருந்தாலும் நேர்த்தியாகவும் நயமாகவும் செய்வார். வரலாறுதான். ஆனால், குதிரைப்பாய்ச்சல் நடையில் மட்டுமே எழுதத் தெரியும் அவருக்கு. கதை போல் வரலாறு எழுதும் கலையைச் செழிப்பாக வளர்த்தெடுத்தவர் அவரே என்று துணிந்து சொல்லலாம்.

கதை வேறு, வரலாறு வேறு. ஒன்று கற்பனை, இன்னொன்று நிஜம். இந்த இரண்டும் ஒருபோதும் கலக்கக் கூடாது என்று இன்று நமக்குத் தெரியும். மீறி கலப்பவர்கள் நம் நம்பகத்தன்மையை இழந்துவிடுகிறார்கள். அவர்களை நாம் வரலாற்றாசிரியர்களாகக் கருதுவதும் இல்லை. ஆனால், ஹெரோடோட்டஸ் காலத்தில் கதையும் நிஜமும் எதிரெதிர் அணிகள் அல்ல. இங்கே குறைந்தால் அங்கிருந்து ஒரு கை அள்ளிக்கொள்வார்கள். அங்கே குறைந்தால் இங்கிருந்து ஒரு கை அள்ளித்தரும். கேட்க நன்றாக இருக்கிறதா? கேட்க புதுமையாக இருக்கிறதா? ரசிக்கக்கூடிய வகையில் இருக்கிறதா? அது போதும். அதுதான் வரலாறு.

இன்று ஒரு வரலாற்று நூலை எடுத்து வாசிக்கும்போது ஏதேனும் சந்தேகம் தோன்றினால், இதென்ன புது கரடியாக இருக்கிறதே என்று நிறுத்திவிட்டு இன்னொரு புத்தகத்தை எடுத்து வந்து சரி பார்க்கமுடியும். ஹெரோடோட்டஸ் காலத்தில் இது சாத்திய மில்லை. எழுதப்பட்ட பிரதிகள் மிகவும் அரிதாகவே கிடைத்தன. எனவே, முன்பொரு காலத்தில் என்ன நடந்தது தெரியுமா என்று எழுதுபவர்களைக் காட்டிலும், நான் உனக்கொரு கதை சொல்லட்டுமா என்று பேசுபவர்கள் அதிகமாக இருந்தனர். கதை போல் வரலாறும் வாய்வழியாகச் சொல்லப்பட்டது. வாய்வழியாகவே பரப்பப்பட்டது.

கதை சொல்பவர் ஓரிடத்தில் அமர்ந்திருப்பார். அவரைச் சுற்றி கதை கேட்பவர்கள் திரண்டிருப்பார்கள். ஐம்பது ஆண்டுகளுக்கு முன்பு கிரேக்கத்தில் என்ன நடந்தது தெரியுமா என்று சொல்லி அவர் தொடங்குவார். அப்போது இந்த மன்னர் இருந்தார், அவர் ஆட்சி அப்படியாக இருந்தது, இப்படியாக இருந்தது, அவர் காலத்தில் வீதியில் தேன் ஓடியது அல்லது ரத்தம் பாய்ந்தது, மக்கள் இப்படி இருந்தார்கள், அப்படி இருந்தார்கள் என்று அவர் விவரித்துக்கொண்டே போவார். இப்படிச் சொல்லிச் செல்லும் போது ஆண்டு, தேதி, இடம், சம்பவம் எல்லாவற்றையும் நூற்றுக்கு நூறு துல்லியமாக நினைவில் தேக்கி வைத்து விவரிப்பது சாத்தியமில்லை என்பதால் கதை கொஞ்சம் அப்படி, இப்படி அலைபாயும்.

ஹோமர் தனது காவியங்களை இப்படிப்பட்ட வாய்வழிக் கதைகளிலிருந்து திரட்டிதான் கட்டமைத்தார். ஹெரோடோட்டஸ் கையாண்டதும் அதே வழியைத்தான். நாடோடிக் கதைகளாகவும் மன்னர்களை ஆகா ஓகோவென்று புகழும் வீர தீரப் பாடல்களாகவும் மக்களிடையே புழங்கி வந்தவற்றைக் கவனமாகச் சேகரித்து, அவற்றைக் கொண்டு கடந்த காலம் குறித்த சித்திரங்களை அவர் கட்டமைத்தார். சமூக அறிவியலாக இன்று வளர்ந்திருக்கும் வரலாற்றுத் துறையின் குழந்தைப் பருவம் இப்படித்தான் அமைந்திருந்தது. அந்தக் குழந்தைப் பருவக் காலத்து அறிஞர்தான் ஹெரோடோட்டஸ். ஏற்கெனவே சொல்லப்பட்டதையும் கேட்கப்பட்டதையும்தான் திரும்பச் சொன்னார்கள் என்றாலும் ஹோமரின் விரல்கள் பட்டதும் கதைகள் காவியமானது என்றால் ஹெரேடோட்டஸ் கதைகளை வேறொரு தளத்துக்கு உயர்த்தி வரலாறாக மாற்றினார்.

ஹெரோடோட்டஸின் தனித்துவமான ஆற்றலும் பன்முகத் தன்மையும்தான் இதைச் சாத்தியமாக்கியது. அடிப்படையில் அவர் ஒரு பயணி. தன் எழுத்துப் பணியோடு தொடர்புடைய இடங்களை நேரில் சென்று பார்வையிடுவதை அவர் வழக்கமாக வைத்திருந்தார். அந்த வகையில், உலகின் முதல் பயண எழுத்தாளர் அவரே. முறைப்படி சென்று, பார்த்து, பேசி, விசாரித்து, செய்தி சேகரித்து எழுதும் பாணியை அறிமுகப் படுத்தியவர் என்பதால் இதழியல் துறையின் முன்னோடியாகவும் அவர் கருதப்படுகிறார். புவியியல், மானுடவியல் ஆகிய துறைகளைச் சேர்ந்தவர்களும்கூட இவரையே தங்கள் முன்னுதாரணமாக வரித்துக்கொள்கிறார்கள்.

ஹெரோடோட்டஸின் 'ஹிஸ்டரிஸ்' எதைப் பற்றியது? பொஆமு (பொது ஆண்டுக்கு முன்) 5ஆம் நூற்றாண்டில் கிரேக்க நகரமான ஏதென்ஸ் மீது பாரசீகம் படையெடுத்து வந்தது. அந்தப் போரில் கிரேக்கர்கள் பாரசீகர்களைத் தோற்கடித்தனர். இந்த வெற்றி வரலாற்றை அணு அணுவாக விவரிப்பதே ஹோமரின் முதன்மை நோக்கம். ஹெரோடோட்டஸ் காலத்துக்கு முன்பிருந்தே பல ஆண்டுகளாகப் பாரசீகத்துக்கும் கிரேக்கத்துக்கும் கீறி பாம்பு உறவு இருந்து வந்தது. பலமிக்கப் பேரரசாக இருந்த பாரசீகம், கிரேக்கர்கள் வாழ்ந்து வந்த ஐயோனியாவைக் கைப்பற்றியது தான் இந்தப் பகையின் தோற்றுவாய் என்று சொல்லப்படுகிறது.

பாரசீக ஆட்சியின்கீழ் அடங்கிக்கிடக்க மறுத்த கிரேக்கர்கள் அவ்வப்போது கிளர்ச்சிகளில் ஈடுபட்டுவந்தனர். போர்களும் நடைபெற்றன என்றாலும் பாரசீகத்தை வீழ்த்த முடியவில்லை. சைரஸ், டேரியஸ், செர்க்கஸ் என்று வரிசையாகப் பாரசீக மன்னர்கள் மாறிக்கொண்டே இருக்க, கிரேக்கர்கள் அவமானத்திலும் வருத்தத்திலும் இயலாமையிலும் துடித்துக் கொண்டிருந்தனர். இதற்கு மேல் பொறுக்க முடியாது என்று ஒரு கட்டத்தில் வெகுண்டெழுந்த கிரேக்கர்கள் செர்க்கஸை வீழ்த்தி, ஐயோனியாவை மீட்டெடுத்தனர். இந்த இறுதிக்கட்டப் போர் பாரசீகத்தின் ஆதிக்கத்தை முடிவுக்குக் கொண்டுவந்தது. கிரேக்கம் தன் பெருமிதங்களை மீட்டெடுத்தது.

கவனம், இது முழுக்க முழுக்க கிரேக்கத் தரப்பிலிருந்து மட்டுமே நமக்குக் கிடைக்கும் சித்திரம். இதைத்தான் ஹெரோடோட்டஸூம் ஒரு மாபெரும் வீர வரலாறாகப் பதிவு செய்திருக்கிறார். போரிட்ட இரு நாடுகளின் பின்னணி, போரிட்ட வீரர்களின் திறன்கள், இரு தரப்பினரும் கையாண்ட வெவ்வேறான வியூகங்கள், அந்த வியூகங்கள் வீழ்த்தப்பட்ட விதம், போர்க் கருவிகள், அணிவகுப்பு, போர் நடைபெற்ற இடங்கள், அங்கு வாழ்ந்த மக்கள் என்று பருந்துப் பார்வையில் ஒன்று விடாமல் அனைத்தையும் நேர்த்தியாக விவரித்திருப்பார் ஹெரோடோட்டஸ். அவர் விவரிக்கும் போர்க்களக்காட்சிகளை இன்று வாசித்தாலும் வாள்களும் ஈட்டிகளும் மனித உடல்களும் ஒன்றோடொன்று மோதிக்கொள்ளும் ஒலியைத் துல்லியமாக நம்மால் கேட்கமுடியும். கடல் போல் பீறிட்டெழும் ரத்தத்தின் சில துளிகளாவது நம் முகத்திலும் பாயும்.

இலக்கியத்துக்கு இலியட் என்றால் வரலாறுக்கு இதுதான் என்று மிகுந்த பெருமிதத்தோடும் பரவசத்தோடும்

ஹெரோடோட்டஸின் வரலாற்றைக் கட்டியணைத்துக் கொண்டது அன்றைய ஐரோப்பா. இன்றும் ஐரோப்பாவைக் கவர்ந்த காவிய வரலாற்று நூல் இதுவே. இந்தப் பெருமிதத்துக்கு ஒரு வலுவான அரசியல் காரணம் இருக்கிறது. பாரசீகத்துக்கும் கிரேக்கத்துக்குமான போரை, கிழக்குக்கும் மேற்குக்குமான போராக, தீமைக்கும் நன்மைக்குமான போராக, பிற்போக்குத் தனத்துக்கும் நாகரிகத்துக்குமான போராக, ஆசியாவுக்கும் ஐரோப்பாவுக்குமான போராக ஐரோப்பியர்கள் கண்டனர். ஹெரோடோட்டஸின் நிலைப்பாடும் இதுவே. அதனால்தான் நூல் நெடுகிலும் பாரசீகத்தைக் கீழிறிக்கியும் தன்னுடைய நாடான கிரேக்கத்தை வானளாவ உயர்த்தியும் அவர் விவரித்திருப்பார். உண்மையா, தேசபத்தியா எது உங்களுக்கு முக்கியம் என்று கேட்டால் ஹெரோடோட்டஸ் பளிச்சென்று சொல்லிவிடுவார். இதென்ன கேள்வி? எனக்கு இரண்டும் ஒன்றுதான்.

வரலாற்றுத் துறையினர் இந்நூலைக் கொண்டாடுவதற்கு இன்னொரு காரணம் இருக்கிறது. 'ஹிஸ்டோரியா' எனும் கிரேக்கச் சொல்லில் இருந்தே 'ஹிஸ்டரி' என்னும் ஆங்கிலச் சொல் பிறந்தது. ஏதேனும் ஒன்றை எடுத்துக்கொண்டு தீவிரமாக விசாரணை செய்தல் என்பதுதான் இதன் பொருள். ஆனால், ஹெரோடோட்டஸ் தன் நூலுக்கு இப்பெயரை இட்ட பிறகு அதன் முந்தைய பொருள் மாறிப்போனது. வரலாறு என்றால் எதையோ விசாரிப்பதல்ல. கடந்த காலத்தைப் பேசுவதுதான் வரலாறு என்னும் புதிய வரையறை உருவானது. ஹெரோடோட்டஸ் கொண்டுவந்த மாற்றம் இது. அவர் காலத்தில் அதிகம் அறியப்பட்ட ஒரே புத்தகம் அநேகமாக இதுவே. கிழக்கைவிட, ஆசியாவைவிட, இஸ்லாத்தைவிட மேற்கும் ஐரோப்பாவும் கிறிஸ்தவமும் உயர்ந்தது என்னும் பெருமிதம் இன்னமும் வாழ்வதால் இந்நூலின் புகழ் இன்றளவும் மங்கவில்லை. வரலாறு பற்றிப் பேசினாலே ஓடோடி ஹெரோடோடஸை இழுத்து வந்துவிடுகிறது ஐரோப்பா. அறிஞர்களின் அறிஞர் போலும் என்று நினைத்துவிடவேண்டாம். பொது மக்களிடமும்கூட அவர் பிரபலம்தான். சில ஆண்டுகளுக்குமுன்பு வெளிவந்த ஹாலிவுட் திரைப்படம் *'300'* ஹெரோடோட்டஸின் படைப்பைத் தழுவி எடுக்கப்பட்டதுதான்.

மேற்குலகம் அவரை எப்படி வேண்டுமானாலும் கொண்டாடிக் கொண்டு போகட்டும். நமக்கும் இவருக்கும் என்ன தொடர்பு என்னும் கேள்விக்கான பதில் இதோ. ஹெரோடோட்டஸ் ஒரு

பயணி என்று பார்த்தோம். அவர் எப்படிப் பயணம் செய்தார் என்று நமக்குத் தெரியவில்லை. ஆனால், எழுதும்போது ஒரே நேர்க்கோட்டில் செல்லும் வழக்கம் அவருக்கு இருப்பதாகத் தெரியவில்லை. மையக் கதையைச் சொல்லிக்கொண்டிருக்கும் போதே சட்டென்று ஒரு கிளைக்கதைக்குத் தாவி, இதை ஏன் அவர் இங்கே சொல்கிறார் என்று நாம் திகைக்கும்போதே, இன்னொரு துணைக் கிளைக்குத் தாவிவிட்டு மீண்டும் மையம் வந்து சேர்வார். என்ன எழுதினாலும் நயமாக எழுதக்கூடியவர் என்பதால் அவர் எழுத்தை ரசிக்கும் யாரும் அவருடைய தாவுதல்களை ஒரு பெருங்குறையாகச் சொன்னதில்லை.

நம்மாலும் நிச்சயம் சொல்ல முடியாது. காரணம் இந்தியாவும் அப்படியொரு கிளைக் கதையாகத்தான் அவர் நூலில் விரிகிறது.

- 3 -

முதல் இந்தியர்கள்

கிளைக் கதை என்றாலும் பாரசீகப் போர்களை விவரிக்கும் இடத்தில் இந்தியாவை ஏன் கொண்டு வந்தார் ஹெரோடோட்டஸ்? ஏனென்றால் இந்தப் போரில் இந்தியர்களும் பங்கேற்றிருந்தனர். எதிரி நாடான பாரசீகப் படைகளில் யாரெல்லாம் இருந்தார்கள் என்பதை விவரித்துக்கொண்டே வரும்போது முதல் முறையாக இந்தியர்களைக் குறிப்பிடுகிறார் ஹெரோடோட்டஸ். பெரும்பாலான உலகம் இந்தியர்கள் என்னும் பெயரை வாசித்து அறிந்தது அப்போதுதான். அவர்களுக்கு அறிமுகமான முதல் இந்தியர்கள் கூலிப்படை வீரர்களாக இருந்தனர். பாரசீகத்தின் ஆட்சிக்கு உட்பட்டவர்களாக இருந்தனர். அதுவும் போதாதென்று, போரில் தோல்வி பெறும் அணியோடு சேர்ந்திருந்தனர். இருந்து இருந்து, இப்படியா இந்தியர்களை உலகுக்கு அறிமுகப்படுத்துவது என்று ஹெரோடோட்டஸிடம் நாம் சண்டைக்குப் போக முடியாதபடிக்கு கூடவே ஒரு நல்ல காரியத்தையும் அவர் செய்துவிட்டார்.

இந்தியர்கள் என்று முதல் முதலில் நம்மை எழுத்தில் பதிவு செய்தவர் அநேகமாக ஹெரோடோட்டஸ்தான். (கிரேக்கத்தில்,

'இண்டோன்'). இந்தியா, இந்தியர்கள் ஆகிய சொற்களை இந்தியாவும் இந்தியர்களுமே அப்போது அறிந்திருக்கவில்லை என்பதை இணைத்துப் பார்த்தால் ஹெரோடோட்டஸ் குறிப்பின் முக்கியத்துவத்தை உணரமுடியும். அப்படியானால் இந்தியாவுக்கும் இந்தியர்களுக்கும் பெயர் சூட்டியவர் ஹெரோடோட்டஸ் என்று சொல்லிவிடலாமா? வரலாற்றின் தந்தை என்று ஐரோப்பா சொல்வது போல் இந்தியாவுக்குப் பெயர் சூட்டிய தந்தை என்று அவரை அழைத்துவிடலாமா?

இல்லை. ஹெரோடோட்டஸ் எழுதினாரே தவிர, இந்தியா என்பது அவர் கண்டுபிடித்து சூட்டிய பெயரல்ல. அந்தப் பெருமை கிரேக்கர்களுக்கு உரியது. நம் நிலத்தை இந்தியா என்று அழைத்தவர்கள் அவர்கள்தாம். கிட்டத்தட்ட ஹெரோடோட்டஸ் காலகட்டத்தில்தான் இந்த வழக்கம் தொடங்கியிருக்கவேண்டும். கிரேக்கர்களும்கூட அழைத்தவர்கள்தானே தவிர, பெயரிட்ட வர்களல்லர். அராபியர்களிடமிருந்தும் இரானியர்களிடமிருந்தும் கேட்டுத் தெரிந்துகொண்ட பெயர் அது. இந்த இருவருக்கும் இந்தியா எங்கிருந்து அறிமுகமானது என்றால் சிந்து நதியில் இருந்து. அரபு உச்சரிப்பு வழக்கப்படி சிந்து 'ஹிண்டு'ஆனது. கிரேக்கர்கள் தங்கள் பங்குக்கு ஹிண்டுவை 'இண்டஸ்' ஆக்கினார்கள். இண்டஸில் இருந்து 'இண்டியா' பிறந்தது.

இந்தியா என்னும் பெயர் மட்டுமல்ல, இந்தியா குறித்த ஹெரோடோட்டஸின் அசாதாரண வர்ணனைகளும் உலகம் முழுக்கப் பரவின. உடன்பட்டார்களோ முரண்பட்டார்களோ, அவருக்குப் பின் எழுத வந்த அனைவருமே ஹெரோடோட்டஸைக் குறிப்பிட்டே ஆகவேண்டியிருந்தது. இன்றைய தேதியில்கூட பண்டைய இந்தியா குறித்து எழுதுபவர்கள் ஹெரோடோட்டஸை நினைகூரப் பெரும்பாலும் தவறுவதில்லை. இந்தியர்களுக்கும் இது பொருந்தும்.

இனி கதைக்குத் திரும்புவோம். நல்லவேளையாக, இந்திய வீரர்களிடம் தொடங்கிய ஹெரோடோட்டஸ் அவர்களோடு கதையை முடித்துக்கொண்டுவிடாமல், இன்னொரு கிளையைப் பிடித்துக்கொண்டு இந்தியாவுக்குத் தாவி வந்துவிடுகிறார். தெரியாதவர்களுக்காக முதலில் முறைப்படி இந்தியா எங்கிருக்கிறது என்பதை அவர் அறிமுகப்படுத்தி வைக்கிறார். எங்கிருக்கிறது இந்தியா? மிக மிகத் தொலைவில் கண்காணாத இடத்தில் கிட்டத்தட்ட ஒளிந்துகொண்டிருக்கிறது.

கிரேக்கத்திலிருந்து இயன்றவரை கிழக்கே சென்றுகொண்டே இருந்தால் வரிசை வரிசையாக உங்களுக்கு ஏற்கெனவே பரிச்சயமான பல நாடுகள் வரும். அவற்றையெல்லாம் பார்த்து முடித்த பிறகு, மேற்கொண்டு எதுவும் இல்லை என்பது போல் ஒரு வெறுமையை உணர ஆரம்பிப்பீர்கள். மனம் தளராமல் தொடர்ந்து முன்னேறிச் சென்றுகொண்டே இருந்தால் கட்டக்கடைசியாக ஒரு நிலத்துண்டு வரும். அதுதான் இந்தியா. சிந்து நதிக்கரையை ஒட்டி இந்தியா அமைந்திருக்கிறது. சூரியன் உதிக்கும் இடத்துக்கு மிக அருகில் இந்தியர்கள் வாழ்கிறார்கள். அதன்பின் பாலைவனம் வரும். பாலைவனத்துக்கு அப்பால் எதுவும் இல்லை. உலகம் முடிவுக்கு வந்துவிடுகிறது என்று திட்டவட்டமாக அறிவிக்கிறார் ஹெரோடோட்டஸ்.

புவியியல், வரலாறு ஆகிய துறைகளின் முன்னோடியான ஹெரோடோட்டஸ் இந்தியாவை இவ்வளவு மேம்போக்காகவும் பிழையாகவும் அறிமுகம் செய்ததற்குக் காரணம் அவர் இந்தியாவில் காலடி எடுத்து வைக்கவேயில்லை என்பதுதான். இந்தியா எங்கிருக்கிறது, அது எங்கே தொடங்குகிறது, எங்கே முடிகிறது, அங்குள்ள நிலம் எப்படி இருக்கும், கடல் எப்படி இருக்கும், மனிதர்கள் எப்படி இருப்பார்கள் என்று எதையும் நேரில் சென்று காணாமலேயே இந்தியாவைத் தன் நூலில் விவரித்திருக்கிறார் ஹெரோடோட்டஸ். முதல் பெரும் வரலாற்று நூல் என்று கருதப்படும் ஒரு நூலில், வரலாற்றின் தந்தை என்று கொண்டாடப்படும் ஒருவர் இழைத்த இத்தவறை அவருக்குப் பின் வந்த எண்ணற்ற பலர் தொடர்ந்து பின்பற்றினர்.

ஆம், எழுதுவதற்குமுன்பு சம்பந்தப்பட்ட இடத்துக்கு நேரில் செல்லும் வழக்கம் கொண்டவர்தான். எதையும் சரி பார்த்து எழுதுபவர்தான். தரவுகளைப் பரிசோதிக்கும் இயல்புகொண்டவர் தான். ஆனால், இந்தப் பண்புகளையெல்லாம் அவர் தனது நாடான கிரேக்கத்துக்கும் அதன் சுற்றுவட்டாரத்து நாடுகளுக்கும் மட்டுமே கையாண்டார். இந்தியா போன்ற தொலைதூர தேசங்களையெல்லாம் நேரில் சென்று பார்ப்பதும் எழுதுவதும் சாத்தியமில்லை என்று அவர் கருதியிருக்கவேண்டும். அல்லது எப்படியும் இவையெல்லாம் கிளைக் கதைகள்தாமே, அவற்றையெல்லாம் சரிபார்ப்பது இயலாத காரியம் என்றும் அவர் நினைத்திருக்கலாம். இந்தியா பற்றிய அவர் குறிப்புகளை வாசிக்கும்போது இந்த உண்மையை நாம் நினைவில் வைத்திருக்கவேண்டும். தனக்கு முன்பு எழுதப்பட்ட ஒரு சில

பிரதிகளையும் (இவை நமக்குப் பெரும்பாலும் கிடைக்க வில்லை) வாய்வழி வரலாற்றையும் அடிப்படையாக வைத்தே அவர் இந்தியாவை எழுதியிருக்கிறார்.

ஹெரோடோட்டஸைப் பொருத்தவரை இந்தியர்கள் யார்? பழங்குடிகள். பல குழுக்களாக அவர்கள் பிரிந்து காணப் படுகிறார்கள். எவ்வளவு குழுக்கள் என்று கணக்கிடுவது கடினம். அதே போல் அவர்கள் எவ்வளவு மொழிகளில் பேசுகிறார்கள், அவை என்னென்ன என்று சொல்வதும் கடினம். இந்தியாவில் உலகில் வேறு எங்கும் இருப்பதைவிட மிக அதிக எண்ணிக்கையில் மக்கள் வாழ்கிறார்கள். இந்தப் பழங்குடிகளில் சிலர் நாடோடிகள். மற்றவர்கள் நிலையாக ஓரிடத்தில் தங்கியிருப்பவர்கள். நீர்நிலைக்கு அருகில் வாழ்பவர்களுக்கு மீன் முக்கிய உணவாக இருக்கிறது. நாணல் அல்லது கோரைப்புல் கொண்டு படகு அமைத்து மீன் பிடிக்கிறார்கள். சமைக்கும் வழக்கமெல்லாம் இல்லை. அப்படியே மீனைப் பச்சையாகக் கடித்துச் சாப்பிட்டுவிடுகிறார்களாம். அதே கோரைப்புல்தான் உடுத்துவதற்கும். புற்களை வெட்டியெடுத்துவந்து பாய் போல் முடைந்து, அதிலிருந்து ஆடைகளை உருவாக்கி அணிகிறார்கள்.

மற்றபடி பருத்தி ஆடையைத்தான் இந்தியர்கள் அணிகிறார்கள். இந்தியர்களில் போர்க்குணம் மிக்கவர்கள் இருக்கிறார்கள். வில், பிரம்பால் செய்யப்பட்ட அம்பு ஆகியவற்றை வைத்திருக் கிறார்கள். முனையில் மட்டும் கூர்மையான இரும்பு இருக்கும். இந்தியர்களும் எத்தியோப்பியர்களும் பார்ப்பதற்கு ஒன்று போலவே இருப்பார்கள். ஒருவரைப் பார்த்தால் அவர் இந்தியரா, எத்தியோப்பியரா என்று உறுதியாகச் சொல்வது கடினம். வேறுபாடு கண்டுபடித்தே தீரவேண்டுமானால் அதற்கு இரண்டு வழிகள் இருக்கின்றன. அவர்கள் தலைமுடி எப்படி இருக்கிறது என்று பாருங்கள். எத்தியோப்பியர் என்றால் தலைமுடி நேராக நிற்கும். அல்லது எந்த மொழியில் பேசுகிறர்கள் என்று கவனியுங்கள்.

இன்னொரு வகையினர் இருக்கிறார்கள். அவர்கள் எந்த விலங்கையும் கொல்ல மாட்டார்கள். மக்காச்சோளம் விளைவித்து சாப்பிடுவதிலும் ஆர்வம் இல்லை. வீடு கட்டிக் கொண்டு வாழ்வதிலும் நம்பிக்கை இல்லை. வெறும் காய்கறி மட்டுமே சாப்பிடுவார்கள். அந்தக் காய்கறியையாவது விளைவிப் பார்களா என்றால் அதுவும் இல்லை. இயற்கையாக என்ன

கிடைக்கிறதோ அதை மட்டுமே உண்போம் என்பது இவர்கள் கொள்கை. இவர்களுக்கென்றே காட்டிலும் மேட்டிலும் ஒருவித செடி வளர்கிறது. அதன் பெயர் தெரியவில்லை. ஆனால், அதன் விதை தினை, சாமை விதை அளவுக்கு இருக்கும். அந்த விதைகளை மட்டும் ஆர்வத்தோடு சேசரிப்பார்கள். பிறகு கொதிக்க வைத்து உண்பார்கள். இவர்களில் யாரேனும் ஒருவருக்கு நோய் வந்துவிட்டால் அவர் விறுவிறுவென்று நடந்து காட்டுக்குப் போய்விடுவார். அங்கே தனிமையில் படுத்துக் கொண்டு மரணத்துக்காகக் காத்திருப்பார். அப்படியெல்லாம் போகாதே என்று சொல்வதற்கோ தடுப்பதற்கோ அவர்கள் குழுவில் யாரும் இருப்பதில்லை. நோயாளிகளைக் கவனித்துக் கொள்ளவேண்டும் என்றோ இறந்தவர்களை மதிக்கவேண்டும் என்றோ அவர்களுக்குத் தோன்றுவதில்லை என்கிறார் ஹெரோடோட்டஸ்.

கிரேக்கத்தை எடுத்துக்கொண்டால் நமக்கு நல்ல, மிதமான வானிலை இருக்கிறது. நாம் மகிழ்ச்சியோடு இருக்கிறோம். இந்தியாவில் எல்லாமே தீவிர நிலையில்தான் இருக்கும். ஆனால், தீவிரமான, கடினமான சூழல்களில் இயற்கையே துணை நிற்கும் என்று சொல்வார்கள் அல்லவா? இந்தியாவிலும் அப்படித்தான். இயற்கை வளங்கள் கொட்டிக்கிடக்கின்றன.

இந்தியர்களுக்கென்று இருக்கும் பொதுத்தன்மை என்று பார்த்தால் ஒன்றுதான். அவர்கள் அனைவரும் பாரசீகத்தின் ஆட்சிக்கு உட்பட்டவர்கள் என்கிறார் ஹெரோடோட்டஸ். இது பகுதியளவில்தான் உண்மை. பாரசீக மன்னரான சைரஸ் (பொஆமு 558-529) தனது ஆட்சிக்காலத்தில் இந்தியாவின் மீது படையெடுத்து சிந்து நதிக்கு மேற்கே இருந்த பகுதிகள், காந்தாரம் ஆகியவற்றைக் கைப்பற்றியது உண்மை. இந்தியா மீது தொடுக்கப்பட்ட முதல் போர், முதல் ஆக்கிரமிப்பு என்று இதனைச் சொல்லமுடியும்தான். ஆனால், முழு இந்தியாவும் பாரசீகத்தின் கீழ் வந்ததாக ஹெரோடோட்டஸ் கருதியது தவறு. இந்தியா என்பது சிந்து நதிக்கரைப் பிரதேசம் மட்டுமே என்று ஹெரோடோட்டஸ் நம்பியதால் நேர்ந்த பிழை இது. சிந்துவைக் கடந்தால் வேறு எதுவும் இருக்காது, உலகம் முடிந்து விடும் என்று தன் காலத்தில் நிலவிய நம்பிக்கையையே அவரும் கேள்வியின்றி பகிர்ந்துகொண்டிருக்கிறார்.

பாரசீகத்திடம் மொத்தம் 20 மாகாணங்கள் இருந்தன. இந்தியாதான் கடைசியானது. இருப்பதிலேயே பெரியதும்கூட.

மாகாணம் என்பது பாரசீகர்களின் ஆளுகைக்கு உட்பட்ட பிரதேசம். ஆக்கிரமிப்பின் மூலம் இணைத்துக்கொள்ளப்பட்ட பகுதி. இப்பகுதிகளைச் சேர்ந்தவர்கள் பாரசீக மன்னருக்குத் தொடர்ச்சியாக கப்பம் செலுத்தவேண்டும். இருப்பதிலேயே அதிக கப்பம் செலுத்துபவர்கள் இந்தியர்களே என்கிறார் ஹெரோடோட்டஸ். எவ்வளவு என்பதையும் குறிப்பிடுகிறார். 360 டேலண்ட் தங்கத் துகள்களாம். ஒரு டேலண்ட் என்பது 35 கிலோ! இவ்வளவு தங்கத்துக்கு இந்தியர்கள் அப்போது எங்கே போனார்கள் என்று கேட்டால் ஹெரோடோட்டஸ் இன்னொரு கதையைச் சொல்கிறார். இந்தியாவைப் பற்றிய புகழ்பெற்ற கதைகள் என்றொரு பட்டியல் தயாரித்தால் அதில் இதுதான் முதலிடம் பெறும்.

- 4 -

தங்க எறும்புகளும் மனிதர்களை உண்பவர்களும்

மணல், மணல், மணல். திரும்பும் பக்கமெல்லாம் மணல் மட்டுமே இருக்கும் பெரும் பாலைவனப் பிரதேசம் அது. இங்கே ஒரு வகை எறும்புகள் கும்பல் கும்பலாக மறைந்திருக்கின்றன. கிரேக்கத்தில் நாம் வழக்கமாகக் காணும் எறும்புதான். ஆனால், அளவில் பெரியதாகவும் அச்சமூட்டும்படியும் இருக்கும். நாயைவிட உயரம் குறைவு, நரியைவிடப் பெரியது. இப்படியோர் எறும்பைக் கற்பனை செய்துகொள்ளுங்கள். அந்த எறும்பைப் பற்றிதான் நான் உங்களுக்கு அடுத்துச் சொல்லப்போகிறேன் என்கிறார் ஹெரோடோட்டஸ்.

இந்தியாவிலும்கூட எல்லா இடங்களிலும் இதைக் காண முடியாது. நான் குறிப்பிட்ட பாலைவனத்தில் மட்டுமே இருக்கும். இந்த எறும்புகள் அதிசயமானவை மட்டுமல்ல, எக்கச்சக்க மதிப்பு கொண்டவை என்பதால் இவற்றை வேட்டையாடுவதற்கு நான், நீ என்று கடும் போட்டி நிலவுவது வழக்கம். எறும்புகளை

வேட்டையாடுவதற்கென்றே போர்க்குணம் கொண்ட இந்தியர்கள் இருக்கிறார்கள். அவர்களுக்கு மட்டுமே இவை சிக்கும். அவர்களும்கூட மிகுந்த கவனத்தோடுதான் எறும்பு பிடிக்கப் போவார்கள்.

அடியாழம் செல்லும்வரை எறும்பு தனது கூர்மையான கைகளையும் கால்களையும் கொண்டு மணலைக் குடைந்து கொண்டே போகும். அவ்வாறு உள்ளே செல்லும்போது அது வெளியேற்றும் மணல் சிறு குன்று அளவுக்கு உயர்வதைப் பார்க்கமுடியும். இந்த மணல் குன்றில்தான் ரகசியமே அடங்கியிருக்கிறது. எறும்பு பிடிக்க முடியாதவர்கள்கூட அது தோண்டிப் போடும் மணல் கிடைக்கிறதா என்று ஆசையோடு தேடுவார்கள். காரணம் மணலில் நிரம்பியிருக்கும் தங்கத் துகள்கள்.

எறும்பு தோண்டி வீசும் மணலைச் சேரிப்பதற்கென்றே இந்தியர்கள் பாலைவனத்தை நோக்கிப் படையெடுப்பது வழக்கம். அதற்கென்று ஒரு முறை இருக்கிறது. மூன்று ஒட்டகங்களோடுதான் வழக்கமாகச் செல்வார்கள். மூன்றும் ஒரே கயிற்றால் பிணைக்கப்பட்டிருக்கும். இரண்டு பக்கமும் ஆண் ஒட்டகங்கள், நடுவில் பெண். அந்தப் பெண் ஒட்டகத்தின்மீது அமர்ந்துதான் மற்ற இரு ஒட்டகங்களையும் சேர்த்துச் செலுத்தவேண்டும். கவனம், ஏதோ ஒரு பெண் ஒட்டகம் அல்ல; மிகச் சமீபத்தில் கன்று ஈன்ற தாய் ஒட்டகமாகப் பார்த்து, பரிசோதித்து அழைத்து வரவேண்டும். அந்த வகை ஒட்டகத்தால் குதிரையைப் போல் வேகமாகப் பாயமுடியும். குதிரையைக் காட்டிலும் அதிக பாரத்தையும் சுமக்கமுடியும்.

நல்ல வெயில் பிளக்கும்போது, வெப்பம் உடலைப் பிய்த்துத் தின்றும்போது பாலைவனத்துக்குள் நுழையவேண்டும். அப்போதுதான் எறும்புகள் வெளியில் வர பயந்து வளைக்குள் இளைப்பாறிக்கொண்டிருக்கும். கிரேக்கத்தில் நல்ல வெயில் அடிக்கும்போது மதியம் எப்படி இருக்குமோ அதைக் காட்டிலும் தீவிரமான வெயிலை காலையிலேயே இந்தியாவில் காண முடியும். மாலை வர, வர நல்ல காற்று வர ஆரம்பித்து இரவில் குளிர ஆரம்பிக்கும்.

உச்சி வெயிலில் பாலைவனம் செல்லும் இந்தியர்கள், மணல் குன்றுகள் அதிகமிருக்கும் இடம் பார்த்து ஒட்டகத்தை நிறுத்தி, பைகளை இறக்கி, மளமளவென்று மணலை அள்ளிப்

பேட்டுக்கொண்டு விரட்டு, விரட்டு என்று ஒட்டகத்தை விரட்டியோடி மறைவார்களாம். பயம்தான் காரணம். மனிதர்களின் காலடி நடமாட்டத்தை உணர்ந்தும் மோப்பம் பிடித்தும் எறும்புகள் வெளியில் வந்து துரத்த ஆரம்பித்துவிட்டால் அவ்வளவுதானாம்! இந்த உலகிலேயே அந்த எறும்புகள் போல் வேகமாகத் துரத்தியோடும் இன்னோர் உயிரில்லை. இந்தியர்கள் கொஞ்சம் தாமதம் செய்தாலும் விரட்டிப் பிடித்துவிடுமாம். பிடித்துவிட்டால் ஒருவர்கூட உயிரோடு வீடு திரும்ப முடியாது.

இது இந்தியர்களுக்குத் தெரியும் என்பதால் கொண்டு வந்த பையை மட்டும் ஒழுங்காக நிரப்பிகொண்டு, சத்தமே போடாமல் ஓட்டமெடுத்துவிடுவார்கள். இரண்டு ஆண் ஒட்டகங்கள் பார்த்தோமல்லவா? அவற்றுக்கு எறும்புகளைக் கடந்து ஓடும் அளவுக்கு உடலில் வலுவில்லையாம். நடுவில் இருக்கும் பெண் ஒட்டகம்தான் சிலிர்த்துக்கொண்டு இரு பக்கங்களிலும் வரும் ஆண் ஒட்டகங்களையும் தன் மேல் அமர்ந்து வரும் ஆணையும் தங்க மூட்டைகளையும் இழுத்துக்கொண்டு பாய்ந்து ஓடி அனைவரையும் காப்பாற்றுமாம்!

எறும்புகளைப் பிடிக்கும் இந்தியர்கள் தனி வகையினர். அவர்களிடம் ஆயுதங்கள் இருக்கும். கடுமையாகச் சண்டையிட்டு எறும்புகளை அவர்கள் சிறைப்பிடித்து எடுத்துச் செல்வார்கள். அந்த எறும்புகளைப் பழக்கப்படுத்தினால் அது தங்கம் இருக்கும் என்று காட்டிவிடும். பாரசீக மன்னர் தன் கட்டுப்பாட்டில் சில எறும்புகளை வைத்திருக்கிறாராம். அனைத்தும் இந்தியர்கள் சிறைப்பிடித்துக் கொடுத்தவை என்கிறார் ஹெரோடோட்டஸ்.

எறும்பாவது, தங்கமாவது? வளமான கதை என்பதைத் தவிர இதில் வேறெதுவும் இல்லை என்று பலர் இதனை ஒதுக்கித் தள்ளினர். ஆனால், பெரிய மனிதர் சொல்லியிருக்கிறாரே, அப்படியோர் எறும்பு இருந்தாலும் இருக்கலாமல்லவா என்று புதையல் தேடுபவர்கள் தொடங்கி ஆய்வாளர்கள் வரை பலரும் நிலத்தையும் மணலையும் ஏடுகளையும் சலித்தெடுக்கத் தொடங்கினர். நீண்ட, நீண்ட தேடலின் முடிவில் சிந்து நதியின் மேற்பகுதியில் இமயமலைக்கு அருகில் பருத்த உடலும் அடர்த்தியான வாலையும் கொண்டிருக்கும் ‘மர்மோட்’ எனப்படும் மலை அணிலை அவர்கள் கண்டுபிடித்தனர்.

ஹெரோடாட்டஸின் விவரணைக்கு ஏற்றாற்போல் இந்த மர்மோட் மணலைக் குடையும் வழக்கத்தைக் கொண்டிருந்தது.

ஆராய்ந்தபோது மணலில் தங்கத் துகள்கள் தென்பட்டன. பல தலைமுறைகளுக்கு முன்பு அங்கு வசித்த மினாரோ எனப்படும் பழங்குடிகள் இந்தத் துகள்களைச் சேகரித்து வந்ததாகவும் தெரிய வந்தது. அவர்களுடைய இன்றைய வழித்தோன்றல்களும் இதை உறுதி செய்கிறார்கள். இந்தியப் பகுதியில் இருப்பவர்கள் மட்டுமல்ல நதிக்கரைக்கு அந்தப் பக்கம் பாகிஸ்தானில் இருக்கும் மினாரோ பழங்குடிகளும் இந்தக் கதைகளை அவர்களுடைய முன்னோர்களிடமிருந்து கேள்விப்பட்டிருக்கிறார்களாம். மர்மோட் அணிலுக்கும் மலை எறும்புக்கும் பாரசீகத்தில் கிட்டத்தட்ட ஒரே பொருள் என்பதால் ஹெரோடோட்டஸின் எழுத்துகளை மொழிபெயர்க்கும்போது குழப்பம் ஏற்பட்டிருக் கலாம் என்றும் சொல்லப்படுகிறது. இந்த விளக்கங்களை எல்லாம் ஏற்க மறுப்பவர்களும் இருக்கிறார்கள்.

ஹெரோடோட்டஸின் மற்றொரு கதையும் இதே போல் ஒரு நீண்ட தேடுதலைத் தொடங்கி வைத்ததோடு பலரை அதிர்ச்சியிலும் கலக்கத்திலும் தள்ளியது. பல்வேறு பழங்குடிகளை விவரித்துக்கொண்டே வரும் இடத்தில், ஒரு நாடோடிக் குழுவை (ஆங்கிலத்தில் 'படேய்') ஹெரோடோட்டஸ் அறிமுகப்படுத்துகிறார். மற்றவர்களைக் காட்டிலும் அடர்த்தியான கறுப்பு நிறத்தில் இவர்கள் இருப்பார்களாம். இவர்களுடைய பழக்கவழக்கங்களெல்லாமே புதிரானவை. எடுத்துக்காட்டுக்கு, அவர்கள் குழுவைச் சேர்ந்த ஆணொருவர் நோய் வாய்ப்படுகிறார் என்று வைத்துக் கொள்வோம். அவருக்கு நெருக்கமான மற்றோர் ஆணுக்குச் சொல்லி அனுப்புவார்கள். அவர் வந்து ஏற இறங்க ஒருமுறை பார்த்துவிட்டு, நோயாளியை அதே இடத்தில் கொன்றுவிடுவார்.

நோய்தானே வந்திருக்கிறது, ஏன் கொன்றாய் என்று கேட்டால், பிறகு என்ன செய்வதாம், நான் கொல்லாமல் போனால் நோய் தீவிரமாகி அவர் உடலைப் பாழாக்கிவிடும் அல்லவா என்பார். நல்ல உடல் ஒன்று கண்முன்னால் வீணாவதை அவர் பொறுத்துக்கொள்ள மாட்டாராம். புரிகிறது அல்லவா? மனித உடல் உள்பட எல்லாவற்றையும் உண்ணும் வழக்கம் கொண்டவர்களாம் இவர்கள். ஒருவேளை நோயாளி பெண் என்றால் அவரை மற்றொரு பெண் வந்து கொல்வாராம். வயதில் மூத்தவர்களை அள்ளிச்சென்று பலி கொடுத்து அவர் உடலைப் புசிக்கும் சடங்கும் இருக்கிறதாம். ஆனால், வயது முதிரும்வரை

யாரை அவர்கள் விட்டு வைக்கப்போகிறார்கள் என்று சொல்லி இக்கதையை முடிக்கிறார் ஹெரோடோட்டஸ்.

இத்தகைய சில கதைகளை விவரிக்கும்போது கவனத்தோடு அவர் ஒரு குறிப்பைக் கொடுத்துவிடுவார். நான் நேரில் கண்டு எழுதிய குறிப்புகள் அல்ல இவை. இந்தியாவுக்குச் சென்று வந்த பயணிகள் சொன்னதைத்தான் நான் பதிவு செய்திருக்கிறேன்!

ஆனால், ஆய்வாளர்களால் இதை அவ்வளவு சுலபமாகக் கடந்து செல்ல முடியவில்லை. எறும்புகளைத் தேடியதைப் போல் கடந்த 200 ஆண்டுகளில் படேய் பழங்குடிகளையும் சிலர் தேடியிருக்கிறார்கள். சுமத்திரா தீவில் நர மாமிசம் சாப்பிடும் வழக்கம் கொண்ட பழங்குடிகள் இருப்பதாகப் பேச்சு வந்தது. சொல் ஆராய்ச்சியில் இறங்கிய சிலர், படேய் என்னும் பெயருக்கும் லடாக்குக்கும் தொடர்பிருப்பதாக வாதிட்டனர். இந்தியர்களாக இருக்க வாய்ப்பில்லை; ஒருவேளை துருக்கியப் பழங்குடிக் குழுக்களைச் சேர்ந்தவர்களில் ஒருவராக இருக்குமோ என்று அந்தப் பக்கம் போனார்கள் சிலர். இன்னும் சிலரோ இல்லை, இந்தியாவில்தான் நாம் அவர்களைக் கண்டுபிடிக்க வேண்டும் என்று சாதித்தனர்.

பழங்குடிச் சமூக மக்கள் எண்ணற்ற சடங்குகளைக் கடைபிடிப்பவர்கள். விலங்குகளைப் பலியிடும் வழக்கம் அவர்களுக்கு உண்டு. வேண்டுதல் அல்லது பிற காரணங் களுக்காக கை அல்லது காலை வெட்டியெடுத்து அளிக்கும் வழக்கத்தைச் சிலர் பின்பற்றியதாகத் தெரிய வருகிறது. இப்படி ஏதேனும் ஒரு காட்சியைப் பயணிகள் கண்டிருக்கவேண்டும், அல்லது யாரிடமாவது கேள்விப்பட்டிருக்கவேண்டும். சுற்றிலும் ஆள்கள் சூழ்ந்திருக்க நடுவில் ரத்தத்தில் மிதக்கும் உடலைக் கண்டதும் அவர்களாகவே என்னென்னவோ கற்பனையில் இறங்கியிருக்கவேண்டும். தன் காதில் வந்து விழுந்ததைக் கேள்வியின்றி அப்படியே ஹெரோடோட்டஸும் பதிவு செய்திருக்கவேண்டும் என்கிறார்கள் வேறு சில ஆய்வாளர்கள். இது ஏற்கத்தக்கதாகவே இருக்கிறது. சுவையான கதைகளை அவர் தவறவிடுவதேயில்லை.

பழத்திலிருந்து தோன்றும் அதிசயத் துணி (பருத்தி) குறித்து ஓரிடத்தில் மாய்ந்து போயிருக்கிறார். எறும்புகள் மட்டுமல்ல இந்தியாவின் பறவைகள், விலங்குகள் அனைத்தும் அளவில் பல மடங்கு பெரியவையாம். குதிரை மட்டுமே அவரிடமிருந்து

பிழைத்திருக்கிறது. அது பெரிதல்ல. ஆனால், கிரேக்கத்தில் இருப்பதைவிட அளவில் சிறியதாம். இப்படிப் பல சுவையான குட்டித் தகவல்களை இந்தியா குறித்த பகுதியிலிருந்து திரட்டியெடுக்கமுடியும். ஹெரோடோட்டஸ் ‘கண்டுபிடித்த’ இந்தியாவில் பிழைகளைச் சுட்டிக்காட்டுவது சுலபம். ஆனால், வியக்க வைக்கும் அளவுக்கு 2,500 ஆண்டுகளுக்கு முன்பே இந்தியா என்றால் என்னவென்பதை அவர் துல்லியமாக விவரித்துவிட்டார்.

இந்தியா என்பது பல்வேறு மக்கள் குழுக்கள், பல்வேறு மொழிகள், பல்வேறு உணவு வழக்கங்கள், பல்வேறு பருவ காலங்கள், பல்வேறு ஆடைகள், பல்வேறு பண்பாட்டுக் கூறுகள், பல்வேறு சடங்குகள் கொண்ட ஓர் அதிசயப் பெருநிலம். ஹெரோடோட்டஸின் இந்தப் பார்வையில் ஒரு சிறு தவறையாவது நம்மால் கண்டுபிடிக்க முடியுமா?

- 5 -

மனித முகம், சிங்க உடல்

‘ஹெரோடோட்டஸ் ஒரு பொய்யர். கட்டுக் கதைகள் புனைவதற்கு அவரை மிஞ்ச கிரேக்கத்தில் யாருமில்லை. கற்பனையில் தோன்றியதையெல்லாம் நிஜம் போல் எழுதுவது அவர் பாணி. இந்தியா கறுப்பா, சிவப்பா என்றுகூட அவருக்குத் தெரியாது. ஆனால், நான் அப்படியல்ல. என் இரு கண்களால் கண்டதையும் நம்பத் தகுந்தவர்களிடம் விசாரித்து என் இரு காதுகளால் கேட்டறிந்ததையும் மட்டுமே நான் பதிவு செய்கிறேன். வரலாறு இப்படித்தான் எழுதப்படவேண்டுமே தவிர, ஹெரோடோட்டஸ் எழுதியது போல் அல்ல. இந்தியா என்றால் என்னவென்பதை என் பதிவுகளிலிருந்து உலகம் தெரிந்துகொள்ளட்டும். ஹெரோடோட்டஸுக்கான மறுப்பாக என் நூல் நிலைபெறட்டும்.’

இப்படி ஓர் ஆர்ப்பாட்டமான முழக்கத்தோடு எழுத வந்தார் மற்றொரு கிரேக்கரான தீஷியஸ். ஹெரோடோட்டஸ் வாழ்ந்த அதே பொஆமு 5ஆம் நூற்றாண்டைச் சேர்ந்தவர். ஹெரோடோட்டஸ் காலத்தில் இருந்த பாரசீகப் பேரரசு

இப்போது அகாமனிசியப் பேரரசாக மாறியிருந்தது. அந்தப் பேரரசின் ஆட்சிக்கு உட்பட்ட ஒரு பகுதியில்தான் தீஷியஸ் வாழ்ந்துவந்தார். அடிப்படையில் இவர் ஒரு மருத்துவர் என்பதால் பாரசீக மன்னரான இரண்டாம் அர்தாசெர்கஸ் என்பவரின் பிரத்தியேக மருத்துவராகவும் இவர் நியமிக்கப்பட்டிருந்தார்.

மன்னர் எங்கு சென்றாலும் அவருடைய பரிவாரங்களோடு தீஷியஸும் சென்றுவிடுவார். போர்க்களத்தில் மன்னருக்குக் காயம் ஏற்பட்டால் உடனே சிகிச்சை அளிப்பார். மருத்துவத் தொழில் போக கிரேக்கர்களுடன் அரசியல் பேச்சுவார்த்தை களிலும் இவர் ஈடுபட்டதாகத் தெரிகிறது. செல்வாக்குமிக்கவராக இருந்ததால் அரசு ஆவணங்களைப் பார்வையிடுவதற்கான அனுமதியையும் இவர் பெற்றிருந்தார். பின்னாள்களில் இவர் வரலாறு எழுத ஆரம்பித்தபோது இந்த ஆவணங்கள் அவருக்கு உதவிக்கு வந்தன.

தீஷியஸ் எழுதிய நூல்கள் இரண்டு. முதலாவது, பண்டைய பாரசீகத்தைப் புரிந்துகொள்ள இன்றளவும் உதவும் ஆதார நூலாகக் கருதப்படும் 'பெர்சிகா.' இரண்டாவது, இந்தியா குறித்து இவர் எழுதிய 'இண்டிகா.' பாரசீகப் போர்கள் குறித்து எழுதும் இடத்தில் இந்தியர்களுக்குச் சில பக்கங்கள் முதன் முதலில் ஒதுக்கியவர் ஹெரோடோட்டஸ் என்றால், முழுக்க முழுக்க ஒரு தனி நூலை எழுதியதோடு, இந்தியா என்று தலைப்பும் இட்டவர் தீஷியஸ். கெடுவாய்ப்பாக இந்நூல் நமக்கு முழுமையாகக் கிடைக்கவில்லை. சின்னச் சின்னத் துண்டுகளாக மற்றவர்கள் எடுத்தாண்ட மேற்கோள்கள் மட்டுமே நமக்குக் கிடைத்துள்ளன. ஆனால், தீஷியஸின் பெயரை நிலைநிறுத்துவதற்கு இந்த மேற்கோள்களின் பொட்டலமே போதுமானதாக இருக்கிறது.

தீஷியஸ் கண்டுபிடித்த இந்தியா எப்படி இருந்தது? மிக, மிக அதிக மக்கள் தொகை கொண்ட ஒரு நாடு இந்தியா. உலகம் முழுவதிலுமுள்ள மனிதர்களின் எண்ணிக்கையைக் கூட்டினாலும் இந்தியாவுக்குப் பக்கத்தில்கூட வர முடியாது. இந்தியாதான் உலகின் கடைசி நாடு. அதன் பிறகு எதுவுமில்லை என்று கிட்டத்தட்ட ஹெரோடோட்டஸின் பாணியில் இந்தியாவை விவரிக்கத் தொடங்குகிறார் தீஷியஸ். இவருக்கும் இந்தியா என்றதும் அடுத்து வெயில்தான் நினைவுக்கு வருகிறது. மற்ற பகுதிகளில் எப்படியோ இந்திய வெயில் கொடுமையிலும் கொடுமை என்கிறார் தீஷியஸ். இந்தியாவில் பல இடங்களில்

கதிரவன் பத்து மடங்கு பெரிதாகத் தோன்றுவதால் அங்கு வசிப்பவர்களெல்லாம் வதைப்பட்டு, மூச்சுத் திணறி இறந்துவிடுகிறார்களாம்.

இந்தியர்கள் கறுத்த தோல் கொண்டவர்கள்தாம். ஆனால், அதற்கும் வெயிலுக்கும் தொடர்பில்லை. வெயிலே தோன்றாத போதும் அவர்கள் கறுப்பாகவே இருக்கிறார்கள். இந்தியர்களின் இயல்பு அது என்கிறார் தீஷியஸ். இந்தியர்களின் தோல் தடிமனாக இல்லாமல் மெலிதாக அப்படியே எலும்போடு எலும்பாக ஒட்டிக்கொண்டு அமைந்திருக்கிறதாம். ஆண், பெண் இருவருக்கும் இது பொருந்தும். இரண்டு இந்தியப் பெண் களையும் ஐந்து ஆண்களையும் நேரில் கண்டு பரிசோதித்ததன் அடிப்படையில் இதை நான் எழுதுகிறேன் என்று சாட்சியமும் அளிக்கிறார் தீஷியஸ்.

இந்தியாவில் ஓங்கி உயர்ந்த மலைகள் உள்ளன. பலவிதமான மதிப்புமிக்க கற்களை அங்கிருந்து இந்தியர்கள் சேகரிக்கிறார்கள் என்கிறார் தீஷியஸ். இந்தியாவில் மழையே பெய்வதில்லையாம். அப்படியானால் நீருக்கு என்ன செய்கிறார்கள் என்று கேட்டால் நதிகளைக் கை காட்டுகிறார். இந்த நதிகளில் நீளமான புழு வசிக்கிறதாம். அது குறித்து அவரிடம் வேறு தரவுகள் இல்லை. மீன் இருக்கிறது. ஆனால், வெயிலுக்குப் பயந்து நதியின் ஆழத்தில் ஒளிந்துகொண்டு வாழ்கிறதாம். மழை மட்டுமல்ல, இடியோ மின்னலோ புயலோகூட இந்தியாவில் தோன்றுவ தில்லை. பதிலாக, சூறாவளியும் பேய் காற்றும் உருவாகி, கண்ணில் படும் அனைத்தையும் இரக்கமின்றி அழிக்கின்றன என்கிறார்.

இந்திய விலங்கினங்கள் அளவில் பூதாகரமானவை என்கிறார் தீஷியஸ். இந்த யானையை எடுத்துக்கொள்ளுங்களேன்! எவ்வளவு பெரிய, எவ்வளவு வலிமையான சுவராக இருந்தாலும் இந்திய யானை ஒரு முட்டு முட்டினால் தீர்ந்தது கதை. இந்தியக் குரங்கின் வால் நான்கு முழம் நீண்டிருக்குமாம். இந்திய சேவலைப் பார்க்கும் எவரும் விழி, விழியென்று விழிப்பார் களாம். அந்த அளவுக்குப் பருத்து இருக்குமாம்.

இந்தியக் கிளியும் ரொம்பவே பெரியதாம். கழுகு, பருந்தெல்லாம் கிளி பக்கத்தில்கூட வரமுடியாதாம். சிவப்பு நிற அலகு, கறுத்த தாடி, நீல சிறகு என்று பார்ப்பதற்கே வித்தியாசமாக இருக்கும். வியப்பிலும் வியப்பாக அது இந்தியனைப் போலவே பேசவும்

செய்கிறது என்றால் நம்புவீர்களா என்று பரவசத்தோடு கேட்கிறார் தீஷியஸ். இந்தியக் கிளி ஒருவேளை மனித நாக்குக் கொண்டிருக்குமோ? எனில், இந்திய மொழி மட்டும்தான் பேசுமா அல்லது மற்ற மொழிகளும் பேசுமா? யார் கண்டது, கிரேக்கம் கற்றுக்கொடுத்தால் அதையும் கிரேக்கர் போல் சரளமாகப் பேசுமோ என்னவோ!

இந்தியா பன்றியைக் கண்டதில்லை. நாய் என்று ஒன்றை அழைக்கிறார்கள். ஆனால், நாய் போலவா அது நடந்து கொள்கிறது? கொஞ்சமும் பயமில்லாமல் சிங்கத்தோடு அல்லவா அது பாய்ந்து, பிறாண்டி சண்டை போடுகிறது? வெள்ளாடு, செம்மறி இரண்டும் கழுதையைவிடப் பெரியவையாம். ஒவ்வொன்றும் நான்கு முதல் ஆறு குட்டிகள் ஈனும். இரண்டுக்கும் பெரிய வால் இருக்கும். குட்டி ஈனும்போது தன் வாலை அவை கழற்றி வைத்துவிடும்!

கிரிஃபின் என்றோர் உயிரினம் இந்தியாவில் வசிப்பதை உலகுக்கு முதலில் அறிவித்தவர் தீஷியஸ். அடிப்படையில் பறவை. ஆனால், ஓநாய் போல் வளர்ந்திருக்கும். நான்கு கால்களில் நடக்கும். விரல் நகங்களைப் பார்த்தால் சிங்கத்தின் நினைவு வரும். அதன் மார்பில் தொடங்கும் செந்நிறச் சிறகு உடலைப் போர்த்தும் இடத்தில் கறுப்பு நிறத்துக்கு மாறியிருக்கும். மிக வலுவான உயிரினம். இந்தியாவிலுள்ள சில மலைப்பகுதிகளில் தங்கம் மறைந்திருக்கிறது. ஆனால், அதை இந்தியர்களால் தேடியெடுக்க முடியாமல் போனதற்குக் காரணம் கிரிஃபின்களே என்கிறார் தீஷியஸ்.

என்னது, தங்கத்தைக் கண்டறியும் எறும்பா? அப்படியொன்று இல்லவே இல்லை என்று சிரிக்கும் தீஷியஸ் அதற்கு ஈடாக வேறொரு தங்கக் கதையை விவரிக்கிறார். இந்தியாவில் குறிப்பிட்ட ஓரிடத்தில் நீரூற்று அமைந்துள்ளது. ஆண்டு முழுக்க அதிலிருந்து நீருக்குப் பதில் தங்கம் திரவ வடிவில் பொங்கிக்கொண்டே இருக்கும். ஒவ்வோர் ஆண்டும் நூறு ஜாடி தங்கத்தை ஒருவர் இங்கிருந்து பிடித்துக்கொள்ளமுடியும். ஆனால், கவனம் இந்த ஜாடி மற்ற உலோகங்களில் அல்ல, களிமண்ணில் மட்டுமே உருவாக்கப்படவேண்டும் என்று கவனப்படுத்துகிறார் தீஷியஸ். ஏன்? ஜாடியில் பிடித்த மறுகணம் தங்கம் உறைந்து ஒட்டிக்கொண்டுவிடும். வேறு உலோகமாக இருந்தால் தங்கத்தை ஜாடியிலிருந்து பிரிக்கவே முடியாமல்

போய்விடும். மண் என்றால் தனியாக வந்துவிடும். வரா விட்டாலும் ஜாடியை உடைத்து தங்கத்தை மட்டும் சேகரித்து எடுத்துவிடமுடியும் அல்லவா?

மேற்படி நீரூற்று எவ்வளவு அகலத்தில் அமைந்திருக்கும், எவ்வளவு ஆழத்திலிருந்து தங்கத்தை எடுத்து வந்து பீய்ச்சி அடிக்கும் என்பதையெல்லாம் புள்ளிவிவரங்களோடு விளக்குகிறார் தீஷியஸ். இங்கே இன்னொரு முக்கிய செய்தியும் இருக்கிறது. நீரூற்று இருக்கிறதல்லவா, அதே இடத்தில் அடியாழத்தில் தனித்துவமிக்க இரும்பு கிடைக்கிறதாம். அந்த இரும்பைக் கவனமாக எடுத்து, வார்த்து இதுவரை இரு வாள்கள் தயாரிக்கப்பட்டிருக்கின்றன. இரண்டுமே சிறப்பு மிக்கவை. அந்த வாள்கள் இருக்கும் இடத்தில் ஆலங்கட்டி மழை இருக்காது, சூறாவளி நெருங்காது. இதெல்லாம் கற்பனையல்ல, நானே என் இரு கண்களால் பரிசோதித்திருக்கிறேன் என்கிறார் தீஷியஸ். எங்கே பார்த்தீர்கள் என்று கேட்டால், இரண்டுமே என்னிடம்தான் உள்ளன என்கிறார். ஒன்று பாரசீக மன்னர் கொடுத்தது, இன்னொன்று அம்மாவிடமிருந்து பெற்றுக்கொண்டது என்று விளக்கமளிக்கிறார்.

மார்டிகோரா எனும் இந்தியாவில் மட்டுமே வசிக்கும் ஓர் அரிய உயிரினத்தை முதலில் கண்டுபிடித்தவர் தீஷியஸ். சிங்கத்தின் உயரம் கொண்ட விலங்கு. தக்காளிப் பழ நிறம். நமக்கெல்லாம் ஒரு வரிசைப் பல் இருக்குமென்றால் மார்டிசோராவுக்கு மட்டும் பக்கத்துப் பக்கத்தில் மூன்று வரிசைகளில் பற்கள் அமைந்திருக்கும். நீல விழிகள். மனித முகம். மனித காதுகள். தேள் போல் கூர்மையான கொடுக்குகள் கொண்டிருக்கும். யாராவது நெருங்கினால் தன் வாலை ஒரு சுழற்று சுழற்றும். அவ்வளவுதான், இரண்டு கொடுக்குகளும் வாள் போல் சதையைச் சீவி எடுத்துவிடும்.

ஒருவேளை எதிரி தான் புத்திசாலித்தனமாக இருப்பதாக நினைத்துக்கொண்டு தொலைவிலேயே நின்றுவிட்டாலும் மார்டிசோரா விடாதாம். தன் வாலை எதிரியை நோக்கித் திருப்பி நின்ற இடத்திலிருந்தே அம்பு போல் தன் கொடுக்கை செலுத்துமாம். சாதாரண அம்பு அல்ல, நச்சு தடவிய அம்பு என்பதால் யாராக இருந்தாலும் பிழைக்க முடியாது. யானையைத் தவிர எல்லா விலங்குகளையும் நின்ற இடத்திலிருந்தே அநாயசமாகக் கொன்றுவிடும் மார்டிசோரா. நறுக்க, நறுக்க நம் நகம் வளர்கிறது அல்லவா, அப்படியே கொடுக்குகளும் செலுத்த, செலுத்த புதிது புதிதாக வளர்ந்துகொண்டே இருக்குமாம்.

அதற்காக வாலில் மட்டும்தான் பலம் போலும் என்று நினைத்து விடவேண்டாம். தாவிப் பிடித்து எந்த விலங்கினத்தையும் உயிரோடு விழுங்கிவிடும் ஆற்றல் மார்டிசோராவுக்கு உண்டு என்கிறார் தீஷியஸ். மனித முகம் கொண்டிருப்பதால் மனிதர்களை ஒன்றும் செய்யாது என்று நினைத்து அருகில் சென்றுவிடவேண்டாம், ஒரே விழுங்கில் காலியாக்கிவிடும் என்றும் அவர் எச்சரிக்கிறார். இந்த அதிசய விலங்கை வேட்டையாடும் இந்தியர்களும் இருக்கிறார்கள். எப்படி வேட்டையாடுவார்கள் தெரியுமா? மார்டிசோராவால் விழுங்கவும் முடியாத, கொடுக்கை ஏவி கொல்லவும் முடியாத ஒரே உயிரினமான யானையைப் பிடித்து வந்து ஏறி அமர்ந்து கொண்டு அம்பு மழை பொழிந்து கொல்வார்களாம்.

அடுத்து இந்தியர்களை வர்ணிக்கத் தொடங்குகிறார் தீஷியஸ். அதை வாசிக்கும்போது இவர் ஹெரோடோட்டஸுக்கு மறுப்பு எழுத வந்தாரா அல்லது அவரோடு போட்டிப் போட்டுக்கொண்டு புனைவு எழுத வந்தாரா என்னும் சந்தேகமே ஏற்படுகிறது.

- 6 -

குள்ளர்களும் நாய் மனிதர்களும்

இந்தியாவின் மையப் பகுதியில் 'பிக்மி' என்னும் அதிசய குள்ளர் இனம் பல்லாண்டுகளாக வசித்து வருவதை உலகம் அறிந்துகொண்டது தீஷியஸிடம் இருந்துதான். பார்க்க சாதாரண மனிதர்கள் போலதான் இருப்பார்கள். சாதாரணமாக நம்மைப் போல் பேசுவார்கள், பழகுவார்கள், நடப்பார்கள், சிரிப்பார்கள், குடுகுடுவென்று ஓடுவார்கள்.

குள்ளர்களின் சராசரி உயரம் ஒன்றரை முழம். இருப்பதிலேயே நெட்டையானவர் இரண்டு முழம் இருப்பார். உருவம்தான் குறைவே தவிர, தாடி ரொம்பவும் பெரியது. முழங்கால் வரையிலோ அல்லது தரையில் தவழும் வரையிலோகூட புஸுபுஸுவென்று வளர்ந்திருக்கும். தலைமுடியும் நல்ல அடர்த்தி. முடியே முழு உடலையும் மறைத்துவிடுவதால் தனியே ஆடை அணிய வேண்டிய அவசியம் குள்ளர்களுக்கு இல்லை. பொழுது போகாதபோது முடியைக் கையில் அள்ளி வைத்துக் கொண்டு வாரி விட்டுக்கொள்வார்கள். நமக்குதான் பார்க்க ஒரு மாதிரியாக இருக்கும். முகத்தோடு ஒட்டிய சப்பையான மூக்கு. அழுக்கானவர்கள். மொத்தத்தில் அருவருப்பான தோற்றம்.

இருந்தாலும் இந்திய மன்னர்கள் குள்ளரை விரும்புவதற்கு ஒரு காரணம் இருக்கிறது. வில் வித்தையில் அவர்களை மிஞ்ச யாருமில்லை. முயல் வேண்டுமா, நரி வேண்டுமா என்ன வேண்டும் என்று சொன்னால் போதும். குள்ளர் கூட்டம் பாய்ந்து சென்று வேட்டையாடி மன்னருக்கு வேண்டியதையெல்லாம் அள்ளிக் கொண்டுவந்துவிடும். மற்றவர்களைப் போல் வேட்டைக்கு நாய்களைக் கொண்டு செல்வதில்லை குள்ளர்கள். கழுகு, காகம் போன்ற பறவைகளின் உதவியால் இரையை மோப்பம் பிடித்து வீழ்த்துகின்றனர். யாரோ ஒரு மன்னரின் படையில் 3,000 குள்ளர் இடம்பெற்றிருத்தாக தீஷியஸ் கேள்விப்பட்டாராம்.

அடுத்து, சிந்து நதிக்கு அப்பாலுள்ள மலைப் பகுதியில் வசிக்கும் நாய் மனிதர்களை நமக்கு அறிமுகப்படுத்துகிறார் தீஷியஸ். நாயின் தலையை மட்டும் பிய்த்து எடுத்து வந்து மனித உடலோடு பொருத்தினால் எப்படி இருக்குமோ அப்படி இருப்பார்கள். நிறம் என்னவோ மற்ற இந்தியர்களைப் போல் கறுப்புதான். வாள் போல் நீளமான நகங்கள் இருக்கும். இந்த நகத்தைக் கொண்டு விலங்குகளைக் கிழித்து, தோலை உருவி ஆடையாக அணிந்து கொள்வார்கள். நாயின் பற்களைவிட அளவில் பெரிய பற்கள் கொண்டிருப்பர். பேச வராது என்பதால் குரைப்பார்கள். ஒரு நாய் குரைப்பது எப்படி இன்னொன்றுக்குப் புரியமோ அப்படி ஒரு நாய் மனிதன் குரைத்தால் அதை இன்னொரு நாய் மனிதனால் புரிந்துகொள்ளமுடியும்.

நாய் மனிதர்களுக்குப் பிற இந்தியர்களின் மொழி தெரியும். யாராவது அவர்களிடம் வந்து பேசினால் ஒரு சொல் விடாமல் புரிந்துகொள்வார்கள். திரும்ப பேசவோ பதிலளிக்கவோ முடியாது! ஆனால், இது இந்தியர்களுக்குப் பெரிய பிரச்னையாக இல்லை. வாய்விட்டுப் பேச முடியாவிட்டாலும் வாலை ஆட்டியோ கையைக் காலை அசைத்தோ ஒரு நாய் தன் கோபத்தை, நட்பை, அன்பை, வெறுப்பை வெளிப்படுத்திவிடுகிறது அல்லவா? அதே போல் நாய் மனிதரும் சைகை மூலமாகவும் உடல் அசைவுகள் மூலமாகவும் பிற இந்தியர்களோடு உரையாடி விடுகிறார்கள். இவன் ஏதோ கதை அடிக்கிறான் என்று நினைத்து விடாதீர்கள். என்னிடம் நாய் மனிதர் பற்றிய ஒரு முக்கியமான புள்ளிவிவரம் இருக்கிறது என்று அறிவிக்கிறார் தீஷியஸ். அவருடைய கணிப்பின்படி நாய் மனிதரின் மக்கள் தொகை

தோராயமாக 1,20,000 இருக்குமாம். கதை விடுபவர்கள் யாராவது இப்படி எண்ணிக்கையெல்லாம் சொல்வார்களா?

அடுத்து, பால் குடிக்கும் இந்தியர்கள். நதிக்கரையை விட்டு வெகு தொலைவில் இவர்களுடைய குடியிருப்புகள் அமைந்துள்ளன. தாங்கள் வளர்க்கும் கால்நடைகளிலிருந்து பால் கறந்து, அதை மட்டும் அருந்துவார்கள். அதைத் தவிர தலைகீழாக நின்றாலும் வேறு எதுவும் அவர்கள் வாய்க்குள் போகாது. சரி, உள்ளேதான் எதுவும் போவதில்லை. வெளியிலாவது வருமா என்றால் அதுவும் சிக்கல்தான். ஆமாம், அவர்கள் உடலில் எங்குமே சிறு ஓட்டையும் இல்லை என்பதால் நம்மைப் போல் அவர்களால் கழிவுகளை வெளியேற்ற இயலாது. குழந்தை முதல் பெரியோர் வரை எல்லோரும் பால் உணவுக்குத் தங்களைப் பழக்கப்படுத்திக் கொண்டுவிட்டார்கள். பரம்பரை வழக்கம் போல. விடிகாலை பால், மதியம் பால். மாலை வாக்கில் மூலிகை வேர் ஒன்றை உட்கொள்கிறார்கள். வயிற்றுக்குள் பால் கெட்டியாவதைத் தடுத்து திரவமாகவே வைத்திருக்கிறது இந்த வேர். இரவானதும் முழுக்க வாந்தி எடுத்து வயிற்றைக் காலி செய்துகொள்வார்கள். காலை கண் விழித்ததும் புதிதாகப் பசிக்கும். இருக்கவே இருக்கிறது, பால்!

சில வகை மலைவாசிகள் இருக்கிறார்கள். இவர்கள் எண்ணிக்கை சுமாராக 30,000 இருக்கும். இந்த மலைவாசிகளுக்குப் பிறக்கும் ஆண், பெண் குழந்தை இரண்டுமே நரைமுடியோடுதான் காட்சியளிக்கும். வயது கூட, கூட வெள்ளை முடி கறுப்பாக ஆரம்பிக்கும். அறுபது வயதாகும்போது சும்மா கருகருவென்று அடர்த்தியோடு இருக்கும். ஒரு மலைப் பெண் தன் வாழ்நாளில் ஒரு குழந்தையை மட்டுமே பெற்றெடுக்கிறார். ஆண், பெண் இருவருக்கும் ஒவ்வொரு கையிலும் ஒவ்வொரு காலிலும் தலா எட்டு விரல்கள் இருக்கும். காதுகள் இரண்டுதான். ஆனால், ஒவ்வொன்றும் முழங்கை வரை தொங்கும். முதுகை மூடும் அளவுக்குப் பின்னாலும் படர்ந்திருக்கும். ஒரு காது இன்னொரு காதைத் தீண்டியபடி அழகாக அசைந்தாடுவதைக் காணலாம். மலை ஆண்கள் வீரமிக்கவர்கள். இந்திய மன்னரொருவர் தன் படையில் 5,000 மலை வீரர்களை வைத்திருக்கிறாராம்.

அதன்பின் ஒற்றைக் கால் மனிதர்கள். 'மோனோகோலி' என்று அழைக்கப்படும் இவர்கள் அசாத்திய ஆற்றல் கொண்டவர்கள். இவர்கள் ஒரு காலால் அநாயசமாகச் செய்யும் பலவற்றை இரு

கால்கள் இருந்தாலும் எவ்வளவு முயன்றாலும் நம்மால் செய்ய முடியாது என்கிறார் தீஷியஸ். எங்கிருந்தும் எங்கும் குதிப்பார்கள், வாய் பிளக்கச் செய்யும் வகையில் தாவுவார்கள். உடலை வில்லாக வளைப்பார்கள். வெயில் அதிகரிக்கும்போது நாமெல்லாம் நிழல் எங்கிருக்கிறது என்று தேடுவோம் அல்லவா? அவர்கள் அப்படியே நிலத்தில் சாய்ந்து ஓய்வெடுப்பார்கள். அப்படியென்றால் உடலெல்லாம் சுட்டுவிடாதா என்று கேட்டால், சுடாது. முறம் போல் அகண்டிருக்கும் காலை அப்படியே மேலே தூக்கினால் அது குடை போல் உடலை மறைத்துக்கொள்ளும். ஆனந்தமாக உறங்கிவிடுவார்கள்.

மன்னர், மன்னர் என்று சில இடங்களில் வந்தாலும் எந்த மன்னர் என்று தீஷியஸ் நமக்குச் சொல்வதில்லை. குள்ளர் படை போல் யானைப் படையும் மன்னருக்கு மிகவும் பிடிக்குமாம். எதிரியோடு போருக்குச் செல்லும்போது ஒரு மன்னர் 1,20,000 யானைகளை அழைத்துச் செல்வாராம். யானைப் பாகன் என்ன சொன்னாலும் யானை கேட்குமாம். மக்கள் எவ்வளவு வேண்டுமானாலும் மது அருந்தலாம். ஆனால், மன்னர் எல்லை மீறக் கூடாதாம். ஏனென்று தீஷியஸ் சொல்லவில்லை.

நீதி வழங்குவது மன்னரின் வேலை. ஒருவர் குற்றவாளியா நிரபராதியா என்பதைக் கண்டறிய மன்னர் ஓர் உபாயத்தைக் கடைபிடிப்பது வழக்கம். குறிப்பிட்ட நீருற்று ஒன்றிலிருந்து நீர் கொண்டுவரச் சொல்வார். அருந்தும் எவரையும் ஒரு நாள் முழுக்க மயக்க நிலைக்கு அழைத்துச் சென்றுவிடும் மாய நீர் அது. அதைக் கொடுத்த பிறகு விசாரணை நடத்தினால் மிதப்பில் இருக்கும் எல்லோரும் உண்மையை மட்டுமே சொல்வார்கள். குற்றவாளிக்கு ஒரே தண்டனைதான். பட்டினி போட்டு, கொன்று விடுவார்கள்.

இந்தியர்கள் பொதுவாகவே நியாயத்துக்குக் கட்டுப்பட்டவர் களாம். மனித மாமிசம் சாப்பிடும் வழக்கம் நிச்சயம் இந்தியாவில் எங்குமில்லை என்று அடித்துச் சொல்கிறார் தீஷியஸ். எவ்வளவோ அதிசய விலங்குகள் இருந்தாலும் ஒற்றைக் கொம்பு கழுதை என்றால் இந்தியர்கள் அஞ்சுவார்களாம். தன் பின்னங் காலால் அது ஓர் உதை விட்டால் எத்தனை பெரிய வீரனாக இருந்தாலும் அவன் கதை அத்தோடு தீர்ந்தது. பின்னால் போனால் இப்படி என்றால் முன்னால் போனால் கடித்துக் குதறியெடுத்து விடும். கழுதைக் கறி கசக்கும் என்பதால் இந்தியர்கள் அதை

உண்பதில்லை. கொம்பை மட்டும் பயபக்தியோடு பத்திரப் படுத்திக்கொள்வர்.

இந்தியர்களுக்குப் பல் வலி, தலைவலி, தொண்டை வலி, எரிச்சல் எதுவுமே ஏற்படுவதில்லை. கண்களிலும் கோளாறு உண்டாவ தில்லை. பொதுவாகவே அவர்கள் ஆரோக்கியமானவர்கள் என்கிறார் தீஷியஸ். ஒரு சராசரி இந்தியர் 120, 130 அல்லது 150 ஆண்டுகள் வாழ்வார். 200 வயது இந்தியரைக் காண்பது அப்படி யொன்றும் அதிசயம் கிடையாதாம். தன் துறை என்பதால் இந்திய சிகிச்சை முறைகள் குறித்தும் பேசுகிறார். இந்தியர்களுக்கு நல்ல மருத்துவ அறிவு இருக்கிறது. மரணத்தின் பிடியில் சென்று விட்டாலும் உருட்டிப் புரட்டி ஏதோ மாயம் செய்து உயிரை மீட்டெடுத்து விடுகிறார்கள். மூலிகை மட்டுமின்றி, பறவை விலங்குகளின் உடல் பாகங்கள் ஆகியவற்றையும் சிகிச்சைக்குப் பயன்படுத்துகிறார்கள்.

கழுத்தே இல்லாதவர்கள், முதுகில் கண்கள் பொறிக்கப் பட்டவர்கள், ஆடு போல் குட்டை வால் கொண்டவர்கள், ஏழு வயதிலேயே குழந்தை பெற்றெடுக்கும் பெண்கள், வேட்டையாடிய விலங்குகளைத் துண்டுத் துண்டாக வெட்டி சூரியனில் வாட்டிச் சாப்பிடும் மனிதர்கள் என்று மேலும் பலவிதமான அதிசய இந்தியர்களை தீஷியஸின் குறிப்புகளில் சந்திக்கமுடிகிறது.

ஹெரோடோட்டஸ் போலவே இவரும் இந்தியாவை நேரில் கண்டதில்லை. இந்தியாவுக்குச் சென்று வந்தவர்கள் விவரித்த கதைகளையும் பாரசீக மக்கள் இந்தியா குறித்துக்கொண்டிருந்த கற்பனைகளையும் கலந்து அவர் தயாரித்த ரவா உப்புமாதான் 'இண்டிகா.' ராமாயணத்தை இயற்றிய வால்மீகி தீஷியஸின் சமகாலத்தவர் என்று சொல்லப்படுகிறது. மகாபாரதம், உபநிடதம் என்று தொடங்கி பல புராணக் கதைகளை அவர் கேள்விப்பட்டிருக்கவும் வாய்ப்புண்டு. அவற்றிலிருந்தும் அவர் சில அதிசயங்களைத் தன் நூலில் கலந்திருக்கலாம்.

என்னென்னவெல்லாமோ விவரித்து முடித்துவிட்டு, ஓரிடத்தில் தீஷியஸ் அடக்கமாக இப்படிச் சொல்கிறார். 'இந்தியர்கள் குறித்து மேலும் சிலவற்றைக் கேள்விப்பட்டேன். ஆனால், அவை நம்பத்தக்கவையாக இல்லை என்பதால் சேர்க்கவில்லை.'

- 7 -

அரிஸ்டாட்டிலின் யானை

தத்துவம் எல்லாம் பிற்பாடுதான். அடிப்படையில் அரிஸ்டாட்டில் இயற்கையின் காதலர். அழகு என்றால் என்ன, நீதி என்றால் என்ன, அறம் என்றால் என்ன என்றெல்லாம் கேட்டதோடு முடித்துக் கொள்ளாமல் புழு என்றால் என்ன, பூச்சி என்றால் என்ன, விலங்கு என்றால் என்னவென்னும் கேள்விகளையும் எழுப்பியவர் அவர். உலகிலுள்ள எல்லா உயிரினங்களையும் முறைப்படி அறிமுகப் படுத்தும் மாபெரும் களஞ்சியமொன்றை உருவாக்கிவிட வேண்டும் என்னும் வேட்கையோடு ஒரு பெரும் தேடலை முன்னெடுத்தவர் அரிஸ்டாட்டில். அப்படிப்பட்டவர் அதிசய விலங்குகளின் வசிப்பிடம் என்று கிரேக்கம் கருதிய இந்தியாவை அறிந்துகொள்ளாமல் இருப்பாரா?

அரிஸ்டாட்டிலின் உயிரியல் களஞ்சியத்தில் மொத்தம் 500 விலங்குகள் இடம்பெற்றிருக்கின்றன. விலங்கின் பெயர் என்ன? அது எங்கே இருக்கிறது? எப்படிக் காட்சியளிக்கிறது? அதன் உடலுக்குள் என்னென்ன பாகங்கள் உள்ளன? அது என்ன சாப்பிடும்? எப்படி இயங்கும்? அதன் வரலாறு என்ன? குட்டிகளின் வரலாறு என்ன? ஒவ்வொரு கேள்வியும் ஒரு

தேடலாக மாறும். அருகிலிருக்கும் விலங்குகள் என்றால் அவரே சென்று பார்வையிடுவார், குறிப்புகள் எடுப்பார். மற்றபடி யார் வெளியூர் போனாலும், வரும்போது அபூர்வமாக ஏதாவது பிடித்துக்கொண்டு வரமுடியுமா என்று உரிமையோடு கேட்டுப் பெற்றுக்கொள்வார்.

கையில் கிடைப்பதை அறுத்துப் பார்த்து உடல் பாகங்களை ஆராய்வதும் அவருக்குப் பிடிக்கும். ஒரு பூனையின் இதயமும் நாயின் இதயமும் ஒன்றுபோல் இருக்குமா? ரத்தம், தசை, தசை நார், தோல் எல்லாம் உயிருக்கு உயிர் மாறுபடுவது ஏன்? இயன்றவரை எல்லா உயிரினங்களையும் தொட்டு, தடவி, வெட்டி, உணர்ந்து எழுதத்தான் விரும்பினார் அவர். ஆனால், திட்டமிட்ட 500 விலங்குகளில் 50 மட்டுமே அவர் கைக்குச் சிக்கின.

இந்தியாவுக்கு அவரால் செல்ல முடியவில்லை. இந்தியாவில் இருந்து யாரும் எதையும் அவருக்குப் பிடித்து வந்து தந்தது போலவும் தெரியவில்லை. எனவே, தீஷியஸ் எழுதி வைத்த குறிப்புகளின் வழியே இந்தியாவை அறிந்துகொண்டார் அரிஸ்டாட்டில். தீஷியஸ் விவரித்த அத்தனை மாய விலங்கு களையும் கேள்வியின்றி அப்படி, அப்படியே ஏற்றுக் கொண்டதோடு தன்னுடைய களஞ்சியத்திலும் இணைத்துக் கொண்டார். ஒன்று மட்டும் அவர் கவனத்தை வெகுவாக ஈர்த்தது. இரவும் பகலும் அவரைப் போட்டு அலைக்கழித்தது. ஒரு கட்டத்தில் அவர் இதயத்துக்கு நெருக்கமானதாகவும் மாறிப் போனது. எனவே தனிப்பட்ட முறையில் அதை அவரே கவனமாக ஆராயத் தொடங்கினார். அந்த விலங்கு, இந்திய யானை. அரிஸ்டாட்டிலின் படைப்புகளில் இந்தியாவுக்கு உள்ளங்கை அளவு இடம்தான் இருந்தது. அதையும் யானையே விழுங்கிக் கொண்டுவிட்டது.

அரிஸ்டாட்டில் இந்திய யானையை எங்கே, எப்போது கண்டார் என்பது மட்டுமல்ல, ஒரு முறையேனும் கண்டாரா என்பதுகூடத் தெரியவில்லை. இந்தியா எங்கே இருக்கிறது? இந்தியர்கள் எப்படிப்பட்டவர்கள்? இந்தியர்களுக்குத் தத்துவம் என்றால் என்னவென்று தெரியுமா? அவர்கள் எந்தக் கடவுளை வணங்குகிறார்கள்? எந்த மன்னர் அவர்களை ஆள்கிறார்? எதுவும் முக்கியமில்லை அரிஸ்டாட்டிலுக்கு. இந்தியா என்றால் யானை. யானை என்றால் இந்தியா. அவ்வளவுதான்.

முதலில் யானையை அகம், புறம் என்று பிரித்து வர்ணித்து விடுகிறார். பெரிய உயிரினம். பார்க்கும்போதே பயத்தையும் பிரமிப்பையும் ஏற்படுத்திவிடுகிறது. இரண்டு தந்தங்கள் உள்ளன. ஆண் யானைக்கு இரண்டும் மேல் நோக்கி உயர்ந்திருக்கும்; பெண் என்றால் கீழே இறங்கியிருக்கும். மொத்தம் இரு பற்கள்தான் என்று நினைத்துவிட வேண்டாம். வாய்க்குள் இரு ஓரங்களிலும் தலா நான்கு பற்கள் அமைந்துள்ளன. அவற்றைக் கொண்டுதான் உணவைக் கடித்து, அரைத்து உள்ளே தள்ளும்.

நல்ல திடமான தோல். பெரிய தலை. எனக்கும் தலைமுடி இருக்கிறது பார் என்று சொல்லிக்கொள்ளும்படியாக ஏதோ கொஞ்சம் முடி வளர்ந்திருக்கும். உருவத்துக்குச் சற்றும் பொருத்த மில்லாத சின்னஞ்சிறிய நாக்கு. நான்கு வயிறுகள் இருக்குமோ என்று நினைக்கும் அளவுக்குப் பெரிய வயிறு. வயிற்றுக்குள் குடல் சுருண்டிருக்கிறது. கல்லீரல் உண்டு. பித்தப்பை கிடையாது. இனப்பெருக்க உறுப்புகள் உள்ளொடுங்கி அமைந்துள்ளன. மிகவும் குட்டியாக உள்ளன.

சரியும் தவறும் கலந்த இந்த அறிமுகத்தைக் கடந்து உள்ளே போனால் யானையின் குடும்ப வாழ்க்கை விரிகிறது. நாம் எவ்வளவுதான் முயன்றாலும் யானைகளின் காதலைக் காண முடியாது என்கிறார் அரிஸ்டாட்டில். யானை கூச்ச சுபாவமுள்ள உயிரினமாம். மனித நடமாட்டமுள்ள பகுதிகளைத் தவிர்த்து விட்டு, ஆள் அரவமற்ற அமைதியான சூழலில் மட்டுமே யானைகள் கூடுமாம்.

பெண் யானை 22 மாதங்கள் முதல் 3 ஆண்டுகள்வரை கர்ப்பமாக இருந்து குழந்தையை ஈன்றெடுக்கிறது என்கிறார் அரிஸ்டாட்டில். ஏன் இவ்வளவு காலம் என்பதற்கும் அவரிடம் விளக்கம் இருக்கிறது. யானை போன்ற ஒரு பெரிய உயிர் அதன் எல்லாப் பாகங்களோடும் எல்லா அளவுகளோடும் ஒரு தாயின் வயிற்றுக்குள் உருவாவதென்பது அசாதாரணமான செயல். ஒவ்வோர் உறுப்பும் வளர்ந்து ஒன்று திரண்டு வருவதற்கு நேரம் பிடிக்கும் அல்லவா?

ஒரு குட்டி யானையால் தன் பிறப்பை நன்கு உணரமுடியும் என்கிறார் அரிஸ்டாட்டில். வெளியில் வந்து விழுந்ததுமே வாஞ்சையோடு தாயை நெருங்கி வந்து பால் அருந்தத் தொடங்கி விடும். அதன் தும்பிக்கை தளிர் போல் இருக்குமென்பதால் நேரடியாக வாய் வைத்து பால் அருந்தும். பிறந்த சில மணி

நேரங்களில் தத்தக்கா பித்தக்கா என்று நடக்கவும் தொடங்கி விடும்.

மனிதன் உள்பட அனைத்து விலங்குகளைக் காட்டிலும் ஒரு யானையின் ஆயுள்காலம் நீண்டது என்கிறார் அரிஸ்டாட்டில். எவ்வளவு நீண்டது என்பது அவருக்குத் தெரியவில்லை என்பதால் தனக்குக் கிடைத்த சில தரவுகளின் அடிப்படையில் 120 அல்லது 200 ஆண்டுகள் என்கிறார். யானையால் 300 ஆண்டுகள் வாழ முடியும் என்று இன்னோரிடத்தில் குறிப்பிடுகிறார்.

யானை நின்ற நிலையிலேயே உறங்கும் என்று சொல்லப்படுவதை அவர் ஏற்கவில்லை. அதே நேரம் நான்கு கால்களையும் ஒரே நேரத்தில் தளர்த்தி யானையால் கீழே அமரவோ படுக்கவோ முடியும் என்றும் அவர் நம்பத் தயாராக இல்லை. அப்படியானால் எப்படித்தான் உறங்கும்? முன்னங்கால்களை அல்லது பின்னங் கால்களை மட்டும் மடக்கி, தன் எடையை ஒருவாறு சமநிலைக்குக் கொண்டுவந்து சட்டென்று உறங்கிவிடுமாம்.

எத்தனை பெரிய யானையாக இருந்தாலும், அது எத்தனைதான் திமிறினாலும் அதை அடக்கியாளும் திறன் இந்தியர்களுக்கு இருக்கிறது என்கிறார் அரிஸ்டாட்டில். ஒரு திறமையான பாகனால் எப்படி வேண்டுமாலும் யானைகளைப் பழக்க முடியும். எதை வேண்டுமானாலும் கற்றுக்கொடுக்கமுடியும். நிற்கவும் உண்ணவும் உறங்கவும் மட்டுமல்ல போர்க்களங்களுக்குச் செல்லவும், விரைந்து ஓடவும், எதிரிகளைத் தாக்கவும்கூட யானைகளுக்குப் பயிற்சியளிக்கமுடியும். சாதுவான யானை களைக்கொண்டு காட்டு யானைகளை மயக்கி, கவர்ந்து செல்லும் இந்தியர்களின் வழிமுறைகள் குறித்தும் அரிஸ்டாட்டில் குறிப்பிடுகிறார்.

குறிப்பாக யானையின் தும்பிக்கை அரிஸ்டாட்டிலைத் தவியாகத் தவிக்க விட்டிருப்பதைக் காணமுடிகிறது. தும்பிக்கையை நினைத்து மருகி, மருகி எத்தனை இரவுகள் அவர் உறக்கமிழந்தார் என்பதை இதுவரை யாரும் கண்டறிந்து சொல்லாதது நமக்கெல்லாம் பெரும் இழப்பு. நானும் எவ்வளவோ விலங்குகளை உயிரோடும் இறந்த பின்பும் ஆராய்ந்திருக்கிறேன். எத்தனையோ உடல் பாகங்களின் நுணுக்கங்களைக் கண்டு பிடித்திருக்கிறேன். ஆனால், தும்பிக்கை போல் ஓர் அதிசயமான உறுப்பை எங்குமே கண்டதில்லை என்கிறார் அரிஸ்டாட்டில்.

அடிப்படையில் தும்பிக்கை என்பது என்ன? நுகர்வதற்கு உதவும் மூக்கு என்றுதான் முதலில் நமக்கெல்லாம் தோன்றும். அதன் வழியேதான் காற்று உள்ளே போகிறது என்பதால் நீங்கள் சொல்வது ஒரு வகையில் சரியானதும்கூட. ஆனால், மூக்குக்கென்று ஓர் இலக்கணம் இருக்கிறது தானே?

குறிப்பிட்ட ஒரு விலங்குக்கு குறிப்பிட்ட அளவுக்குதான் மூக்கு இருக்கவேண்டும் என்று விதிகள் இருக்கின்றன. யானைக்கு மட்டும் ஏன் இவ்வளவு நீளமாக ஒரு மூக்கு இருக்கவேண்டும்? அப்படி இருக்கவேண்டியதன் அவசியம் என்ன? எதற்கும் காரண காரியத் தொடர்பு இருக்கவேண்டும் அல்லவா? தும்பிக்கை மட்டும் ஏன் இயற்கை விதிகளை மீறி துருத்திக்கொண்டு நிற்கவேண்டும்?

தும்பிக்கை என்பது மூக்கு கிடையாது என்று வைத்துக் கொள்வோம். அப்படியானால் அது என்ன? பொதுவாக நான்கு கால்கள் கொண்ட ஒரு விலங்கு தன் முன்னங்கால்களையே கைகளாகவும் பயன்படுத்திக்கொள்வது வாடிக்கை. யானையும் நான்கு கால் பிராணிதான். ஆனால், வழக்கத்தைவிடப் பெரிய உடல் என்பதால் முன்னும் பின்னும் தாங்கிப் பிடிக்க தூண்கள் போல் நான்கு கால்கள் அமைந்துள்ளன. யானையால் குனிய முடியாது. மெல்ல மெல்லதான் நடக்கும். நடக்கும்போது நான்கு கால்களும் சேர்ந்தே இயங்குகின்றன. நான்கு கால்களும் கால்களாகச் செயல்படும் வரைதான் யானையால் கீழே விழாமல் சமநிலை காக்கமுடியும். மற்ற விலங்குகள் போல் முன்னங் கால்களைக் கைகளாகப் பயன்படுத்த ஆரம்பித்தால் சமநிலை குலைந்துவிடும். ஆக யானையின் நான்கு கால்களும் கால் களாகவே இருக்கின்றன என்பது தெளிவாகிறது.

எல்லாமே கால்களாகப் போய்விட்டதால் போனால் போகிறது என்று தும்பிக்கை வடிவில் ஒரு கையை அது பெற்றுவிட்டது என்று சொல்லலாமா?

நீர் மொண்டு அருந்தவும், உணவை அள்ளியெடுத்து வாய்க்குள் தள்ளவும், மரங்களை வளைத்து உடைக்கவும் தன் தும்பிக்கையையே யானை நாடுகிறது. நம் கை போலவே தும்பிக்கை வளைகிறது. தொட்டுப் பார்த்தால் நம் கை போலவே இதமாக இருக்கிறது. சக யானையைத் தீண்டவும் அணைத்துக் கொள்ளவும் தும்பிக்கையே உதவிக்கரமாக நீண்டு வருகிறது.

இதிலுள்ள அதிசயத்தை உங்களால் உணரமுடிகிறதா? யானைக்குக் கை இல்லை என்பதால் அந்தப் பணியை தும்பிக்கை தன் தலை மேல் போட்டுக்கொண்டு செய்துகொண்டிருக்கிறது. மூக்கு இல்லாததால் அதுவே மூக்காகவும் இருக்கிறது. கையின் வேலையைச் செய்கிறது என்பது போக, கையைவிடவும் நன்றாக வளைந்து, வளைந்து செய்கிறது. பெரிய மூக்காக இருப்பதால் நிதானமாக சுவாசித்து யானையை நன்றாக வாழ வைக்கிறது. ஒரே நேரத்தில் மூக்காகவும் கையாகவும் இருக்கும் இன்னோர் உறுப்பை எந்த விலங்கிடமாவது நீங்கள் கண்டதுண்டா என்று பரவசத்தில் ஆழ்கிறார் அரிஸ்டாட்டில்.

யானை மட்டும் இதையெல்லாம் படித்திருந்தால், எனது தும்பிக்கையை வைத்து இவ்வளவு தத்துவார்த்தத் தர்க்கங்களா என்று வியந்து அரிஸ்டாட்டிலை ஆசிர்வாதம் செய்திருக்கும்.

- 8 -

அலெக்சாண்டரின் இந்தியா

மறைந்து 2,300 ஆண்டுகள் கழிந்த பிறகும் வரலாற்று வானில் இன்னமும் ஒரு நட்சத்திரமாக மின்னிக்கொண்டிருக்கிறார் அலெக்சாண்டர். ஐரோப்பிய, அமெரிக்க வரலாற்றாசிரியர்கள் இன்றைய தேதிவரை போட்டிப்போட்டுக்கொண்டு அவரை விவாதித்துக்கொண்டிருக்கிறார்கள். ஏற்கெனவே பெருங்குவியல் ஒன்று வளர்ந்துவிட்டது என்றாலும் அலெக்சாண்டர் குறித்துப் புதிய, புதிய நூல்கள் இன்னமும் வெளிவந்துகொண்டிருக் கின்றன. அவர் தொடர்புடைய புதிய தரவுகளில் இன்னமும் ஒரு பெருங்கூட்டம் ஆர்வம்கொண்டிருக்கிறது. அலெக்சாண்டரின் வீரத்தையும் தலைமைப் பண்புகளையும் ராணுவ உத்திகளையும் வியந்தும் அங்கலாய்த்தும் தீர்க்க முடியவில்லை உலகால்.

அலெக்சாண்டர் இறுதியாகப் படையெடுத்துச் சென்ற நாடு இந்தியா. பண்டைய வரலாறு நினைவில் தேக்கி வைத்திருக்கும் முதன்மையான பயணங்களில் ஒன்று இது. அலெக்சாண்டரின் வாழ்வும் வானளாவிய புகழும் இந்த இரண்டைவிடவும் செழிப்பான அவர் கனவுகளும் முடிவுக்கு வந்தது இங்கேதான்.

பகைவர்களும் நண்பர்களும் ஒருசேர அஞ்சிய ஒரு மாவீரனை, தன்னை நோக்கி ஈர்த்த இந்தியா அவரை இன்று எவ்வாறு நினைவில் வைத்திருக்கிறது? ஐரோப்பியர்களோடும் அமெரிக்கர்களோடும் நாமும் போட்டிப் போட்டுக்கொண்டு அவரை இன்று ஆராய்ந்துகொண்டிருக்கிறோமா? புத்தகங்கள் எழுதிக் குவித்துக் கொண்டிருக்கிறோமா? ஆக்கிரமிக்க வந்த அவர் நமக்குக் கதாநாயகனா, வில்லனா? பண்டைய இந்திய வரலாற்றில் அவர் செலுத்திய தாக்கம் என்ன? அவர் வருகை இந்தியாவை எந்த அளவுக்குப் பாதித்தது? எத்தகைய அரசியல் விளைவுகளை அவர் இங்கே உண்டாக்கினார்? அன்றைய இந்தியர்கள் அவரை எவ்வாறு கண்டனர்? அலெக்சாண்டர் பற்றிய நம் இன்றைய மதிப்பீடு என்ன?

இனி வருவது கிரேக்க வரலாற்றாசிரியர் ஒருவரின் பழங்கதை. அலெக்சாண்டர் தனது படை, பரிவாரங்களோடு தட்சசீலத்தை நெருங்கியதும் சாதுக்கள் சிலர் அவரைச் சூழ்ந்துகொண்டனராம். 'மன்னா, ஏனோ உங்கள் இருப்பிடத்தைவிட்டு இவ்வளவு தொலைவிலுள்ள எங்கள் நிலத்துக்கு வந்திருக்கிறீர்கள். நீங்கள் வெல்ல முடியாத பேரரசராக இருக்கலாம். உலகமே உங்கள் காலடியில் கிடப்பதாகவும் நீங்கள் நம்பிக்கொள்ளலாம். ஆனால், அடிப்படையில் மற்றவர்கள் போல் நீங்களும் ஒரு சாதாரண மனிதன்தான். உங்களுக்கும் மரணம் வரும். இதோ எங்கள் காலடியில் இருக்கும் இந்தத் துண்டு நிலம்தான் உங்களைப் புதைக்கவும் தேவைப்படும்.'

மேலே நாம் எழுப்பிய எல்லாக் கேள்விகளுக்குமான விடை இந்தக் கதைக்குள் அடங்கியிருக்கிறது. உலகை வென்று முடிப்பதற்காக இந்தியாவுக்குள் நுழைந்த அலெக்சாண்டர் அங்கும் இங்கும் அலைபாய்ந்துவிட்டு, சின்னச் சின்னப் போர்கள் பல புரிந்துவிட்டு, சின்னச் சின்ன ஆக்கிரமிப்புகளைச் செய்து விட்டு, களைப்போடும் சலிப்போடும் தீராத மன வலியோடும் வந்த வழியே திரும்பிப் போனார். உலகம் என்னுடையது என்று முழங்கியவர், சாதுக்கள் சொன்னதுபோல் ஒரு துண்டு நிலத்தில் சுருண்டு, அடங்கி, மறைந்து போனார்.

அகண்டு விரிந்த இந்தியாவும் அவருக்கு இதே அளவு இடத்தைத்தான் தன் நினைவுகளில் ஒதுக்கியிருக்கிறது. பண்டைய வரலாற்று நூல்களில் சில பத்திகள் மட்டுமே அவருக்காக ஒதுக்கப்பட்டுள்ளன. சிலவற்றில் அலெக்சாண்டர்

என்பது நட்சத்திரம் இடப்பட்ட அடிக்குறிப்பு மட்டுமே. உலகுக்கு ஒரு வழி என்றால் இந்தியாவுக்கு எப்போதுமே இன்னொரு வழிதான், இல்லையா?

அலெக்சாண்டரின் இந்திய வருகை நம் வரலாற்றை எந்த வகையிலும் கலைத்தோ புரட்டியோ போட்டுவிடவில்லை என்பதுதான் உண்மை. நிறைந்திருக்கும் குளத்தில் ஒரு கல் வீசினால் அதிர்வுகள் அடங்குவதற்கு எவ்வளவு காலம் பிடிக்குமோ அவ்வளவு காலம் மட்டுமே அலெக்சாண்டரின் தாக்கம் இங்கே நீடித்திருக்கிறது. அவ்வளவு காலத்துக்கு மட்டுமே அன்றைய இந்திய மனம் அவரைச் சிந்தித்திருக்கிறது; அவரைக் கண்டு அஞ்சியிருக்கிறது, அல்லல்பட்டிருக்கிறது. அதனால் தானோ என்னவோ பண்டைய இந்தியப் பதிவுகளில் எங்குமே அலெக்சாண்டரின் பெயரைக் காண முடியவில்லை. யாரும் அவரைப் பற்றி ஒரு சொல்கூட எழுதி வைக்கவில்லை. அவர் புகழும் பாடப்படவில்லை, அவர் நிந்திக்கப்படவும் இல்லை. அவர் தேவனும் அல்ல, அசுரனும் அல்ல. தேவையற்ற காகிதத்தைப் போல் கசக்கிச் சுருட்டி காலத்தின் குப்பைத் தொட்டிக்குள் கடாசிவிட்டது இந்தியா.

இருந்தும் அவரை நாம் இங்கே இழுத்து, நிறுத்தி பேசிக் கொண்டிருப்பதற்கு ஒரு முக்கியமான காரணம் இருக்கிறது. அதைப் பார்ப்பதற்கு முன்பு ஓர் அடிப்படையான கேள்வி. அலெக்சாண்டர் இந்தியாவுக்கு வரவேண்டிய அவசியம் ஏன் நேரவேண்டும்? இதற்கான விடை அலெக்சாண்டரிடமும் இந்தியாவிடமும் சம அளவில் பிரிந்திருக்கிறது.

தந்தை இரண்டாம் பிலிப் கொல்லப்பட்டதைத் தொடர்ந்து மாசிடோனியாவின் மன்னராக அலெக்சாண்டர் பொறுப்பேற்றுக் கொண்டபோது அவரின் வயது 20. மகனே, இந்தச் சின்னஞ்சிறு பிரதேசத்தை மட்டுமே என்னால் உனக்கு விட்டுச் செல்ல முடிந்திருக்கிறது. உனக்கான பேரரசை நீயே நிர்மாணித்துக்கொள் என்று தனது கனவுகளையும் சேர்த்து தன் மகனுக்குக் கையளித்துவிட்டு விடைபெற்றுக்கொண்டார் தந்தை. இது நடந்தது பொஆமு 336 ஆம் ஆண்டில்.

ஏதென்ஸ், ஸ்பார்ட்டா, தீப்ஸ் போன்ற பெருநகரங்களுக்கு மத்தியில் ஒரு சுண்டெலியாக இருந்தது மாசிடோனியா. காட்டுமிராண்டி ஊர் என்பதுதான் அதன் அப்போதைய பெயர். பதிமூன்று ஆண்டுகளில் அலெக்சாண்டர் மாசிடோனியாவை ஒரு

போர்க் குதிரையாக உருமாற்றினார். ஒரு குழந்தையின் உள்ளங்கை போல் இருந்த அதன் எல்லைகளைத் தொடர்ச்சியான போர்கள்மூலம் விரித்து, விரித்து வானளவு வளர்த்தெடுத்தார். அலெக்சாண்டரின் படை அவரைப் போலவே ஒரே நேரத்தில் மூர்க்கமாகவும் கட்டுக்கோப்பாகவும் இருந்தது. அவர் வகுத்த ராணுவ உத்திகள் மாபெரும் வெற்றிகளை மட்டுமே அவருக்குப் பெற்றுத்தந்தன.

அலெக்சாண்டரின் இமாலயச் சாதனை என்று அவருடைய சமகாலத்தவர்கள் கருதியது பாரசீகத்தை அவர் வீழ்த்தியதுதான். செல்வத்திலும் செல்வாக்கிலும் உச்சத்திலிருந்த பாரசீகத்தின் நூற்றாண்டுகால பெருமிதங்களைத் தனியொருவனாக எதிர்த்து நின்று வீழ்த்திய அலெக்சாண்டரைக் கண்டு முதல் முறையாக அஞ்சி ஒதுங்கி நின்றன கிரேக்கப் பெருநகரங்கள். அனடோலியா (இன்றைய துருக்கி), ஃபோனீசியா (சிரியா, பாலஸ்தீனம்), எகிப்து, லிபியா என்று பாரசீகத்தின் பிடியிலிருந்த அத்தனை சிறிய, பெரிய பிரதேசங்களையும் மாசிடோனிய சூறாவளி கபளீகரம் செய்தது. அலெக்சாண்டர் இறக்கும்போது உலகம் (அதாவது உலகம் என்று அப்போது கருதப்பட்ட நிலப்பரப்பு) கிட்டத்தட்ட முழுமையாக அவருடையதாக மாறியிருந்தது.

போதும் என்று நிறைவடைந்திருக்கலாம். அலெக்சாண்டர் அல்லவா? என்னவெல்லாம் பெற்றிருக்கிறோம் என்றல்ல, இன்னும் என்ன பாக்கி என்றுதான் அவர் மனம் பரபரத்தது. கிழக்கு தனது ஆளுகைக்கு வெளியில் துருத்திக்கொண்டு நிற்பதை அலெக்சாண்டர் உணர்ந்தார். கிழக்கு என்றால் இந்தியா அல்லவா? இந்தியாவை எப்படி வெளியில் விட்டு வைக்க முடியும்? பாரசீகர்கள் சுவைத்த இந்தியாவை நான் தட்டிப் பறிக்கவேண்டாமா? இந்தியா இல்லாமல் ஒரு கனவு எப்படி முழுமை பெறும்? பொஆமு 326 இல் அலெக்சாண்டர் இந்தியாவை நோக்கி நகரத் தொடங்கியிருந்தார். சதுரங்க ஆட்டத்தின் இறுதிக் கட்டத்தை நோக்கி நகர்ந்து செல்வது போல் அவருக்கு இது இருந்திருக்கும்.

அலெக்சாண்டர் இந்தியாவைப் பெருமளவில் அறிந்து வைத்திருந்தது புத்தகங்கள் மூலமாகத்தான். படுக்கும்போது அவர் தலைமாட்டில் வாளோடு புத்தகங்களும் இடம்பெற்றிருக்குமாம். போருக்குச் செல்லும்போதுகூடப் புத்தகங்களைக் கொண்டு செல்ல அவர் மறந்ததில்லை. இந்தியாவுக்கும்கூட அவர் ஒரு பொதி புத்தகங்களோடுதான் வந்து சேர்ந்தார்.

ஹெரோடோட்டஸ், தீஷியஸ் போன்ற புகழ்பெற்ற கிரேக்கர்களின் படைப்புகளை நிச்சயம் அலெக்சாண்டர் படித்திருந்தார் அல்லது நன்கு அறிந்து வைத்திருந்தார் என்று சொல்லமுடியும்.

அலெக்சாண்டர் அரிஸ்டாட்டிலின் மாணவர். இந்தியா குறித்து எழுதப்பட்ட பல்வேறு பதிவுகளை அரிஸ்டாட்டிலே அலெக்சாண்டருக்கு அறிமுகப்படுத்தியிருக்க வேண்டும். யானையைத் தவிர்த்துவிட்டுப் பார்த்தால் அரிஸ்டாட்டில் இந்தியா குறித்து அதிகம் எழுதியிருக்கவில்லை என்றாலும் தனக்கு முன்பும் தன் காலத்திலும் இந்தியா குறித்து எழுதியவர்களோடு அவர் எந்த முரண்பாடும் கொண்டிருந்ததாகத் தெரியவில்லை. அவர்கள் விவரித்த அத்தனை அதிசயக் கதைகளையும் அவர் அப்படியே நம்பி ஏற்றுக்கொண்டார் என்றே சொல்லவேண்டும். தனது நம்பிக்கைகளைதான் அவர் அலெக்சாண்டருக்கும் போதித்தார் என்பதால் இந்தியா குறித்து அரிஸ்டாட்டில் கொண்டிருந்த பார்வைதான் அலெக்சாண்டரின் பார்வையும்கூட. அந்த வகையில், இந்தியா குறித்த ஏடுகளை மட்டுமல்ல, இந்தியா குறித்த மனச் சித்திரங்களையும் சேர்த்தேதான் அலெக்சாண்டர் சுமந்து சென்றார் என்று சொல்லமுடியும்.

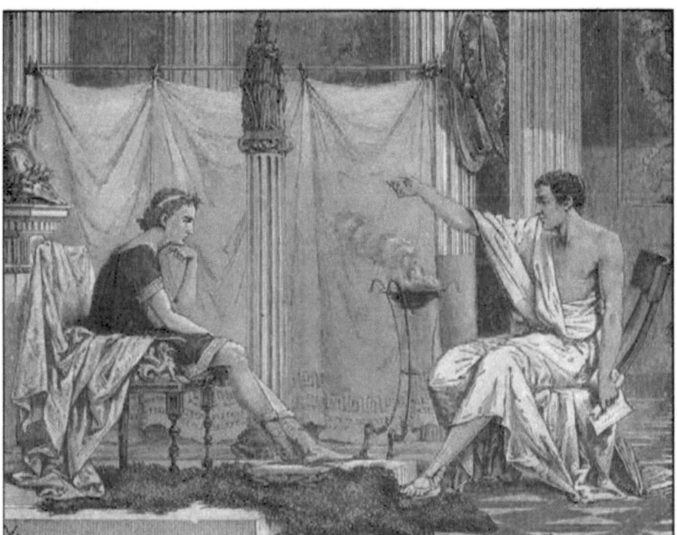

அரிஸ்டாட்டிலும் மாணவர் அலெக்சாண்டரும்

ஓர் அதிசய நிலத்துக்குப் போகிறோம் என்னும் நம்பிக்கையோடு தான் தன் குதிரையைச் செலுத்திக்கொண்டு சென்றார் அலெக்சாண்டர். சித்திரக் குள்ளர்களையும் ஒற்றைக் கால் மனிதர் களையும் நாய் மனிதர்களையும் நரமாமிசப் பட்சிணிகளையும் எந்தக் கட்டத்திலும் சந்திக்க நேரலாம் என்றே அவர் எதிர்பார்த்தார். தங்கக் கட்டிகளை இழுத்துச் செல்லும் எறும்புகளையும் ஒற்றைக் கொம்பு குதிரைகளையும் மனித முகம் கொண்ட சிங்கங்களையும் இன்னபிற அதிசய, ஆபத்தான விலங்கு களையும் எப்போது வேண்டுமானால் போர்க்களங்களில் சந்திக்க வேண்டியிருக்கும் என்று அவர் கணக்கிட்டிருந்தார். ஏடுகளில் மட்டும் படித்த இந்த அதிசயங்களையெல்லாம் நேரில் கண்டுவிடவேண்டும் என்னும் வேட்கையும் அவரிடம் இருந்தது.

தவிரவும், இந்தியா அலெக்சாண்டரை ஈர்த்ததற்கு இன்னொரு முக்கியமான காரணம் இருந்தது. கிரேக்கர்கள், பாரசீகர்கள் தொடங்கி அவர் காலத்தில் பலரும் நம்பியது போல் உலகம் இந்தியாவோடு முற்றுப்பெறுவதாக அலெக்சாண்டர் நம்பினார். உலகின் விளிம்பு இந்தியா. இந்தியாவுக்கு அப்பால் ஒன்றுமில்லை. எப்படியாவது இந்தியாவைத் தாவிப் பிடித்துக் கொண்டுவிட்டால், அதன்பின் கைப்பற்றுவதற்கு வேறு நிலங்கள் இருக்காது. இறுதிப் பயணமாக, இறுதிப் படையெடுப்பாக, இறுதி இலக்காக இந்தியா இருக்கும். இந்தியா என்னுடையது என்றால் உலகமும் என்னுடையது. அசைக்க முடியாத நம்பிக்கையோடு தன் குதிரையை இந்தியாவை நோக்கிச் செலுத்தத் தொடங்கினார் அலெக்சாண்டர்.

-9-

புதிய நிலம், புதிய பார்வை

வெறும் ஆக்கிரமிப்பாளராக மட்டும் இருந்திருந்தால் போனோமா, போரிட்டோமா, வளைத்துப் பிடித்தோமா என்று இருந்திருப்பார். அரிஸ்டாட்டில் முன்பு அமர்ந்து கற்றதாலோ என்னவோ இறுதிவரை அலெக்சாண்டரிடம் அறிவுத்தேடல் மிகுந்திருந்தது. நிலம், கடல், மலை, நதி, பள்ளத்தாக்கு அனைத்தையும் அவர் கற்க விரும்பினார். ஆக்கிரமிக்க விரும்பிய இடங்களையெல்லாம் தெரிந்துகொள்ள விரும்பினார். தெரிந்துகொள்வதற்காகவே ஆக்கிரமிப்பை முன்னெடுத்த தருணங்களும் உண்டு. இந்தியா அதிலொன்று.

எகிப்து, பாரசீகம் என்று எங்கே போனாலும் நதி, மலை, விலங்குகள், தாவரங்கள் என்று கண்ணில் படும் அனைத்தையும் ஆர்வத்தோடு கவனிப்பார். விரிந்திருக்கும் கூடாரத்துக்குள் விளக்கொளியில் ஏடுகளைப் பரப்பி வைத்துக்கொண்டு நீண்ட நேரம் வாசிப்பார். போருக்கு வந்திருக்கிறாரா அல்லது ஆய்வுப்பணிக்கா என்று பார்ப்பவர்கள் குழம்புவது உறுதி. அதிலும் முக்கியமான போர் என்று அவர் கருதினால் படைகளோடு சேர்த்து தனது பரிவாரத்தையும் அழைத்துச்

சென்றுவிடுவார். இந்தியாவுக்கும் அப்படியொரு பிரத்தியேக பரிவாரத்தை அவர் அழைத்து வந்திருந்தார். அலெக்சாண்டரின் பயணம் முக்கியத்துவம் பெறுவதற்குக் காரணம் அவரல்ல அவருடைய பரிவாரம்தான்.

யாரையெல்லாம் அவர் இந்தியாவுக்கு அழைத்து வந்திருந்தார்? கேள்வி கேட்பது, விவாதிப்பது, தர்க்கம் செய்வது ஆகியவற்றில் ஈர்ப்பு கொண்டவர் என்பதால் தத்துவவாதிகளைதான் முதலில் இணைத்துக்கொண்டார் அலெக்சாண்டர். கணிதம் முதல் கடவுள் வரை அனைத்தையும் தத்துவத்தின் வழியேதான் கற்கமுடியும். எல்லா அறிவுத் துறைகளுக்கும் தத்துவமே தாய் என்பது அவருடைய நம்பிக்கை. அலெக்சாண்டரின் குழுவில் இடம் பெற்ற தத்துவவாதிகளில் குறிப்பிட்டுச் சொல்லவேண்டிய ஒருவர் பிரோ. இந்தியா உள்ளிட்ட கிழக்கத்திய நாடுகளில் எத்தகைய தத்துவ விவாதங்கள் நடைபெறுகின்றன, அவற்றில் இருந்து நான் ஏதேனும் கற்றுக்கொள்ள முடியுமா என்று ஆர்வத்தோடு இந்தியாவுக்கு வந்தவர் இவர். அரிஸ்டாட்டிலால் வர இயலவில்லை என்றாலும் அவருடைய உறவினரொருவர் குழுவில் இடம்பெற்றிருந்தார்.

அடுத்து, அறிவியலாளர்கள். இந்த உலகில் எனக்குத் தெரியாத ஒரே ஓர் உயிரினம்கூட இருக்கக் கூடாது என்பார் அரிஸ்டாட்டில். அவர் அளவுக்கு இல்லாவிட்டாலும் அலெக்சாண்டரும் அறிவியல் வேட்கை கொண்டவர்தான் என்பதால் தாவரவியல், புவியியல், உயிரியல், வானியல், விலங்கியல் என்று பல்வேறு துறைகளைச் சேர்ந்த ஆய்வாளர்களை அவர் திரட்டிக்கொண்டார். புதிய நிலத்தில் இவர்கள் மேற்கொள்ளும் ஆய்வுகளும் கண்டு பிடிப்புகளும் நிச்சயம் கிரேக்கத்தை வளப்படுத்தும். தவிரவும், கிரேக்கத்தின் அறிவியல் முன்னேற்றங்களைப் பிற நாடுகளோடு பகிர்ந்துகொள்ளவேண்டாமா?

திறன்மிக்க வேடர்களும் குழுவில் இடம்பெற்றிருந்தனர். அவர்கள் வேலை கண்ணில் படும் விதவிதமான விலங்குகளையும் பறவைகளையும் லபக்கென்று பிடித்து, கூண்டில் போட்டு கிரேக்கத்துக்குப் பத்திரமாகக் கொண்டுசெல்வது. கைப்பற்ற முடியாத உயிரினங்களைப் பின்தொடர்ந்து, கவனித்து, அவற்றின் தோற்றம், அசைவுகள், உணவு வழக்கம் போன்றவற்றை வரைந்தும் குறிப்பெடுத்தும் ஆவணப்படுத்துவதற்கு வேறு சிலர் இருந்தனர்.

பின்னர், மருத்துவர்கள். மன்னரும் வீரர்களும் காயமடைந்தால் சிகிச்சை அளிப்பது முதன்மை பணி. புதிய இடத்தில் தங்கள் துறை சார்ந்து ஏதேனும் கற்பதற்கும் பயணம் உதவக்கூடும். இந்தியா சிகிச்சைக்குப் பெயர் பெற்ற இடம், அங்கே மனிதர்கள் நீண்ட காலம் வாழ்கிறார்கள் என்றெல்லாம் மருத்துவரான தீஷியஸ் தனது இண்டிகாவில் எழுதியிருந்தார் அல்லவா? பல அரிய மூலிகைகள் வளரும் இடம் என்று வேறு சொல்கிறார். அவற்றையெல்லாம் கிரேக்க மருத்துவர்கள் தெரிந்துகொள்ள வேண்டாமா?

அலெக்சாண்டரே அழைத்துச் சென்றவர்கள் போக, 'நானும் உங்கள் குழுவில் இணைந்து இந்தியா வரலாமா?' என்று பிற துறைகளைச் சேர்ந்த நிபுணர்கள் விண்ணப்பிக்க, அவர்களில் சிலரையும் அலெக்சாண்டர் சேர்த்துக்கொண்டார். தகுதி, திறமைக்கேற்ப ஊதியமோ ஊக்கத்தொகையோ பரிசுகளோ அளிக்கப்பட்டன. எதுவுமே வேண்டாம், இந்தியாவுக்கு வருவதே பரிசுதான் என்றும் சிலர் சொல்லியிருக்கக்கூடும்.

அலெக்சாண்டர் கிட்டத்தட்ட இரண்டு ஆண்டுகள் இந்தியாவில் தங்கியிருந்தார். இந்த இரண்டாண்டுகளும் அவருடைய ஆய்வுக்குழுவினர் தம்மால் இயன்ற அளவு இந்தியாவைச் சுற்றிவந்து, சேகரிக்க வேண்டியதையெல்லாம் சேகரித்துக் கொண்டும் கற்கவேண்டியதையெல்லாம் கற்றுக்கொண்டும் பலனடைந்தனர். இவர்களில் சிலர் தங்கள் பயணத்தையும் வழித்தடத்தில் ஏற்பட்ட அனுபவங்களையும் பதிவு செய்தனர். இந்தியாவின் நிலவியலில் சிலரும் கடல் வழித் தடங்களில் வேறு சிலரும் ஆர்வம்கொண்டிருந்தனர். வனங்களில் சுற்றித் திரிந்தவர்களில் எவ்வளவு பேர் அதிசய விலங்குகளைத் தேடித் தேடிக் களைத்துப் போனார்கள் என்று தெரியவில்லை.

வட மேற்குப் பகுதியில் அமைந்துள்ள இன்றைய பாகிஸ்தானின் பஞ்சாப் மாகாணம்தான் அலெக்சாண்டரின் நுழைவாயில். நீண்ட, கடும் பயணத்துக்குப் பிறகு உள்ளே நுழைந்த அலெக்சாண்டர் இந்தியக் காற்றை முதல் முறையாகச் சுவாசிக்கும்போது எப்படி உணர்ந்தார் என்று தெரியவில்லை. ஆனால், அடுத்தடுத்து கண்முன் விரிந்த காட்சிகள் அவரைக் கிட்டத்தட்ட தலைகீழாகப் புரட்டிப் போட்டிருக்கவேண்டும்.

பாரசீகத்துக்கு உட்பட்ட அழுது வடியும் அடிமை நிலங்களைப் பார்க்கப்போகிறோம் என்று நினைத்துக்கொண்டே குதிரையைச்

செலுத்திய அலெக்சாண்டர் முன்னால், நீளமும் அகலமும் கொண்ட நகரங்கள் ஒன்றன்பின் ஒன்றாக விரியத் தொடங்கின. ஒவ்வொரு நகரமும் ஒவ்வொரு மன்னரால், அதுவும் இந்திய மன்னரால் ஆளப்படுகிறது என்பதை அறிந்ததும் அலெக்சாண்டர் திகைத்துப்போனார். எனில், இந்தியாவில் சுதந்தரமான பகுதிகளும் இருக்கின்றனவா? இந்தியர்கள் அனைவரும் இரட்டைக் கால்களையும் இரட்டைக் கைகளையும் ஒற்றை மனிதத் தலையும் கொண்டவர்களைப் பார்த்து திகைப்பு நிச்சயம் கூடியிருக்கும். இவர்கள் இயல்பாகத்தானே இருக்கிறார்கள்? இவர்கள் வாழும் நிலமும் இயல்பாகத்தானே காட்சியளிக்கிறது? எனில், இந்தியா கிட்டத்தட்ட கிரேக்கம் போன்ற மற்றொரு நிலம்தான் இல்லையா? கிரேக்கர்களுக்கும் இந்தியர்களுக்கும் வெளித்தோற்றத்தில் வேறுபாடுகள் எதுவும் இல்லை என்பதுதானே உண்மை?

கிரேக்கம் போல் இந்தியாவிலும் குடியரசுகளும் முடியரசுகளும் இயங்கிக்கொண்டிருந்ததை அலெக்சாண்டர் தெரிந்து கொண்டார். மன்னர்கள் வசிப்பதற்கு மாளிகைகளும் மக்களுக்குத் தனி குடியிருப்புகளும் அமைந்திருந்ததைக் கண்டார். வீதிகள், கடைகள், சந்தைகள், நீர் நிலைகள், சாலைகள் என்று எல்லா வற்றையும் பார்வையிட்டார். நகரங்களின் பெயர்களையெல்லாம் அவர் நிச்சயம் கேட்டுத் தெரிந்துகொண்டிருக்கவேண்டும். ஏனெனில் அவர் படித்த எந்த ஏடுகளிலும் இந்தியாவிலுள்ள எந்த ஊரின் பெயரும் நகரின் பெயரும் இடம்பெற்றிருக்கவில்லை.

மகதம், காந்தாரம், காம்போஜம், அங்கம், காசி என்று பதினாறு பெரும் நகரங்கள் (மகாஜனபதங்கள்) வட மேற்கில் செழித்து வளர்ந்திருந்தன. இந்த நகரங்களெல்லாம் திடீரென்று புதிதாக மலர்ந்திருக்க வாய்ப்பில்லை. பல ஆண்டுகளுக்கு முன்பு சிறிய நகரங்களாகவும் அதற்கும் வெகு காலத்துக்கு முன்பு கிராமப்புறக் குடியிருப்புகளாகவும் இந்தப் பகுதிகள் இருந்திருக்கவேண்டும். மெல்ல மெல்ல வளர்ந்துதான் இப்போதுள்ள பளபளப்பான நிலைக்கு இவை வந்து சேர்ந்திருக்கவேண்டும். அப்படியானால் இந்தியாவுக்கென்று நிச்சயம் ஒரு தனித்துவமான வரலாறு இருக்கவேண்டும் அல்லவா?

அலெக்சாண்டர் யூகித்ததைப் போலவே மகாஜனபதங்கள் உருவாவதற்குமுன்பு ஜனபதங்கள் என்னும் சிறிய மக்கள் குழுக்களைக் கொண்ட முடியாட்சிகள் வடக்கில் தழைத்

திருந்தன. பொஆமு 1200 முதல் பொஆமு 6ஆம் நூற்றாண்டுவரை குரு நாடு, பாஞ்சாலம், விதேகம், கோசலம் உள்ளிட்ட பெயர்களில் இவை அழைக்கப்பட்டன. பல நூற்றாண்டுகளுக்கு முன்பே கல்விக்கும் வணிகத்துக்கும் பெயர் போன இடங்கள் இவை. உண்மையில் இதுதான் நிஜமான, அதிசய இந்தியா. ஆனால், நான் வியந்து படித்த கிரேக்க நூல்கள் இதை விட்டுவிட்டு ஏன் வீண் கட்டுக் கதைகளைப் புனைந்திருக் கின்றன? இந்நிலத்தையா காட்டுமிராண்டிகளின் தேசம் என்றும் பிற்போக்கான இடம் என்றும் எழுதி வைத்திருக்கிறார்கள்? யாமறிந்த நாடுகளில் கிரேக்கம் போல் இனிதானது இன்னொன்றில்லை என்னும் அலெக்சாண்டரின் இறுமாப்பு மெல்லக் கரைய ஆரம்பித்தது. புகைமூட்டம் மறைந்து தெளிவு கிடைத்ததும் இந்தியாவைப் புதிய கண்கள் கொண்டு அவர் காண ஆரம்பித்தார்.

அலெக்சாண்டரின் ஆய்வாளர்களின் நிலையும் இதுவேதான். இப்படியோர் இந்தியாவை யாரும் எதிர்பார்த்திருக்கவில்லை. புத்தகத்துக்கும் நிஜத்துக்குமான வேறுபாடு அவர்களுக்கு உறைத்தது. தாங்கள் கண்ட இந்தியாவை அவர்கள் புத்தம் புதிதாக எழுதத் தொடங்கினார்கள்.

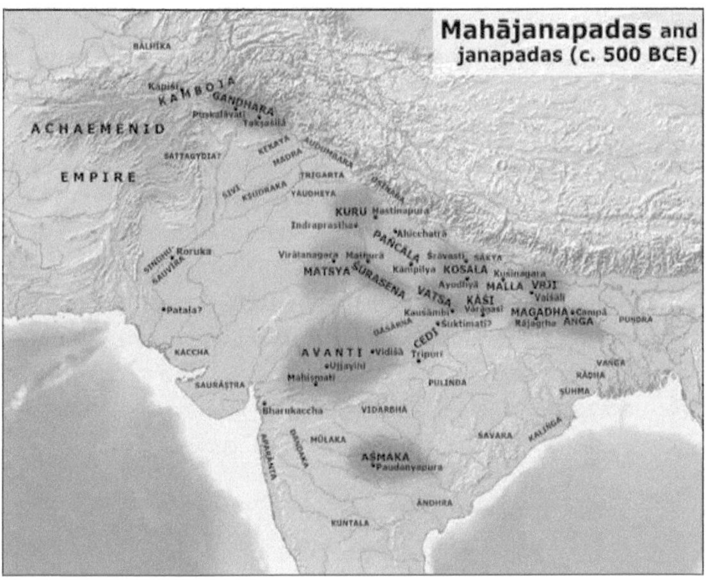

பொஆமு 500 இந்தியாவில் குடியரசுகளும் முடியரசுகளும்

இந்தியா குறித்து கிரேக்கமும் உலகமும் பல நூற்றாண்டுகளாகக் கொண்டிருந்த பார்வையை மாற்றியமைக்கும் பெரும் பணியை இந்தப் பதிவுகள் மேற்கொள்ளத் தொடங்கின. இந்தியாவை எழுதுவதற்கு இந்தியாவைக் காணவேண்டிய அவசியமில்லை என்னும் நூற்றாண்டுகால நம்பிக்கையை இந்த கிரேக்கப் பதிவுகள் உடைத்து நொறுக்கின. ஓரிடத்தில் நிம்மதியாக அமர்ந்துகொண்டு, காதில் விழுந்த கதைகளைக் கேட்டு எழுதுவதற்கும் கால் வலிக்க, வலிக்க நடந்து சென்று ஆராய்ந்து எழுதுவதற்கும் உள்ள மிகப் பெரிய இடைவெளியை அலெக்சாண்டரின் குழுவினர் முதல் முறையாக உலகுக்கு அழுத்தமாக உணர்த்தினர். அறிவுத் தேடலுக்கும் பயணத்துக்கும் உள்ள தொடர்பையும் இவர்கள் ஆதாரப்பூர்வமாகப் புரிய வைத்தனர்.

முதல் கிரேக்கப் பதிவுகள் பெருமளவு காணாமல் போய்விட்டன என்பது உண்மையிலேயே பெருஞ்சோகம். ஆனால், இவற்றிலிருந்து எடுத்தாண்டு மற்றவர்கள் எழுதியிருக்கும் குறிப்புகளும் அந்தக் குறிப்புகளைப் பயன்படுத்தி பிற்கால கிரேக்க, ரோமானிய வரலாற்றாசிரியர்கள் தீட்டியுள்ள சித்திரங் களும் நம்மிடம் உள்ளன. அலெக்சாண்டரின் பயணத்தைக் கட்டமைக்க உதவும் முதன்மை தரவுகளாக இவை இருக்கின்றன.

அலெக்சாண்டர் எத்தனை நகரங்களைக் கைப்பற்றினார், யார் யாரையெல்லாம் தோற்கடித்தார், நிலங்களையும் நதிகளையும் எவ்வாறு கடந்தார், எத்தகைய போர் உத்திகளை வகுத்தார், அவர் படைகள் எப்படியெல்லாம் வீர தீரத்தோடு போரிட்டன என்பதெல்லாம் நுணுக்கமான தகவல்களோடு விரிவாகப் பதிவு செய்யப்பட்டுவிட்டன. ஆனால், ஏற்கெனவே நாம் பார்த்தது போல் அலெக்சாண்டர் அதற்காகவெல்லாம் இங்கே நினைவு கூரப்படுவதேயில்லை. நமக்கு முக்கியம் அவரல்ல, உடன் வந்தவர்கள்தாம். கிரேக்கத்தை இந்தியாவுக்கு அழைத்துவந்ததன் மூலம் இந்தியாவை உலகுக்கு வெளிப்படுத்தினார் அலெக்சாண்டர். அந்த வகையில், இந்தியாவை வென்றதல்ல அவர் சாதனை. இந்தியா வந்தது மட்டும்தான்.

- 10 -

மாடு, மனிதன், கிளி

அலெக்சாண்டரின் இந்தியப் பயணத்தை இன்று நாம் விவாதித்துக்கொண்டிருப்பதற்கு முக்கியக் காரணம், நியார்கஸ். அலெக்சாண்டர் குறித்து நமக்குக் கிடைத்துள்ள ஒரே சமகாலப் பதிவு இவருடையதுதான். கைப்பற்றிய ஒவ்வொரு பகுதியிலும் ஒரு ராணுவ அதிகாரியை நியமிப்பது அலெக்சாண்டரின் வழக்கம். அந்த அதிகாரிக்கு 'சத்ரப்' என்று பெயர். அலெக்சாண்டரின் பிரதிநிதியாக அவர் அந்தப் பகுதியை ஆள்வார். நியார்கஸ் அலெக்சாண்டரின் பிரதிநிதியாக இயங்கியவர். இந்தியப் பயணத்தின்போது கடற்படையைத் திறன்பட நிர்வகித்திருக்கிறார். இந்தியாவிலிருந்து அரேபிய தீபகற்பம் செல்வதற்கான கடல் வழியைக் கண்டறிந்தவர். அலெக்சாண்டரின் இறுதிக் காலத்தில் அவரோடு இருந்தவர்.

அவருக்கு அடுத்த இடத்தைப் பிடிப்பவர் ஒனேசிக்ரிடஸ். இவர் தன்னை கமாண்டர் என்று நம்மிடம் அறிமுகம் செய்து கொள்கிறார். ஆனால், அது உண்மையல்ல, அவர் ஒரு படகோட்டி மட்டுமே என்று அடிக்கடி குத்திக் காட்டுகிறார்

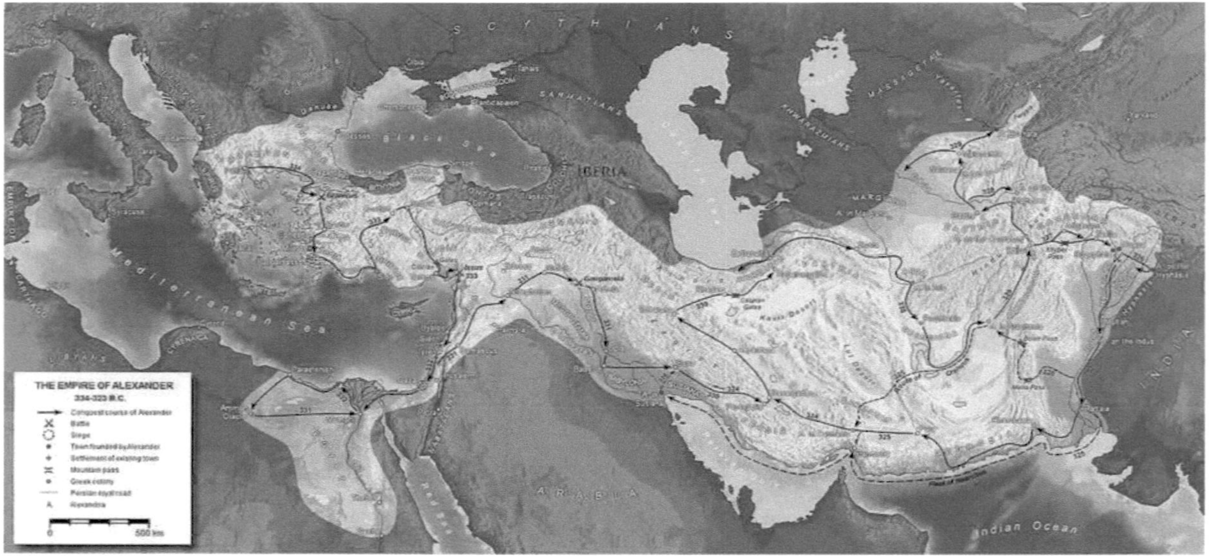

அலெக்சாண்டரின் பயணப் பாதை

நியார்கஸ். இந்த அரசியல் நமக்குத் தேவையில்லை. அவர் என்னவாக இருந்தார் என்பதைவிட என்ன எழுதியிருக்கிறார் என்பதே முக்கியம் என்கிறார்கள் வரலாற்றாசிரியர்கள். இந்தியப் பயணத்தை முடித்துக்கொண்டு ஊர் திரும்பிய பிறகு அலெக்சாண்டரின் போர்களையும் வேறு சில சுவையான நிகழ்வுகளையும் விவரித்திருக்கிறார் ஒனேசிக்ரிடஸ். இவர்களுடைய பதிவுகளிலிருந்து வெளிப்படும் இந்தியா எப்படி இருக்கிறது என்று பார்ப்போம்.

இந்தியர்களில் கணிசமானவர்கள் கிராமங்களில் வசிக்கிறார்கள். நிலத்தை உழுது பயிரிடுகிறார்கள். அவர்களிடம் பலவிதமான கால்நடைகள் இருக்கின்றன. அவர்களுக்குச் சமமாக விதவிதமான மாடுகள் சேற்றிலும் மேட்டிலும் பணியாற்றுவதைக் கண்டு அலெக்சாண்டரின் குழுவினர் மட்டுமல்ல அலெக்சாண்டருமே கூடத் திகைத்து விட்டாராம்.

குறிப்பாக, முதுகில் திமிலுடன் காணப்படும் மாடு (அநேகமாக, நாட்டு மாடு) அவரை மிகவும் கவர்ந்துவிட்டது. இந்த வகை மாடுகள் அதிகம் எங்கே கிடைக்கும் என்று விசாரித்து, ஸ்வாட் பள்ளத்தாக்குக்குச் சென்று 2,30,000 மாடுகளைக் கைப்பற்றினாராம். கையோடு அனைத்தையும் பத்திரமாக மாசிடோனியாவுக்கு அனுப்பி வைத்தாராம். இந்தியர்கள் போல் கிரேக்கர்களும் இந்த மாடுகளைப் பழக்கி, எருதுகளுக்குப் பதில் இவற்றை வயலில் உழச் செய்து, அதிக அறுவடை ஈட்ட வேண்டும் என்பது அவர் விருப்பம். லட்சக்கணக்கில் இல்லாவிட்டாலும் நிச்சயம் கணிசமான மாடுகளை அவர் தன்னோடு கொண்டு சென்றிருக்கவேண்டும்.

நியார்கஸைப் பொருத்தவரை சிந்து சமவெளிப் பகுதியில் விளைச்சல் செழித்திருப்பதற்குக் காரணம் வெள்ள நீர். வயலில் பாத்தி அமைத்து திறமையாக நெல் பயிரிடுகிறார்கள். அரிசி மட்டுமல்ல, 'போஸ்மோரான்' எனும் சிறிய தானியத்தையும் இந்தியர்கள் பயிரிடுகிறார்கள் என்கிறார் ஒனேசிக்ரிடஸ். அது என்னவென்று என்னால் சொல்ல முடியவில்லை. கோதுமையை விட அளவில் சிறியதாக இருக்கிறது. இந்தியாவில் மட்டுமே இதை நான் கண்டிருக்கிறேன் என்கிறார் அவர். இது கம்பு பயிராக இருக்கலாம்.

விவசாயம் போலவே வணிகமும் சிறப்பாக நடைபெறுகிறது. கொடுக்கல் வாங்கலில் இந்தியர்கள் மிக இயல்பாக ஈடுபடு

கிறார்கள். நகரங்களில் தடுப்பரண்கள் அமைத்துச் சில பகுதிகள் பாதுகாக்கப்படுகின்றன. குறிப்பாக, தட்சசீலம் எங்களை மிகவும் கவர்ந்துவிட்டது என்கிறது ஒரு குறிப்பு.

ஆற்றங்கரையோரம் நாணல் புல் வளர்ந்திருப்பதைக் கண்டேன். எடுத்து உடைத்தால் உள்ளிருந்து தேன் கொட்டுகிறது. முதல் முறையாக இந்தியாவில் இதைக் காண்கிறேன் என்று வியக்கிறார் நியார்கஸ். அநேகமாக இது கரும்பாக இருக்கவேண்டும்.

இந்தியாவில் ஒரு வகை மரம் இருக்கிறது. மிக, மிகப் பெரியது. நீளமான கிளைகளையும் அடர்த்தியான இலைகளையும் கொண்டிருப்பதால் நிழலுக்கு இந்த மரத்தைதான் இந்தியர்கள் நாடுகிறார்கள். ஊரே வந்து கூடினாலும் இந்த மரம் இடம் ஒதுக்கிக் கொடுக்கிறது. ஒரே நேரத்தில் பத்தாயிரம் பேர் வரை அமர்ந்து ஓய்வெடுக்கலாம் என்றால் பார்த்துக்கொள்ளுங்கள்! இந்த மரம் இருக்கும்வரை வெயிலைக் கண்டு இந்தியர்கள் அஞ்சவேண்டியதேயில்லை என்கிறது ஒரு குறிப்பு. இது ஆலமரமாக இருக்கலாம்.

இன்னொரு மரத்தைக் கண்டேன். அதன் பழங்களை மட்டுமல்ல, பட்டையையும் உரித்து உரித்துச் சுவைத்துச் சாப்பிடலாம். நானும் சுவைத்தேன். அவ்வளவு இனிப்பு! பேரிச்சம் பழத்தில் கிடைக்கும் அதே சுவை என்று சப்புக் கொட்டுகிறார் நியார்கஸ். இது என்னவென்று தெரியவில்லை.

அடடா, இந்தியா கிரேக்கத்தைக் காட்டிலும் சிறப்பான நிலம் என்று திடீரென்று ஓரிடத்தில் அறிவிக்கிறார் நியார்கஸ். அவருடைய உற்சாகத்துக்குக் காரணம் இந்திய சிகிச்சை முறை. நம்மால் குணப்படுத்த முடியாத பல நோய்களை இந்தியர்கள் ஏதேதோ மூலிகைகள் கொண்டு குணப்படுத்திவிடுகிறார்கள். துவண்டுகிடக்கும் உடலை நம் கண்முன்னால் அவர்கள் புதுப்பித்துக் காட்டும்போது நம்பாமல் எப்படி இருக்கமுடியும் என்று சொல்வதோடு நிறுத்திக்கொள்ளாமல் தன் வாதத்துக்கு வலு சேர்க்க சாட்சியமும் அளிக்கிறார்.

ஒருமுறை அலெக்சாண்டரைப் பாம்பு கடித்துவிடுகிறது. கிரேக்க மருத்துவர்கள் தலைகீழாக நின்று பார்த்தும் எதுவும் செய்ய முடியவில்லை. இந்திய மருத்துவர்களை அழைத்து வாருங்கள் என்று அலெக்சாண்டர் உத்தரவிட, உடனடியாக ஆள்களை அனுப்பி கையோடு இழுத்துவருகிறார்கள். ஆச்சரியம்! நம்

மன்னர் விரைவில் மீண்டுவிட்டார்! பாம்புக்கடிக்கு மட்டுமல்ல தீர்க்க முடியாத நீண்டகால வலிகளையும் இந்தியர்கள் போக்கி விடுகிறார்கள் என்கிறார் நியார்கஸ். ஆயுர்வேதம் குறித்து முதல் முதலில் நமக்குக் கிடைக்கும் அயல் நாட்டுக் குறிப்பு இதுவே. மருத்துவம் தவிர்த்து வேறெந்த அறிவியல் துறை குறித்தும் குறிப்புகள் இல்லை.

இந்தியர்கள் அணியும் ஆடை மெலிதாகவும் உடலுக்குப் பாந்தமாகவும் இருக்கிறது. இங்குள்ள மரத்தில் பருத்தி என்னும் வெள்ளைப் பஞ்சு விளைகிறது. சேகரித்து எடுத்து வந்து அதிலிருந்து துணி நெய்கிறார்கள். அவர்களிடமிருந்து பெற்று நாங்களும் அணிந்து பார்த்தோம். நன்றாகவே இருக்கிறது. உண்மையில், கிரேக்க கம்பளி ஆடையைக் காட்டிலும் இது மேலானதாகவும் வசதியாகவும் இருக்கிறது. இப்போதெல்லாம் நம் வீரர்களும்கூடப் பருத்தி ஆடையையே விரும்பி அணிகிறார்கள் என்று விளம்பரம் செய்கிறது ஒரு பதிவு.

வெள்ளையில் பார்த்திருப்போம் அல்லது கறுப்பில். இந்தியர்களின் தாடி மட்டும் எப்படி விதவிதமான வண்ணங்களில் நீண்டிருக்கிறது? குறுகுறுப்போடு ஆராய்ந்து அதன் ரகசியத்தைக் கண்டறிகிறார் நியார்கஸ். ஏதோ ஒரு மை. அதை எப்படித் தயாரிக்கிறார்கள் என்று தெரியவில்லை. நீலம், பச்சை, ஊதா, சிவப்பு என்று பல வண்ணங்களில் தாடியில் மை பூசிக்கொள் கிறார்கள். காற்றில் ஆடும் வண்ண தாடி நம் கண்களைப் பறிக்கிறது!

கிராமம், நகரம் இரண்டோடும் சேராமல் சமூகத்தின் விளிம்பில் சில பழங்குடிக் குழுக்கள் வாழ்கின்றன. வனங்களிலும் பாலைவனங்களிலும் கரையோரங்களிலும்கூட இவர்களைக் காணலாம். இவர்கள் பிற இந்தியர்களைவிடப் பின்தங்கி இருக்கிறார்கள். விவசாயம், வணிகம், முடியாட்சி எதையும் இவர்களிடம் காண முடியவில்லை. வேட்டையாடுகிறார்கள், வனப் பகுதிகளில் உணவுப் பொருள்கள் சேகரிக்கிறார்களா. இதுதான் இவர்கள் வாழ்க்கைமுறை. இந்த நிலையைக் கடந்து நாம் எப்போதோ முன்னேறி வந்துவிட்டாலும் இவர்கள் விடாப் பிடியாக அதே இடத்தில் இருக்கிறார்கள். புராதன மனிதர்கள் என்றே இவர்களை வரையறை செய்யத் தோன்றுகிறது.

இவர்கள் மட்டுமா? கற்கால மனிதர்களும்கூட இந்தியாவில் இருக்கிறார்கள். இரும்பு என்றால் என்னவென்றே இவர்களுக்குத்

தெரியவில்லை. இந்தியப் பழங்குடிகளைக் கடந்து அராபிஸ் என்னும் சமவெளிப் பகுதிக்குச் சென்றால் அங்கே இவர்களைக் காணலாம் என்கிறார் நியார்கஸ். இது இன்றைய பலுசிஸ்தானில் உள்ள பொராளி ஆற்றங்கரைப் பகுதியைக் குறிக்கிறது. ஆற்றிலிருந்து மீன் பிடித்து உண்கிறார்கள். வேட்டையாடு கிறார்கள். ஆயுதம் இல்லாத குறையைத் தங்கள் கூர்மையான நகங்களைக் கொண்டு போக்கிக்கொள்கிறார்கள். இரையை நகத்தால் கீறி, பிளக்கிறார்கள். கூர்மையான கற்களும் உதவுகின்றன. பிற இந்தியர்களிடமிருந்து இவர்கள் தனித்திருக் கிறார்கள். அவ்வாறு இருப்பதையே விரும்புகிறார்கள். மற்றபடி, எல்லாப் பழங்குடிகளும் ஒன்றுபோல் இருப்பதில்லை. முன்னேறிய பிரிவினரும் இருக்கிறார்கள். மன்னர் போல் இந்த இனக்குழுத் தலைவர்கள் நிலத்தை ஆள்கிறார்கள். செல்வாக்கோடும் அதிகாரத்தோடும் இருக்கிறார்கள்.

நான் பார்த்தவரை ஏழு சாதிகள் இந்தியாவில் இருக்கின்றன என்கிறார் நியார்கஸ். முதல் பிரிவில் தத்துவவாதிகள் இடம் பெறுகிறார்கள். அடுத்தது, நிலத்தை உழுது பயிர் நடும் விவசாயிகளின் சாதி. மூன்றாவது கால்நடை மந்தைகளைப் பேணுபவர்கள். நான்காவது, சிறு வணிகர்கள், கைவினைக் கலைஞர்கள். போர் வீரர்கள் ஐந்தாவது சாதியைச் சேர்ந்தவர்கள். மேற்பார்வையாளர்களும் உயர் அதிகாரிகளும் ஆறாவது சாதியின்கீழ் வருவார்கள். இறுதியாக, அரசு நிர்வாகிகள்.

கிரேக்கர்கள் குறிப்பிடும் சாதி என்பது நாம் இன்று காணும் சாதியல்ல. இந்தியச் சமூகங்களில் உள்ள தொழில் சார்ந்த பிரிவுகளையே அவர்கள் குறிப்பிடுகின்றனர் என்கிறார்கள் வரலாற்றாசிரியர்கள். சமூகப் படிநிலை கொண்ட சாதியமைப்பு குறித்து அவர்களுக்கு எந்த அறிமுகமும் இல்லை. ஆளும் வர்க்கத்தைச் சேர்ந்தவர்கள் சத்திரியர்கள் என்று அழைக்கப் படுவதை அவர்கள் அறிந்திருந்தனரா என்று தெரியவில்லை.

ஆனால், பிராமணர் என்றொரு பிரிவு இருப்பது அவர்களுக்குத் தெரிந்திருந்தது. அவர்களுடைய பதிவுகளில் பிராமணர் (பிரச்மனேஸ்) என்னும் பெயரைக் காணவும் முடிகிறது. தத்துவம் போதிக்கும் இந்திய ஆசிரியர்களையே அவர்கள் இப்பெயர் கொண்டு அழைத்தனர். இவர்களில் சிலர் மன்னர்களுக்கு ஆலோசனை கூறும் இடத்தில் அமர்ந்திருந்ததையும் அவர்கள் குறிப்பிடுகிறார்கள். அலெக்சாண்டர் சில பிராமணர்களைச்

சிறைப்பிடித்து சிந்து கரையோரம் தூக்கிலிட்டுத் தண்டித்திருக்கிறார். அவர்கள் செய்த குற்றம் என்ன? அலெக்சாண்டருக்கு எதிராகக் கிளர்ச்சி செய்யுமாறு மன்னர்கள் சிலரைத் தூண்டிவிட்டார்களாம்.

அதிசய விலங்கு எதுவும் இல்லை என்னும் குறையை, கிளி போக்கிவிட்டது. கிளி கற்பனையல்ல, நிஜம்தான் என்பதை உணர்ந்த கிரேக்கர்களால் மகிழ்ச்சியைத் தாங்கிக்கொள்ளவே முடியவில்லை. அதன் வண்ணத்தைப் பாரேன், மூக்கைப் பாரேன், எப்படி நம் குரலில் பேசுகிறது கேட்டாயா, எப்படிப் பறந்து செல்கிறது பார் என்று ஒவ்வொரு கிளியையும், அதன் ஒவ்வோர் அசைவையும் மாய்ந்து, மாய்ந்து ரசித்தனர். காக்கா, குருவி போல் கிளி சாதாரண பறவை கிடையாது. நம் பார்வைக்குப் புலப்படாத ஏதோவொரு மாயம் அதற்குள் அடங்கியிருக்கவேண்டும் என்று அடித்துச் சொல்கிறார் நியார்கஸ்.

- 11 -

முற்றும் துறந்தவர்கள்

ஒரு நாள் அலெக்சாண்டர் தன் குழுவினரை அழைத்தார். இந்தியாவில் கற்றறிந்த அறிவாளிகள் யார்? அவர்களில் சிலரையேனும் நான் சந்தித்து உரையாடவேண்டும். ஏற்பாடு செய்துவிட்டுச் சொல்லுங்கள்.

தேடலைத் தொடங்கியபோது 'ஜிம்னோசோஃபிஸ்ட்ஸ்' எனப்படும் சாதுக்களைப் பற்றி கிரேக்கர்கள் முதன் முதலில் கேட்டு அறிந்துகொண்டனர். இருப்பதிலேயே சிறந்த அறிவாளிகள். தத்துவம் பயின்றவர்கள். விவாதங்களில் புலமை பெற்றவர்கள். எந்த அளவுக்குப் பற்றற்றவர்கள் என்றால் பொன்னும் பொருளும் மட்டுமல்ல உடுத்தும் ஆடைகூட எனக்குச் சுமைதான் என்று சொல்லி அனைத்தையும் துறந்தவர்கள். எத்தனை பெரிய இடரையும் தாங்கிக்கொள்ளும் திறன் அவர்களுக்கு உண்டு. மக்கள் அவர்களை உயர்வான இடத்தில் வைத்திருக்கிறார்கள். வனங்களில் வசிக்கிறார்கள்.

அப்படியானால் அவர்களை என்னிடம் அழைத்து வாருங்கள் என்று அலெக்சாண்டர் சொன்னபோது, கிரேக்கர்கள்

தயக்கத்தோடு சொன்னார்கள். மன்னிக்கவும், அவர்கள் அனைத்தையும் கடந்தவர்கள் என்பதால், மன்னர் அழைத்தாலும் அவர்கள் வருவதில்லை. யாராக இருந்தாலும் நாம்தான் போய்ப் பார்க்கவேண்டும். இதற்குமேல் அவர்களை வற்புறுத்துவதில் பலனில்லை என்பதை உணர்ந்த அலெக்சாண்டர் ஒனேசிக்ரிடஸிடம் பணியை ஒப்படைத்தார். அலெக்சாண்டர் சார்பாக அவர் சென்று, சாதுக்களைக் கண்டு அவர்களோடு உரையாடினார். அவர்களுடைய அறிவுக்கூர்மையையும் கண்டுகொண்டார். இது ஒரு பதிவு.

இன்னொரு பதிவில் பத்து சாதுக்களை அலெக்சாண்டர் சிறைப்பிடித்து அழைத்து வருகிறார். சாதுக்கள் மற்றவர்களைப் போன்றவர்களல்லர்; அபாரமான புத்திக்கூர்மை கொண்டவர்கள் என்பது அலெக்சாண்டருக்குத் தெரியும். அவர்களால் விடையளிக்க முடியாத கேள்விகளே இல்லை என்பதையும் அவர் அறிவார். சரி, அதையும்தான் பார்த்துவிடுவோம் என்று எண்ணி ஒவ்வொருவரிடமும் ஒரு கடினமான கேள்வியை எழுப்ப முடிவு செய்தார். தவறாக விடையளிப்பவர்களுக்கு மரண தண்டனை அளிக்கப்படும் என்று எச்சரித்த பிறகு கேட்கத் தொடங்குகிறார்.

கேள்வி : இறந்தவர்களா, உயிரோடிருப்பவர்களா? எண்ணிக்கையில் யார் அதிகம்?

பதில் : இறந்தவர்கள் நம்மோடு இல்லை என்பதால் உயிரோடிருப்பவர்களின் எண்ணிக்கையே அதிகம்.

கேள்வி : கடலா, பூமியா? பெரிய விலங்குகள் எங்கே இருக்கின்றன?

பதில் : பூமி. கடலும் பூமியின் ஒரு பகுதிதான்.

கேள்வி : தந்திரமான விலங்கு எது?

பதில் : இதுவரை மனிதன் கண்டுபிடிக்காத ஒரு விலங்கு.

கேள்வி : எனக்கு எதிராக கலகத்தில் ஈடுபடுமாறு மக்களை ஏன் தூண்டினீர்?

பதில் : மனிதன் ஒன்று உயர்வோடு வாழவேண்டும் அல்லது உயர்வோடு சாகவேண்டும். அதனால்தான்.

கேள்வி : எது மூத்தது, இரவா பகலா?

பதில் : பகல். அதுதான் இரவைக் காட்டிலும் ஒரு நாள் மூத்தது.

(இதைக் கேட்டு அலெக்சாண்டர் ஆச்சரியமடைந்தபோது துறவி சொன்னாராம். கடினமான கேள்விக்குக் கடினமான பதிலே கிடைக்கும்).

கேள்வி : எத்தகைய மனிதன் அதிகம் நேசிக்கப்படுவான்?

பதில் : பலசாலியாகவும் அச்சமூட்டாதவனாகவும் ஒரே நேரத்தில் ஒருவனால் இருக்கமுடியுமானால் அவனே அதிகம் நேசிக்கப்படுவான்.

(அதாவது, உன்னைப் போல் இல்லாத ஒருவன். சாதுவின் இந்தப் பதிலைக் கேட்டு அலெக்சாண்டரும் சாதுவாகவே நடந்துகொண்டாரா என்பது தெரியவில்லை).

கேள்வி : ஒரு மனிதன் எப்போது கடவுளாகிறான்?

பதில் : ஒரு மனிதன் செய்ய முடியாததை அவன் செய்யும்போது.

கேள்வி : வாழ்வா, மரணமா? எது கடினமானது?

பதில் : வாழ்வு. அதுதான் எல்லாத் துயரங்களையும் தாங்கிக்கொள்கிறது.

கேள்வி : ஒரு மனிதன் எவ்வளவு காலம் வாழ்வது நல்லது?

பதில் : இறப்பதே மேல் என்னும் நினைப்பு வரும்வரை வாழ்வது சிறந்தது.

சாதுக்களின் பதில்களில் நிறைவடைந்த அலெக்சாண்டர் பரிசுகள் கொடுத்து அவர்களை அனுப்பிவைத்தார். அவர் எத்தகைய அறிவுத் தேடலில் ஈடுபட்டிருந்தார், எத்தகைய தத்துவ விசாரணைகள் அவரை ஆக்கிரமித்திருந்தன என்பதைப் புரிந்து கொள்ள அவர் எழுப்பிய கேள்விகள் உதவக்கூடும். முற்றும் துறந்த சாதுக்களின் அறிவுக்கூர்மையை அவர்களுடைய நிதானமான, ஆழமான பதில்கள் உணர்த்துகின்றன.

இன்னொரு வடிவமும் பதிவாகியிருக்கிறது. சாதுக்களைப் பற்றிக் கேள்விப்பட்ட அலெக்சாண்டர் அவர்களைச் சென்று சந்தித்தார். ஒரு மூத்த சாதுவைக் கண்டதும் அலெக்சாண்டர் பணிவோடு கேட்டார். அடியேன் உங்களுக்கு ஏதேனும் அளிக்க விரும்புகிறேன். தங்களுக்கு எதைக் கொடுத்தால் பொருத்தமாக இருக்கும்? ஆடையற்ற சாது சிரித்திருக்கிறார். ‘எனக்கு எதுவும் தேவைப்படாது. என்னிடம் எல்லாமே இருக்கிறது. நான் முழுநிறைவோடு இருக்கிறேன்.’ இத்தோடு

நிறுத்திக்கொண்டாரா என்றால் இல்லை. 'ஆனால், நீயும் உன் கூட்டாளிகளும் கடல் முழுக்க, நிலம் முழுக்க செல்வம் தேடி அலைகிறீர்கள். உங்கள் அலைச்சலுக்கு முடிவே கிடையாது.'

இப்படியெல்லாம் சொல்லியும் அலெக்சாண்டருக்கு சாதுவின்மீது கோபம் வராததற்குக் காரணம் தத்துவவாதிகள் மீது அவருக்கு இருந்த மதிப்பாம். அதற்கொரு கிளைக்கதை. இந்தியா வருவதற்குப் பல ஆண்டுகள் முன்பு டயோஜினிஸ் எனும் புகழ் பெற்ற தத்துவவாதியைச் சந்திக்கச் சென்றாராம் அலெக்சாண்டர். அப்போது டயோஜினிஸ் கண்களை மூடி சுகமாக சூரியக் குளியல் எடுத்துக்கொண்டிருந்தார். நான் அலெக்சாண்டர் வந்திருக்கிறேன், உங்களுக்கு ஏதேனும் செய்யவேண்டுமா என்று பணிவோடு கேட்டபோது, டயோஜினிஸ் சொன்னாராம். 'வெயிலை மறைக்காமல் கொஞ்சம் தள்ளி நில். அது போதும்!' தவறுணர்ந்து ஒதுங்கி நின்றாராம் பேரரசர்.

புளூடாக் எனும் புகழ்பெற்ற கிரேக்க வரலாற்றாசிரியர் சாதுக்கள் பற்றி எழுதும்போது பிராமணர்கள் என்று அவர்களை அழைக்கிறார். எனில் பிராமணர்களைத்தான் ஜிம்னோ சோஃபிஸ்ட்ஸ் என்று கிரேக்கர்கள் அழைத்தனரா? இல்லை என்கிறார் மற்றொரு தத்துவவாதியான ஸ்ட்ராபோ. அலெக்சாண்டருடன் சென்ற கிரேக்கர்களுக்கு பிராமணர்களை நன்கு தெரியும். அவர்களைப் பற்றி குறிப்பிடும்போது பிராமணர்கள் என்று தெளிவாகவே அவர்கள் எழுதுகிறார்கள். சாதுக்கள் பிராமணர்களாக இருந்திருந்தால் ஏன் புதிதாக இன்னொரு பெயரை அவர்கள் உருவாக்கவேண்டும்? அதற்கான அவசியம் என்ன நேர்ந்தது?

ஆம், கிரேக்கர்கள் கண்ட சாதுக்களுக்கும் பிராமணர்களுக்கும் இடையில் சில ஒற்றுமைகள் இருப்பது உண்மை. அதே நேரம் வேறுபாடுகளும் இருக்கவே செய்கின்றன. எல்லாச் சாதுக்களும் பிராமணர்கள் அல்லர். பிராமணர் அல்லாத சாதுக்களும் இருக்கிறார்கள் என்று ஓரிடத்தில் நியார்கஸ் குறிப்பிடுவதை நினைவில் கொண்டால் அலெக்சாண்டர் சந்தித்த சாதுக்கள் வேறொரு பிரிவினர் என்றே கருதவேண்டியிருக்கிறது.

எனில் யார்? சில யூகங்கள். ஆடையணியாமல் வாழும் சாதுக்கள் ஆசிவகத்தில்தான் இருக்கிறார்கள். இயற்கை தத்துவத்திலும் அறம் சார்ந்த துறையிலும் புலமை மிக்கவர்கள் என்றொரு குறிப்பு இடம்பெற்றுள்ளது. இதுவும் ஆசிவர்களுக்கே

பொருத்தமாக இருக்கிறது. இல்லை, வேதகால பிராமணர்களில் அடை அணியும் வழக்கமில்லாதவர்கள் இருந்தனர். அலெக்சாண்டர் சந்தித்த சாதுக்கள் பாலும் பழமும் உட்கொண்டதை வைத்துப் பார்க்கும்போது அவர்கள் வேதகால பிராமணர்கள் என்னும் முடிவுக்கே வரமுடியும்.

இரண்டுமல்ல, திகம்பரர்கள்தான் ஆடையைத் துறந்தவர்கள். அகிம்சையைப் போதித்த சாதுக்கள் அவர்களே. அவர்களைத்தான் கிரேக்கர்கள் குறிப்பிடுகிறார்கள். கிடையாது, கிரேக்கர்களைச் சந்தித்தவர்கள் நாக சாதுக்கள். சிவனை வழிபடுபவர்கள். சூலாயுதம் தவிர வேறெதுவும் தரிக்காதவர்கள் அவர்கள். தங்கள் இறை நம்பிக்கையைக் காக்கும் பொருட்டுப் போரிடவும் அவர்கள் தயங்கமாட்டார்கள். ஜிம்னோசோஃபிஸ்ட்ஸ் என்று இவர்களைதான் கிரேக்கர்கள் அழைத்துள்ளனர். வெவ்வேறான இந்தத் தகவல்களை ஆராய்ந்த வரலாற்றாசிரியர்கள் அநேகமாக இந்தச் சாதுக்கள் சமணர்களாகவோ பௌத்தர்களாகவோ (சிரமணர்கள்) இருப்பதற்கான வாய்ப்புகள் அதிகம் என்கிறார்கள்.

அலெக்சாண்டருடன் ஜிம்னோசோஃபிஸ்ட்களின் சந்திப்பை விவரிக்கும் சிற்றோவியம்

பத்து சாதுக்களில் கலனோஸ் என்பவரின் பெயர் மட்டும் தெரிய வருகிறது. (இது கல்யாணா என்பதன் திரிபு என்று சொல்பவர்கள் உள்ளனர்!) இவரை வனத்தில் சென்று சந்திக்கும் அலெக்சாண்டர் அவரிடமிருந்து ஒரு முக்கியமான பாடத்தைக் கற்றுக் கொள்கிறார். என்னதான் தேடித் தேடிச் சேகரித்தாலும், மலையளவு குவித்து வைத்தாலும், செல்வம் ஒருவனுக்கு மகிழ்ச்சியையோ மனநிறைவையோ அளிப்பதில்லை. மெய்யான நிறைவு வேண்டுமானால் அறிவை மட்டும் தேடு. அறிவை மட்டும் சேகரி. அறிவுக்கு மட்டும் மதிப்பளி. அறிவைக் காட்டிலும் தூய்மையான இன்னொன்று இந்த உலகில் இல்லை

என்றாராம் கலனோஸ். உங்களிடமிருந்து நான் பயில விரும்புகிறேன். என்னுடைய ஆசிரியராக என்னோடு வந்து விடுங்களேன் என்று அவரிடம் அலெக்சாண்டர் விண்ணப் பித்துக்கொள்ள, கலனோஸ் ஒப்புக்கொண்டு அவரோடு பாரசீகம் சென்றாராம்.

சென்ற பிறகு ஒரு நாள் அலெக்சாண்டர் கண்முன்னால் கலனோஸ் ஒரு விசித்திரத்தைச் செய்திருக்கிறார். வயதாகிவிட்டது என்று நினைத்தாரோ அல்லது முற்றும் துறந்த ஒருவனுக்கு உயிர் மட்டும் எதற்கு என்று சிந்தித்தாரோ தெரியவில்லை. திடீரென்று தனக்குத் தானே தீயிட்டுக்கொண்டு நின்று நிதானமாக எரிய ஆரம்பித்தாராம். சாதாரண தீயல்ல, வேள்வித் தீ என்றும் சொல்லப்படுகிறது. இவர் ஏன் இப்படிச் செய்யவேண்டும் என்றும், உடலெல்லாம் நெருப்பு சுடும்போதும் எப்படி இவரால் அமைதியாக இருக்கமுடிகிறது என்றும் அலெக்சாண்டர் அதிர்ச்சி கலந்த ஆச்சரியத்தில் உறைந்து நின்றுவிட்டாராம்.

இந்தச் சம்பவத்தைக் குறிப்பிடும் சிலர், சாதுக்கள் சமணர்கள் அல்லர்; சிறு எறும்பையும் கொல்லத் தயங்கும் ஒரு சமணர் ஒருபோதும் இப்படியொன்றைச் செய்யத் துணியமாட்டார் என்று வாதிடுகிறார்கள். அப்படியே உயிர் துறக்கவேண்டுமென்றாலும் மெல்ல மெல்ல உண்பதை நிறுத்திக்கொள்வது மட்டுமே அவர்களுக்கு அனுமதிக்கப்பட்டிருக்கும் ஒரே வழி என்கிறார்கள் இவர்கள்.

தீயில் இறங்குவதற்குமுன்பு தன்னிடம் எஞ்சியிருந்த கொஞ்ச நஞ்ச பொருள்களையும் படை வீரர்களுக்குப் பகிர்ந்தளிக்கிறார் கலனோஸ். முற்றும் துறப்பது என்றால் என்னவென்பதைப் போதனைகள்மூலம் மட்டுமின்றி கண்முன் உதாரணமாகவும் இருந்து (இறந்து!) காண்பித்திருக்கிறார் கலனோஸ். நெருப்பு பற்றி எரிந்துகொண்டிருக்கும்போது கலனோஸ் இறுதியாக ஒருமுறை விழிகளை விரித்து அலெக்சாண்டரை உற்றுப் பார்த்திருக்கிறார். 'விரைவில் உன்னை பாபிலோனியாவில் சந்திக்கிறேன்.' இதுதான் அவரின் இறுதிச் சொற்கள். இதன் பொருள் என்ன என்பதை உணர்வதற்குள் அலெக்சாண்டர் பாபிலோனியாவில் எதிர்பாராத விதமாக இறந்துபோனார்.

- 12 -

அம்பியும் போரஸும்

அலெக்சாண்டரின் பதிவுகளில் இடம்பெறுபவர்களில் இரண்டு இந்திய மன்னர்கள் முக்கியமானவர்கள். முதலாமவர், தட்சசீலத்தின் மன்னர் அம்பி. சிந்து நதியிலிருந்து ஜீலம் ஆறுவரை அவருடைய ஆட்சிக்கு உட்பட்ட நிலப்பரப்பு படர்ந்திருந்தது. அலெக்சாண்டர் வருவதற்கு முன்பே அவரைப் பற்றி அத்தனை செய்திகளும் அம்பியை வந்தடைந்துவிட்டன. மாசிடோனியாவில் இருந்து மலைக்க வைக்கக்கூடிய படைகளோடு அவர் இந்தியாவை நோக்கி வந்துகொண்டிருப்பதாகவும் எதிர்த்து நின்ற அத்தனை மன்னர்களும் இப்போது மண்ணுக்குள் உறங்கிக் கொண்டிருப்பதாகவும் பேசிக்கொண்டார்கள்.

உலகை வெல்ல வாளைச் சுழற்றிக்கொண்டு வருபவரிடம் மோதி என்ன ஆகப்போகிறது? சற்றும் தாமதிக்காமல் தன் மணி முடியைக் கழற்றி கீழே வைத்தார் அம்பி. 56 யானைகளும் கணக்கற்ற செம்மறிகளும் (அளவில் பெரியவை, ஆரோக்கிய மானவை) 3000 எருதுகளும் (உயர் ரக கலப்பினத்தைச் சேர்ந்தவை) திரட்டிக்கொண்டு நேராக எல்லைக்குச் சென்று

காத்திருக்க ஆரம்பித்தார். அலெக்சாண்டர் படையோடு வந்ததும் ஏதோ ரொம்ப நாள் பிரிந்திருந்த நண்பரை வரவேற்பது போல் மாலை மரியாதையோடு வரவேற்றார். முன்பின் அறிமுகமில்லாத நிலத்தில் இவ்வளவு பரிசுப் பொருள்களோடும் அதைவிட மிகுதியான பாசத்தோடும் கைகளை விரித்து நின்ற அம்பியை முதல் பார்வையிலேயே அலெக்சாண்டருக்குப் பிடித்திருக்க வேண்டும்.

இந்தாருங்கள் இது இனி உங்களுடையது என்று மணிமகுடத்தை அலெக்சாண்டரின் கரங்களில் புன்னகையோடு அளித்தார் அம்பி. அவ்வளவுதான், நெகிழ்ந்துவிட்டார் அலெக்சாண்டர். அம்பி அளித்த மணிமகுடத்தை மீண்டும் அவருக்கே சூட்டினார். உங்கள் அன்பு என் உள்ளத்தை உருக்கிவிட்டது. உங்கள் பட்டமும் பரிசுகளும் உங்களிடமே இருக்கட்டும் என்று சொன்னதோடு நில்லாமல், தங்கமும் வெள்ளியும் பாரசீக ஆடைகளும் அளித்து அம்பிக்குப் பதில் மரியாதை செலுத்தினார் அலெக்சாண்டர்.

அலெக்சாண்டருக்குப் பரிசுப் பொருள்களை வழங்கும் அம்பி

போரிட வேண்டிய இருவரும் ஆரத்தழுவிக்கொண்டனர். இனி நீங்கள் என் விருந்தினர் என்று அம்பி சொல்லிவிட, அவர் உபசரிப்பை ஏற்றுக்கொண்டதோடு நில்லாமல் தட்சசீலத்தில் இருந்தவரை அவர் மாளிகையைத் தனது தலைமையகமாகவே நிர்மாணித்துக்கொண்டார் அலெக்சாண்டர். இது நடந்தது பொஆமு 329 இல்.

கிரேக்கர்கள் அம்பியை 'ஓம்ஃபிஸ்' என்று அழைத்தனர். தட்சசீலம் அவர்களுக்கு டக்ஸிலா. பேரும் புகழும் பெற்ற முக்கியமான நகரம் அது. தட்சசீலத்தில்தான் முதல் முதலில்

மகாபாரதம் ஓதப்பட்டதாம். கிழக்கே காந்தாரம் (இன்றைய காபூல்), மேற்கே மகதப் பேரரசுக்கு உட்பட்ட ஆட்சிப் பகுதி. கிழக்கே கங்கைச் சமவெளி. காந்தாரத்தை அலெக்சாண்டர் ஏற்கெனவே கைப்பற்றிவிட்டார். இப்போது அவருக்குத் தேவை பஞ்சாப். அதுவும் கிழக்கு பஞ்சாப் மட்டும். காரணம் மேற்கு பஞ்சாப் அம்பியின் தட்சசீலத்தோடு இணைந்திருந்தது. கிழக்கு பஞ்சாபையும் கைப்பற்றிவிட்டால் அந்தப் பகுதி முழுக்க என்னுடையது என்று சொல்லிக்கொள்ளமுடியும். அதற்கு அம்பியின் உதவி அலெக்சாண்டருக்குத் தேவைப்பட்டது. ஓ, தாராளமாக என்று அம்பியும் சொல்லிவிட்டதால் அவரோடு இணைந்து கிழக்கு பஞ்சாப் மீது போர் தொடுக்க முடிவெடுத்தார் அலெக்சாண்டர்.

ஓர் அந்நியருடன் இணைந்து மற்றோர் இந்திய மன்னருக்கு எதிராகப் போர் தொடுக்க அம்பி ஒப்புக்கொண்டது ஏன்? அலெக்சாண்டருக்கு அஞ்சி இவ்வாறு செய்தாரா? இல்லை. கிழக்கு பஞ்சாப் அம்பியின் பகை நாடு என்பதால் அலெக்சாண்டரின் உதவியோடு தன் பகைவரை வெல்ல அம்பி முடிவு செய்தார். அம்பியும் அலெக்சாண்டரும் இணைந்து வீழ்த்த விரும்பிய அந்தப் பகைவர் போரஸ். கிரேக்கக் குறிப்புகளில் காணப்படும் இரண்டாவது முக்கிய மன்னர் இவர்.

யார் இந்த போரஸ்? புருஷோத்தமன் என்னும் பெயரின் கிரேக்க வடிவம்தான் போரஸ். பர்வதேஸ்வரர் என்னும் பெயரும் இவருக்கு உண்டு. இவருடைய பின்னணியைத் தேடத் தொடங்கினால் அது புராணங்களுக்கே இட்டுச் செல்கிறது. பாகவதத்திலும் மகாபாரதத்திலும் புரு மன்னர் இடம்பெறுகிறார். வடக்கில் அஸ்தினாபுரத்தைத் தலைநகராகக் கொண்டு ஆண்டு வந்த குரு நாட்டின் மன்னன் புருவின் மகன்தான் புருஷோத்தமன். புரு வம்சத்தின் வழித்தோன்றல்கள் பௌரவர்கள் என்று அழைக்கப்பட்டனர். பாண்டவர்களும் கௌரவர்களும் பௌரவர் குலத்தைச் சேர்ந்தவர்கள்தாம். புருஷோத்தமனின் தந்தை புருவாக இருந்திருக்கலாம். ஆனால், அவர் புராண புரு வம்சத்தைச் சேர்ந்தவர் என்பதற்கு ஆதாரங்களில்லை.

ஜீலம் நதியிலிருந்து (இதை ஹைடாஸ்பஸ் என்று கிரேக்கர்கள் அழைத்தனர்) செனாப் நதி வரையிலான பகுதிகளை போரஸ் ஆண்டுவந்தார். அம்பிக்கு நேர் எதிரானவராக இருந்தார். யார் அலெக்சாண்டர்? அவர் வந்தால் நான் ஏன் அஞ்சவேண்டும்?

எப்படி என் நாட்டை ஆக்கிரமிக்கிறார் என்று நானும் பார்த்துவிடுகிறேன் என்று வாளை உயர்த்திப் பிடித்தார் போரஸ். அவர் பலம் எப்படிப்பட்டது? கிரேக்கக் குறிப்புகளில் வழக்கம்போல் ஒரு சிட்டிகை மிகை கலந்தே இருக்கிறது. 30,000 காலாட் படையினர், 4,000 குதிரை வீரர்கள், 300 போர் ரதங்கள், 200 யானைகள் கொண்ட பெரும் படையை போரஸ் திரட்டி வந்தாராம்.

இந்த மிகைக்கான காரணத்தை யூகிப்பது கடினமல்ல. போரஸின் வலிமையைப் பெருக்கிக் காட்டினால்தானே, இத்தனை பெரிய படையை எங்கள் அலெக்சாண்டர் முறியடித்திருக்கிறார் பார்த்தாயா என்று பெருமிதம் கொள்ளமுடியும்? படை பலத்தில் வேண்டுமானால் மிகை இருக்கலாம், போரஸின் வீரத்தை நிச்சயம் சந்தேகிக்க முடியாது. வழியெங்கும் வெற்றியைத் தவிர வேறெதையும் சந்தித்திராத ஓர் அந்நிய மன்னரை எதிர்த்து நிற்பது என்பது நிச்சயம் எளிதல்ல. போரஸ் வரலாற்றில் நிலைத்து நிற்பதற்குக் காரணம் இதுவே.

ஜீலம் தெற்கு நதிக்கரையில் போரஸ் அலெக்சாண்டருக்காகக் காத்திருந்தார். அலெக்சாண்டர் நினைத்ததைவிடவும் போரஸின் நிலத்தை அடைவது கடினமானதாக இருந்தது. முதல் சவால் வனப் பிரதேசத்தைக் கடப்பது. கொட்டும் மழையில் இரவோடு இரவாகப் பெரும் படைகளை வழிநடத்தி வனத்தைக் கடந்தார் அலெக்சாண்டர். அடுத்து ஆழமும் அகலமும் கொண்ட ஜீலத்தைக் கடக்கவேண்டும். இது போதாதென்று வெள்ளப் பெருக்கும் தொடங்கியிருந்தது. பேய் போல் ஆறு கொந்தளித்துக் கொண்டிருந்தது. தன்னுடன் இருந்த திறமைவாய்ந்த பொறியாளர்களைக் கொண்டு விறுவிறுவென்று படகுகளை உருவாக்கினார் அலெக்சாண்டர். ஆற்றங்கரையில் கிட்டத்தட்ட ஒரு தொழிற்சாலை போல் பணியாளர்கள் இயங்க ஆரம்பித்தனர். விரைவில் 15,000 வீரர்களும் 5,000 குதிரைகளும் கடந்து செல்லும் வகையில் படகுகள் பிறந்து வந்தன.

ஜீலம் ஆற்றின் ஒரு பக்கம் அலெக்சாண்டர். மறுபக்கம் போரஸ். இருவரிடமும் உளவாளிகள் இருந்தனர். போரஸ் எந்த அளவுக்குத் தயாராக இருக்கிறார் என்பதை அலெக்சாண்டரும் கிரேக்கப் படைகள் எப்படி நெருப்பு போல் படகுகளைக் கட்டிக்கொண்டிருக்கின்றன என்பதை போரஸும் நன்கு அறிந்திருந்தனர்.

அலெக்சாண்டரிடம் சரணடையும் போரஸ்

அலெக்சாண்டரின் ‘வெற்றி நாணயம்’ –
அலெக்சாண்டருடன் சண்டையிடும் போரஸ்

அலெக்சாண்டர் சில தந்திரங்களையும் கையாண்டார். ஆற்றைக் கடக்கிறோம், கடக்கிறோம் என்று சொல்லிக்கொண்டே வேறொரு வழியாகச் சுற்றிக்கொண்டு வந்து போரஸைப் பின்பக்கத்திலிருந்து தாக்கினால் என்ன? சில ஆள்களைக் கொண்டு பாலம் கட்டுவது போல் நடிக்க வைத்து நாடக மாடினால் என்ன? கிரேக்கர்கள் பாலம் கட்டி முடிக்க நேரம் பிடிக்கும் என்று போரஸின் வீரர்கள் இளைப்பாறும் நேரத்தில், படகுகளில் சென்று இறங்கி சரமாரியாகத் தாக்கி அழித்துவிட முடியும் அல்லவா? தன்னைப் போலவே ஒருவருக்கு வேடம் அணிவித்து அவரைக் கூடாரத்துக்குள் இருக்கச் சொல்லிவிட்டு, வேறொரு படையோடு போரஸைச் சென்று இரவோடு இரவாகத் தாக்கினால் என்ன?

போரஸ் எந்தத் தந்திரங்களுக்கும் பலியாகவில்லை. நீ எந்தப் பக்கத்திலிருந்து வந்தாலும் காத்திருக்கிறேன், வா என்று பொறுமை காத்தார். அலெக்சாண்டரும் போரஸும் ஜீலம் நதிக்கரையில் சந்தித்துக்கொண்டனர். முதல் பார்வையிலேயே அலெக்சாண்டருக்குத் திகைப்பு, அதிர்ச்சி. ஆ, மலை போல் அசைந்து அசைந்து வரும் இந்த விலங்குதான் அரிஸ்டாட்டில் சொன்ன யானையா? காலா அது, தூண் போல் எவ்வளவு உறுதி! முன்னால் தொங்கிக்கொண்டிருப்பது என்ன தும்பிக்கையா? இதன் மீது எப்படி இந்தியர்கள் பயப்படாமல் உட்கார்ந்திருக் கிறார்கள்? கீழே தள்ளாதா? அலெக்சாண்டரைவிடவும் கிரேக்கக் குதிரைகள் யானையைக் கண்டு அஞ்சித் திமிறின. பலர் தூக்கி வீசப்பட்டனர். யானை தனது எதிரிகளை எப்படித் தும்பிக்கையால் பிடித்து கரும்பு போல் பிழிந்து தூர வீசுகிறது என்பதை கிரேக்கர்கள் திகிலோடு எழுதினர். யானையின் கால்களில் சிக்காதவர்கள் தந்தத்தால் குத்திக் கிழிக்கப்பட்டனராம்.

அலெக்சாண்டரும்கூட மூக்கு நிலத்தில் படும்படி கீழே விழுந்ததாக ஒரு குறிப்பு சொல்கிறது. அதற்குக் காரணம் போரஸின் மகன் அலெக்சாண்டரின் குதிரையைக் கொன்று வீழ்த்தியதுதான். மகன் இப்படி என்றால் தந்தையின் வீரம் அலெக்சாண்டரை மிரள வைத்தது. இதுவரை களத்தில் சந்தித்த எந்த மன்னரைப் போலவும் இல்லை போரஸ். இறுதி நொடி வரை சளைக்காமல் போராடினார். போரஸின் வீரர்கள் வில் வித்தையில் பெற்றிருந்த தேர்ச்சியை கிரேக்கர்கள் பத்திப் பத்தியாக எழுதி வியந்தனர். அலெக்சாண்டர் தன் வாழ்நாளில் எதிர்கொண்ட வீரஞ்செறிந்த இறுதிப் போர் இதுவே.

உடலெல்லாம் காயங்களோடு தள்ளாடி நடந்துவந்த போரஸ் சிறைப்பிடிக்கப்பட்டார். உங்களை எப்படி நடத்துவது என்று அலெக்சாண்டர் கேட்டபோது, 'ஒரு மன்னரைப் போல்' என்று நடுங்காத குரலில் பதிலளித்திருக்கிறார் போரஸ். அலெக்சாண்டரை இந்தப் பதில் உலுக்கியது. ஆக்கிரமித்த பகுதிகளை போரஸிடம் ஒப்படைத்துவிட்டு, அவரையே தன்னுடைய சத்ரப்பாக நியமித்தார் அலெக்சாண்டர்.

இந்தியாவைவிட்டு வெளியேறும்போது இந்திய மன்னர்கள் குறித்து ஒரு சித்திரம் கிரேக்கர்கள் மனதில் உருவாகியிருந்தது. இந்திய மன்னர்கள் அமைதியானவர்கள். அவர்களுக்குப் பேராசைகள் கிடையாது. இன்னொரு நாட்டை ஆக்கிரமிக்க வேண்டும் என்றுகூட அவர்கள் நினைப்பதில்லை. அநாவசியமாக எந்த வம்பு தும்புக்கும் அவர்கள் போவதில்லை. முற்றும் துறந்தவர்களின் நிலத்தில் வாழ்வதாலோ என்னவோ அவர்களும் கூட ஒரு வகை சாதுக்களாகவே இருக்கிறார்கள். முழு உலகமும் போதாது என்று நாம் துடித்துக்கொண்டிருக்க, அவர்களோ தங்களிடமுள்ள ஒரு துண்டு நிலத்தை உலகமே இதுதான் என்பது போல் அடக்கத்தோடு ஆண்டுகொண்டிருக்கிறார்கள். எல்லாவற்றையும்விட இதுதான் எங்களுக்குப் பேரதிசயமாக இருக்கிறது.

- 13 -

ஒரு கிரேக்கக் காதல்

இப்போது இந்தியாவுக்கு இன்னொரு பெயர் கிடைத்திருந்தது. அலெக்சாண்டரையே திகைக்க வைத்த, அவராலும்கூட முழுக்க வெல்ல முடியாத நிலம். இந்தியா மீதான கிரேக்கர்களின் மயக்கத்தை இது மேலும் அதிகரித்தது.

அலெக்சாண்டர் எதிர்பாராத வகையில் தனது 32 ஆவது வயதில் இறந்ததைத் தொடர்ந்து மாசிடோனியப் பேரரசு தடுமாற ஆரம்பித்தது. அலெக்சாண்டருக்கு வாரிசு இல்லாததால் அவர் குடும்பத்தைச் சேர்ந்த பலரும் நான், நான் என்று பதவிப் போட்டியில் குதித்தனர். அறிந்தவர்கள், தெரிந்தவர்கள், எதிரிகள், நண்பர்கள், துரோகிகள், சந்தர்ப்பவாதிகள் என்று வேறு பலரும்கூடப் போட்டியில் இருந்தனர். சத்தம் போடாமல் உள்ளே நுழைந்து, போட்டியிட்ட அனைவரையும் ஒவ்வொருவராக அகற்றிவிட்டு அலெக்சாண்டரின் இடத்தில் தன்னை வெற்றிகரமாகப் பொருத்திக்கொண்டார் செல்யூகஸ் நிகாடர்.

அலெக்சாண்டரால் நியமிக்கப்பட்ட ராணுவ ஜெனரல்களில் ஒருவர் செல்யூகஸ். அலெக்சாண்டர் இருந்தவரை இவரை யாரும்

பெரிதாகக் கண்டுகொண்டது போல் தெரியவில்லை. சிறந்த வீரர் என்பது போக எந்த வகையிலும் தனித்துவமானவர் அல்லர். அவரைப் பற்றிய ஒரு கதை இது. ஒரு நாள் அலெக்சாண்டருக்கு அளிப்பதற்காகக் காளை மாடொன்றைச் சிலர் இழுத்து வந்தார்களாம். திடீரென்று கட்டை அவிழ்த்துக்கொண்டு காளைச் சீறிப் பாய, அனைவரும் அஞ்சி பின்வாங்கியிருக்கிறார்கள். செல்யூகஸ் அச்சமின்றி காளை மாட்டை நெருங்கியதோடு, வெறுங்கையால் அதை அடக்கி அனைவரையும் ஆச்சரியப் படுத்தியிருக்கிறார்.

நிகாடர் என்னும் கிரேக்கச் சொல்லுக்கு வெற்றி என்று பொருள். செல்யூகஸுக்கு அளிக்கப்பட்ட பொருத்தமான அடை மொழிதான் இது என்பதை உணர்த்தும் வகையில் அவர் பெயரைச் சொல்லிக்கொண்டு ஒரு பேரரசு அசாத்திய பலத்தோடு 150 ஆண்டுகளுக்கு நிலைத்து நின்றது. அலெக்சாண்டரின் அரியணையில் அமர்ந்த செல்யூகஸ் புதிய நிலங்களைப் போரிட்டு ஆக்கிரமிப்பதைவிட, ஏற்கெனவே அலெக்சாண்டர் விட்டுச் சென்றிருக்கும் பகுதிகளைச் சிதறவிடாமல் காப்பதே தன்னுடைய முதன்மையான பணி என்பதை உணர்ந்திருந்தார்.

எந்தெந்த பகுதிகளெல்லாம் ஒழுங்காக மாசிடோனியாவுக்குக் கட்டுப்பட்டு இருக்கின்றன, எவை நழுவிக்கொண்டிருக்கின்றன என்று செல்யூகஸ் கவனித்தபோது கிழக்கில் இந்தியா ஒரு குட்டி காளை போல் திமிறிக்கொண்டிருந்ததை அவர் கவனித்தார். அலெக்சாண்டர் ஆக்கிரமித்து வைத்திருந்த பகுதிகள் எல்லா வற்றையும் புதிதாக அமைந்திருக்கும் 'சந்திரகூடாஸ்' பேரரசு மீட்டுவிட்டதாம். அவர்கள் யாராக இருந்தால் என்ன? நிகாடர் எனும் பெயர் கொண்ட என்னால் வெல்ல முடியாத அரசு இந்த உலகில் இருக்கிறதா என்ன? அலெக்சாண்டர் இந்தியா வந்தபோது செல்யூகஸும் அவர் படையில் இருந்தார். இருபது ஆண்டுகளுக்குப் பிறகு இரண்டாவது முறையாக இன்னொரு போருக்காக அவர் இந்தியாவை நோக்கிப் புறப்பட்டார்.

சிந்து நதியைக் கடந்து இந்தியா வந்தடைந்தார். அதன்பின் நடந்தது குறித்து மிகவும் மங்கலான ஒரு சித்திரம்தான் கிடைக்கிறது. இரண்டாண்டுகள் செல்யூகஸ் இந்தியாவில் இருந்திருப்பதாகத் தெரிகிறது. அவர் படைகளும் சந்திரகூடாஸ் படைகளும் எங்கே சந்தித்துக்கொண்டன? எப்படிப் போரிட்டன? தெரியாது. ஒரு கட்டத்தில் கிரேக்கமும் இந்தியாவும் பேச்சு வார்த்தை நடத்தத் தொடங்கியதாகத் தெரிகிறது. இதன்மூலம்

நமக்குத் தெரிவது ஒன்றுதான். செல்யூகஸுக்கு இந்தியாவில் வெற்றி கிடைக்கவில்லை. கிடைத்திருந்தால் இறங்கிவந்து பேச்சுவார்த்தை நடத்தவேண்டிய அவசியம் ஏன் நேரவேண்டும்?

செல்யூகஸால் பழைய பகுதிகளை மீட்க முடியவில்லை என்பது போக புதிதாகப் பலவற்றையும் அவர் இந்தியாவிடம் இழந்திருந்தார். காந்தாரம் தொடங்கி இன்றைய ஆப்கனிஸ்தான், பாகிஸ்தானுக்கு உட்பட்ட பல பகுதிகளைச் சந்திரகூடாஸ் பேரரசு கிரேக்கர்களிடமிருந்து வென்றெடுத்திருக்கிறது. பதிலுக்கு, 500 போர் யானைகளை மட்டும் செல்யூகஸ் பெற்றிருக்கிறார். எது ஓங்கிய கை, எது தாழ்ந்த கை என்பது வெளிப்படையாகத் தெரிகிறது அல்லவா? யானைகளை ஓட்டிக்கொண்டு செல்யூகஸ் ஊர் திரும்பினார் என்பதோடு நிறுத்திக்கொள்கிறது வரலாறு.

எங்கே வரலாறு தேங்குகிறதோ அங்கே கற்பனை எனும் பறவை நீளச் சிறகு விரித்துப் பறக்க ஆரம்பிக்கிறது. ஹெலனாவை இந்தப் பறவைதான் நமக்கு அறிமுகம் செய்கிறது. இந்தியா நாம் நினைத்தது போல் இல்லை என்பதை உணர்ந்த செல்யூகஸ் எப்படியாவது அவர்களோடு நல்லுறவு ஏற்படுத்திக்கொள்ள துடித்தாராம். ஒப்பந்தம் போட்டுக்கொள்ளலாம்தான். ஆனால், அது எத்தனை காலம் தாங்கும் என்று சொல்ல முடியாது அல்லவா? எனவே தன் மகள் ஹெலனாவை இந்திய மன்னருக்கு மணம் முடிக்க முடிவு செய்தார். செல்யூகஸுக்கும் அவருடைய பாரசீக மனைவிக்கும் பிறந்த அழகிய பெண்தான் ஹெலனா. அப்பா சொன்னதும் மறுபேச்சு பேசாமல் ஹெலனா சந்திரகூடாஸ் மன்னரை மணந்துகொண்டார். கிரேக்கமும் இந்தியாவும் ரத்த உறவுமூலம் கைகுலுக்கிக்கொண்டன.

இனி வருவது இன்னொரு பறவையின் கதை. இதன்படி, ஒரு நாள் இந்திய மன்னரான சந்திரகூடாஸ், ஜீலம் ஆற்றங்கரையைக் கடந்து செல்லும்போது ஓர் அழகிய இளம் பெண்ணைக் கண்டார். காதல் பூரித்து வந்திருக்கிறது. விசாரித்தபோது அவர் பெயர் ஹெலனா என்றும் அவர் ஒரு கிரேக்க இளவரசி என்றும் தெரிந்துகொண்டார். கிரேக்கமோ பாரசீகமோ எனக்குத் தெரியாது. ஹெலனாவை மணந்துகொண்டே தீரவேண்டும். அதற்கு என்ன வழி என்று கேட்டபோது அமைச்சர் சொல்லி இருக்கிறார். 'மன்னா, ஹெலனாவின் தந்தையான செல்யூகஸ் வடக்கில் பல பகுதிகளை ஏற்கெனவே ஆக்கிரமித்து வைத்திருக்கிறார். ஹெலனாவை வெல்லவேண்டுமானால் அவள் தந்தையை முதலில் நீங்கள் வென்றாகவேண்டும்!'

ஹெலனாவுக்காக எதையும் செய்வேன் என்று முழங்கிய சந்திரகூடாஸ், உடனடியாகத் தன் படைகளைத் திரட்டிக்கொண்டு செல்யூகஸ் மீது போர் தொடுத்தார். வடக்கில் கிரேக்கத்தின் கட்டுப்பாட்டில் இருந்த பகுதிகள் ஒவ்வொன்றையும் இந்தியா வென்றெடுத்தது. இறுதியாக செல்யூகஸைத் தன் அரண்மனைக்கு அழைத்து வந்த சந்திரகூடாஸ், உன் மகளை எனக்கு மணம் முடித்து வைக்க இப்போதாவது ஒப்புக்கொள்கிறாயா என்று கேட்க, வேறு வழியின்றி தந்தை ஒப்புக்கொண்டார்.

இதற்கிடையில் சந்திரகூடாஸ் ஹெலனாவுக்குத் தூது விட்டுக் கொண்டே இருந்தார். ஒவ்வொரு நாளும் அவருடைய காதல் கடிதங்களைச் சுமந்துகொண்டு இந்தியப் புறாக்கள் ஜீலம் நதியைக் கடந்துகொண்டிருந்தன. ஹெலனாவும் ஒரு கட்டத்தில் இந்திய மன்னர்மீது காதல் வயப்படுகிறார். காதலை மீறி அச்சங்கள் அவரை இம்சித்தன. நானோ கிரேக்கப் பெண். இந்திய மன்னரை மணந்துகொண்டு என்னால் நிம்மதியாக வாழமுடியுமா? என் காதலன் ஓர் இந்து என்கிறார்கள். கிரேக்கக் கடவுள்களை வழிபடும் என்னால் ஓர் இந்துவோடு இணைந்து வாழமுடியுமா? என் கடவுள்களை அவர் சகித்துக்கொள்வாரா?

40 வயது சந்திரகூடாஸை (அவருக்கு ஏற்கெனவே மணமாகி இருந்தது) ஹெலனா மணந்துகொண்டபோது அவர் வயது 15 முதல் 17 வரை இருக்கலாம். ஹெலனா இவ்வளவெல்லாம் அஞ்சவேண்டியதே இல்லை என்னும் அளவுக்கு அவருடைய கணவர் அன்பானவராக இருந்தார். ஹெலனா கிட்டத்தட்ட ஓர் இந்தியப் பெண்ணாகவே அதன் பின் மாறிப்போனார். சமஸ்கிருதம் கற்றுத் தேர்ந்தார். செவ்வியல் இசையிலும் நடனத்திலும் மிளிர்ந்தார். பின்னாளில் வாரிசு சிக்கல் நேர்ந்துவிடக் கூடாது என்பதற்காக, சந்திரகூடாஸ் ஓர் ஏற்பாட்டைச் செய்திருந்தார். அதன்படி ஹெலனாவோடு அவருக்குப் பிறக்கும் குழந்தையால் அரியணை ஏற முடியாது. இந்திய மனைவியின் குழந்தைக்கே அந்த வாய்ப்பு அருளப்படும். எனக்கு உங்கள் காதல் தவிர வேறெதுவும் வேண்டாம் என்று சொல்லிவிட்டார் ஹெலனா. அதன்பின் இருவரும் மகிழ்ச்சியோடு வாழ்ந்தனர்.

நடந்தது காதல் திருமணம் என்று சிலரும், இல்லை அது ஓர் அரசியல் ஏற்பாடு என்று வேறு சிலரும் சொல்கிறார்கள். இந்திய மன்னரை மணந்துகொள்ளும்படி ஹெலனா அவர் தந்தையால் கட்டாயப்படுத்தப்பட்டதாகச் சிலர் குற்றம் சாட்டுகின்றனர்.

இருவருக்கும் ஒரு குழந்தை பிறந்ததாம். அது ஆண் குழந்தை என்று ஓரிடத்திலும் குழந்தையின் பெயர் ஜஸ்டின் என்று வேறோரிடத்திலும் குறிப்பிடப்படுகிறது. முரண்டு பிடித்த செல்யூகஸிடம் சென்று மணந்தால் இந்த இந்தியரைத்தான் மணப்பேன் என்று ஹெலனா ஒற்றைக் காலில் நின்று வாதிட்டு சாதித்துக்கொண்டதாகவும் ஒரு கதை உண்டு. ஹெலனா சூதுகள் நிறைந்தபெண்ணாகச் சில இடங்களில் காட்சியளிக்கிறார். இந்திய மன்னரை ஏமாற்றி, மயக்கி அவர் பேரரசைக் கையில் போட்டுக்கொள்கிறார். இல்லை, ஹெலனா தீயப் பெண் அல்ல. அவர் ஒரு நல்ல, அழகிய விஷக்கன்னி என்று கடவுளுக்கு நெருக்கமானவராகக் கொண்டு போகின்றன வேறு சில பதிவுகள்.

ஹெலனா இந்திய மன்னரை நேரில் காண்பதற்கு முன்பே அவர்மீது காதல் வயப்பட்டுவிட்டாராம். அவர் அனுப்பிய கடிதங்களைப் படித்துப் படித்துத் தன்னை முற்றாக இழந்து விட்டாராம். என் காதலன் யாராக வேண்டுமானாலும் இருக்கட்டும். அவன் எப்படி வேண்டுமானாலும் காட்சியளிக் கட்டும் என்று காத்திருந்தாராம். தந்தையை வென்ற கையோடு, என்னை மணந்துகொள்வாயா என்று சந்திரகூடாஸ் வந்து நின்று ஒரு நாள் கேட்டபோது, ஆம், நிச்சயம் என்று பூரிப்போடு தன் கரங்களை நீட்டியிருக்கிறார் ஹெலனா. இப்படி ஏராளமான ஹெலனா கதைகள் விரிகின்றன.

அலெக்சாண்டர் அல்ல, அவருடன் வந்த குழுவினர்தான் இந்தியா மீது வெளிச்சத்தைப் பாய்ச்சினர் என்று பார்த்தோம். அதே போல் செல்யூகஸ் நிகாடர் அல்ல, அவரால் இந்தியாவுக்கு அனுப்பி வைக்கப்பட் ஓர் அரசுத் தூதர்தான் நமக்கு முக்கியமானவராக இருக்கிறார். அவர், மெகஸ்தனிஸ். 'சந்திரகூடாஸ்' என்னும் பெயரை இவருடைய பதிவுகளில்தான் நாம் முதன் முதலில் காண்கிறோம். இந்த இந்திய மன்னர் யாராக இருக்கும் என்று பலரும் பலவிதமாக யோசித்தார்கள். கிரேக்கர்கள் பொதுவாக ஓர் இந்தியப் பெயரை எப்படியெல்லாம் இழுப்பார்கள், எந்த அளவுக்குச் சிதைப்பார்கள் என்பதையெல்லாம் கணக்கிட்டு கட்டுடைத்தபோது இறுதியில் கிடைத்த விடை, சந்திரகுப்த மௌரியர்! ஆவென்று வாய் பிளந்தது இந்தியா. மெகஸ்தனிஸின் பதிவுகள் முக்கியத்துவம் பெற ஆரம்பித்தது இந்தக் கண்டு பிடிப்புக்குப் பிறகுதான்.

- 14 -

மெகஸ்தனிஸின் இந்தியா

மெகஸ்தனிஸ் பற்றி நமக்கு உறுதியாகத் தெரிந்தவற்றைச் சுண்டு விரலில் எழுதிவிடமுடியும். இந்தியாவைக் கண்டுவரச் சொல்லி செல்யூகஸ் நிகாடரால் அனுப்பி வைக்கப்பட்டவர். கிரேக்கர். இண்டிகா என்னும் நூலை எழுதியவர். அவ்வளவுதான். செல்யூகஸ் எப்போது அவரை அனுப்பினார்? குறிப்பாக என்ன கண்டுவரச் சொன்னார்? ஏன் குறிப்பாக அவரை? இந்தியாவுக்கு எப்படி வந்தார், எப்போது? செல்யூகஸ் நிகாடர் வருவதற்கு முன்பே வந்துவிட்டாரா அல்லது அவர் வந்துபோன பிறகா? மெகஸ்தனிஸ் எழுதியிருக்கும் சில குறிப்புகளைப் பார்க்கும்போது அலெக்சாண்டருடன் சேர்ந்து வந்தவர் போல் ஒரு தோற்றம் ஏற்படுவது வெறும் மயக்கம்தானா? இந்தியாவில் எவ்வளவு காலம் தங்கியிருந்தார்? போகட்டும், கிரேக்கத்தில் எந்தப் பகுதியைச் சேர்ந்தவர்? அவர் குடும்பம் பற்றி நமக்கு என்ன தெரியும்? எப்படி செல்யூகஸ் நிகாடருக்கு நெருக்கமானவராக மாறினார்?

வரலாற்றாசிரியர்களிடம் கேட்டால் ஒவ்வொருவரும் ஒவ்வொரு விதமாகச் சொல்கிறார்கள். அல்லது ஒன்றுபோல் தெரியாது

என்று சொல்லிவிடுகிறார்கள். மெகஸ்தனிஸ் (பொஆமு 350-290) எழுதிய இண்டிகா நமக்குக் கிடைக்கவில்லை. அந்நூலிலிருந்து மற்றவர்கள் காட்டும் மேற்கோள்களை மட்டுமே தொகுக்க முடிந்திருக்கிறது. (இதுவரை நாம் பார்த்த அத்தனை கிரேக்கர்களுக்கும் இதே கதைதான்). இருந்தாலும் வேறெந்த கிரேக்கரைக் காட்டிலும் இந்தியாவை அதிகம் புரிந்துகொண்டவர் மெகஸ்தனிஸ்தான் என்பதை அவருடைய மேற்கோள்களே தெளிவாக உணர்த்திவிடுகின்றன.

மெகஸ்தனிஸின் பதிவுகளைப் பார்க்கும்போது ஒன்று நிச்சயமாகத் தெரிகிறது. இந்தியா குறித்து அதற்குமுன்பு எழுதப்பட்ட முக்கியப் பதிவுகள் அனைத்தையும் வாசித்துமுடித்து, முழுமையாகத் தன்னைத் தயார்படுத்திக்கொண்ட பிறகே அவர் புதிதாக எழுதத் தொடங்கியிருக்கிறார். ஹெரோடோட்டஸ் தொடங்கி அலெக்சாண்டரின் குழுவினர் வரை இந்தியாவை எழுதிய அனைவருக்கும் வட மேற்கு பகுதியும் பஞ்சாபும்தான் முழு இந்தியா. சிந்துதான் அவர்களுக்குத் தெரிந்த ஒரே மிகப் பெரும் இந்திய நதி. இந்தியாவின் நிலப்பரப்பை விவரிக்கும் போது அவர்கள் இந்த வரையறைக்குள் முடித்துக்கொண்டு விடுவார்கள். இந்த எல்லைகளையும் வரையறைகளையும் முதல் முறையாக உடைத்துக்கொண்டு இந்தியாவின் இதயத்துக்குள் புகுந்தவர் மெகஸ்தனிஸ்.

எல்லோரையும்போல் மெகஸ்தனிஸும் இந்தியாவின் புவியியலை விவரிப்பதில்தான் தொடங்குகிறார். எல்லோரையும் போல் அவரும் இந்தியாவின் வட மேற்குப் பகுதியைத்தான் முதலில் எடுத்துக்கொள்கிறார். ஆனால், அப்படிச் செய்யும்போது மற்றவர்கள் எழுதியதையே மீண்டும் எழுதிக்கொண்டிருக்காமல் அவர்கள் தவறவிட்ட அல்லது பிழையாகப் புரிந்துகொண்ட இடங்களை மட்டும் ஒவ்வொன்றாகச் சுட்டிக்காட்டுகிறார். ஏதோ ஒன்று போதுமான அளவுக்கு விவரிக்கப்படவில்லை என்று தோன்றினால், அங்கே மட்டும் கூடுதலாகக் குறிப்புகள் கொடுக்கிறார். எதையெல்லாம் மற்றவர்கள் தொடவே இல்லையோ அதையெல்லாம் புதிதாக எழுதுகிறார். நீங்கள் ஏற்கெனவே படித்ததை மீண்டும் சொல்லி உங்களைப் படுத்தமாட்டேன் என்று வாசகர்களுக்கு மெகஸ்தனிஸ் உறுதிமொழி கொடுப்பது போல் இருக்கிறது.

நதிகளும் மலைகளும் ஆறுகளும் சூழ்ந்த அழகிய இடம் இந்தியா என்கிறார் மெகஸ்தனிஸ். சிந்து நதி உங்களுக்கெல்லாம் தெரியும்.

அது எகிப்தின் நைல் நதியைக் காட்டிலும் நீளமானது என்பதை அறிவீர்களா? இந்திய நிலத்தில் விளையாத தாவரம் எதுவுமில்லை. எங்கும் பசுமை, எதிலும் பசுமை. நீண்டு வளர்ந்திருக்கும் மலைகள்கூடப் பூத்துக் குலுங்குகின்றன. எல்லா வகையான கனிகளும் மலைகளில் விளைகின்றன. ஓர் அழகிய மலையின் அடிவாரத்தில் சலசலவென்று நதி பாய்ந்தோடினால் எப்படி இருக்கும் என்று கற்பனை செய்து கொள்ளுங்கள்! உன்னைவிட்டுப் பிரிய மாட்டேன் என்று ஒவ்வோர் ஆறும் ஒரு மலையோடு கைகோத்துக் கொண்டு மகிழ்ச்சியோடு வாழ்கின்றன. ஒரு படி மேலே போய் மலையிலிருந்தே பாய்ந்து வரும் ஆறுகளையும் கண்டேன் என்று சிலிர்க்கிறார் மெகஸ்தனிஸ்.

நைல் நதிக்குப் பிறகு உலகிலேயே பெரிய நதி, சிந்து. சிந்து நதிக்குச் சற்றும் குறைவில்லாத அளவுக்கு நீளமானது கங்கை. சிந்துவை ஒட்டி ஒரு நிலப்பரப்பு இருப்பதுபோல் கங்கையை ஒட்டி கங்கைச் சமவெளிப் பகுதி நீண்டிருக்கிறது. நதிக்கு அருகில் மக்கள் தங்கள் குடியிருப்புகளை அமைத்துக்கொள்கிறார்கள். நீர், விளைச்சல் எதற்கும் குறைவில்லாத வாழ்வு. பெரும்பாலான நிலப்பகுதிகள் உயிர்ப்போடும் விளைச்சலுக்கு ஏற்றாற்போலவும் இருக்கின்றன. ஆண்டுக்கு இருமுறை நல்ல சாகுபடி கிடைக்கிறது. கோதுமை கிடைக்காத நேரங்களில் அரிசி கிடைக்கிறது. முதல் முறை மழை பொய்த்தால் இரண்டாவது முறை அடித்துப் பின்னுகிறது.

பருப்புகளும் பல வகை தானியங்களும் எல்லா இடங்களிலும் வளர்ந்து குலுங்குகின்றன. எல்லாவிதமான பூச்சிகளும் பறவைகளும் விலங்குகளும் எல்லா வண்ணங்களிலும் எல்லா வடிவங்களிலும் செழிப்பாக வாழ்கின்றன. புழு முதல் மனிதன் வரை எல்லா உயிர்களுக்கும் இந்திய பூமி உணவுகளை வாரி வழங்குகிறது. என்னென்ன உணவுப் பொருள்கள் கிடைக்கின்றன என்று பட்டியலிட ஆரம்பித்தால் இடம் இருக்காது. பசி என்றோ பஞ்சம் என்றோ இந்தியாவில் யாரும் முனகுவதில்லை. எனக்கு அது கிடைக்கவில்லை, இது கிடைக்கவில்லை என்று யாரும் யாரிடமும் குறைபட்டுக்கொண்டு நான் பார்த்ததில்லை என்கிறார் மெகஸ்தனிஸ்.

இயற்கையின் கதகதப்பில்தான் இந்தியர்கள் வாழ்கிறார்கள், வளர்கிறார்கள். இயற்கைதான் அவர்களுக்கு உணவூட்டுகிறது. இயற்கைதான் அரணாக இருக்கிறது. மலைகளும் நதிகளும் ஆறுகளும் போட்டிப் போட்டுக்கொண்டு இந்தியாவைக் காவல்

காப்பதைக் காண்கிறேன். ஆக்கிரமிப்பதை விடுங்கள், பிற நாடுகள் நெருங்கி வருவதற்குக்கூடப் பெரிதும் அஞ்சுவதற்குக் காரணம் இந்தியாவின் தனித்துவமான இயற்கை அரண்.

அப்படியானால் பாரசீகர்கள் எப்படி வந்தார்கள், அலெக்சாண்டர் எப்படி வந்தார் என்று நீங்கள் கேட்கலாம். ஆம், வந்தார்கள். அவர்கள் இந்தியாவைக் கைப்பற்றவில்லையா என்றால் ஆம், கைப்பற்றினார்கள். ஆனால், கையளவு நீரை ஒரு சீசாவில் பிடித்து வைத்துக்கொண்டு இதுதான் இந்தியா. இனி இது என்னுடையது என்றல்லவா அவர்கள் முழங்கினார்கள்! அதையும்கூடச் சுலபமாகவா அவர்களால் செய்யமுடிந்தது என்று நினைக் கிறீர்கள்? அந்த ஒரு சீசாவாவது அவர்களிடம் தங்கியிருந்ததா என்றால் அதுவும் இல்லை. ஜீலம் ஆற்றைக் கடப்பதற்கு அலெக்சாண்டர் பட்ட துயரங்கள் கொஞ்சமா நஞ்சமா?

பாதுகாப்பு பற்றிப் பேசும்போது யானையைக் குறிப்பிடாமல் இருக்கமுடியுமா? லிபியாவிலும் யானை இருப்பதாகச் சொல்கிறார்கள். நல்ல, பெரிய யானை என்கிறார்கள். இந்திய யானையை ஒருமுறை பார்த்த எவரும் உலகில் இதைவிட வலிமையான, இதைவிட பிரம்மாண்டமான இன்னோர் உயிரினம் வேறெங்கும் இருக்கமுடியும் என்று தவறியும் சொல்ல மாட்டார்கள். இதுவரை மனிதன் போரில் ஈடுபடுத்திய விலங்குகளிலேயே சிறந்தது இதுதான். அந்த வகையில் இந்திய மன்னர்கள் கொடுத்து வைத்தவர்கள். யானைப் படை இருந்து விட்டால் போதும்; அந்நியராவது எதிரியாவது? ஒருவரும் எல்லை தாண்டி உள்ளே நுழைய முடியாது.

யார், யாரையெல்லாமோ அநாயசமாக முறியடித்த அலெக்சாண்டரால் ஏன் இந்தியாவை முழுமையாகக் கையகப் படுத்த முடியவில்லை? பல இந்திய மன்னர்களை வெல்ல முயன்ற அவரால் ஏன் தொடர்ந்து இந்தியாவுக்குள் ஊடுருவிச் செல்ல முடியவில்லை? நதிகளையும் மலைகளையும் ஆறு களையும் வென்ற அவரை, இறுதியாக எது தடுத்து நிறுத்தியது என்று நினைக்கிறீர்கள்? யானைதான். போரஸை வென்ற கையோடு அவர் குதிரையைத் திருப்பிக்கொண்டதற்குக் காரணம் மகதப் பேரரசரிடம் நான்காயிரம் யானைகள் இருந்த செய்தி அவரை வந்தடைந்ததுதான்.

ஒரு யானையால் எவ்வளவு பெரிய சேதாரத்தை ஏற்படுத்தமுடியும் என்பதைத் தனது சொந்தக் கண்களால் கண்டவர் அலெக்சாண்டர்.

அதுவரை அச்சமென்றால் என்னவென்றே தெரியாத அந்த மாவீரர் முதல் முறையாகக் குதிரைகளையும் மனிதர்களையும் தூக்கிப் போட்டுப் பிடித்துப் பந்தாடும் யானையைக் கண்டுதான் அஞ்சினார் என்பதை அறிவீர்களா? நான்காயிரம் யானைகள் ஒரே நேரத்தில் உங்களை நோக்கி அசைந்து, அசைந்து வரும் பயங்கரத்தை ஒரு விநாடி கற்பனை செய்து பாருங்கள். அதன்பிறகு இந்தியாவை ஆக்கிரமிக்கும் கனவு உங்களுக்கு ஒருமுறைகூடத் தோன்றாது.

நிலத்துக்கு மேலே மட்டுமல்ல, அடியிலும் வளம் கொட்டிக் கிடக்கிறது. தங்கம், வெள்ளி, இரும்பு, செம்பு, இன்னும் என்ன வேண்டும் என்று சொல்லுங்கள். அலங்கார நகை வேண்டு மானாலும் சரி, ஆளைக் கொல்லும் ஆயுதம் வேண்டுமானாலும் சரி. எடுத்து, உருக்கி, வளைத்து மாயம் போல் கச்சிதமாகச் செய்து முடித்து இந்தா என்று நீட்டுகிறார்கள்.

மெகஸ்தனிஸைப் பொருத்தவரை இந்தியாவின் புறமும் அகமும் ஒன்றுதான். புறம் எழிலோடு இருப்பதால் அதன் அகமும் எழிலோடு இருக்கிறது. எது இந்தியாவை அழகாக்குகிறதோ அதுவே அதனைப் பாதுகாக்கவும் செய்கிறது. அதாவது, இயற்கையின் அணைப்பில் இருப்பதால் இந்தியா பாதுகாப்பாக இருக்கிறது. பாதுகாப்பான நிலமாக இருப்பதால் அது தன் எழிலைத் தக்க வைத்துக்கொண்டிருக்கிறது. சுத்தமான காற்றும் சுவையான நீரும் மிகுந்திருக்கும் ஓரிடத்தில் வாழும் மனிதர்கள் எப்படி இருப்பார்கள்? அவர்களுக்குக் கைவராத கலைகள் ஏதேனும் இருக்கமுடியுமா? நிலம் எப்படியோ அப்படிதானே மனிதர்களும் இருப்பார்கள்? ஆக, இந்தியர்கள் எல்லாவற்றிலும் ஒரு படி மேலே இருப்பதற்குக் காரணம் அவர்களுடைய சூழல்தான் என்று வாதிடுகிறார் மெகஸ்தனிஸ். அவர்களிடம் ஒருவிதப் பெருமிதம் நிறைந்திருப்பதைக் காணமுடிகிறது. தன்னிறைவோடு அவர்கள் வலம் வருகிறார்கள். இந்தத் தன்னிறைவே அவர்களுக்குத் துணிவை வழங்குகிறது.

அந்தத் துணிவை அவர்கள் எப்படிப் பயன்படுத்துகிறார்கள் என்பது எல்லாவற்றையும்விட முக்கியமானது என்கிறார் மெகஸ்தனிஸ். உலகெங்கும் போர்கள் நடைபெற்று வருவதைப் பார்க்கிறோம். ஆனால், இந்தியர்கள் போரின் பெயரால் நிலத்தை அழிப்பதில்லை. இன்னொரு நிலத்தின் வளத்தைச் சுரண்டுவதிலோ அழித்தொழிப்பதிலோ அவர்களுக்கு ஆர்வம்

இல்லை. பக்கத்தில் மன்னர்களுக்கு இடையில் போர் நடைபெறும் தருணங்களில்கூட மக்களால் அச்சமின்றி நிலத்தில் பணியாற்றமுடிகிறது. அச்சமின்றி கால்நடைகளைப் பராமரிக்க முடிகிறது. அச்சமின்றி தங்கள் அன்றாட பணிகள் அனைத்தையும் செய்துகொள்ளமுடிகிறது. போர் அவர்கள் வாழ்வில் குறுக்கிடுவ தில்லை. அவ்வாறு குறுக்கிடுவதை அவர்கள் அனுமதிப்பதும் இல்லை. அதனால்தான் இந்தியா இந்தியாவாக இருக்கிறது.

- 15 -

இரு கிரேக்கக் கடவுள்கள்

இந்தியா பரந்து விரிந்த நாடு என்பதும் அதில் பல்வேறு இனக்குழுக்கள் வசிக்கிறார்கள் என்பதும் உண்மை. அப்படியானால் இங்கே பல்வேறு அந்நிய நிலங்களைச் சேர்ந்தவர்கள் திரண்டிருப்பார்கள் என்று நினைத்தால் அது தவறு. இந்தியாவில் மொத்தம் 118 விதமான குழுக்கள் வசிக்கிறார்கள். அவர்கள் அனைவரும் இந்தியர்கள். இந்தியாவில் நான் பார்த்தவரை ஒரேயோர் அந்நியர்கூட இல்லை. இங்கே வசிப்பவர்கள் எல்லோரும் இங்கேயே பிறந்து, வளர்ந்தவர்கள். இந்தியாவில் அந்நியக் குடியேற்றங்கள் இல்லை. அதே போல், அந்நிய நிலங்களில் குடியேறிய இந்தியர்களையும் நீங்கள் காண முடியாது. இந்தியா அடிப்படையில் இந்தியர்களின் நிலம் மட்டுமே என்கிறார் மெகஸ்தனிஸ்.

இந்தியாவுக்கென்று ஒரு வரலாறு இருக்கிறது. சுருக்கமாக அதனை விவரிக்கிறார் மெகஸ்தனிஸ். முன்பொரு காலத்தில் இந்தியர்கள் பழங்குடிகளாக இருந்தனர். விலங்குகளை வேட்டையாடி அப்படியே பச்சையாகக் கடித்துத் தின்றனர். இயற்கையாக விளைந்த கனிகளையும் காய்களையும் உண்டனர்.

நாடோடிகள் போல் திரிந்தனர். விலங்கு தோலை ஆடையாக எடுத்து அணிந்துகொண்டனர். இந்நிலையில் ஒரு மாயம் நடந்தது. இந்தியா மாறத் தொடங்கியது. மக்கள் நிலையாக ஓரிடத்தில் தங்கி ஒரு சமூகமாகத் திரள ஆரம்பித்தனர். கலைகளும் இன்ன பிற துறைகளும் வளர்ச்சியடைந்தன. கடவுள்களை வழிபடத் தொடங்கினர். மெல்ல, மெல்ல இன்றுள்ள நிலைக்கு வந்து சேர்ந்தனர்.

சரி, இந்தியாவைத் தலைகீழாக மாற்றும் வகையில் அப்படி என்ன மாயம் நடந்தது? இந்த இடத்தில்தான் ஒருவரும் எதிர்பாராத வகையில் கிரேக்கத்தைக் கொண்டு வந்து நுழைக்கிறார் மெகஸ்தனிஸ். கிரேக்கப் பழங்கதைகளில் இடம்பெறும் ஒரு கடவுள் டயோனிசஸ். திராட்சைப் பழங்களைப் பிழிந்து மது தயாரிப்பதில் வல்லவர். மதுவால் மட்டுமல்ல தனது இசையாலும் நடனத்தாலும் அனைவரையும் மயக்குபவர். உல்லாசமான, சுதந்தரமான, செழிப்பான வாழ்க்கை வேண்டுவோர் இவரைத் தொழலாம். கவலை, அச்சம், அடிமைத்தனம் ஆகியவற்றில் இருந்து மனிதனை மீட்கும் ஆற்றல் நிரம்பியவர். கிரேக்கத்தோடு நின்றுவிடாமல் உலகம் முழுக்கத் தன் பார்வையைப் படரவிட்டு, அனைவருக்கும் அருள் பாலிக்கும் வல்லமை பெற்றவர் ஆதலால் ஆசியாமீதும் இவர் கவனம் திரும்பியது.

ஒரு நாள் டயோனிசஸ் இந்தியா மீது படையெடுத்து வந்து ஆக்கிரமித்தார். இங்கே நகரங்களைக் கட்டியெழுப்பினார். சட்டதிட்டங்கள் வகுத்துக் கொடுத்தார். எருது கட்டி ஏர் பூட்டி நிலத்தை உழும் முறையை இந்தியர்களுக்கு அறிமுகப் படுத்தியவர் இவரே. சிலம்பலையும் மேளத்தையும் வழங்கினார். இசை தோன்றியது. கிரேக்க நடனத்தைக் கற்றுக்கொடுத்தார். கடவுளற்ற மனிதர்களுக்குப் பல கடவுள்களை அறிமுகப்படுத்தி எப்படி வழிபடவேண்டும் என்பதையும் கற்றுக்கொடுத்தார். அவரே கடவுள்தான் என்பதால் தனக்கு என்ன பிடிக்கும், பிடிக்காது என்பதையும் எப்படி அவரை மேளம் கொட்டித் தொழுது, வரம் பெற்றுக்கொள்வது என்பதையும் அவரே விளக்கினார். ஒப்பனை செய்துகொள்ளும் கலையையும் அவரேதான் சொல்லிக்கொடுக்க வேண்டியிருந்தது. தலைப் பாகை அணியவும் நீளமாக முடி தரிக்கவும் காரணமாக இருந்தார். ஆயுதமென்றால் என்னவென்று கேட்ட இந்தியர்களுக்கு ஆயுதம் அளித்தார். மொத்தத்தில், பழங்குடிகளாகவும் நாடோடி களாகவும் இருந்த இந்தியர்கள் நவீனர்களாக மாறியதற்குக் காரணம் டயோனிசஸ்.

டியோனிசஸின் வெற்றி

இந்தியாவை உருமாற்றிய பிறகு தன்னுடைய வாரிசாக ஸ்பெடம்பாஸ் என்னும் நண்பரை அரியணையில் அமர்த்திவிட்டு டயோனிசஸ் விடைபெற்றுக்கொண்டார். அந்த வாரிசு 52 ஆண்டுகள் இந்தியாவை ஆண்டார். அவருக்குப் பின் அவர் வாரிசு. இப்படிச் சங்கிலி போல் கிரேக்கக் கடவுளின் ஆட்சி தொடர்ந்து வந்தது. ஆண் வாரிசு இல்லாதபோது இந்தியாவிலிருந்து வல்லமை வாய்ந்த ஒருவர் தேர்ந்தெடுக்கப்பட்டார். டயோனிசஸ் செய்து வைத்துப் போன இந்த ஏற்பாடு இன்றுவரை இந்தியாவில் தொடர்கிறது என்கிறார் மெகஸ்தனிஸ். இந்தச் சங்கிலி வரிசையில் இப்போது இருப்பவர்தான் சந்திரகுப்த மௌரியர்.

டயோனிசஸ் தொடங்கி சந்திரகுப்தர்வரை இந்தியாவை ஆண்ட மன்னர்களின் எண்ணிக்கை 153. இவர்களில் சிலருடைய பெயர்களை மட்டும் மெகஸ்தனிஸ் குறிப்பிடுகிறார். அவர்கள் கிரேக்கர்கள். இந்த 153 மன்னர்களும் 6,042 ஆண்டுகள் இடைவிடாமல் இந்தியாவை ஆண்டிருக்கிறார்கள். மெகஸ்தனிஸைப் பொருத்தவரை இந்தியாவின் வரலாறு என்பது இதுதான். சுருக்கமான சித்திரம்தான் என்றாலும் இந்தியாவின் வரலாறு குறித்து நமக்குக் கிடைத்திருக்கும் முதல் பதிவு இதுதான். கிரேக்கம் போல், எகிப்து போல், பாரசீகம் போல் இந்தியாவுக்கும் தனித்த வரலாறொன்று இருக்கிறது என்பதைச் சொன்னதோடு அதைத் தன்னால் இயன்றவரை விவரித்தவர் என்பதால் மெகஸ்தனிஸை இந்திய வரலாற்றின் தந்தை என்றும் சிலர் அழைக்கின்றனர்.

எல்லாம் சரிதான். ஆனால், எங்கோ நெருடுகிறது அல்லவா? இந்தியா எந்த நிலத்தையும் ஆக்கிரமித்ததும் இல்லை, யாராலும் ஆக்கிரமிக்கப்பட்டதும் இல்லை என்று முழங்கியவர் அல்லவா மெகஸ்தனிஸ்? இந்தியா தூய்மையான பூமி. இங்கே ஒரேயோர் அந்நியரும் இல்லை என்று சொன்னவரல்லவா மெகஸ்தனிஸ்? இயற்கை அரண் சூழ்ந்த, பாதுகாப்பான பூமி என்றல்லவா இந்தியாவை அவர் புகழ்ந்திருக்கிறார்? டயோனிசஸ் மட்டும் எப்படி வந்தாராம்? அவருடைய வழித்தோன்றல்கள்தாம் ஆயிரக் கணக்கான ஆண்டுகளாக இந்தியாவை ஆண்டிருக்கிறார்கள் என்றால் இந்தியாவில் அந்நிய ஆட்சி நடைபெற்றிருக்கிறது என்பதுதானே பொருள்?

ஆனால், மெகஸ்தனிஸுக்கு இதில் எந்த முரணும் இல்லை. இந்தியாவை யாரும் ஆக்கிரமிக்கவில்லை என்றால் கிரேக்கத்தைத் தவிர என்று நாமே புரிந்துகொள்ளவேண்டும்.

எரிமாந்தியன் பன்றியை அடக்கும் ஹெராக்ளஸ்.
கிரேக்கர்களுக்கு ஹெராக்ளஸ் ரோமானியர்களுக்கு ஹெர்குலிஸ்.

இந்தியாவில் அந்நியர் இல்லை என்றால் கிரேக்கர் நீங்கலாக. இந்தியாவை இந்தியர்களே ஆண்டிருக்கிறார்கள் என்றால் கிரேக்கர் போக. இந்தியர்களை எடுத்துவிட்டால் எப்படி இந்தியா இருக்காதோ அப்படியே கிரேக்கர்களை எடுத்துவிட்டாலும் இந்தியா என்றொன்று இருக்காது. அவரே ஒரு கிரேக்கர் என்பதால் கிரேக்கத்தை அவர் ஓர் அந்நிய நாடாகவே கருத வில்லை. இந்தியா என்பது அவரைப் பொருத்தவரை இடைவெளிகூட இல்லாத இந்தோகிரேக்கம்.

கிரேக்கக் கண்களோடும் கிரேக்க இதயத்தோடும் இந்தியாவை அணுகியவர் என்பதால் கிரேக்கத்தின் உருவாக்கமாகவே இந்தியா இருக்கவேண்டும் என்று மெகஸ்தனிஸ் முடிவு கட்டி விட்டார். சிறு வயது முதல் கேட்டு வளர்ந்த கிரேக்கப் புராணத்தை, தான் கண்ட இந்தியாமீதும் அவர் படர விட்டிருக்கிறார். உலகில் சிறந்தது கிரேக்கம். கிரேக்கத்தைக் கடந்து ஏதேனும் சிறந்தது இருக்குமானால் அதையும் கிரேக்கமே உருவாக்கியிருக்கும் என்று பெருமிதத்தோடு அவர் நினைத் திருக்கலாம். திடீரென்று ஏன் அலெக்சாண்டர் இந்தியாவுக்கு வரவேண்டும்? இந்தியாவோடு கிரேக்கத்துக்கு ஏதோ ஒரு வகையில் விட்ட குறை தொட்ட குறை இருக்கவேண்டும் அல்லவா? மெகஸ்தனிஸின் தேடுதல் அவரை டயோனிசஸிடம் அழைத்துச் சென்று நிறுத்தியது. டயோனிசஸின் நீட்சிதான் அலெக்சாண்டர் என்றும் இந்த இருவருடைய தொடர்ச்சிதான் சந்திரகுப்தர் என்றும் வசதியாக நிறுவிவிட்டார். அலெக்சாண்டரை எதிர்க்க மேளம் கொட்டி வாத்தியங்கள் முழங்கியபடிதான் இந்தியர்கள் போர்க்களத்தில் திரண்டனராம். டயோனிசஸ் இல்லாமல் இசை ஏது, வாத்தியம் ஏது?

இந்தியாவுக்கு வருகை தந்த மற்றொரு கடவுள் என்று மெகஸ்தனிஸ் ஹெராக்ளஸைக் குறிப்பிடுகிறார். ரோமானியர் களுக்கு இவர் ஹெர்குலிஸ். வலிமையின் கடவுளான இவரை வழிபடும் ஒரு குழுவினர் இந்தியாவில் இருக்கிறார்களாம். அலெக்சாண்டரை எதிர்த்துப் போரஸ் போரிட்டபோது அவர் படையில் இருந்த இந்தியர்களில் சிலர் ஹெராக்ளஸின் கொடியை ஏந்தியிருக்கிறார்கள். ஹெராக்ளஸ் ஏராளமான பெண்களை மணம் செய்துகொண்டார். ஏராளமான மகன்களும் ஒரேயொரு மகளும் பிறந்தனர். மகளின் பெயர், பண்டாரோ. தன்னுடைய மரணம் நெருங்கிவந்ததை உணர்ந்ததும் (கிரேக்கக் கடவுள் களுக்கு மரணமுண்டு) தன்னுடைய ஏழு வயது மகளை அவரே

மணந்துகொண்டார். டயோனிசஸ் இந்தியாவை நவீனமாக்கினார் என்றால் ஹெராக்ளஸ் இந்தியாவைப் பகுதிப் பகுதியாகப் பிரித்து, வளர்ந்து ஆளாகி நின்ற தன் மகன்களை அழைத்து ஒவ்வொரு துண்டாக அவர்களுக்குப் பிரித்தளித்து, திறம்பட ஆளச் செய்தார். தன் மகளையும் அரசியாக்கி அவளுக்கும் ஒரு பகுதி இந்தியாவை அளித்தார்.

பல நகரங்களை இந்தியாவில் மலரச் செய்தார் ஹெராக்ளஸ். அவர் பெயரைச் சொல்லிக்கொண்டு இன்றும் பல நகரங்கள் சிறப்போடும் தனித்துவத்தோடும் மிளிர்கின்றன. அவற்றில் ஒன்றுதான் ‘பலிபோத்ரா’ என்கிறார் மெகஸ்தனிஸ். தனிப்பட்ட முறையில் அவருக்குப் பிடித்தமான நகரம் இது. இங்கேதான் அவர் அதிக காலம் செலவிட்டார். இங்கேதான் பணி நிமித்தம் செல்யூகஸ் நிகாடரால் அவர் அனுப்பிவைக்கப்பட்டார். அவருடைய இண்டிகாவில் நன்றாகத் துலக்கம் பெற்று எழுந்து நிற்கும் நகரமும் இதுவேதான்.

பாடலிபுத்திரம் என்பதன் கிரேக்கத் திரிபுதான் பலிபோத்ரா. இந்தியாவின் புகழ்மிக்க நகரங்களில் ஒன்றான பாடலிபுத்திரத்தை ஹெராக்ளஸ் தவிர வேறு யாரால் படைத்திருக்கமுடியும்? பாடலிபுத்திரத்தைப் படைத்ததோடு நின்றுவிடாமல் அழகிய மாட, மாளிகைகளையும் வீதிகளையும் உருவாக்கி, மக்களை அங்கு வந்து வசிக்குமாறு செய்தார். பாதுகாப்பான மதில்களை அமைத்தார். அருகிலிருந்த ஆற்றில் உடைப்பு ஏற்படுத்தி அனைவருக்கும் நீர் கிடைப்பதை உறுதி செய்தார். பாடலிபுத்திரம் செழிப்படைந்ததைக் கண்ட பிறகே அவர் வெளியேறினார். அவர் வெளியேறினாலும் அவருடைய வழித்தோன்றல்கள் பாடலி புத்திரத்தைப் பல தலைமுறைகளுக்கு ஆண்டனர். மேலும் சிறப்பாக்கினர். ஹெராக்ளஸின் பங்களிப்புகளை உணர்ந்த இந்தியர்கள் அவரைத் தங்களுக்குப் பிடித்த கடவுளாக மாற்றிக் கொண்டனர்.

மெகஸ்தனிஸின் இந்தக் கதைகளைக் கேட்ட இந்தியர்கள் சும்மா இருப்பார்களா? எங்களிடம் இல்லாத புராணமா? நாங்கள் அறியாத இதிகாசமா? மெகஸ்தனிஸ் குறிப்பிடும் டயோனிசஸூம் ஹெராக்ளஸூம் யாராக இருக்கும் என்று அவர்கள் ஒரு சுவையான தேடலைத் தொடங்கினார்கள்.

- 16 -

கடவுள்களும் அடிமைகளும்

டயோனிசஸ் யாராக இருக்கும்? டயோனிசஸுக்கு இசையும் நடனமும் பிடிக்கும் என்கிறார் மெகஸ்தனிஸ். இசையைத் தோற்றுவித்தவர் சிவன். உடுக்கை ஏந்தி, கேசம் காற்றில் பறக்க நடனமாடுவதில் வல்லவர். இசைக் கருவிகளை வழங்கியவர் அவரே. ஊர்வலமாகச் சென்று மேளம் கொட்டி சிவனைத்தான் நாம் வழிபடுகிறோம். தீ போல் நம்மை ஆக்கிரமித்துப் பற்றிக்கொள்பவர் சிவன். மெகஸ்தனிஸ் தனது பயணங்களின் போது இங்குள்ளவர்களிடம் விசாரித்து, சில தகவல்களைத் திரட்டியிருக்கவேண்டும். சிவபெருமான் பற்றி அவர்கள் கூறியது அனைத்தும் அவருக்குத் தெரிந்த கடவுளான டயோனிசஸுக்குப் பொருந்தி வந்ததால் அவரையே முதன்மைக் கடவுளாக அவர் குறிப்பிட்டிருக்கவேண்டும்.

சிவன் ஆதிக்கடவுள் என்பதில் மாற்றுக் கருத்தில்லை. ஆனால், மெகஸ்தனிஸ் அவருக்கும் முந்தைய ஒரு கடவுளையே டயோனிசஸ் என அழைக்கிறார். எனவே சிவனல்ல, அவருக்கும் முந்தைய ஒரு கடவுளைத்தான் நாம் இங்கே தேடவேண்டும். அவ்வாறு செய்யும்போது நமக்கு அகப்படுபவர் சிவனின்

மாமனாரான தட்சப் பிரஜாபதி. டயோனிசஸ் என்னும் பெயரை கிரேக்கத்தில் பாக்கஸ் என்றும் அழைக்கலாம். ‘தட்ச’ என்பதை பாக்கஸ் என்று கிரேக்கர்கள் உச்சரிப்பதற்கு நிறைய வாய்ப்பிருக்கிறது. எனவே டயோனிசஸ் தட்ச பிரஜாபதி.

டயோனிசஸ் என்பவர் வைவஸ்வத மனு என்பது நமக்குக் கிடைக்கும் மூன்றாவது விடை. பிரளயத்துக்குப் பிறகான மனித வாழ்க்கை இவரிடமிருந்தே தொடங்குகிறது. இவர்தான் முதல் மன்னராக இங்கே பொறுப்பேற்றுக்கொண்டவர். இந்தியாவின் தொடக்கப்புள்ளி இவராகத்தான் இருக்கவேண்டும். டயோனிசஸ் வேறு யாருமல்ல சந்திரக் கடவுளான சோமன்தான் என்பது நான்காவது பார்வை. மதுவை வழங்கியவர் என்னும் ஒரு குறிப்பே இதை நமக்கு உணர்த்திவிடும். அமரத்துவத்தை அளிக்கும் சோம பானத்தை இந்தியாவுக்கு அறிமுகப்படுத்திய சோமன்தான் இந்தியாவை நிர்மாணித்தவர்.

நான்காவது பெயர் நகுசன். வாயுபுராணத்தின்படி இவர் வைவஸ்வத மனுவின் மகன். அவருக்கு மொத்தம் 10 மகன்கள். மனு உலகைத் தன் மகன்களுக்குப் பிரித்துக்கொடுத்தபோது நகுசனை மட்டும் ஏனோ விட்டுவிட்டார். அதனால் சினம் கொண்ட நகுசன் இந்தியாவைவிட்டு வெளியேறி மேற்கில் தன்னை வெற்றிகரமான ஒரு மன்னனாக நிலைநிறுத்திக்கொண்டான். இந்நிலையில் ஒரு நாள் இந்திரலோகத்தில் அரியணை காலியானது. நகுசனின் வீரத்தையும் ஆட்சித் திறனையும் கண்ட தேவர்கள் நகுசனை வரவேற்று அவனை மன்னனாக்கினார்கள். (இந்திரன்தான் டயோனிசஸ் என்பாரும் உண்டு).

‘மேற்கிலிருந்து வந்து இந்தியாவைக் கைப்பற்றிய கடவுள்’ என்பது டயோனிசஸ் அல்ல, நகுசன்தான். தேவலோகத்தில் மட்டும்தான் அப்சரஸ்கள் நடனமாடுவது வழக்கம். பூமி என்ன பாவம் செய்தது, அவர்களும்தான் நடனத்தைக் கண்டு களிக்கட்டுமே என்று பெருந்தன்மையோடு அறிவித்ததோடு நடனக்கலையையும் நமக்கு அறிமுகப்படுத்தினார் நகுசன். இந்தியர்கள் நாட்டியசாஸ்திரம் கற்றதற்குக் காரணம் அவரே. ஆக மொத்தம் ‘தேவ நகுசா’ என்பதுதான் டயோனிசஸாக மாறியிருக்கிறது.

மெகஸ்தனிஸ் குறிப்பிட்ட டயோனிசஸை ஒரு கடவுளாக நாம் பார்க்கவேண்டியதில்லை. அது ஒரு குறியீடு என்று சொல்லும்

ஆய்வாளர்களும் இருக்கிறார்கள். சோம பானத்தை இந்தியாவுக்கு அறிமுகப்படுத்தியவர்கள் ஆரியர்கள். அவர்களுக்குதான் சோம பானத்தைத் தயாரிக்கும் கலை தெரியும். ஆரியர்கள் வெளியிலிருந்து வந்தவர்கள். இந்தியாவை ஆக்கிரமித்தவர்கள். ஆக, 'சோம பானத்தை அறிமுகப்படுத்திய ஆரியர்களால் ஆக்கிரமிக்கப்பட்ட இந்தியா' என்பதைத்தான் 'மதுவின் கடவுளான டயோனிசஸால் ஆக்கிரமிக்கப்பட்ட இந்தியா' என்று மெகஸ்தனிஸ் குறிப்பிடுகிறார் என்பது இவர்கள் பார்வை.

மெகஸ்தனிஸ் ஆரிய இனம் குறித்து அறிந்திருந்தார் என்று சொல்லமுடியும். பிராமண மரபு, வேத பண்பாடு போன்றவை குறித்தும் அவருக்குத் தெரிந்திருந்தது. இந்தியாவின் கடந்த காலம் குறித்து அறிந்துகொள்ள அவர் ஆர்வமாக இருந்தார். பிராமணர்களிடமிருந்து புராணக் கதைகளையும் இந்தியாவை இதுவரை ஆண்ட மன்னர்களின் பெயர்களையும் அவர் கேட்டுத் தெரிந்துகொண்டிருக்கிறார். ஆரியர்கள் படையெடுத்து வந்து இந்தியாவிலுள்ள தாசர்களை ஆக்கிரமித்தனர் என்னும் செய்தியைத் தனது ஆய்வின்போது அவர் திரட்டியிருக்கவும் வேண்டும். இந்த விவரங்களையெல்லாம் கிரேக்கப் புராணங்களோடு இணைத்தே தனது வரலாற்றை அவர் எழுதினார்.

மெகஸ்தனிஸ் குறிப்பிடும் மற்றொரு கிரேக்கக் கடவுளான ஹெராக்ளஸை யூகிப்பதில் இத்தனை குழப்பம் இருக்கவில்லை. 'மெதோரா' என்னும் பகுதியைக் குறிப்பிடும்போதுதான் முதல் முதலில் ஹெராக்ளஸை நமக்கு அறிமுகப்படுத்துகிறார் மெகஸ்தனிஸ். மெதோரா என்பது மதுரா என்பதைக் கண்டு பிடித்த பிறகு ஹெராக்ளஸ் கிருஷ்ணர்தான் என்று சுலபமாகவே நிறுவிட்டார்கள். மெகஸ்தனிஸ் குறிப்புகளின்படி ஹெராக்ளஸ் இந்தியாவில் ஏராளமான பெண்களை மணம் செய்துகொண்டார். எண்ணற்ற கோபிகையர்களோடு இணைந்திருந்த கிருஷ்ணருக்கு இது பொருந்துகிறது. கிருஷ்ணர் கிடையாது, பலராமர்தான் ஹெராக்ளஸ் என்றொரு வாதமும் உண்டு.

டயோனிசஸ் தொடங்கி சந்திரகுப்தர் வரை மொத்தம் 153 மன்னர்கள் இந்தியாவை ஆண்டதாக மெகஸ்தனிஸ் குறிப்பிடு கிறார். இந்தியப் புராணங்களோடு இந்தக் கணக்கையும் ஒப்பிட்டுப் பார்த்திருக்கிறார்கள் சிலர். புராணங்களின்படி முதல் கடவுள் விஷ்ணு என்று வைத்துக்கொண்டால் சந்திரகுப்தர் காலம் வரை மொத்தம் 113 மன்னர்கள் இந்தியாவை ஆண்டிருக்கிறார்கள்.

எண்ணிக்கை கொஞ்சம் முன்னும் பின்னுமாக இருந்தாலும் கிரேக்கர்களும் இந்தியர்களும் ஒன்றுபடும் சில முக்கியமான புள்ளிகளை இது நமக்குப் பளிச்சென்று காட்டுக்கிறது.

கிரேக்கம் போல் இந்தியாவிலும் பல கடவுள்கள் வாழ்ந்து வந்தனர். இரு நாடுகளும் புராணங்களை மதித்துப் போற்றின. இது கடவுளால் தோற்றுவிக்கப்பட்ட நிலம் என்று இருவருமே நம்பினர். கடவுள்கள் ஏதோ ஒரு மேலுலகில் தனித்து வாழ்பவர்கள் அல்லர். அவ்வப்போது பூமிக்கு இறங்கி வருபவர்கள், மக்களோடு ஒன்று கலப்பவர்கள், மக்களுக்காகப் பல உதவிகள் புரிபவர்கள். மன்னரைக் கடவுளாகவும் கடவுளை மன்னராகவும் கருதும் போக்கு இரு நாடுகளிலும் இருந்திருக் கிறது. டயோனிசஸ், ஹெராக்ளஸ், விஷ்ணு, இந்திரன் போன்றவர்களால் ஒரே நேரத்தில் கடவுளாகவும் மன்னராகவும் திகழ முடிந்தது. கிரேக்கர்களுக்கும் சரி, இந்தியர்களுக்கும் சரி புராணம்தான் வரலாறு. வரலாறுதான் புராணம். கடவுளோடு இணைத்தே அவர்கள் உலகைப் புரிந்துகொள்ள முயன்றனர். கிரேக்கத்துக்கும் இந்தியாவுக்குமான அடிப்படை ஒற்றுமையை மெகஸ்தனிஸ் அறிந்திருந்தார்.

கிரேக்கமும் இந்தியாவும் ஒன்றுபடும் இடங்கள், வேறுபடும் இடங்கள் இரண்டிலும் மெகஸ்தனிஸ் ஆர்வம் கொண்டிருந்தார். அந்த வரிசையில், இந்தியாவில் அடிமைமுறை நிலவுகிறதா என்றொரு தேடலில் இறங்கினார். கிரேக்கத்தில் அப்படியொன்று இருப்பதை அவர் அறிவார். வீரத்துக்கும் தீரத்துக்கும் மட்டுமல்ல, அடிமைமுறைக்கும் புகழ்பெற்றிருந்தது ஸ்பார்ட்டா. அடிமைக்கு 'ஹெலோட்' என்று பெயர்.

முன்பொருமுறை நடைபெற்ற போரின்போது கைது செய்யப்பட்டவர்களே வழிவழியாக அடிமைகளாகத் தொடர்வதாகச் சொல்லப்படுகிறது. இவர்கள் மட்டும்தானா அல்லது மற்றவர்களும் அடிமைகளாக இருந்தனரா என்பது தெரியவில்லை. ஆனால், ஏழு கிரேக்கர்களுக்கு ஓர் அடிமை என்னும் விகிதத்தில் அடிமைமுறை பரவியிருந்ததை அறியமுடிகிறது. உழவு, வீட்டு வேலைகள், சமையல், மது தயாரிப்பு, கட்டுமானப் பணிகள், கைவினைத் தொழில்கள், ஆயுதத் தயாரிப்பு, போர்ப் பணிகள் என்று கிரேக்கர்களின் தேவைகளை இந்த அடிமைகளே முதன்மையாகத் தீர்த்து வைத்தனர்.

அடிமைகளின் எண்ணிக்கை எப்போதும் மிகுந்திருக்கவேண்டும் என்று ஸ்பார்ட்டா விரும்பியது. அடிமைகள் தங்களுக்குள் மணம் செய்துகொள்ளவும் அதிக குழந்தைகள் பெற்றுக்கொள்ளவும் ஊக்குவிக்கப்பட்டனர். வலுவான குழந்தைகள் நல்ல அடிமைகளாக வளர்வார்கள். வலுவற்றவர்கள் நோயுற்று மரணிப்பார்கள், துரத்தப்படுவார்கள், கொல்லப்படுவார்கள். கிரேக்க இளைஞர்கள் தங்கள் பயிற்சிகளின் ஒரு பகுதியாக வாட்டசாட்டமான அடிமை இளைஞர்கள்மீது 'போர்' தொடுத்து அவர்களைக் கொல்வது வழக்கம். இது ஒரு வீர விளையாட்டாகவோ போருக்கான முன்தயாரிப்பாகவோ கருதப்பட்டது. அடிமைகள் அவ்வப்போது தங்களுக்குள் திரண்டு தங்களுடைய எஜமானர்களுக்கு எதிராகப் போரிட்டதும் உண்டு. அந்தப் போர்கள் மேலதிக வன்முறையோடு நசுக்கப்பட்டன.

தனது தேடலின் முடிவில் கிரேக்கத்தில் நிலவியது போல் இந்தியாவில் அடிமைமுறை இல்லை என்னும் முடிவுக்கு வந்து சேர்கிறார் மெகஸ்தனிஸ். அதை அவர் வெளிப்படுத்தும் முறையைப் பார்க்கும்போது அவர் அடிமைமுறையை ஏற்காதவர் என்றே தோன்றுகிறது. இந்தியாவில் ஒரேயோர் அடிமையைக் கூட நான் காணவில்லை. மன்னர் (அல்லது கடவுள்) என்னும் அதிகாரப்பீடத்துக்குக் கட்டுப்பட்ட குடிமக்களாக இருக்கிறார்களே தவிர, தனிப்பட்ட முறையில் யாருக்கும் அவர்கள் வளைந்தும் குழைந்தும் குற்றேவல் புரிவதாகத் தெரியவில்லை. நிச்சயம் ஸ்பார்ட்டாவில் இருப்பதைப் போல் வழிவழியாக அடிமைகள் வளர்வது போலவும் தெரியவில்லை. இது நிச்சயம் குறிப்பிடத்தக்கது என்கிறார் மெகஸ்தனிஸ்.

இதன் பொருள் இந்தியாவில் அனைவரும் சமம் என்பதோ ஏற்றத்தாழ்வுகளே இல்லை என்பதோ அல்ல. மேல்நிலைப் பணிகள், கீழ்நிலைப் பணிகள் ஆகியவை இருக்கவே செய்கின்றன. ஒடுக்குமுறையும் உண்டு. மன்னர்களுக்குப் பணிவிடைகள் செய்ய பெண்கள் நியமிக்கப்பட்டுள்ளனர். பெற்றோர்களிடமிருந்து விலை கொடுத்து அவர்கள் வாங்கப் பட்டிருக்கிறார்கள். கைவினைத் தொழிலாளர்கள் அரசுக்காகக் குறிப்பிட்ட தினங்கள் பணியாற்றவேண்டும் என்றொரு விதிமுறை இருக்கிறது. இப்படிக் கட்டாயப் பணிகளில் சிலர் ஈடுபடுத்தப்படுவது உண்மை. ஆனால், தங்கள் பணிநேரம் போக அவர்கள் சுதந்தரமாகவே இருக்கிறார்கள். சுதந்தரமாகவே

உணர்கிறார்கள். எனவே அவர்களை அடிமைகளாகக் கொள்ள முடியாது என்கிறார் மெகஸ்தனிஸ்.

ஆனால், மெகஸ்தனிஸின் பார்வை முழு உண்மையல்ல என்றே ஆய்வாளர்கள் கருதுகிறார்கள். பண்டைய இந்தியாவில் அடிமைமுறை நிலவியது. வீட்டுப்பணிகளுக்கு அடிமைகளை நியமிக்கும் வழக்கமும் இருந்தது. ஆனால், கிரேக்கத்தில் நிலவியது போல் அடிமைமுறைமூலம் பெரிய அளவில் பொருள் உற்பத்தி செய்யும் வழக்கம் இங்கே இல்லை என்கிறார் வரலாற்றாசிரியர் ஆர்.எஸ். ஷர்மா. அடிமைகள் இருந்ததை அர்த்தசாஸ்திரமும் உறுதி செய்கிறது. நான்கு விதமான அடிமைகள் இருக்கிறார்கள் என்கிறது அர்த்தசாஸ்திரம். வீட்டில் பிறந்தவர்கள், பரம்பரைச் சொத்தாக வந்து சேர்ந்தவர்கள், விலை கொடுத்து வாங்கப்பட்டவர்கள், வேறு வழிகளில் கிடைத்தவர்கள். மெகஸ்தனிஸ் இவற்றை அறிந்திருக்கவில்லை. ஆனால், சாதிமுறை அவர் கவனத்துக்கு வந்தது.

- 17 -

சாதி என்றால் என்ன?

இந்தியாவில் மொத்தம் ஏழு சாதிகள் உள்ளன என்கிறார் மெகஸ்தனிஸ். தத்துவவாதிகள் முதல் பிரிவில் வருவார்கள். இவர்கள் எண்ணிக்கை என்னவோ குறைவுதான் என்றாலும் சமூகத்தில் இவர்களுக்குதான் இருப்பதிலேயே உயர்ந்த இடம் அளிக்கப்படுகிறது. இவர்கள் யாருக்கும் எஜமானர்களும் இல்லை, யாருக்கும் அடிமைகளும் இல்லை. அரசாங்கமும் இவர்கள் மதிப்பை உணர்ந்திருப்பதால் மற்றவர்களைப் போல் இவர்களிடமிருந்து எந்த வரியும் பெற்றுக்கொள்வதில்லை.

தத்துவவாதிகள் கடவுளுக்கு விருப்பமானவர்கள் என்பதால் பலி கொடுப்பது, மரணச் சடங்கு போன்றவற்றுக்கு இவர்கள் அழைக்கப்படுகிறார்கள். பதிலுக்கு விலையுயர்ந்த பரிசுகளும் மதிப்புமிக்கச் சலுகைகளும் இவர்களுக்கு அளிக்கப்படுகின்றன. மக்கள் இவர்களுடைய சொற்களுக்கு முக்கியத்துவம் கொடுப்பது வழக்கம். ஒவ்வோர் ஆண்டு தொடக்கத்திலும் மக்கள் கூட்டத்துக்கு மத்தியில் தோன்றி, எப்போது பஞ்சம் வரும், எப்போது மழை பெய்யும், எப்போது வெள்ளம் பெருகும், எப்போது வெப்பம் சுட்டெரிக்கும் போன்றவற்றையெல்லாம்

முன்கூட்டியே உணர்ந்து, எடுத்துச் சொல்லி எச்சரித்து விடுவார்கள் தத்துவவாதிகள். வானிலை மட்டுமல்ல, எதிர்வரும் நோய்களையும்கூட மோப்பம் பிடித்துச் சொல்லிவிடுவார்கள். மக்கள் மட்டுமல்ல, அரசரும்கூட சரி இதுதான் வரப்போகிறது என்று முன்கூட்டியே தயாராகிவிடுவாராம்.

ஆரூடம் பொய்த்துப் போனால் என்ன செய்வது? தண்டனை தரவேண்டும். அதே நேரம் கடுமையும் காட்ட முடியாது. எனவே, அரசரின் அதிருப்திக்கு உள்ளாவதும் மக்களின் கண்டனத்தை எதிர்கொள்வதும்தான் ஒரு தத்துவவாதிக்கு விதிக்கப்படும் அதிகபட்ச தண்டனையாக இருக்கும். அதன்பின் அவர் மௌன விரதம் பூண்டு ஒதுங்கிச்சென்றுவிடவேண்டும்.

இரண்டாவது இடம் விவசாயிகளுக்கு. தத்துவவாதிகள் போலின்றி இவர்கள் அதிக எண்ணிக்கையில் இருக்கிறார்கள். போரிடுவது, பொதுக்காரியங்களில் ஈடுபடுவது போன்றவற்றில் இருந்தெல்லாம் இவர்களுக்கு விலக்கு அளிக்கப்பட்டுள்ளது. எந்த இடைஞ்சலும் இன்றி விவசாயத்தை மட்டும் கவனித்துக் கொண்டால் போதும். விவசாயிகளுக்குச் சமூகத்தில் நல்ல மதிப்பு இருக்கிறது. அவர்கள் இல்லாவிட்டால் நம் கதி அவ்வளவுதான் என்பதை எல்லோரும் உணர்ந்திருக்கின்றனர். பணியாற்றும்போது எதிரிகளால் எந்த ஆபத்தும் நேர்ந்து விடாதவாறு அவர்களைப் பாதுகாக்க தக்க ஏற்பாடுகள் செய்யப்படுகின்றன. விவசாயிகளைக் காத்தால் நிலம் நம்மைக் காக்கும் என்பதை இந்தியர்கள் அறிவார்கள். எல்லா வளமும் பெற்று இந்தியர்கள் மகிழ்ச்சியாக வாழ்வதற்குக் காரணம் விவசாயிகள்.

குடும்பம், குட்டிகளோடு கிராமத்திலேயே விவசாயிகள் தங்கி விடுகிறார்கள். நகருக்கு வரவேண்டிய அவசியமே அவர்களுக்கு இல்லை. இந்தியாவிலுள்ள நிலங்கள் யாவும் மன்னருக்குச் சொந்தம். தனி நபர்கள் யாராக இருந்தாலும் நிலத்துக்கு உரிமை கோர முடியாது. விவசாயிகள் தாங்கள் பணியாற்றும் நிலத்துக்கான வரியை நேரடியாக மன்னரிடம் செலுத்திவிட வேண்டும். வரி போக, விளைச்சலில் நான்கில் ஒரு பகுதியை அரசு கிடங்குக்கு அளித்துவிடவேண்டும்.

மூன்றாவதில் இடையர்கள் இடம்பெறுகிறார்கள். நகரத்திலும் இல்லாமல் கிராமத்திலும் இல்லாமல் நடுவில் வசிப்பவர்கள். நிலையான வீடு இவர்களுக்கு இருப்பதில்லை. எங்கெல்லாம்

கால்நடைகளை ஓட்டிச்செல்கிறார்களோ அங்கே முகாம் போட்டுத் தங்கிவிடுகிறார்கள். மேய்ச்சல் பணி போக, வேட்டையாடும் பணியும் செய்கிறார்கள். பதுங்குக்குழி அமைத்து ஆபத்தான விலங்குகளைக் கைப்பற்றி அனைவரையும் காக்கிறார்கள். பயிர்களை நாசமாக்கும் பறவைகளையும் மக்களைத் தாக்கும் விதவிதமான வன விலங்குகளையும் இவர்கள் அழித்துவிடுவதால்தான் தொந்தரவு இல்லாத நிலமாக இந்தியாவால் இருக்கமுடிகிறது.

நான்காவது சாதியினர் கைவினைக் கலைஞர்கள். ஆயுதம் தயாரிப்பவர்கள் ஒரு வகை என்றால் வேடர்களுக்கும் இடையர் களுக்கும் தேவையான கருவிகள் செய்து கொடுப்பவர்கள் இன்னொரு வகை. இவர்களும் வரி செலுத்தத் தேவையில்லை. தவிரவும் இவர்களை ஊக்குவிக்கும் பொருட்டு அரசே மானியம் அளிப்பதும் வழக்கம்.

ஐந்தாவதாக ராணுவத்தினர் வருகிறார்கள். எப்போது போர் மூண்டாலும் விரைந்து செல்வதற்கு வாகாகத் தயார் நிலையில் இருப்பவர்கள். தங்களுக்குள் ஓர் அமைப்பாகத் திரண்டிருப் பவர்கள். கட்டுப்பாட்டோடு இயங்கும் பிரிவினர். எண்ணிக்கையில் எடுத்துக்கொண்டால் விவசாயிகளுக்கு அடுத்தபடியாக இவர்களே அதிகம் பேர் இருப்பார்கள். அமைதியான காலகட்டத்தில் வேறு என்ன செய்வதென்று தெரியாது என்பதால் இவர்களும் அமைதியாகவே பொழுதைக் கழிப்பர். கேளிக்கைகளிலும் விளையாட்டுகளிலும் ஈடு படுவார்கள். இவர்களுடைய தேவைகளை அரசு கவனித்துக் கொள்ளும். போர் குதிரைகளையும் போர் யானைகளையும்கூட அரசே வளர்க்கும்.

மேற்பார்வை செய்பவர்கள் ஆறாவது சாதியினர். இந்தியாவில் எல்லாம் சரியாக இருக்கிறதா, எல்லோரும் அவரவருக்கான கடமைகளை நிறைவேற்றுகிறார்களா, அதற்கான சூழல் நிலவுகிறதா என்பதையெல்லாம் விசாரிப்பதும் மேற்பார்வை செய்வதும் இவர்கள் பொறுப்பு. கண்டதையும் கேட்டதையும் தொகுத்து வேளா வேளைக்கு அரசருக்கு இவர்கள் அறிக்கை சமர்ப்பிப்பார்கள். அரசர் இல்லாத இடத்தில் நீதி பரிபாலனை செய்பவர்களுக்கு இவர்கள் அறிக்கை சென்று சேரும்.

ஏழாவது சாதியில் அலுவலர்கள் நிறைந்திருக்கிறார்கள். இவர்கள் பொதுப்பணிகளில் ஈடுபடுபவர்கள். எண்ணிக்கையில்

சொற்பமானவர்கள் என்றாலும் அறிவும் ஆற்றலும் நிரம்பிய அவர்களை மக்கள் மதிக்கிறார்கள். அரசர்களும்தான். முக்கிய அரசுப் பொறுப்புகளில் இந்தச் சாதியினரே நியமிக்கப் படுகிறார்கள். அரசருக்கு ஆலோசனை வழங்கும் இடத்திலும் இவர்களே அமர்ந்திருக்கிறார்கள். கஜனானாவை நிர்வகிப்பது, ராணுவத்துக்குத் தலைமை தாங்குவது, நீதி பரிபாலனை செய்வது என்று மதிப்புமிக்க பல பணிகளில் ஈடுபடுகிறார்கள்.

இதுதான் இந்தியாவின் சாதி அமைப்பு என்கிறார் மெகஸ்தனிஸ். இந்த அமைப்பை ஒவ்வொருவரும் புரிந்து வைத்திருக்கின்றனர். அதன்படி நடக்கின்றனர். ஒரு சாதியில் பிறந்தவர்கள் இன்னொரு சாதியைச் சேர்ந்தவர்களோடு திருமண உறவு வைத்துக் கொள்வதில்லை. கைவினைத் தொழில் செய்யும் ஒருவர் தத்துவ வாதியாக மாற முடியாது. ஒரு போர் வீரர் திடீரென்று வாளைத் தூக்கிப் போட்டுவிட்டு கலப்பையைப் பிடிக்க இயலாது. இரண்டு சாதிகளின் தொழிலை ஒருவரே சேர்த்து செய்வதும் தவறுதான். அவரவருக்கான நியதிகளை மட்டும் அவரவர் பின்பற்ற வேண்டும். அப்போதுதான் சமூகத்தில் ஓர் ஒழுங்கு இருக்கும்.

இதுதான் மெகஸ்தனிஸ் தீட்டியிருக்கும் சித்திரம். இதைப் பலரும் பலவிதமாக ஆராய்ந்திருக்கிறார்கள். மெகஸ்தனிஸ் குறிப்பிடுவது சாதிப் பிரிவினையா அல்லது தொழில் பிரிவினையா? பண்டைய இந்தியர்கள் இப்படித்தான் ஏழு அணிகளாகப் பிரிந்திருந்தனரா? முதல் பிரிவைச் சேர்ந்த தத்துவவாதிகளுக்கும் சமூகத்தில் முதல் நிலை வகிக்கும் பிராமணர்களுக்கும் தொடர்பு இருப்பதுபோல் தோன்றினாலும் நாம் இன்று காணும் சாதி அமைப்புக்கும் மெகஸ்தனிஸ் விவரிக்கும் அமைப்புக்கும் எந்தவித ஒற்றுமையையும் காண முடியவில்லை அல்லவா?

வர்ணங்கள் நான்கு என்பது நமக்குத் தெரியும். மெகஸ்தனிஸ் எங்கிருந்து ஏழு பிரிவுகளைக் கொண்டுவந்தார்? ஹெரோடோட்டஸ் மக்களை ஏழாகப் பிரித்து வகைப் படுத்துகிறார். அரிஸ்டாட்டிலும் ஏழு பிரிவுகளுக்குள் பொது மக்களைக் கொண்டுவருகிறார். இவர்களுடைய கண்கள் வழியாகத்தான் இந்திய சமூகத்தையும் மெகஸ்தனிஸ் கண்டிருக்கிறார். எனவே ஏழு பிரிவுகள் அவருக்குப் புலப்பட்டிருக்கின்றன. பிராமணர் (தத்துவவாதி), சத்திரியர் (போர் வீரர்), வைசியர் (வணிகர், உழவர்), சூத்திரர் (சேவகம் செய்பவர்) ஆகிய நான்கு வர்ணத்தினரையும் சேர்த்திருக்கிறார்.

ஏழு என்னும் எண்ணிக்கையை வந்தடைவதற்கு ஏற்ற வகையில் வர்ணத்தோடு சாதியையும் ஒன்று சேர்த்திருக்கிறார்.

வர்ண வேறுபாடு குறித்து அவர் இந்தியர்களிடம் கேட்டு அறிந்துகொண்டிருக்கவேண்டும். சாதி என்றொன்று இருப்பது குறித்து அவர் மேலோட்டமாகக் கேள்விப்பட்டிருக்கலாம். வயலிலும் மேட்டிலும் அரசவையிலும் வேலை செய்தவர்களைப் பார்த்து, அவர்களுக்குள் நிலவும் வேறுபாடுகளைக் கணக்கில் கொண்டு, அவர்கள் வாழ்க்கை முறையைச் சாதி என்று அவர் கருதியிருக்கலாம். இது சில ஆய்வாளர்களின் பார்வை.

வர்ணம் போக எஞ்சியுள்ள மூன்றும் சாதிகளோ தொழில்களோ இல்லை. அவை வரிவிதிப்பு ஆவணங்களில் காணப்படும் பிரிவினைகள் மட்டுமே என்று சொல்வோரும் உண்டு. யார் வரி செலுத்தவேண்டும், யாருக்கு விலக்கு போன்ற பிரிவுகளை மெகஸ்தனிஸ் கண்டிருக்கவேண்டும். அதை அவர் சாதியாகக் கருதியிருக்கலாம் என்கிறார்கள் இவர்கள். அந்த வகையில் மெகஸ்தனிஸ் முன்வைக்கும் சாதி அமைப்புதான் அவர் காலத்தில் இந்தியாவில் நிலவியது என்று கொள்ள முடியாது. அப்படி அவர் உறுதியாகத் தான் கண்டதை மட்டும் குறிப்பிட்டிருந்தால், ஏன் தீண்டத்தகாதவர்கள் (என்று கருதப்பட்டவர்களைப்) பற்றி ஒரு குறிப்பும் அவர் பதிவில் இல்லை என்று கேள்வி எழுப்புகிறார்கள் வரலாற்றாசிரியர்கள்.

வர்ணத்தின் அடிப்படையிலோ சாதியின் அடிப்படையிலோ அல்ல; உற்பத்திப் பிரிவுகளின் அடிப்படையில் மெகஸ்தனிஸ் மக்களைப் பிரித்திருப்பதாகத் தெரிகிறது என்கிறார் ரொமிலா தாப்பர். முற்கால இந்தியா குறித்து காத்திரமான ஆய்வுகளை முன்னெடுத்த வரலாற்றாசிரியர் இவர். ஏழாக அவர் மக்களைப் பிரித்ததற்கு இன்னொரு காரணமும் இருக்கக்கூடும். 'சப்த ப்ரக்ரிதி' என்றொரு பதம் அர்த்தசாஸ்திரத்தில் இடம்பெறுகிறது. ஏழு உறுப்புகளைக் கொண்டிருக்கும் அரசியல் அமைப்பு என்பது இதன் பொருள். அரசியல் அமைப்பு ஏழு கூறுகளைக் கொண்டிருக்கிறது என்பதை அவர் இந்தியச் சமூக அமைப்பு ஏழாகப் பிரிந்திருக்கிறது என்று அர்த்தப்படுத்திக்கொண்டிருக் கலாம். சந்திரகுப்தரின் அரசவைக்குச் சென்றவர், அரசியல் பணிகளைக் கவனித்தவர், ஆவணங்களைப் பார்வையிட்டவர் என்ற முறையில் சப்த ப்ரக்ரிதி என்னும் சொல் அவர் மனதில் பதிந்துபோயிருக்கவேண்டும். இந்த ஏழையும்

ஹெரோடோட்டஸ், அரிஸ்டாட்டில் ஆகியோரின் ஏழையும் அவர் இணைத்துப் பார்த்திருக்கவேண்டும் என்கிறார் தாப்பர்.

மெகஸ்தனிஸ் காலத்தில் நால்வர்ண தர்மங்கள் எவ்வாறு கடைபிடிக்கப்பட்டன என்று தெரியவில்லை. ஆனால், வர்ணத்தின் அடிப்படையில் இயங்கும் ஒரு சமூகம் எப்படி இருக்கும் என்பதை இரண்டு முக்கியமான அம்சங்களின் மூலம் மெகஸ்தனிஸ் வெளிப்படுத்துவதாகச் சொல்கிறார் ரொமிலா தாப்பர். ஒன்று, பரம்பரை பரம்பரையாக ஒரே தொழிலில் மக்கள் ஈடுபட்டிருக்கிறார்கள். விவசாயியின் மகன் விவசாயி. போர் வீரனின் மகன் போர் வீரன். தத்துவவாதியின் மகன் தத்துவவாதி. தொழிலுக்கும் வர்ணத்துக்குமுள்ள தொடர்பை இது உறுதி செய்கிறது. இரண்டாவது, பிறப்புதான் அனைத்தையும் தீர்மானிக்கிறது. ஒரு விவசாயியின் மகன் ஒரு விவசாயியின் மகளைத்தான் திருமணம் செய்துகொள்ளவேண்டும். ஓர் இடையர் இன்னோர் இடையரின் வீட்டிலிருந்துதான் பெண்ணெடுக்க முடியும். பிற குழுக்களுடனான ரத்தக் கலப்பு அனுமதிக்கப் படுவதில்லை என்கிறார் மெகஸ்தனிஸ்.

ஏழு சாதிகள் என்பது பிழை. வர்ணத்தையும் சாதியையும் தொழிலையும் குழப்பியடித்தது பிழை. ஆனால், ஒன்றை மட்டும் முன்கூட்டியே தெளிவாக உணர்ந்துவிட்டார் மெகஸ்தனிஸ். எதிர்காலத்தில் இந்தியா ஒரு சாதிய சமூகமாகத்தான் வளர்ந்து திரளப்போகிறது!

- 18 -

பாடலிபுத்திரம் உங்களை வரவேற்கிறது

இந்தியாவில் எத்தனை நகரங்கள் இருக்கின்றன என்று நிஜமாகவே எனக்குத் தெரியவில்லை. அநேகமாக அவற்றைக் கணக்கிடுவது சாத்தியமில்லை என்று தோன்றுகிறது என்று நேர்மையாக அறிவிக்கிறார் மெகஸ்தனிஸ். அவர் கண்ணாறக் கண்டதும் உளமாற உணர்ந்ததும் ஒரு நகரைத்தான். பாடலிபுத்திரம். மௌரிய இந்தியா என்னும் பெருங்கடலைப் புரிந்துகொள்ள உதவும் ஒரு துளி நீராக இந்நகரம் அவருக்குத் தோன்றியிருக்கிறது. தனது இண்டிகாவில் இந்த ஒரு நகரைத்தான் இயன்றவரை விவரித்திருக்கிறார், இயன்றவரை விவாதித்திருக் கிறார் மெகஸ்தனிஸ். இந்த ஒரு நகரின் நீள அகலங்களை மட்டும்தான் தனது உள்ளங்கை ரேகை போல் நன்கு அறிந்திருந்தார் அவர்.

பாடலிபுத்திரம் எப்படிப்பட்ட நகரம்? முழுக்க முழுக்க மரத்தால் கட்டியெழுப்பப்பட்ட ஒரு நகரம் என்கிறார் மெகஸ்தனிஸ். நதிக்கும் நதிக்கரைக்கும் அருகிலுள்ள இந்திய நகரங்களில் மரமே பிரதான கட்டுமானப் பொருளாக இருக்கிறது. செங்கல்

கட்டடங்கள் இங்கே எழுப்பப்படுவதில்லை. ஏன்? இந்திய நதிகள் எப்போது கோபத்தில் பெருக்கெடுத்து ஓடும், எப்போது கரையை உடைத்துக்கொண்டு சமவெளிக்குப் பாயும் என்றே கணிக்க முடியாது. தவிரவும், மழை அதிகம் பெய்வதால் காற்றில் எப்போதும் ஈரப்பதம் இருந்துகொண்டே இருக்கிறது. செங்கலில் எதை உருவாக்கினாலும் நீரும் ஈரமும் ஊடுருவிச் சென்று தின்ன ஆரம்பித்துவிடும். எனவே மரத்தைக் கொண்டு கோட்டை கொத்தளங்களை உருவாக்குகிறார்கள். நதியை விட்டுத் தொலைவிலோ அல்லது உயரமான பகுதிகளிலோ உருவாகியிருக்கும் நகரங்களில் மட்டுமே செங்கல் கட்டடங்கள் இடம்பெற்றிருக்கின்றன என்று விளக்குகிறார் மெகஸ்தனிஸ்.

பாடலிபுத்திரம் கங்கையின் குழந்தை. இந்நகரின் முக்கியத் துவத்தை உணர்ந்திருப்பதால்தான் மௌரிய மன்னர்கள் தங்கள் பெயரோடு பாடலிபுத்திரத்தின் பெயரையும் சேர்த்துச் சூட்டிக்கொள்கிறார்கள் என்கிறார் மெகஸ்தனிஸ். இந்தத் தகவலை அவர் எங்கிருந்து பெற்றார் என்று தெரியவில்லை. காரணம் எந்த மௌரிய மன்னரின் பெயரோடும் இந்நகரின் பெயர் சேர்ந்து வருவது போல் தெரியவில்லை. மற்றபடி பாடலிபுத்திரம் மௌரியரின் இதயமாக இருந்தது என்பதில் மாற்றுக் கருத்தில்லை.

பாடலிபுத்திரம் எவ்வளவு பெரிய நகரமாக இருந்தது? சின்னது என்றோ பெரியது என்றோ சொல்லாமல் துல்லியமான அளவுகளை அளித்து ஆச்சரியப்படுத்துகிறார் மெகஸ்தனிஸ். கிரேக்க அளவுமுறைகளில் அவர் போட்டு வைத்திருக்கும் கணக்கை நமக்குப் புரிவது போல் மாற்றிக்கொண்டால் பாடலிபுத்திரம் கிட்டத்தட்ட 14.5 கி.மீ. நீளமும் 2.5 கி.மீ. அகலமும் கொண்ட ஒரு நகரம். வெளிப்புறத்தில் பாதுகாப்புக்கு அகழி வெட்டப்பட்டுள்ளதாகக் குறிப்பிடும் மெகஸ்தனிஸ், அதன் ஆழ அகலத்தையும்கூட விட்டுவிடாமல் கேட்டறிந்து பதிவு செய்திருக்கிறார். பாதுகாப்புக்குக் காரணம் போக, கழிவுநீரைச் சேகரிப்பதற்காகவும் அகழி பயன்படுத்தப்பட்டதாம்.

நகர எல்லையில் படர்ந்திருக்கும் அரண்களின் அளவுகள்கூட அவருக்குத் தெரிந்திருக்கின்றன. ஒன்பது மைல் நீளமும் ஒன்றரை மைல் அகலமும் கொண்ட பெரும் மரச்சுவர் பாடலிபுத்திரத்தைச் சுற்றிப் படர்ந்திருப்பதாகச் சொல்கிறார் மெகஸ்தனிஸ். மொத்தம் 64 கதவுகளை இந்த மதில் கொண்டிருக்கிறது. மதிலில்

ஆங்காங்கே பொந்துகள் அமைக்கப்பட்டிருக்கும். புற்றிலிருந்து பாம்பு எட்டிப் பார்ப்பதுபோல் ஒவ்வொரு பொந்திலிருந்தும் அம்பு வெளியில் நீட்டிக்கொண்டிருக்கும். பகைவர் புக முயன்றால் அம்பு மழையைத்தான் முதலில் அவர்கள் எதிர்கொள்ளவேண்டியிருக்கும். அந்நிய நடமாட்டத்தைத் தொலைவிலேயே தெரிந்துகொள்ள உயரமான கண்காணிக்கும் கோபுரங்கள் அமைக்கப்பட்டிருந்தன. இவற்றின் எண்ணிக்கை 570.

இன்றைய பாட்னாவுக்கு அருகிலுள்ள பகுதிகளில் அகழ்வாராய்ச்சி நடத்தப்பட்டபோது 2,200 ஆண்டுகளுக்கு முன்னால் மெகஸ்தனிஸ் கண்ட பாடலிபுத்திரம் மண்ணுக்கடியில் புதையுண்டிருந்ததை ஆய்வாளர்கள் கண்டுபிடித்தனர். வீடு, வீதி, சந்தை, அரண்மனை, தூண், விகாரம், சிலை என்று அனைத்தும் பெரும்செல்வம் போல் நமக்குக் கிடைத்துள்ளன. மெகஸ்தனிஸ் நிச்சயம் ஒரு பெருநகரத்தில்தான் தன் கால்களைப் பதித்து நடந்திருக்கிறார்.

பாடலிபுத்திரத்தில் தூண் மண்டபத்தின் இடிபாடுகள், கும்ரஹர்

கணிதத்தில் இணைகரம் என்றொரு வடிவம் சொல்வார்கள் அல்லவா? மெகஸ்தனிஸின் அளவுகள்படி பார்த்தால் அப்படியொரு வடிவத்தில் நீளமாகவும் குறுகலாகவும் பாடலிபுத்திரம் காட்சியளித்திருக்கவேண்டும். பரப்பளவு குறைந்தபட்ச கணிப்பின்படி 1220 முதல் 1300 ஹெக்டேர் அல்லது அதிகபட்சமாக 4500 ஹெக்டேர். இருப்பதிலேயே குறைவான மதிப்பீட்டை எடுத்துக்கொண்டாலும்கூட அன்று தெற்காசியாவில் பாடலிபுத்திரமே அளவில் பெரிய நகரமாக

இருந்திருக்கமுடியும். தோராயமாக 4 லட்சம் பேர் அங்கே வாழ்ந்திருக்கலாம் என்று சிலர் கணிக்கிறார்கள்.

பாடலிபுத்திரம் ஒரு மர நகரம் என்னும் மெகஸ்தனிஸின் பார்வையும் சரியானதே என்பதை இப்போது கிடைத்துள்ள சிதிலங்களிலிருந்து அறியமுடிகிறது. வீடு, கோட்டை, மதில் என்று அனைத்தையும் சால மரம் (குங்கிலியம் என்றும் சொல்வார்கள்) கொண்டு பாடலிபுத்திரர்கள் கட்டமைத் திருக்கிறார்கள். உறுதியான, மருத்துவக் குணங்கள் கொண்ட மரமாக இது கருதப்படுகிறது. இதில் விந்தை என்னவென்றால் பாடலிபுத்திரத்துக்கு அருகிலோ கங்கைக் கரையை ஒட்டியுள்ள பகுதிகளிலோ சால மரம் விளைவதில்லை. அப்படியானால் இவ்வளவு மிகுதியான மரங்களை எங்கிருந்து வெட்டியெடுத்து வந்திருப்பார்கள்? நிச்சயம் காடுகளில்தான் அபரிமிதமான மரங்கள் இருக்கும். அந்தக் காடுகள் எவை? வண்டிகளில் வைத்து இவற்றைக் கொண்டுவந்தார்களா? எதுவும் தெரியவில்லை. வேறு சில பகுதிகளிலும் மரக் கட்டுமானங்கள் இருந்திருக் கின்றன என்றாலும் பாடலிபுத்திரம் அளவுக்குச் சால மரம் வேறு எங்கும் பயன்படுத்தப்பட்டது போல் தெரியவில்லை. அன்றைய நகர வடிவமைப்பாளர்களுக்கு இந்த மரம் ஏனோ முக்கியமானதாக இருந்திருக்கிறது.

மௌரியரின் தலைநகரமான பாடலிபுத்திரம் குறித்து மெகஸ்தனிஸிடமிருந்து இந்த அளவுக்கு மட்டுமே செய்திகள் கிடைக்கின்றன. மெகஸ்தனிஸ் இந்தியா வந்தபோது இங்கே சந்திரகுப்தரின் ஆட்சி நடைபெற்று வந்தது. கிரேக்கத் தூதுவராக மெகஸ்தனிஸ் சந்திரகுப்தரின் அரசவைக்கு அவ்வப்போது சென்று வந்ததாக அறிகிறோம். அவர் பாடலிபுத்திரத்திலேயே தங்கியிருந்தாரா அல்லது பக்கத்தில் எங்கேனும் வசித்தபடி இங்கே வருகை புரிந்தாரா என்பது தெரியவில்லை. எவ்வளவு காலம் இந்தியாவில் அவர் கழித்தார் என்பதும் தெரியவில்லை.

அலெக்சாண்டர் இந்தியாவைவிட்டு வெளியேறியதைத் தொடர்ந்து, குறிப்பாக அவர் மரணத்துக்குப் பிறகு கிரேக்கத்தின் பிடியிலிருந்து சிந்து நதிக்கரைப் பகுதிகள் நழுவி வரத் தொடங்கின. அந்தப் பகுதிகளைக் கைப்பற்றிக்கொள்ள வடக்கிலிருந்த இந்திய மன்னர்கள் பலர் விரும்பினர். அவர்களுள் ஒருவர் சந்திரகுப்தர். உண்மையில் சிந்து அல்ல அவருடைய இலக்கு. செல்வாக்கோடும் செழிப்போடும் திகழ்ந்த மகதப்

பேரரசைக் கலைத்துவிட்டு ஆட்சியைக் கைப்பற்றுவதுதான் அவர் கனவு. இதை அவர் எவ்வாறு நிறைவேற்றினார் என்பதற்கு ஒரு கதை சொல்லப்படுகிறது.

ஒருமுறை சந்திரகுப்தர் நடந்து சென்றுகொண்டிருந்தபோது, ஊருக்கு வெளியில் கிராமப்புறமொன்றில் ஒரு பெண் தன் குழந்தையை அதட்டிக்கொண்டிருப்பதைக் கண்டார். இப்படியா உணவை நேரடியாக நடுவிலிருந்து பாய்ந்து எடுத்துச் சாப்பிடுவது? முதலில் சுற்றுப்புறத்தில் இருப்பதையெல்லாம் கொஞ்சம் கொஞ்சமாகச் சாப்பிட்டு முடி. அப்போதுதான் நடுவில் இருப்பது விரைவில் காணாமல் போகும் என்றார் அந்தப் பெண். குழந்தை என்ன புரிந்துகொண்டது என்று தெரியவில்லை. ஆனால், சந்திரகுப்தருக்குச் சட்டென்று விளங்கியிருக்கிறது. மகதத்தை ஆக்கிரமிக்க வேண்டுமானால் எடுத்த எடுப்பில் மகதத்தைத் தாக்கக் கூடாது. சுற்றியுள்ள பகுதிகளை ஒவ்வொன்றாகத் தாக்கிக் கைப்பற்றிக்கொண்டே வந்தால் மையம் அதுவே கைக்குள் வந்துவிடும். இப்படியாக வடக்கு, மத்திய இந்தியா, தெற்கு என்று ஒவ்வொன்றாகத் தொடங்கி இறுதியாக மகதத்தைக் கைப்பற்றி மௌரியப் பேரரசுக்கான அடித்தளத்தை அமைத்தார் சந்திரகுப்தர்.

மௌரியர் என்னும் சொல்லுக்குப் பல விளக்கங்கள் அளிக்கப்படுகின்றன. அந்தப்புரத்துப் பெண்களில் ஒருவரான மூரா என்பவரின் மகன் என்பதிலிருந்து மௌரியா தோன்றியது என்பது ஒரு விளக்கம். பாலி மகாவம்சத்தின்படி சாக்கிய வம்சத்தில் தோன்றியவர் மௌரியர். இது உண்மையென்றால் சந்திரகுப்தர் புத்தரின் வழித்தோன்றல். மௌரியா என்பதற்கு பாலியில் மயில் என்றொரு பொருளும் உண்டு. மயில் வளர்த்த வம்சத்திலிருந்து வந்தவர்கள் என்றும் மௌரியரை எடுத்துக் கொள்ளலாம். மௌரியரின் சின்னத்தில் மயில் இடம் பெற்றிருப்பதற்கு இதுவும் காரணமாக இருக்கலாம். அதே பாலி மொழியில் மோரி என்றால் மர வீட்டில் வசிக்கும் மக்கள். மெகஸ்தனிஸின் விவரணையின்படிப் பார்த்தால் இதுவும் பொருத்தமான பெயர்தான்.

சந்திரகுப்தர் குறித்து மெகஸ்தனிஸ் என்ன சொல்லியிருக்கிறார்? ஆசையோடு அவர் பதிவுகளைத் தேடினால் ஏமாற்றமே மிஞ்சுகிறது. சந்திரகுப்தரையோ அவருடைய அரண்மனையையோ மெகஸ்தனிஸ் கண்டுகொண்டது போலவே தெரியவில்லை. ஆம்,

அப்படியொருவர் இருக்கிறார் என்று அறிந்தேன் என்பதுபோல் போகிற போக்கில் ஒரு குறிப்பு மட்டுமே இருக்கிறது. அகழியின் சுற்றளவு என்ன, நகரின் நீள அகலம் என்ன என்றெல்லாம் நுணுக்கமாக விவரித்து எழுத முடிந்தவரால் சந்திரகுப்தரைக் குறித்து மிகவும் அடிப்படையான ஓர் அறிமுகத்தைக்கூட ஏனோ கொடுக்க முடியாமல் போய்விட்டது. சந்திரகுப்தர் எப்படி இருப்பார், என்ன மாதிரியான ஆடை அணிவார், எப்படிப் பேசுவார், அவர் அரசவையில் யாரெல்லாம் இருந்தார்கள், எப்படிப்பட்ட விவாதங்களையெல்லாம் அவர்கள் நடத்தினார்கள் என்று எதையுமே தெரிந்துகொள்ள முடியவில்லை.

எழுதவேயில்லையா அல்லது எழுதி நமக்குக் கிடைக்காமல் போய்விட்டதா என்றும் தெரியவில்லை. ஒருவேளை சந்திரகுப்தரை மெகஸ்தனிஸ் சந்திக்காமலே இருந்துவிட்டாரா? சந்திக்க முடியாததால்தான் அவர் எழுதவில்லையா? இருக்கலாம் என்றாலும் இதை ஏற்பதற்குக் கடினமாக இருக்கிறது.

கிரேக்கத்திலிருந்து வந்திருக்கும் ஓர் அரசியல் தூதரை ஒருமுறைகூடச் சந்திக்காமலேயே சந்திரகுப்தர் திருப்பி அனுப்பியிருப்பாரா என்ன? பாடலிபுத்திரத்தின் சந்து பொருந்து களையெல்லாம் நிதானமாகச் சுற்றித் திரிந்த மெகஸ்தனிஸ் எவ்வாறு சந்திரகுப்தரைக் கோட்டைவிடுவார்? தவிரவும், சந்திரகுப்தரின் அரசவைக்கு அடிக்கடி சென்று வந்தவர் என்கிறார்கள். அரசரைச் சந்திக்காமல் வேறு எதற்காக அவர் அரசவைக்கு, அதுவும் அடிக்கடி செல்லவேண்டும்? விளங்க வில்லை.

சந்திரகுப்தரை விட்டுவிட்டாலும் அதை ஈடு செய்யும் விதமாக அரசாட்சி, நிர்வாகம், ராணுவம், மக்கள் வாழ்நிலை என்று வேறு பலவற்றைப் பதிவு செய்து நம்மைச் சமாதானப்படுத்துகிறார் மெகஸ்தனிஸ்.

- 19 -

சாணக்கியரும் மெகஸ்தனிஸும்

சந்திரகுப்தரைப் பற்றி மெகஸ்தனிஸ் எதுவுமே எழுதாமல் விட்டுவிட்டார் என்று பார்த்தோம். சந்திரகுப்தர் காலத்தில் மிகுந்த செல்வாக்கோடு இருந்த இன்னொருவர் குறித்தும்கூட வாயே திறக்கவில்லை மெகஸ்தனிஸ். அவர், கௌடில்யர்.

மௌரியப் பேரரசை உருவாக்கிய சந்திரகுப்தரை உருவாக்கியவர் என்று சமணப் பதிவுகள் சாணக்கியரைக் குறிப்பிடுகின்றன. சாணக்கியர் இயற்றிய நூல், அர்த்தசாஸ்திரம். அர்த்தசாஸ்திரத்தை எடுத்துப் பிரித்தால் அதை இயற்றியவராக கௌடில்யரின் பெயர் குறிப்பிடப்படுகிறது. அது எழுதியவரின் பெயர் அல்ல; கோத்திரம் அல்லது குலத்தின் பெயர் என்கிறார்கள் ஆய்வாளர்கள். அப்படியானால் எழுதியவரின் பெயர்? உள்ளுக்குள் ஒரே ஓரிடத்தில் மட்டும் வருகிறது. அதுவும் விஷ்ணுகுப்தர் என்று. அப்படியானால் சாணக்கியரும் கௌடில்யரும் விஷ்ணுகுப்தரும் ஒருவரா? வழக்கம்போல், ஆம் என்று சிலரும் இல்லை என்று வேறு சிலரும் சொல்கிறார்கள். இருவருமே ஆதாரங்களைக் காட்டுகிறார்கள். இந்த

விவாதங்களுக்குள் செல்லாமல் சாணக்கியர் என்றே இங்கே அழைப்போம்.

சாணக்கியர் குறித்து நமக்கு நான்கு விதமான பதிவுகள் கிடைக்கின்றன. பாலி மொழியில் இயற்றப்பட்ட பௌத்த மகாவம்சம், ஹேமச்சந்திராவின் சமணப் பதிவு, சோமதேவரின் காஷ்மிரிப் பதிவு, விஷாகதத்தாவின் சமஸ்கிருதப் பதிவு. இந்த நான்கிலுமே நந்த மன்னரால் அவமானப்படுத்தப்பட்டதைத் தொடர்ந்து, உன்னை எப்படியாவது வீழ்த்துவேன் என்று சபதமிட்டு, அதன்படி வென்றும் காட்டுகிறார் சாணக்கியர்.

இந்திய வரலாறு துலக்கம் பெறுவது மௌரியர் காலத்தில்தான். அதற்குக் காரணம் நமக்குக் கிடைத்திருக்கும் மூன்று காத்திரமான தரவுகள். ஒன்று, அர்த்தசாஸ்திரம். இரண்டாவது மெகஸ்தனிஸின் இண்டிகா. மூன்றாவது, அசோகரின் கல்வெட்டுகள். (அசோகர் பின்னால் வரப்போகிறவர் என்பதால் இங்கே விட்டுவிடுவோம்). அர்த்தசாஸ்திரம் எப்போது இயற்றப்பட்டது? இதற்கு நேர் விடை கிடையாது. வெவ்வேறு நபர்கள் வெவ்வேறு காலகட்டத்தில் (பொஆமு 2 ஆம் நூற்றாண்டு முதல் பொஆ 3 ஆம் நூற்றாண்டுவரை) வெவ்வேறு வகைகளில் இந்நூலில் பணியாற்றி இருக்கலாம். அதாவது, ஒருவர் எழுதி, இன்னொருவர் சேர்த்து, மற்றொருவர் திருத்தி, மீண்டும் ஒருவர் வந்து சேர்த்து... இவ்வாறாக வளர்ந்தும் விரிந்தும் வந்ததுதான் இப்போது நம்மிடமுள்ள அர்த்தசாஸ்திரம் என்கிறார்கள் சில வரலாற்றாசிரியர்கள்.

எப்படியும் அடிப்படைப் பிரதி சந்திரகுப்தர் காலத்தில்தான் உருவாகியிருக்கவேண்டும் என்பதைப் பலர் ஒப்புக்கொள்கின்றனர். இதை உறுதி செய்யக்கூடிய இடத்தில் இருப்பவர் மெகஸ்தனிஸ் மட்டுமே. அர்த்தசாஸ்திரமும் இண்டிகாவும் ஒரே காலகட்டத்தைச் சேர்ந்த பிரதிகள் என்பதை இந்த இரண்டிலும் உள்ள பொதுத்தன்மைகளைச் சுட்டிக்காட்டி பலர் நிறுவி இருக்கின்றனர். மெகஸ்தனிஸ் அர்த்தசாஸ்திரத்தை அறிந்திருந்தார் என்பதற்கான மறைமுக ஆதாரங்களையும் இவர்கள் எடுத்துக் காட்டியிருக்கிறார்கள்.

ஓர் அரசு எப்படிச் செயல்படவேண்டும், மன்னரின் கடமைகள் என்னென்ன, எப்படிப்பட்ட சட்டங்கள் ஒரு நாட்டுக்குத் தேவை, அறம் என்றால் என்ன, வணிகம் எவ்வாறு நடத்தப்படவேண்டும், செல்வத்தை எப்படி நிர்வகிக்கவேண்டும், போருக்குத் தயாராவது

எப்படி, வரி எப்படி விதிக்கலாம் என்று வானத்துக்குக் கீழுள்ள அனைத்தையும் விவாதிக்கிறது அர்த்தசாஸ்திரம். நாட்டில் பஞ்சம் வந்தால் செய்யவேண்டியவை என்ன? நோய்த்தொற்றுக் காலத்தை எவ்வாறு சமாளிக்கவேண்டும்? சமூக நலத் திட்டங்களை முன்னெடுப்பது எப்படி? இப்படி எல்லா வற்றுக்கும் விதிகள் வகுத்து வைத்திருக்கிறது அர்த்தசாஸ்திரம். சந்திரகுப்தர் தொடங்கி பல மன்னர்களுக்கு இது ஓர் அத்தியாவசியக் கையேடாக இருந்திருக்க வாய்ப்புகள் அதிகம்.

சந்திரகுப்தரின் அவையில் சாணக்கியருக்குத் தனிச்சிறப்பான இடம் அளிக்கப்பட்டிருந்தது உண்மையானால் அங்கே பலமுறை சென்ற மெகஸ்தனிஸ் ஒருமுறையேனும் அவரைச் சந்தித்திருக்க வேண்டும். ஆனால், அவர் பதிவுகளில் எந்தக் குறிப்பும் இல்லை. குறைந்தபட்சம், சாணக்கியர் என்றொருவர் இருந்ததாவது மெகஸ்தனிஸுக்குத் தெரியுமா? தெரியவில்லை. பண்டைய இந்தியாவை வெளிச்சத்துக்குக் கொண்டுவந்த இந்த இரு எழுத்தாளர்களும் சந்தித்துக்கொண்டிருந்தால் உண்மையிலேயே அற்புதமாக இருந்திருக்கும்!

நிஜத்தில் சாத்தியமாகாத சந்திப்பை வரலாற்றாசிரியர்கள்தாம் மீண்டும் மீண்டும் சாத்தியமாக்கிக்கொண்டிருக்கிறார்கள். மெகஸ்தனிஸையும் சாணக்கியரையும் பெரும்பாலும் அவர்கள் இணைத்தே ஆராய்கிறார்கள், இணைத்தே விவாதிக்கிறார்கள். அவர் எழுதியதை இவரைக் கொண்டும் இவருடையதை அவருக்கு அருகில் வைத்தும்தான் இன்றுவரை ஒப்பிட்டுக் கொண்டிருக்கிறார்கள்.

நான் கண்ட பாடலிபுத்திரம் இப்படியெல்லாம் இருந்தது, அப்படியெல்லாம் இருந்தது என்று விவரிப்பது மெகஸ்தனிஸ் பாணி. எடுத்துக்காட்டுக்கு, பாடலிபுத்திரத்திரம் மரக் கட்டு மானங்களால் உருவான ஒரு நகரம் என்பதை அவர் மூலம் நாம் அறிகிறோம். மரத்தால் கட்டப்பட்ட மதிலே நகரைக் காக்கிறது என்று பதிவு செய்வதோடு இண்டிகா நிறுத்திக்கொள்கிறது. அர்த்தசாஸ்திரம் மிகச் சரியாக இந்த இடத்தில்தான் பேசவே தொடங்குகிறது. பாடலிபுத்திரம் எப்படி இருக்கிறது என்பதை விவரிப்பது அதன் வேலையல்ல. மாறாக, ஒரு நகரம் எப்படி இருக்கவேண்டும் என்று அர்த்தசாஸ்திரம் சிந்திக்கிறது. எதைக் கண்டாரோ அதை அப்படியே விவரிப்பவர் மெகஸ்தனிஸ். இது ஏன் இப்படி இருக்கிறது, இதை எப்படி மாற்றினால் நன்றாக

வரும் என்று சிந்திப்பவர் சாணக்கியவர். அதனால்தான் பாடலி புத்திரத்தைக் காக்கும் அரணை மரத்தால் உருவாக்கக் கூடாது என்று தொடங்குகிறார் சாணக்கியர். கற்களைக் கொண்டே மதில்கள் கட்டப்படவேண்டும். அதுதான் பாதுகாப்பானது என்கிறார் அவர்.

புலந்தி பாக்கில் கண்டுபிடிக்கப்பட்ட மரத்தாலான பலகையில் மௌரியரின் எச்சங்கள்

சந்திரகுப்தரோ அல்லது வேறு மன்னரோ அர்த்தசாஸ்திர விதிகளை அப்படியே எடுத்துக்கொண்டு பின்பற்றினர் என்று சொல்ல முடியாது என்கிறார் வரலாற்றாசிரியர் ரொமிலா தாப்பர். உண்மை. அர்த்தசாஸ்திரம் ஒரு செயல்திட்ட ஆவணம். நிகழ்காலம் அல்ல எதிர்காலமே அதன் இலக்கு. எனக்கு மரம்தான் கிடைத்தது. பெரிய கற்களைக் கொண்டுவருவதைவிட மரக்கட்டைகளைக் கொண்டுவந்து கட்டுவது எளிதாக இருந்தது. எனவே கட்டினேன் என்று ஒரு வடிவமைப்பாளர் சென்னால் ஓ, அப்படியா சரி என்று பதிவு செய்துவிடுவார் மெகஸ்தனிஸ். சாணக்கியரிடம் இது பலிக்காது. கட்டியதை மாற்ற முடியாது என்று எனக்குத் தெரியும். அதைப் பற்றி நான் எதுவும் பேசப்போவதில்லை. இனிவரும் மன்னர்களாவது மரத்தை விட்டுவிட்டு கற்களைத் தேடிச் செல்லட்டும் என்பார் அவர்.

மௌரியர் காலத்தில் தாதுக்களிலிருந்து உலோகத்தை வடித்தெடுக்கும் அறிவியல் அதன் ஆரம்ப கட்டத்தில் இருந்ததை,

மெகஸ்தனிஸை வாசிக்கும்போது நம்மால் தெரிந்துகொள்ள முடியும். ஆரம்ப கட்டத்தில் இருக்கும் இத்துறையை அடுத்தடுத்த கட்டங்களுக்குக் கொண்டுசெல்வது எப்படி என்பதை அர்த்தசாஸ்திரம் விவாதிக்கிறது. சுரங்கங்களை எவ்வாறு கையாள வேண்டும் என்பது தொடங்கி ஒரு மன்னர் சுரங்கங்களைத் தன் கட்டுப்பாட்டின்கீழ் கொண்டுவரவேண்டியதன் அவசியம் வரை விரிவான ஒரு பார்வை அர்த்தசாஸ்திரத்தில் இருக்கிறது.

மெகஸ்தனிஸ் ஓரிரு வரிகளில் கடந்து சென்றுவிடும் பல இடங்களை அர்த்தசாஸ்திரம் நுணுக்கமாக ஆராய்கிறது. உளவாளிகளைக் கொண்ட ஒரு விரிவான வலைப்பின்னலை ஒரு மன்னர் உருவாக்கவேண்டும் என்கிறது அர்த்தசாஸ்திரம். உளவுத் தகவல்களை ரகசியமாக அறிந்து சொல்லும் அந்த வலைப் பின்னலில் பாலியல் பணியில் ஈடுபடுவோரும் அடங்குவர். இப்படியொரு வலைப்பின்னல் சந்திரகுப்தர் காலத்தில் இருந்ததா என்பதை அறிய மெகஸ்தனிஸிடம் சென்றால், 'பாலியல் பணியில் ஈடுபடும் பெண்களோடு உரையாடியிருக்கிறேன்' என்னும் செய்தி மட்டும் கிடைக்கிறது. உளவாளிகள் குறித்துச் சொல்ல எதுவும் இல்லை அவரிடம்.

பல இடங்களில் எதிரும் புதிருமாக இருவரும் எழுதி வைத்திருக் கிறார்கள். அர்த்தசாஸ்திரத்தில் குற்றமும் தண்டனையும் குறித்துப் பல தகவல்கள் கிடைக்கின்றன. எப்படிப்பட்ட குற்றங்களுக்கு எப்படிப்பட்ட தண்டனை அளிக்கப்படவேண்டும் என்பதைச் சாணக்கியர் விரிவாக இதில் அலசியிருக்கிறார். மெகஸ்தனிஸோ இந்தியாவில் சட்டத்துக்கான தேவையே கிட்டத்தட்ட இல்லை என்கிறார். இந்தியர்கள் குற்றமிழைப்பதே இல்லை என்னும் முடிவுக்குதான் அவரைப் படிப்பவர்கள் வந்து சேரமுடியும். இருவரில் யார் சொல்வது சரி? மெகஸ்தனிஸை ஏற்பதாக இருந்தால் உன்னதமான நல்லுள்ளங்கள் மட்டும் வாழும் ஒரு நிலமாக பண்டைய இந்தியா இருந்தது என்று நாம் முடிவு கட்டலாம். ஒரு பொற்காலமாகப் பண்டைய இந்தியாவைக் கற்பனை செய்துகொள்ள இது நமக்கு உதவலாம்.

உண்மையில் அப்படியொரு பொற்காலம் உலகில் எங்கும் இருந்திருக்க வாய்ப்பில்லை என்பதையே வரலாறு நமக்கு உணர்த்துகிறது. மனிதர்கள் எல்லாக் காலங்களிலும் தவறுகள் செய்திருக்கிறார்கள். சதி வேலைகளிலும் நம்பிக்கை துரோகங் களிலும் ஈடுபட்டிருக்கிறார்கள். கொலைகளும் கொள்ளைகளும்

நடந்திருக்கின்றன. அரசுகள் கவிழ்க்கப்பட்டிருக்கின்றன. குடியிருப்புகள் தாக்கப்பட்டிருக்கின்றன. நல்லவர்களும் தீயவர்களும் கொடூரமானவர்களும் அன்பே உருவானவர்களும் சாமானியர்களும் அப்பாவிகளும் ஏழைகளும் செல்வந்தவர்களும் கலந்திருப்பதுதான் சமூக யதார்த்தம். அந்த யதார்த்தத்தையே அர்த்தசாஸ்திரம் நமக்கு உணர்த்துகிறது. சமூகத்தில் நிலவும் குற்றங்களைத்தான் சாணக்கியர் தொகுத்துக் கொடுத்திருக்கிறார்.

சில இடங்களில் இருவரும் ஒரே குரலில் ஒரே பொருளைப் பேசுகிறார்கள். ஒரு மன்னர் தன் எதிரிகளிடமிருந்து எப்படி எல்லாம் தன்னைத் தற்காத்துக்கொள்ளவேண்டும் என்பதை விரிவாகப் பேசும் அர்த்தசாஸ்திரம், அரண்மனைப் பெண்களால் மன்னருக்கு நேரும் அபாயத்தைச் சுட்டிக்காட்டி எச்சரிக்கிறது. மெகஸ்தனிஸூம் இதே எச்சரிக்கையைப் பதிவு செய்திருக்கிறார்.

மன்னர் மது அருந்திவிட்டு உறங்கும் நேரம் முக்கியமானது. இது மிகவும் ஆபத்தான ஒரு தருணமாக எந்நேரமும் மாறலாம். அரசரின் பாதுகாவலர்களாக நியமிக்கப்பட்டுள்ள பெண்கள் இதை ஒரு வாய்ப்பாகக் கொண்டு மன்னரை ரகசியமாகக் கொல்லலாம். அவ்வாறு மன்னரைக் கொல்லும் பெண் ஆட்சிக்கு வரும் அடுத்த மன்னரோடு இணைந்துகொள்ளலாம். அவர்களுக்குப் பிறக்கும் குழந்தை அடுத்ததாகப் பதவிக்கு வருவதற்கான வாய்ப்பு இருக்கிறது. எனவே தன் குழந்தை அரசாளவேண்டும் என்னும் ஆசையில் பெண்கள் அரசரைக் கொல்ல நேரம் பார்த்துக் காத்திருக்கலாம். இந்த ஆபத்தைத் தவிர்க்கவேண்டுமானால் மன்னர் தன்னைச் சூழ்ந்துள்ள பெண்களிடம் எச்சரிக்கையோடு இருக்கவேண்டும். மது அருந்துவதையும் கட்டுக்குள் வைத்திருக்கவேண்டும். முக்கியமாக, ஒரே இடத்தில் ஒரே கட்டிலில் இரவெல்லாம் படுத்து உறங்குவதைத் தவிர்த்துவிட்டு, அவ்வப்போது ரகசியமாக இடம் மாறி, கட்டில் மாறி படுத்துக்கொள்ளவேண்டும். மெகஸ்தனிஸ், சாணக்கியர் இருவரும் ஒன்று போல் அளிக்கும் தீர்வு இது.

- 20 -

இந்தியா எவ்வாறு ஆளப்படுகிறது?

கால்நடைகள் மழையைச் சார்ந்திருப்பதுபோல் ஒரு மன்னர் ஆலோசகரைச் சார்ந்திருக்கிறார் என்கிறது மகாபாரதம். ஒரு சக்கரத்தால் தனியாக உருண்டு போக முடியாது. இன்னொரு சக்கரம் வேண்டும். அந்த இன்னொரு சக்கரம்தான் ஆலோசகர் என்கிறார் சாணக்கியர். ஆலோசகர்களுக்கு அரசவையில் எப்போதும் சிறப்பிடம் அளிக்கப்படுகிறது என்கிறார் மெகஸ்தனிஸ். என்ன செய்யலாம், எதைத் தவிர்க்கலாம், எங்கே இழுக்கலாம், எங்கே பிடிக்கலாம் என்று குழப்பம் தோன்றும்போதெல்லாம் ஆலோசகர்களே மன்னரின் துணைக்கு வருகிறார்கள்.

ஆலோசகருக்கான இரண்டாவது சக்கரம் களத்தில் பணியாற்றும் அதிகாரி. ஒரு நகரம் செயல்படுவதற்கு மூன்று அதிகாரிகள் உதவுகிறார்கள் என்கிறார் மெகஸ்தனிஸ். முதலாமவர் சந்தை அதிகாரி என்று அழைக்கப்பட்டாலும் அவருடைய பிரதான பணி நீர்நிலைகளைக் கண்காணிப்பது. தேவையான இடங்களில், தேவையான அளவுகளில் அனைவருக்கும் கால்வாய் நீர் கிடைப்பதை இவர் உறுதி செய்கிறார். அவனுக்கு அதிகம்

கிடைத்தது, எனக்குக் கிடைக்கவேயில்லை போன்ற புகார்களை இவரே விசாரிக்கிறார். நீர் தேவைகள் புறக்கணிக்கப்பட்டால் சண்டையும் சச்சரவும் மூளும் என்பதை உணர்ந்து ஓர் அதிகாரியை அப்போதே சந்திரகுப்தர் நியமித்திருப்பது ஆச்சரியமூட்டுகிறது. குளம் வெட்டுவது, ஏரிகளைப் பராமரிப்பது போன்றவற்றில் அடுத்தடுத்து வந்த மௌரிய மன்னர்களும் முனைப்போடு இருந்ததைக் கல்வெட்டுகள்மூலம் அறியமுடிகிறது.

நீர் மட்டுமல்ல, நிலமும் மேற்படி அதிகாரியின் பொறுப்புதான். அதிகாரப்பூர்வமாக நிலத்தை இவரே அளந்து கொடுக்கிறார். சாலை அமைக்கும் பணியை மேற்பார்வை செய்கிறார். எங்கே வளைவுகள் இருக்கின்றன, இலக்கை அடைய இன்னும் எவ்வளவு தூரம் செல்லவேண்டும் போன்றவற்றைச் சாலைக்கருகில் ஆங்காங்கே குறித்து வைப்பதும் இவர் பொறுப்புதான். இவரே கண்காணிப்பும் செய்தாகவேண்டும். வேட்டைக்காரர்கள் மீது ஒரு கண் வைத்திருக்கவேண்டும். அவர்கள் தவறிழைத்தால் தண்டிக்கவேண்டும், நற்செயல்களை ஊக்குவிக்கவேண்டும். தச்சர்கள், தொழிலாளர்கள், பட்டறையில் பணிபுரிவோர் ஆகியோரைக் கண்காணிக்கவேண்டும். ஓர் அதிகாரிக்கு இவ்வளவு பளுவா என்று மலைத்து முடிப்பதற்குள், வரி வசூலிப்பதும் இவர் கடமை என்று வலியுறுத்துகிறார் மெகஸ்தனிஸ். ஒரே அதிகாரி என்றல்லாமல் ஒரு துறையின்கீழ் பணியாற்றும் பலரின் பொறுப்புகள் என்று இவற்றைப் புரிந்துகொள்வதுதான் சரியாக இருக்கும்.

இரண்டாவது நகரக் கண்காணிப்புப் பணி. ஐந்து அதிகாரிகளைக் கொண்ட ஆறு குழுக்கள் இத்துறையின்கீழ் வருகின்றன. முதல் குழு, கைவினைக் கலைஞர்களின் தேவைகளைக் கவனித்துக் கொள்ளும். இரண்டாவது குழு பிறப்பு, இறப்பு இரண்டையும் கண்டறிந்து பதிவு செய்யும். மக்கள் தொகை எண்ணிக்கை துல்லியமாக இல்லாவிட்டால் வரிகளைச் சரியாக நிர்வகிக்க முடியாது. சில்லறை விற்பனை, பண்டப் பரிமாற்றம் இரண்டையும் மூன்றாவது குழு பார்த்துக்கொள்ளும். சந்தைக்கு விளைச்சலைக் கொண்டுவருபவன் சரியான விலைக்கு விற்பனை செய்கிறானா என்று பார்க்கவேண்டும். பண்டப் பரிமாற்றத்தில் ஈடுபடும் ஒவ்வொருமுறையும் அரசுக்கு வரி செலுத்தவேண்டும். ஒருமுறை வரி செலுத்திவிட்டு ஒன்றுக்கும் மேற்பட்ட பரிமாற்றங்களில் யாராவது ஈடுபட்டால் அவர்களை நெறிப்படுத்துவது இக்குழுவின் கடமை. நான்காவது குழுவினர்

கைவினைக் கலைஞர்கள். தங்கள் பொருள்களைச் சரியான விலைக்கு விற்கிறார்களா என்பதைக் கண்காணிப்பர். ஐந்தாவது குழுவைச் சேர்ந்த அதிகாரிகள் விற்பனை வரி (10%) வசூலிக்கவேண்டும். வரி வசூலிப்பவர் திருட்டில் ஈடுபட்டால் ஒரே தண்டனைதான். மரணம்.

ஆறாவது குழு மெகஸ்தனிஸ் போல் அயல்நாடுகளிலிருந்து இந்தியாவுக்கு வந்தவர்களுக்கானது. அவர்கள் தங்குவதற்கான ஏற்பாடுகளைக் கவனித்துக்கொள்வது, அவர்களைக் கண் பார்வையில் வைத்திருப்பது, உதவியாளர்கள் தேவை என்றால் வழங்குவது, நோயுற்றால் கவனித்துக்கொள்வது, யாரேனும் இறக்க நேர்ந்தால் அவர் உடைமைகளை அவர்தம் நாட்டுக்கு அனுப்பி வைப்பது என்று பலவிதமான பணிகள் இவர்களுக்கு ஒதுக்கப்பட்டிருக்கின்றன. ஓர் அயல்நாட்டவர் தனக்குப் பரிச்சயமில்லாத ஒரு புதிய நிலத்தில் வசிக்க நேரும்போது என்னவெல்லாம் எதிர்பார்ப்பார், எங்கெல்லாம் தடுமாறுவார், என்ன மாதிரியான அசம்பாவிதங்கள் அவருக்கு நடக்கலாம் என்பதையெல்லாம் சந்திரகுப்தர் துல்லியமாக அறிந்திருந்தார் என்பதையே இது காட்டுகிறது. தவிரவும், மௌரியர் இந்தியாவில் குறிப்பிடத்தக்க எண்ணிக்கையில் அயல்தேசத்தவர் வாழ்ந்து வந்ததால்தான் அவர்களுக்கென்று ஒரு தனிக்குழுவை அமைக்கவேண்டிய தேவை எழுந்திருக்கிறது.

மெகஸ்தனிஸ் குறிப்பிடும் மூன்றாவது துறை, ராணுவம். இங்கும் ஐந்து அதிகாரிகளைக் கொண்ட ஆறு குழுக்கள் இயங்குகின்றன. முதல் குழு கப்பல் படைத் தலைவரோடு இணைந்திருக்கும். இரண்டாவது போக்குவரத்துக் குழு. வீரர்களுக்குத் தேவைப்படும் உணவு, விலங்குகளுக்கான தீவனம், இவை போக வேறு என்ன தேவையென்றாலும், எருது பூட்டப்பட்ட வண்டிகளில் பாய்ந்து சென்று கொண்டுவந்து சேர்ப்பார்கள். பணியாள்கள், முரசு அறைபவர்கள், பொறியியலாளர்கள் என்று யாரை அழைத்துவரச் சொன்னாலும் அழைத்து வருவார்கள். வேகத்துக்குப் பெயர் பெற்றவர்கள். மூன்றாவது குழுவில் காலாட்படை வீரர்கள் இருப்பார்கள். நான்காவது, குதிரைப் படை. ஐந்தாவதில் ரதங்களைச் செலுத்துபவர்கள் இருப்பார்கள். ஆறாவது, யானைப் படை.

சந்திரகுப்தரின் ஆட்சி நிர்வாகம் எப்படி இருந்தது என்பதை விவரித்து முடித்த கையோடு மக்கள் பற்றியும் கொஞ்சம்

பேசுகிறார் மெகஸ்தனிஸ். இறந்தவர்களிடமிருந்து தொடங்கு கிறார். இந்த நிலத்தில் எங்குமே நினைவிடங்களை நான் பார்க்கவில்லை. அப்படியொன்றை அவர்கள் கட்டுவதே இல்லை. அப்படியானால் ஒருவர் இறந்தவுடன் அவரை இந்தியர்கள் மறந்துவிடுகிறார்கள் என்று நினைத்துவிட வேண்டாம். இறந்தவருக்கு நாம் மண்டபம் அமைக்கிறோம். அவர்களோ ஒரு மனிதனின் நல்லொழுக்கம்தான் அவனுக்கான நினைவிடம் என்று கருதுகிறார்கள். ஒருவர் உயிரோடு இருந்தபோது எப்படி இருந்தார், என்னவெல்லாம் செய்தார் என்பதைப் பலவாறாகப் புகழ்ந்து பாடல்களை இயற்றுகிறார்கள். அந்தப் பாடல்களைப் பாடும் ஒவ்வொருமுறையும் இறந்தவர் நினைகூரப்படுகிறார்.

எல்லாவற்றிலும் இந்தியர்கள் சிக்கனத்தைக் கடைபிடிக் கிறார்கள். உணவாக இருந்தாலும் சரி, பணமாக இருந்தாலும் சரி. எழுதப்பட்ட சட்டம் என்பதே இந்தியாவில் கிடையாது. எழுதப் படிக்கத் தெரிந்தவர்கள் மிகவும் குறைவு என்பதால் விரிவாகச் சட்ட திட்டங்களெல்லாம் எழுதி வைப்பதில் எந்தப் பலனும் இல்லை என்று நினைத்திருக்கலாம். உண்மையில் அதற்கான அவசியம் இல்லை என்றே சொல்லவேண்டும். இந்தியர்கள் நல்லவர்கள். அஞ்சத்தக்க குற்றங்களில் அவர்கள் ஈடுபடுவ தில்லை. மிக மிக அரிதாகவே திருட்டுக்கூட நடக்கிறது என்றால் பார்த்துக்கொள்ளுங்கள். இப்படிச் சொல்லிவிட்டு, புள்ளி விவரமும் அளிக்கிறார் மெகஸ்தனிஸ். நான்கு லட்சம் பேர் வசிக்கும் ஓரிடத்தில் ஒரு நாள் எவ்வளவு பணம் திருடப்படுகிறது என்று பார்த்தால் ரொம்ப, ரொம்பக் குறைவு. இதெல்லாம் ஒரு திருட்டே இல்லை என்று சொல்லும் அளவுக்குக் குறைவு. கல்லாதவர்கள் என்றாலும் எவ்வளவு கண்ணியமானவர்களாக இருக்கிறார்கள்!

படிக்காதவர்கள் எவ்வாறு பணம் கொடுத்தும் பெற்றும் வணிகம் செய்கிறார்கள் என்று பார்த்தால் நம் மலைப்பு இன்னும் அதிகரிக்கிறது. இந்தியர்கள் அபாரமான நினைவாற்றல் கொண்டவர்களாக இருக்கிறார்கள். எல்லாக் கணக்குகளையும் மூளைக்குள் போட்டு, நினைவில் பூட்டி வைத்திருக்கிறார்கள். எதையும் எங்கும் குறித்து வைத்துக்கொள்ளவேண்டும் என்று அவர்கள் நினைப்பதில்லை. ஒருவர் நினைவில் இருந்து சொல்வதை இன்னொருவர் மறுக்காமல், வாதிடாமல் ஒப்புக் கொள்கிறார். யாருமே திருடர்களில்லை என்பதால் எல்லோரும்

ஒருவர்மீது ஒருவர் நம்பிக்கை வைத்திருக்கிறார்கள். வெளியில் செல்லும்போதும் யாரும் வீட்டைப் பூட்டுவதில்லை. எல்லாவற்றையும் போட்டது போட்டபடி வெளியில் செல்கிறார்கள், வருகிறார்கள். எல்லோரும் இப்படித்தான் என்பதால் அதை எல்லோருமே மதிக்கிறார்கள்.

அவன் இவனை ஏமாற்றிவிட்டான், இவன் அவனுடைய ஒப்பந்தத்தை மீறிவிட்டான் என்றெல்லாம் வழக்கைத் தூக்கிக் கொண்டு யாரும் எங்கும் செல்வதில்லை. அவர்கள் போட்டுக் கொள்ளும் ஒப்பந்தம் மிகவும் எளிமையானதாக இருக்கிறது. கையெழுத்துப் போடவேண்டும், அதற்கு யாரேனும் சாட்சியாக இருக்கவேண்டும், அரசாங்க முத்திரை இருக்கவேண்டும் என்றெல்லாம் அவர்கள் எதிர்பார்ப்பதேயில்லை. பேச்சு வார்த்தையின்மூலம் எல்லாவற்றையும் அவர்களுக்குள் முடித்துக் கொண்டுவிடுகிறார்கள்.

மௌரியப் பேரரசின் வெள்ளி நாணயம்: இந்த நாணயத்தில் உள்ள ஐந்து சின்னங்கள்: சூரியன், ஆறு கைகள் கொண்ட மகதா, மலை உச்சியில் காளை, நான்கு எருதுகளுடன் இந்திரத்வஜா, யானை.

பலியிடும் சடங்கு நடைபெறும்போது மது அருந்துகிறார்கள். அதுவும் மிகவும் குறைவாகவே. இந்த மதுவும்கூட பார்லியில் இருந்து அல்ல, அரிசியிலிருந்து தயாரிக்கப்படுகிறது. அரிசி அவர்களுடைய முக்கிய உணவு. அரிசிச் சாதமும் கறியும் கலந்த உணவுதான் அவர்களுக்குப் பிரதானமாக இருக்கிறது. உணவு வழக்கத்தைப் பொருத்தவரை ஒன்றுதான் ஏற்க முடியாததாக இருக்கிறது என்கிறார் மெகஸ்தனிஸ். யாருமே குடும்பத்தோடு அமர்ந்து உண்பதில்லை. எனக்குப் பசித்தால் நான் போய் எடுத்துப் போட்டுக்கொண்டு சாப்பிடுவேன். இன்னொருவர் அவ்வாறே தனியாக உண்பார். வீட்டில் ஒவ்வொருவரும் தனித்தனியே உண்கிறார்கள். உணவு நேரம் என்று தனியாக எதையும் அவர்கள் வைத்துக்கொள்வதில்லை என்பதால் அவரவருக்குப் பசிக்கும்போது சாப்பிடுகிறார்கள்.

இந்தியர்கள் உடற்பயிற்சி செய்யும் முறையும் புதிராகவே இருக்கிறது. உடலை அழுத்திப் பிடித்து, தோலின் மீது என்னவோ போட்டு தேய்த்து, கையையும் காலையும் நீட்டி, மடக்கி... ஏதோ செய்கிறார்கள். ஆனால், அது என்னவென்றுதான் பிடிபடுவ தில்லை. எளிய வாழ்க்கை முறை என்று சொன்னேன். ஆனால், ஒரேயொரு விதிவிலக்கு. அழகிய ஆடைகளை உடுத்திக்கொள்வதிலும் விதவிதமான அணிகலன்களை அணிந்து கொள்வதிலும் இந்தியர்கள் ஆர்வம் கொண்டிருக்கிறார்கள். தங்கத்தையும் விலை மதிப்புவாய்ந்த கற்களையும் ஆடையில் தைத்துக்கொள்கிறார்கள். நுண்மையான மஸ்லின் துணியால் அவர்கள் உடுப்பு தயாரிக்கப்படுகிறது. சில நேரம் பூ வேலைப்பாடு கொண்ட ஆடைகளையும் அணிகிறார்கள்.

அழகியவர்களுக்குச் சமூகத்தில் மதிப்பு அதிகம். எனவே, தங்கள் தோற்றத்தை மேம்படுத்திக்கொள்ள என்னென்ன வழிகள் உள்ளனவோ அனைத்தையும் கையாள்கிறார்கள். ஒருவர் நடந்து கொண்டே இருப்பார். கையில் குடையோடு ஓர் உதவியாளர் நிழல்போல் அவரைப் பின்தொடர்ந்து செல்வார். மேனி எழிலைக் காக்கவே இந்த ஏற்பாடு என்று ஏதோ அதிசயத்தைக் கண்டுகொண்டதுபோல் புன்னகைக்கிறார் மெகஸ்தனிஸ்.

- 21 -

தென்னிந்தியாவை அறிதல்

இந்தியாவை முதலில் பதிவு செய்தவர் ஹெரோடோட்டஸ் என்றால் தென்னிந்தியாவை உலகுக்கு முதன் முதலில் அறிமுகப் படுத்தியவர் மெகஸ்தனிஸ். சிந்து நதியை எட்டிப் பார்த்துவிட்டு இந்தியாவைக் கண்டுவிட்டேன் என்று சொல்லித் திரிந்தவர் களிடம், இல்லை, நீங்கள் கண்டது கையளவு நீர். கடலைக் காண வேண்டுமானால் இங்கே வாருங்கள் என்று தென்னிந்தியாவுக்கு உற்சாக அழைப்பு விடுக்கிறார் மெகஸ்தனிஸ்.

அவருடைய முதல் குறிப்பே தெற்கின் இயல்பைச் சுட்டிக்காட்டிவிடுகிறது. ஆரம்பம் முதலே வடக்கு எந்த வழியில் செல்கிறது என்று ஊன்றி கவனித்து நேர் எதிரான வழியில் செல்வதுதான் தெற்குக்கு வழக்கம் போலிருக்கிறது. இல்லா விட்டால் முழு இந்தியாவையும் ஆண் கடவுள்கள் உருவாக்கி இருக்க, தென்னிந்தியா மட்டும் ஒரு பெண்ணின் விரல்களால் படைக்கப்பட்டிருக்குமா? டயோனிசஸ், ஹெராக்ளஸ் இருவரும் இந்தியாவை உருவாக்கினார்கள் என்றால் ஹெராக்ளஸின் மகளான பாண்டியா (பண்டோரா என்றும் அழைக்கப்படுவார்)

தென்னிந்தியாவைப் படைத்திருக்கிறார். இவர் பெயரால்தான் பாண்டிய வம்சம் நிலைகொண்டது என்கிறார் மெகஸ்தனிஸ்.

வடக்கு போல் பாண்டிய நிலம் அரசர்களால் ஆளப்படுவதில்லை; அரசிகளே ஆள்கிறார்கள். பெயர் எதுவும் குறிப்பிடாமல், பாண்டிய அரசியிடம் 13,000 காலாட் படை வீரர்களும் 4,000 குதிரைப் படை வீரர்களும் 500 பேர் யானைகளும் இருப்பதாகப் பதிவு செய்கிறார் மெகஸ்தனிஸ். இதற்கெல்லாம் ஆதாரம் இல்லை என்றாலும் தென்னிந்தியா தாய் வழிச் சமூகமாகத் திரண்டிருப்பதையும் பெண்கள் அதிகாரமிக்க வர்களாக இருப்பதையும்தான் மெகஸ்தனிஸ் உணர்த்துகிறார் என்று சிலர் வாதிடுகிறார்கள்.

பாண்டிய நிலம் குறித்து மெகஸ்தனிஸிடமிருந்து நமக்குக் கிடைக்கும் முதல் பதிவு முத்து பற்றியது. அலெக்சண்டர் வருவதற்கு முன்பு முத்து கறுப்பா சிவப்பா என்றுகூட கிரேக்கர் களுக்குத் தெரியாது. தெரியவந்ததும் வியந்து போனார்கள். உண்மையாகவா சொல்கிறீர்கள்? மீனிடமிருந்தா இது வளர்ந்து வருகிறது? எந்த மீனிடம் எந்த முத்து இருக்கும் என்பதை எப்படிக் கண்டறிவார்கள்? எப்படிக் கடலிலிருந்து எடுக்கிறார்கள்? இந்தியாவில் எங்கே முத்து அதிகம் கிடைக்கிறது?

சந்தேகமேயில்லை தெற்கில்தான் என்கிறார் மெகஸ்தனிஸ். தேனீக்களில் தலைவர் தேனீ என்றொன்று இருப்பதுபோல் முத்துச் சிப்பிகளுக்கும் ஒரு தலைவர் சிப்பி இருக்குமாம். தலைவர் எங்கே போனாலும் குஞ்சு குளுவான்கள் அவர் பின்னால் ஓடுவார்களாம். மற்றவர்களைவிட, தலைவர் அளவில் பெரியவராக இருப்பார். கூடுதல் அழகோடும் இருப்பார். தோற்றத்தில் மட்டுமல்ல இயல்பிலும் தந்திரம் மிக்கவர். அவ்வளவு சுலபத்தில் எதிரிகளால் தலைவரை நெருங்க முடியாது. முத்துச்சிப்பியில் ராஜா, ராணி என்று இரட்டைத் தலைமை இருப்பதால் வலை வீசுபவர்களும் சரி, கடலில் குதிப்பவர்களும் சரி, ராஜா சிப்பியைத்தான் பிரதானமாகக் குறி வைக்கிறார்கள். ராஜா வலைக்குள் வந்து விட்டால் ராணியும் பரிவாரமும் அவர்களாகவே சமர்த்தாக வந்து சிக்கிக்கொள்வார்கள்.

இல்லை, மெகஸ்தனிஸ் சொல்வதை இப்படி மேலோட்டமாகப் புரிந்துகொள்ளக் கூடாது. மன்னர் எவ்வழி குடிகள் அவ்வழி. ஒரு நல்ல அரசர் ராஜா சிப்பி போல் இருக்கவேண்டும் என்பதை வலியுறுத்துவதற்கான உதாரணம் மட்டுமே இது என்று

சொல்பவர்களும் இருக்கிறார்கள். போகிற போக்கில் ஒரே இடத்தில் மட்டும் குறிப்பிட்டிருந்தால் இதை ஏற்கலாம். ஆனால், அவரோ தொடர்ந்து முத்து குறித்துப் பேசுகிறார். முத்து வணிகம் நடைபெற்றிருப்பதை உறுதி செய்யும் வகையில், தங்கத்தைக் காட்டிலும் முத்து மதிப்புமிக்கது. ஒரு குந்துமணி முத்து வேண்டுமானால் மூன்று குந்துமணி தங்கம் கொடுக்கவேண்டும் என்று குறிப்பிடுகிறார் மெகஸ்தனிஸ். பாண்டியர்களின் தலை நகரமாக மதுரை இருந்ததை அர்த்தசாஸ்திரம் குறிப்பிடுகிறது. பின்னாள்களில் முத்து வணிகத்துக்குப் பெயர் போன இடமாக மதுரை மாறியது. பட்டு, தந்தம், மிளகு ஆகியவற்றோடு அதிகளவில் முத்துகளையும் மதுரை ஏற்றுமதி செய்திருக்கிறது. ஆனால், மெகஸ்தனிஸ் பதிவுகளில் மதுரை இல்லை.

பாண்டிய நிலம் பற்றி இதற்குமேல் சொல்ல எதுவுமில்லை அவரிடம். எனவே பாண்டிய நிலத்தைக் கடந்து கடலுக்கு அப்பால் அமைந்திருக்கும் ஒரு தீவுக்குத் தாவுகிறார் மெகஸ்தனிஸ். தீவின் பெயர், தப்ரபேன் என்று அறிவிக்கிறார். சுற்றிலும் கடல். உள்ளே மலைகள். பாடலிபுத்திரம் போன்ற நகரங்கள் அங்கே இல்லை. ஆனால், 750 கிராமங்கள் வரை இருப்பதாகச் சொல்கிறார்கள். பாடலிபுத்திரம் போலவே அந்தத் தீவிலும் மரத்தில்தான் வீடு கட்டி வாழ்கிறார்கள். நாணல்களைப் பிணைத்து இருப்பிடங்களை உருவாக்கிக்கொள்கிறார்கள்.

தப்ரபேன் ஓர் அதிசயத் தீவு. நமக்கெல்லாம் ஆமை தெரியும். அது எவ்வளவு பெரியதாக வளரும் என்று நாம் பார்த்திருக்கிறோம். ஆனால், இந்தத் தீவில் ஒரு வகை ஆமை வாழ்கிறது. அதை நீங்கள் வேறு எங்கும் காண முடியாது. தீவில் வசிக்கும் மக்கள் இந்த ஆமையை அதிக அளவில் இனப் பெருக்கம் செய்ய வைத்து, வளர்க்கிறார்கள். நன்கு வளர்ந்த பிறகு ஆமையின் முதுகில் ஒட்டியிருக்கும் ஓட்டைக் கவனமாகப் பிரித்தெடுக்கிறார்கள். பாண்டியர்கள் சிப்பியிலிருந்து முத்து எடுப்பது போல். இந்த ஓடு தடிமனாகவும் அகலமாகவும் இருக்கும். எந்த அளவுக்கு அகலம் என்றால் தலைக்கு மேல் குடை போல் தூக்கிப் பிடித்தால் அதன்கீழ் பல மனிதர்கள் திரண்டு வந்து ஒதுங்கலாம். மழையோ வெயிலோ எதுவும் உங்கள்மீது படாது.

இப்போது இந்த ஓடு எதற்கு என்று உங்களுக்கே புரிந்திருக்குமே! ஆம், வீடு கட்டுவதற்கு ஆமை ஓட்டைத்தான் தீவிலுள்ள மக்கள் தேர்வு செய்கிறார்கள். இதைவிட அற்புதமான, விலை குறைவான ஒரு மேல் கட்டுமானத்தை நீங்கள் உருவாக்கிவிட முடியாது.

கற்களைக் கொண்டு கட்டப்படும் வீடுகள்கூட அவ்வப்போது உடைவதும் சரிந்து விழுவதும் உண்டு. ஆனால், அமை ஓடு எவ்வளவு மழை பெய்தாலும் (தீவில் பேய் மழை இருக்கும்!) தாங்கும். சுற்றிலும் கடல் என்பதால் எப்போது வேண்டு மானாலும் சூறாவளி வீசலாம். அதையும் ஆமை ஓடுதான் தடுத்தாட்கொள்கிறது. கல்லையும் மரத்தையும்விட வலுவான இயற்கை அரணாக ஆமை ஓடு இருப்பதால் தீவுவாசிகள் ஆமையை விரும்பி வளர்க்கிறார்கள்.

இங்குள்ள பனைத் தோப்பு நம் கண்களைக் கவரக்கூடியது என்கிறார் மெகஸ்தனிஸ். அளவு எடுத்து நட்டு வைத்தது போல் நேர் வரிசையில் பனை மரங்கள் வளர்ந்து நிற்கும். மரங்களின் அளவுகூடக் கிட்டத்தட்ட ஒன்றுதான். மரத்தை ஒட்டி நடந்துகொண்டே போனால் கோடு கிழித்தது போல் நேராக மட்டுமே நீங்கள் நடப்பீர்கள். நாம் பார்த்துப் பார்த்து அமைக்கும் தோட்டங்களில்கூட இப்படியோர் அபாரமான ஒழுங்கு வெளிப்படாது. தீவிலோ சர்வ சாதாரணமாக இந்த ஒழுங்கு காணப்படுகிறது.

நீர் சூழ்ந்த நிலம் என்பதால் திரும்பும் திசையெல்லாம் கடலைத்தான் மக்கள் பார்த்துக்கொண்டிருப்பார்கள் என்று நீங்கள் நினைத்தால் தவறு. வாழ்நாளில் ஒரேயொருமுறைகூடக் கடலைப் பார்க்காமலேயே இருக்கும் மனிதர்கள் தப்ரபேனில் கணிசமானவர்கள். காரணம், அவர்கள் உள்புறமாக வசித்து வருகிறார்கள். அவர்கள் நிலத்தின் பரப்பு மிகவும் பெரியது. அவர்களுக்குத் தேவைப்படும் எல்லாவற்றையும் நிலத்திலிருந்தே பெற்றுவிடமுடியும் என்பதால் வேலை மெனக்கெட்டுக் கடலைக் காணவேண்டும் என்று அவர்கள் நினைப்பதில்லை. அதற்கான அவசியமும் அவர்களுக்கு நேர்வதில்லை. இதிலென்ன சிறப்பு என்றால் நாம் வசிப்பது ஒரு தீவில் என்றே தப்ரபேன் மக்களில் பலருக்குத் தெரியாதாம். எல்லோரையும்போல் நாமும் ஒரு பெரிய நிலப்பரப்பில் வாழ்ந்துகொண்டிருக்கிறோம் என்றே அவர்கள் நம்பிக்கொண்டிருக்கிறார்கள் என்று பரவசப்படுகிறார் மெகஸ்தனிஸ்.

மீன் பிடிப்பது பிரதான பணி. மீன் என்றால் நாம் அனைவரும் அறிந்த மீன் வகைகள் மட்டுமல்ல. அவர்களுடைய மர்மக் கடலில் நம் கற்பனைக்கும் எட்டாத மர்ம மீன்கள் வசிக்கின்றன. சிங்கத் தலையோடு மிதக்கும் ராட்சச மீன் வகை ஒன்று உள்ளது. சிறுத்தை தலையோடும் ஒன்று நீந்துகிறது. இவையெல்லாம் மிகவும்

ஆபத்தானவை. கவனமாகவே பிடிக்கவேண்டும். கொஞ்சம் அமைதியான அதே நேரம் வித்தியாசமான மீன் பார்க்கவேண்டு மானால் ஆட்டுக்கடா முகத்தோடு இருக்கும் மீன் வகையும் கிடைக்கிறது. இவையெல்லாமே அளவில் பெரியவை.

இருப்பதிலேயே மெகஸ்தனிஸை அதிகம் கவர்ந்தது எந்தப் பக்கத்திலிருந்து பார்த்தாலும் 'சேட்டர்' போல் தோற்றமளிக்கும் மீன். கிரேக்க இயற்கைக் கடவுள்களில் ஒருவர் சேட்டர். குதிரையின் காதுகளும் வாலும் கொண்ட மனித உருவாக இவர் சில இடங்களில் இருக்கிறார். குதிரையின் கால்களோடு முதலில் தோன்றியவர், பின்னர் மனித கால்களைப் பெற்றுவிட்டார். இவருக்கு இசையும் நடனமும் பெண்களும் பிடிக்கும். காடுகளிலும் மலைகளிலும் சேட்டர் வாழ்கிறாராம். மெகஸ்தனிஸ் மீனையும் பார்க்கவில்லை சேட்டரையும் நேரில் பார்த்திருக்க வாய்ப்பில்லை. இருந்தாலும் குறிப்பிட்ட ஒரு வகை மீனின் வடிவம் அவருக்கு கிரேக்க கடவுளை எப்படியோ நினைவுபடுத்தியிருக்கிறது.

இங்கே ஓர் ஐயம் தோன்றலாம். நாம் இதுவரை பார்த்த மெகஸ்தனிஸின் பதிவுகள் அனைத்தும் நுணுக்கமாகவும் ஆழமாகவும் இருந்தன. கண்ணால் கண்டதையும் நம்பகமானவர் களிடம் விசாரித்து அறிந்துகொண்டதையும் மட்டுமே அவர் எழுதியிருந்தார். ஆனால், பாண்டியர் நிலம் குறித்தும் தீவு குறித்தும் அவர் செய்திருக்கும் பதிவுகள் ஏன் மாயக் கதைகளாக இருக்கின்றன? இதற்கான விடை, இந்தப் பகுதிகளுக்கெல்லாம் அவர் செல்லவேயில்லை என்பதுதான். தெற்கு பற்றி அறிந்திருந்தாரே தவிர, பாடலிபுத்திரம் போல் அங்கே சென்று அவர் பார்க்கவில்லை. சேகரித்த கதைகளையெல்லாம் பரிசோதிக்காமல் அப்படியே நமக்குக் கொடுத்துவிட்டார். மெகஸ்தனிஸுக்கு விடை கொடுப்பதற்கு முன்பு அவருடைய சில அற்புதப் பதிவுகளை மட்டும் பார்த்துவிடலாம்.

அது சரி, தெற்கில் அமைந்திருக்கும் தப்ரபேன் தீவு என்பது என்ன? வேறொன்றுமில்லை, இலங்கைதான். இலங்கை கண்டுபிடிக்கப் பட்ட கதை என்னும் தலைப்பில் யாரேனும் ஒருவர் எழுதினால் முதல் அத்தியாயத்தை அவர் மெகஸ்தனிஸிடமிருந்தே தொடங்க வேண்டியிருக்கும்.

- 22 -

மெகஸ்தனிஸின் அற்புத உலகம்

மெகஸ்தனிஸ் தனது இண்டிகாவில் அற்புதங்களுக்கும் அதிசயங்களுக்கும் உரிய முறையில் இட ஒதுக்கீடு செய்திருப்பதைக் காணமுடிகிறது. கண் முன்னால் விரிந்திருக்கும் பாடலி புத்திரத்தை எப்படி விவரிப்பாரோ அதே நேர்த்தியோடு, அதே நுணுக்கத்தோடு கற்பனை உயிர்களையும் அவர் விவரிக்கிறார்.

உலகிலேயே பெரிய புலி இந்தியாவில் வாழ்கிறது. இரண்டு சிங்கங்களின் பருமனும் பலமும் கொண்டது இது. இங்குள்ள குரங்கும் அளவில் பெரியது. முகம் தவிர உடலெல்லாம் வெளுத்திருக்கும் குரங்கு வகை ஒன்றுண்டு. முகம் மட்டும் கறுத்திருக்கும். நேர் எதிராக உடலெல்லாம் கறுத்து முகம் மட்டும் வெளுத்திருக்கும் வகையும் உண்டு. இந்தியக் குரங்கு ரொம்பவும் சாது. யாரிடமிருந்தும் எதையும் பிடுங்காது. துரத்தி வந்து தாக்காது.

இது குரங்கா, மனிதனா என்று மலைக்கச் செய்யும் புத்திசாலி குரங்கு வகையொன்று இந்தியாவில் இருக்கிறது. அதன் பெயர் தெரியவில்லை. பிடுங்கி வந்து நட்டு வைத்தது போல் நெற்றியில்

கற்றை முடி தனியாக நீட்டிக்கொண்டிருக்கும். மேல்நோக்கித் திரும்பிய தாடை. சிங்கத்துக்கு இருப்பதைப் போன்ற வால். முகம், வாலின் நுனி தவிர உடல் முழுக்க வெள்ளை நிறம். காட்டில் வசிக்கும். கனி, காய் மட்டுமே உண்ணும்.

சில ஊர்களில் குடியிருப்புகளுக்குள்ளும் குரங்குக் கூட்டம் வந்துவிடுவதுண்டு. மக்களும் தயாராகவே ஆங்காங்கே வீட்டு வாசலில் தட்டுப் போட்டு குரங்குக்கான உணவை முன்கூட்டியே எடுத்து வைத்துவிடுவார்கள். பெரும்பாலும் சாதம். இன்று நீ, நாளை நீ என்று தங்களுக்குள் பேசி வைத்துக்கொண்டு பரிமாறுகிறார்கள். குரங்கு நோட்டமிட்டபடி வரும். தட்டு இருக்கிறதா என்று பார்க்கும். சமர்த்தாக எடுத்து மடியில் வைத்துக்கொண்டு சாப்பிடும். பிறகு வந்த வழியே திரும்பிச் சென்றுவிடும். இங்குள்ளவர்களெல்லாம் சமைக்கும்போதே குரங்குக்கும் ஒரு பிடி சேர்த்து சாதம் வடித்துவிடுகிறார்கள். அப்படிச் செய்யவேண்டும் என்பது அரச கட்டளை. வீட்டுப் பொருள்கள் சேதமாகாமல் இருக்கவும் யாருக்கும் எந்தத் தீங்கும் நேராமல் இருக்கவும் இது உதவும். குரங்குக்கும் இந்த ஏற்பாடு பிடித்துப்போய்விட்டதால் அநாவசியமாக வம்பு தும்பு எதுவும் செய்வதில்லை.

மூன்றடி நீளப் பறக்கும் பாம்புகளைச் சில பகுதிகளில் காணமுடியும். வௌவாலுக்கு இருப்பது போல் மெல்லிய இறக்கைகள் கொண்டிருக்கும். இரவு நேரங்களில் சடாரென்று தரையிலிருந்து எழும்பி பறக்க ஆரம்பிக்கும். அப்போது நாம் எச்சரிக்கையாக இருக்கவேண்டும். இல்லாவிட்டால் பாம்பின் உமிழ்நீரோ சிறுநீரோ நம்மீது சிந்திவிடும். எந்த இடத்தில் சிந்துகிறதோ அங்கே புண் உண்டாகும், தோல் அழுகிப்போகும். இது பரவாயில்லை. எருது அல்லது மானை ஒரே விழுங்கில் விழுங்கி ஏப்பமிடும் பிரம்மாண்ட பாம்புகளும் இருக்கின்றன.

நாய் என்னவோ நல்லதுதான். ஆனால், பெரிய அளவில் திரண்டு நிற்கும் நாயை நெருங்காதீர்கள். இது தாக்கினால் உங்கள் கண்கள் கிழியும் அல்லது பிடுங்கிக்கொண்டு வெளியில் வந்து விழுந்துவிடும். அதன் பற்களில் சிக்கிக்கொண்டால் விடுபடுவது கடினம். உயிர் பிழைக்கவேண்டுமானால் அதன் மூக்குத் துவாரங்களில் நீரை ஊற்றவேண்டும். (வாயிடுக்கில் சிக்கியிருக்கும்போது தண்ணீருக்கு எங்கே போவது? நாயின் மூக்கில் விடும்வரை அது அமைதி காக்குமா?) சிங்கமும்

எருதுவும்கூட இந்த நாயின் பிடியிலிருந்து விடுபட முடியாது. ஒருமுறை பலத்தையெல்லாம் திரட்டி நாயின் வாயிலிருந்து ஓர் எருதுவை மீட்டிருக்கிறார்கள். ஆனால், அது ஏற்கெனவே உயிரை விட்டிருந்தது.

மனித நடமாட்டம் உள்ள பகுதிகளிலேயே இப்படி என்றால் இருள் படர்ந்த காடுகளிலும் மலைகளிலும் என்னென்ன ஆபத்துகளும் அதிசயங்களும் ஒளிந்திருக்கும் என்பதை யார்தான் அறிவார்? ஆடு, மாடு போன்ற பொதுவான சாதுவான பிராணிகளும்கூட இங்கே பயங்கரமாக இருக்கும். கார்டாசோன் என்னும் விலங்கு இந்தியாவில் உலாவுகிறது. அசப்பில் குதிரை போல் இருக்கிறது. பட்டுப் போல் மிருதுவான மஞ்சள் கேசம். உறுதியான கால்கள், வேகமாக ஓடக்கூடிய பாதங்கள். பன்றிக்கு இருப்பதைப் போன்ற குட்டை வால். அதிசயமாக இரு புருவங்களுக்கு மத்தியில் கொம்பு ஒன்று முளைத்திருக்கிறது. கறுத்திருக்கும் இந்தக் கொம்பு நேராக இல்லாமல் பிறை போல் வளைந்திருக்கிறது. வாள் போல் கூர்மையானது. வாயைத் திறந்து கத்தினால் காடே குலுங்கும்.

ஆண் விலங்குகள் தங்களுக்குள் சண்டையிட்டுக்கொள்ளும், கொம்பால் குத்திக் காயப்படுத்திக்கொள்ளும். இரண்டில் ஒன்று கொல்லப்பட்டால்தான் சண்டை முடிவுக்கு வரும். சண்டை ஆணுக்கும் ஆணுக்கும்தான். பெண்ணைக் கண்டுவிட்டால் ஆண் விலங்கு சாதுவாகிவிடுகிறது. கூச்ச சுபாவி. தானுண்டு தன் மூக்கு உண்டு என்று தனிமையில் மேய்ச்சல் நிலத்தில் நடை போட்டுக்கொண்டிருக்கும். கார்டாசோனின் ஒவ்வோர் உடல் பாகமும் பயனளிக்கக்கூடியது, வலு தரக்கூடியது. குறிப்பாகக் கொம்புக்கு ஆற்றல் அதிகம். குட்டியாக இருக்கும்போது பிடித்துக்கொண்டு போய் மன்னர்களிடம் ஒப்படைப்பார்கள். குட்டிகளை மோதவிட்டு அவர் வேடிக்கை காண்பார். நீட்டி, முழக்கி மெகஸ்தனிஸ் விவரித்திருக்கும் இந்த விலங்கு, காண்டாமிருகம்.

மனிதர்களையும் விட்டுவைக்கவில்லை மெகஸ்தனிஸ். மூன்றடிக்குக் கொஞ்சம் அதிகம், ஏன் இரண்டு அடி உயரம் கொண்ட மனிதன்கூட இந்தியாவில் வாழ்கிறானாம். இவர்களுக்கு மூக்கே கிடையாது. உதடுக்கு மேலிருக்கும் இரண்டு ஓட்டைகளில் சுவாசித்துக்கொள்ளவேண்டியதுதான். ஒற்றைக் கண் மனிதன், நீண்ட குச்சிக் கால்கள் கொண்ட மனிதன்,

பின்பக்கம் திரும்பிய பாதங்கள் கொண்ட மனிதன் என்று வகை வகையான மனிதர்கள் இண்டிகாவில் வருகிறார்கள். நாரைகளுக்கும் கௌதாரிகளுக்கும் குள்ள மனிதர்கள்மீது பகை என்பதால் அவ்வப்போது திரண்டு வந்து போர் தொடுக்குமாம். உங்கள் குழந்தைகளை நாங்கள் ஏதாவது செய்கிறோமா? நீங்கள் மட்டும் ஏன் எங்கள் முட்டைகளைக் கவர்ந்து செல்கிறீர்கள் என்பதுதான் பறவைகளின் தார்மீகக் கோபத்துக்குக் காரணம்.

நிஜ உலகையும் கற்பனை உலகையும் எப்போதும் தனித்தனியே வைத்திருப்பதில்லை மெகஸ்தனிஸ். இந்த விசித்திர மனிதர்களை எல்லாம் பாடலிபுத்திர மக்களும் கண்டிருக்கிறார்கள். சிலரைச் சந்திரகுப்தரின் அரண்மனைக்கும் இழுத்து வந்திருக்கிறார்கள். இன்னும் சிலரை எவ்வளவு முயன்றும் வீரர்களால் பிடித்து வரமுடியவில்லை. உங்கள் உணவைச் சாப்பிடமாட்டோம் என்று சொல்லி வழியிலேயே மாண்டுபோயிருக்கிறார்கள். எல்லா விசித்திர மனிதர்களும் காடுகளில்தான் வாழ்வார்கள் என்று சொல்ல முடியாது. வாயற்ற மனிதர்கள் கங்கைக் கரைக்கு அருகிலேயே வாழ்கிறார்கள். வறுக்கப்பட்ட இறைச்சியின் மணம், பூக்கள் கனிகளின் நறுமணம் ஆகியவற்றை நாசித் துவாரங்கள் வழியே உள்ளிழுத்துப் பசியாறுகிறார்கள்.

யானை இல்லாமல் ஒரு புத்தகமா? ஒரு யானை எவ்வாறு காட்டிலிருந்து பிடித்து வரப்படுகிறது என்பதற்கான படிப்படியான செயல்முறை இண்டிகாவில் இருக்கிறது. யார் வேண்டுமானாலும் பிடித்துவர முடியாது. குதிரைகளும் யானைகளும் மன்னரின் சொத்துகள். கட்டிப் போட்டு அடி, அடி என்று அடிப்பது, கழுத்து முழுக்கச் சின்னச் சின்ன வெட்டுக் காயங்களை ஏற்படுத்தி கொக்கிகள் கொண்டு பிணைப்பது, பட்டினி போடுவது, நிற்க முடியாமல் தடுமாறும் வரை கால்களைத் தாக்குவது ஆகியவை யானையைப் பழக்குவதற்கான சில வழிமுறைகள். வீட்டுப் பிராணியாக மாறியதை உறுதிசெய்து கொண்ட பிறகு நல்ல உணவு கொடுத்து பலமூட்டுவார்கள். அடுத்து, கீழ்படியச் சொல்லித் தரவேண்டும். பாடுவது, மேளம் கொட்டுவது, இசைக் கருவிகள் வாசிப்பது, கட்டளைகள் பிறப்பிப்பது ஆகியவற்றைக் கலந்தும் தனியாகவும் பயன்படுத்தலாம்.

ஒரு நல்ல யானை தனது பாகனை நேசிக்கும். போரில் அவன் கீழே விழுந்துவிட்டால் அல்லது தாக்கப்பட்டால் எனக்கென்ன என்று

இருக்காமல் அவனை இழுத்து வந்து பாதுகாப்பான இடத்தில் கிடத்தும். அதெப்படி என் பாகனை நீ காயப்படுத்தலாம் என்று எதிரியோடு சீற்றத்துடன் சண்டைக்குப் போன யானையைப் பார்த்திருக்கிறேன். சில நேரம் தவறாகப் புரிந்துகொண்டு அல்லது தடுமாற்றத்துக்கு ஆட்பட்டு பாகனை இழுத்து மிதித்துக் கொன்றுவிடுவதும் உண்டு. அப்படி நேரும்போது மிகுந்த மன உளைச்சலுக்கு ஆளாகும் யானை, உணவுகூட எடுத்துக் கொள்ளாமல் கண்ணீர் விட்டு அழ ஆரம்பித்துவிடும். குற்றவுணர்வு தாளாமல் இறந்துவிடுவதும் வாடிக்கையே.

நோயுற்ற யானைக்கு மெகஸ்தனிஸ் பரிந்துரைக்கும் கை வைத்தியங்களிலிருந்து இரண்டு மட்டும் இங்கே. யானை காயமடைந்துவிட்டால் பன்றியின் உடல் பாகங்களைச் சிறிது சிறிதாக வெட்டியெடுத்துவந்து ரத்தம் காய்வதற்குள் புண்ணுக்குள் நுழைக்க வேண்டும். கண்ணில் எரிச்சல் ஏற்பட்டால் மாட்டுப் பால் கொண்டுவந்து எரியும் இடத்தில் ஊற்றவேண்டும்.

இப்படிக் கற்பனையும் நிஜமும், வரலாறும் புனைவும், சாத்தியமும் அசாத்தியமும் கலந்த உலகமாக இந்தியா மெகஸ்தனிஸுக்குக் காட்சியளித்திருக்கிறது. ஏற்க முடியாத, நம்ப முடியாத பல பகுதிகள் அவருடைய இண்டிகாவில் இருப்பது உண்மை. ஆனால், அவற்றையும் மீறி அவரை நாம் மதிப்பதற்கும் திரும்பத் திரும்ப அவரிடம் சென்றுகொண்டிருப் பதற்கும் காரணம் ஒன்றுதான். மெகஸ்தனிஸை வாசிக்கும் ஒவ்வொரு முறையும் 2300 ஆண்டுகளுக்கு முந்தைய இந்தியா உயிர்பெற்று நம் முன்னால் வந்துவிடுகிறது. அவர் விவரிக்கும் எல்லா அதிசயங்களையும் விஞ்சி நிற்கும் அதிசயம் அல்லவா இது!

- 23 -

நிலமெல்லாம் பௌத்தம்

புத்தர் உலகிலுள்ள அனைத்தையும் துறந்தார் என்றால் அலெக்சாண்டர் உலகிலுள்ள அனைத்தையும் அடைய விரும்பினார். ஆசையே அனைத்துத் துன்பங்களுக்குக் காரணம் என்றார் புத்தர். மேலும், மேலும் நிலங்களை ஆக்கிரமித்த பிறகும் அலெக்சாண்டரின் ஆசை அடங்கவேயில்லை. இந்தியாவை வெல்லும் கனவோடு வந்தவரால் சில பகுதிகளை மட்டுமே கைப்பற்றமுடிந்தது என்று பார்த்தோம். அந்தச் சில பகுதிகளையும் சந்திரகுப்தர் முழுமையாக மீட்டெடுத்துவிட்டார்.

சந்திரகுப்தர் அலெக்சாண்டரின் சமகாலத்தவர். இளம் வயதில் அலெக்சாண்டரை நேரில் கண்டவர் என்றும் சொல்லப்படுகிறது. சந்திரகுப்தருக்குப் பிறகு அவர் மகன் பிந்துசாரர் பதவியேற்றார். உங்களுக்கு ஒரு மகன் பிறப்பான். அவன் பேரும் புகழும் மிக்கவனாக இருப்பான் என்று அவரிடம் ஆரூடம் சொல்லப்பட்டது. உண்மையில் அதுதான் நடந்தது.

அசோகர் (பொஆமு *268-232*) ஆட்சியில் அமர்ந்தபோது இந்தியா ஏற்கெனவே பேரரசாக மாறியிருந்தது. மேற்கில் இந்து குஷ்

சாஞ்சி தூபி

மலைத்தொடர் முதல் (இன்றைய ஆப்கனிஸ்தான்) கிழக்கில் வங்காளம் வரையிலான பரந்து விரிந்த பிரதேசம் அசோகரின் கரங்களுக்குள் வந்து சேர்ந்திருந்தது. தெற்கில் கர்நாடகம்வரை செல்வாக்கு பரவியிருந்தது. கேரளாவையும் தமிழ்நாட்டையும் (பாண்டியர்களும் சோழர்களும் ஆண்டுகொண்டிருந்தனர்) மட்டும்தான் நெருங்கிவர முடியவில்லை. ஒரே விதிவிலக்கு, இன்றைய ஒடிசாவான கலிங்கம். வனப்பகுதியாகவும் பழங்குடிகளின் வசிப்பிடமாகவும் இருந்த கலிங்கம், மௌரியர்களின் ஆட்சிக்கு உட்படாமல் இருந்தது.

எனவே கலிங்கத்துக்கு எதிரான பெரும் போரொன்றை நடத்தினார் அசோகர். அப்போது அங்கே யாருடைய ஆட்சி நடந்து வந்தது என்பது உறுதியாகத் தெரியவில்லை. ஆனால், லட்சக்கணக் கானவர்களை அசோகர் கொன்றொழித்ததாகச் சொல்லப் படுகிறது. சிந்துவோடும் கங்கையோடும் போட்டிப்போடும் அளவுக்கு ரத்த வெள்ளம் பெருக்கெடுத்து ஓடியிருக்கிறது. அழிவின் தடங்களை நேரில் கண்ட அசோகர், இத்தனை பெரிய கொடூரத்தையா நிகழ்த்தியிருக்கிறோம் என்று அதிர்ந்து, மனம் மாறி பௌத்தத்தைத் தழுவிக்கொண்டிருக்கிறார். அசோகர் குறித்து முன்வைக்கப்படும் எளிய சித்திரம் இதுதான்.

ஆனால், இத்தனை எளிதாக மனமாற்றம் சாத்தியமாகியிருக்கும் என்பதை அனைவரும் ஏற்கவில்லை. அசோகர் குறித்து விரிவான ஆய்வுகளை முன்னெடுத்துள்ள ரொமிலா தாப்பர், கலிங்கத்துக்குப் பிறகு ஒரே இரவில் அசோகர் மனம் மாறினார் என்பது நம்பும்படியாக இல்லை என்கிறார். எது எப்படியோ இந்தியாவும் உலகமும் கிட்டத்தட்ட மறந்துபோயிருந்த புத்தரை மிகப் பெரிய அளவில் வெளிச்சத்துக்குக் கொண்டுவந்தவர் அசோகர் என்பதை ஒருவரும் மறக்கவில்லை. முதல் முறையாக பௌத்தம் அரசு மதமாக மாறியதற்குக் காரணம் அசோகர். முதல் முறையாக பௌத்தம் இந்தியா முழுக்கப் பரவியதற்குக் காரணம் அசோகர். அதுவரை என்னவெல்லாமோ ஏற்றுமதி செய்து கொண்டிருந்த இந்தியா, முதன் முறையாக ஒரு மதத்தை, ஒரு கோட்பாட்டை, ஓர் அரசியல் தத்துவத்தை உலகோடு பகிர்ந்துகொண்டதற்குக் காரணமும் அசோகர்தான்.

அந்த வகையில் மௌரியப் பேரரசராக இருந்த அசோகர், பௌத்தப் பேரரசராக மாறியது இந்திய வரலாற்றில் மட்டுமல்ல உலக வரலாற்றிலும் ஒரு குறிப்பிடத்தக்க நிகழ்வாகப் பதிந்துபோனது.

ஓர் அரசர் எப்படி இருக்கவேண்டும் என்பதற்கான இலக்கணத்தைத் திட்டவட்டமாக மறுவரையறை செய்தார் அசோகர். இயன்றவரை மக்களிடமிருந்து விலகி இருப்பதே ஒரு மன்னரின் அடிப்படைப் பண்பு என்பதை மாற்றி மக்களின் அன்றாட நிகழ்வுகளில், அவர்கள் எதிர்கொள்ளும் எண்ணற்ற பிரச்னைகளில் அக்கறையோடு கவனம் செலுத்தினார் அசோகர். அந்தப் பிரச்னைகளையெல்லாம் களையமுடியும், மக்களின் வாழ்நிலையையும் மனநிலையையும் மேலே, மேலே உயர்த்தமுடியும் என்று அவர் நம்பினார்.

இவை நடக்கவேண்டுமானால் ஒரு புதிய சமூகம் அமைய வேண்டும். எல்லா நம்பிக்கைகளுக்கும் எல்லாப் பார்வை களுக்கும் எல்லா மாற்றுக் கருத்துகளுக்கும் அங்கே இடம் இருக்கவேண்டும். பிளவுகள் இல்லாத, மோதல்கள் இல்லாத வன்முறை இல்லாத சமூகமாக அது உருதிரண்டு வரவேண்டும். அப்படியொரு சமூகம் மலர்ந்தால்தான் மன்னர்முதல் சாமானியர்வரை அனைவருக்கும் விடுதலை சாத்தியமாகும். அப்படியொரு சமூகம் மலரவேண்டுமானால் நிலமெல்லாம் பௌத்தம் மலரவேண்டும்.

இந்திய மக்களை மட்டுமல்ல, ஒட்டுமொத்த மானுட குலத்தையும் மேம்படுத்த விரும்பினார் அசோகர். சமூகம் என்று அவர் நினைத்தது இந்திய சமூகத்தையல்ல, உலக சமூகத்தை. மனிதர்களோடும் நின்றுவிடவில்லை அவர். தாவரங்களையும் பறவையினங்களையும் விலங்கினங்களையும் மனிதனோடு ஒன்றிணைத்து அணுகினார். ஒன்றிணைத்து கனவு கண்டார். இந்தக் கனவை அவர் புத்தரிடமிருந்து பெற்றுக்கொண்டார். பௌத்த தம்மம் அசோகரின் தம்மமாக மாறியது. தனது சிந்தனைகளையும் கனவுகளையும் மக்களோடு பகிர்ந்துகொள்ள கல்வெட்டுகளை அவர் பயன்படுத்திக்கொண்டார்.

விலங்குகளை ஏன் துன்புறுத்தக் கூடாது? உயிர் பலி ஏன் தடை செய்யப்படவேண்டும்? நல்ல நடத்தை ஏன் ஒரு மனிதனுக்கு அவசியம்? நமக்குக் கீழே உள்ளவர்களை ஏன் கரிசனத்தோடு நடத்தவேண்டும்? முதியோர்களை ஏன் மதிக்கவேண்டும்? நண்பர்களோடும் அண்டை வீட்டாரோடும் உறவினர்களோடும் நல்லுறவு பேணுவது எப்படி? வீண் சடங்குகளை ஏன் குறைத்துக்கொள்ளவேண்டும்? தம்மத்தை அன்றாட வாழ்வில் கடைபிடிப்பது சாத்தியம்தானா? உண்மையோடும் நேர்மையோடும் அன்போடும் வாழ்வது சாத்தியம்தானா?

நம்மைப் போல் இல்லாதவர்களையும் நம் நம்பிக்கைகளைப் பகிர்ந்துகொள்ளாதவர்களையும் எப்படி அணுகவேண்டும்?

எல்லாவற்றையும் விவாதித்தார் அசோகர். என் மக்களின் நல்வாழ்வுக்கு நான் பொறுப்பேற்கிறேன். எல்லோரும் இன்புற்று வாழவேண்டும். இம்மையிலும் மறுமையிலும் மகிழ்ச்சி பரவுவதற்கும் ஒரு சக்கரவர்த்தியாக என்னால் இயன்ற அனைத்தையும் செய்வேன்.

பௌத்தம் அசோகருக்கு மதமல்ல. ஒரு வாழ்க்கைத் தத்துவம். நகரம் கிராமம், படித்தவர் படிக்காதவர். இந்தியர் அந்நியர் எல்லோருக்கும் பொருந்தும் அடிப்படை அறம். இந்தியாவில் மட்டும் தம்மத்தைப் பரப்புவதோடு தன் பணி முடிந்துவிட வில்லை. இந்தியாவுக்கு வெளியிலும் தம்மத்தை எடுத்துச் செல்லவேண்டும், பிற மதங்களை, பிற நம்பிக்கைகளை, பிற வாழ்க்கைத் தத்துவங்களைப் பின்பற்றுவோருக்கும் தம்மத்தை அறிமுகம் செய்யவேண்டும் என்று விரும்பினார் அசோகர்.

பௌத்தத்தைக் கொண்டு செல்வதற்காகவே பிரத்தியேகமான தூதுக்குழுக்களை அவர் நியமித்தார். தர்ம மகா மாத்திரர்கள் என்று அழைக்கப்பட்ட அதிகாரிகளும் நியமிக்கப்பட்டனர். பௌத்தம் இந்தியாவைக் கடந்து உலகம் முழுக்கப் பரவுவதற்கான விதைகள் அசோகரால் ஊன்றப்பட்டன.

காஷ்மிருக்கும் காந்தாரத்துக்கும் இரு பௌத்தத் துறவிகள் தலைமையில் தூதுக்குழுக்கள் அனுப்பி வைக்கப்பட்டன. வாரணாசியில் பிறந்த மஜ்ஜந்திகா முதல் துறவி. இரண்டாமவர் தர்மரஷிதா. இவர் ஒரு கிரேக்கர் என்று சொல்லப்படுகிறது. அலெக்சாண்டரின் குழுவினரோடு இணைந்து வந்த பல கிரேக்கர்கள் இந்தியாவின் வடமேற்குப் பகுதிகளில் நிரந்தரமாகக் குடியேறிருந்தனர்.

யவனர்கள் என்று அழைக்கப்பட்ட இந்த கிரேக்கர்களோடு தொடர்புகொண்டு தம்மத்தை அவர்கள் மொழியில் அறிமுகப் படுத்த ஒரு கிரேக்கத் துறவி தேவை என்று கருதி தர்மரஷிதாவை அசோகர் தேர்ந்தெடுத்திருக்கலாம். இவர் மேற்கொண்ட பணிகள் குறித்து கிரேக்கப் பதிவுகள் கிடைத்திருக்கின்றன. தேர்ந்தெடுக்கப்பட்ட சூத்திரங்களை இவர் மக்களிடையே பரப்புரை செய்திருக்கிறார். பலர் இவரால் பௌத்தத்தை ஏற்றுக்கொண்டிருப்பதாகத் தெரிகிறது.

போதிசத்வர், காந்தாரம்

அமர்ந்த புத்தர் கல்வெட்டு, கனிஷ்கர்

மைசூருக்கு மகாதேவ தேரா என்பவர் அனுப்பிவைக்கப்பட்டார். கர்நாடகத்துக்கு அருகிலும் தென்னிந்தியாவிலும் பௌத்தத்தை அறிமுகப்படுத்த ரக்கிட்ட தேரர் எனும் துறவி சென்றார். வடக்கு குஜராத், கத்தியாவார், கச், சிந்து ஆகியவற்றை உள்ளடக்கிய பிரதேசம் அபராந்தகம் என்று அழைக்கப்பட்டது. யோன தம்மரக்கிட்டர் இந்தப் பகுதிக்கான தூதுவராக நியமிக்கப் பட்டவர். அபராந்தகத்தில் மட்டும் 37,000 பேர் பௌத்தத்தை ஏற்றுக்கொண்டதாகக் குறிப்புகள் சொல்கின்றன.

மகாராஷ்டிரத்துக்கு மகாதம்மரக்கிட்டர். கிரேக்கத்துக்கு மகாரக்கிட்டர். இமயமலைப் பகுதிகளுக்கு மஜ்ஜிம்மர் சென்றார். மியான்மரும் தாய்லாந்தும் சேர்ந்த பகுதிக்கு அன்று சுவர்ணபூமி என்று பெயர். சோனா, உத்தரா ஆகிய இரு பௌத்தர்கள் இந்நாட்டுக்குத் தூதுக்குழுவினரை அழைத்துச் சென்றனர். லட்சத்தீவுக்கும் இலங்கைக்கும் அசோகர் தன்னுடைய மகன் மகிந்தனையும் மகள் சங்கமித்திரையையும் அனுப்பியிருக்கிறார்.

அசோகரின் முதல் மகன் மகிந்தன். இலங்கை பௌத்தத்தை முதன் முதலாகப் பெற்றுக்கொண்டது இவரிடமிருந்துதான். இன்றைய தேதிவரை அது அங்கே செல்வாக்கோடு இருக்கிறது. மகிந்த தேரர் என்றும் அழைக்கப்பட்ட மகிந்தனின் இலங்கைப் பயணம் குறித்த பதிவுகள் தீபவம்சம், மகாவம்சம் இரண்டிலும் இருக்கின்றன.

அனுராதபுரத்தைத் தலைநகராகக் கொண்டு இலங்கையை ஆண்டுவந்த தேவநம்பிய தீசன் என்பவரைச் சந்தித்த மகிந்தன், அவரை பௌத்தத்தை ஏற்கச் செய்திருக்கிறார். மகிந்தனின் தங்கை சங்கமித்திரை உஜ்ஜைனியில் பிறந்தவர். 14 வயதில் திருமணம் செய்துகொண்டு நான்காண்டுகளில் தன் அண்ணனோடு இணைந்து பௌத்தத் துறவியாக மாறி இருக்கிறார். தன் மகளை அவ்வளவு தொலைவு அனுப்பிவைக்க அசோகர் தயங்கிய தாகவும், கலங்காதீர் அப்பா, நான் இலங்கைக்குச் செல்ல வேண்டியது அவசியம் என்று சங்கமித்திரை மனவுறுதியோடு அவரைச் சமாதானம் செய்ததாகவும் சொல்கிறார்கள்.

பௌத்தம் உலக மதமாக மாறியதற்கு அசோகர் முதன்மையான காரணமாக இருந்தார். பௌத்தத்தோடு சேர்த்து ஒரு புதிய இந்தியாவை உலகுக்கு அறிமுகப்படுத்தினார் அசோகர். எங்கோ மூலையில் கிடக்கும் ஒரு விசித்திர நிலமாக அதுவரை கருதிவந்த

பலர், அசோகரின் பணிகளால் புத்தரின் நிலமாக இந்தியாவைக் காணவும் கொண்டாடவும் தொடங்கினர். வாழ்நாளில் ஒருமுறையேனும் இந்தியாவில் கால் பதித்துவிடமாட்டோமோ என்று பலர் ஏங்கித் தவிக்கத் தொடங்கினர். இந்தியப் பயணம் அவர்களுக்குப் புனித யாத்திரையாக மாறிப்போனது. அப்படியொரு பயணத்தை அடுத்து பார்ப்போம்.

- 24 -

பாஹியானின் பயணம்

பாகியான், பாஹியான், ஃபாஹியான், பாசியான் ஆகிய பெயர்களால் தமிழில் அழைக்கப்படுகிறார். ஆங்கிலத்திலும்கூட வெவ்வேறு பெயர்கள் வழங்கப்படுகின்றன. சீன உச்சரிப்பு வேறொன்றாக இருக்கிறது. சூரியனை மையமாகக் கொண்டு பூமி சுற்றுவதுபோல் புத்தரை மையமாகக் கொண்டு பூமியைச் சுற்றியலைந்தவர் பாஹியான். பௌத்தம்தான் இவர் மதம். பௌத்தம்தான் இவர் உலகம். பௌத்தம்தான் இவர் உயிர்.

பாஹியானின் பின்னணி குறித்து ஓர் எளிய சித்திரம் மட்டுமே கிடைக்கிறது. சீனாவில் உள்ள ஷங்சி மாகாணத்தில் பொ.ஆ. 337இல் பிறந்தார். மொத்தம் மூன்று அண்ணன்கள். முதல் பல் விழுவதற்குள் மூவரும் இறந்துவிட்டனர். பாஹியானையும் இழந்துவிடக் கூடாது என்று அஞ்சிய அவர் தந்தை புத்தரைத் தொழுது, என் மகனை நீங்கள் காப்பாற்றினால் அவனை உங்களுக்கு அர்ப்பணித்துவிடுவேன் என்று இறைஞ்சி இருக்கிறார். பாஹியான் உயிர் தப்பினார். ஆனால், வாக்களித்தபடி மடாலயத்திடம் ஒப்படைக்காமல் வீட்டிலேயே தன் மகனை வைத்திருந்திருக்கிறார் அப்பா. திடீரென்று ஒரு நாள்

குழந்தையின் உடல்நிலை மோசமடைய, ஐயோ தவறு செய்துவிட்டோமோ என்று பதறி, பாஹியானை ஒரு மடாலயத்திடம் ஒப்படைத்திருக்கிறார் அப்பா.

பாஹியானுக்குப் பத்து வயதானபோது அப்பா இறந்துவிடுகிறார். வீட்டில் அம்மா தனியாகக் கிடந்து அல்லாடுகிறார். உன் துறவு வாழ்க்கையை இத்தோடு முடித்துக்கொண்டு கிளம்பி வா என்று பாஹியானை நேரில் சென்று அழைத்திருக்கிறார் மாமா. பாஹியான் அவருக்கு அளித்த பதில் இது. 'அப்பா சொன்னார் என்பதற்காகவோ அவர் வாக்கை நிறைவேற்றவேண்டும் என்பதற்காகவோ நான் இங்கே தங்கியிருக்கிறேன் என்று நினைத்துவிடவேண்டாம். வெளி வாழ்க்கை புழுதி நிறைந்ததாக இருக்கிறது. அருவருப்பூட்டுகிறது. அங்கிருந்து விலகி இருக்கவே விரும்புகிறேன். துறவு வாழ்க்கைதான் எனக்குப் பொருத்தமானது.'

அம்மா மீது கொள்ளை ஆசை கொண்டவராகவே இருந்திருக் கிறார். அம்மா மறைந்த செய்தி கேட்டதும் மிகுந்த துயரத்தோடு இறுதிச் சடங்கில் கலந்துகொண்டிருக்கிறார். முடிந்ததும் மீண்டும் மடத்துக்குத் திரும்பிவிட்டார். இளம் வயதிலேயே பௌத்தத்தின் சாரம் அவருக்குள் இறங்கிக் கலந்திருந்தது. ஒரு நாள் தானியம் திருடுவதற்காக மடாலயத்துக்குள் திருடர்கள் புகுந்துவிட்டனர். இளம் துறவிகள் அனைவரும் திருடர்களைக் கண்டு அஞ்சி ஓடிவிட, பாஹியான் அச்சமின்றி அவர்களைக் கண்டு பரிதாபப் பட்டிருக்கிறார்.

'உங்களுக்கு உணவுதான் வேண்டும் என்றால் எவ்வளவு வேண்டுமோ அவ்வளவு தானியம் எடுத்துக்கொள்ளுங்கள். ஆனால், ஒன்று மட்டும் நினைவில் வைத்துக்கொள்ளுங்கள். மற்றவர்களுக்கு உணவளிக்கத் தவறிவிட்டதால்தான் உங்களுக்கு இந்த அவல நிலை நேர்ந்திருக்கிறது. திருடுவதன்மூலம் இப்போது மீண்டும் நீங்கள் தவறிழைக்கிறீர்கள். இதற்கும் சேர்த்து நீங்கள் இன்னமும் மோசமான வறுமையையும் துயரத்தையும் சந்திக்கப்போகிறீர்கள். முன்கூட்டியே அதற்கு என் வருத்தங்களைத் தெரிவித்துக்கொள்கிறேன்.'

அசோகர் மறைந்து கிட்டத்தட்ட இரு நூற்றாண்டுகளுக்குப் பிறகு, இந்தியாவிலிருந்து சீனத்தை வந்தடைந்தது பௌத்தம். பௌத்தத்தின் புனித நூல் தொகுப்பு, திரிபிடகம். சுத்தபிடகம், விநயபிடகம், அபிதம்மபிடகம் ஆகிய மூன்று திரட்டுகள் அதில்

அடங்கியுள்ளன. முதலாவதும் மூன்றாவதும் புத்தரின் போதனைகளை உள்ளடக்கியது. பௌத்த சங்கம் எவ்வாறு நிர்வகிக்கப்படவேண்டும், சங்கத்திலிருப்பவர்கள் என்னென்ன விதிகளைப் பின்பற்றவேண்டும் போன்றவற்றை விவரிப்பது விநயபிடகம். இந்தியத் துறவிகள் பௌத்த உபதேசங்களை மட்டுமே சீனர்களுக்கு அறிமுகப்படுத்தியிருந்தனர். சங்க விதிகள் தெரியாததால் சீனர் அவரவர் விருப்பத்துக்கும் வசதிக்கும் ஏற்ப சங்கம் தொடங்கி நடத்தி வந்தனர்.

ஆனால், பாஹியானால் மற்றவர்களைப் போல் கிடைத்தவரை லாபம் என்று அமைதி கொள்ளமுடியவில்லை. புத்தர்தான் எல்லாம் என்று ஆகிவிட்ட பிறகு, துறவுதான் வாழ்க்கை என்று தீர்மானித்துவிட்ட பிறகு, சங்கத்துக்கான அடிப்படைகளைத் தெரிந்துகொள்ளாமல் விட்டுவிடமுடியுமா? புத்தம், தம்மம், சங்கம் ஆகிய மும்மணிகளில் ஒன்றை இழந்தாலும் அது பெரும் இழப்பு அல்லவா? சீனாவில் எந்த மடாலயத்திலும் நான் தேடும் ஏடு இல்லை என்பது உண்மை. ஓர் ஏட்டைக் கற்காமல் இருப்பதற்கு அது என் கைக்கு அருகில் இல்லை என்னும் காரணம் எப்படிப் போதுமானதாக இருக்கமுடியும்? கைக்குள் வந்து அவராகவே அடங்குபவரா புத்தர்? நானல்லவா அவரை நாடிச் செல்லவேண்டும்? புத்தரின் நிலத்தில் வாழ்ந்து, புத்தரின் காற்றைச் சுவாசித்து, புத்தரின் கால் தடங்களைப் பணிந்து தொழுதால்தான் பௌத்தத்தின் இதயத்தைத் தரிசிக்கமுடியும். எனவே, இந்தியாவுக்குப் புறப்பட்டுச் செல்வதுதான் இப்போது என் முன்னுள்ள ஒரே வழி என்று தீர்மானித்தார் பாஹியான்.

பொ.ஆ. 399இல் பாஹியான் உள்பட ஏழு துறவிகள் சீனாவிலிருந்து தங்கள் புனித யாத்திரையைத் தொடங்கினார்கள். உயிரைத் துச்சமாகக் கருதுபவர்களால் மட்டுமே இப்படியொரு பெரும் பயணத்தைத் தொடங்கமுடியும். மலையைக் கடக்கவேண்டும். பாலைவனத்தைக் கடக்கவேண்டும். கடும் பனியையும் கொடும் வெயிலையும் ஏற்கவேண்டும். தெரிந்த, தெரியாத விலங்குகள் தாக்கலாம். கால்கள் துவளலாம். உடல் நலம் கெடலாம். நோய் தாக்கலாம். புத்தி பேதலிக்கலாம். எல்லாவற்றையும் கடந்து இந்திய மண்ணை மிதிப்பது சாத்தியமா? அப்படியே சாத்தியம் என்றாலும் மீண்டும் வீடு திரும்புவது குறித்து யோசிக்கவாவது முடியுமா? மற்றவர்கள் எப்படியோ பாஹியான் மனதில் எந்தச் சலசலப்பும் இல்லை. ஓர்

பாஹியான் சிலை, டெய்ஷோ-இன் கோயில், மியாஜிமா

உயர்ந்த நோக்கத்தை அடைவதற்கான பயணத்தில் உயிர் பிரிகிறது என்றால் அதைவிட இன்பம் வேறென்ன இருக்க முடியும்?

இந்தியாவையும் சீனாவையும் இணைக்கும் புகழ்பெற்ற பட்டுச் சாலையில் எழுவரும் முன்னேறத் தொடங்கினர். சீனாவில் தொடங்கும் பட்டுப் பாதை தக்லாமக்கான் பாலை வனத்தின் விளிம்பைத் தொட்டு கடக்கிறது. உய்கர் மொழியில் இதன் பொருள் 'தனித்து விடப்பட்ட இடம்'. கடப்பதற்கு மிகவும் கடினமான பகுதி என்பதால் கடக்காமல் இருப்பதே நல்லது என்னும் எச்சரிக்கையைப் பெயரிலேயே கொண்டிருக்கும் பகுதி. சும்மா இல்லை. இன்றளவும் சைபீரியாவுக்குச் சற்றும் குறைவில்லாத உறைபனி பகுதியாகவே இந்தப் பாலைவனம் நீடிக்கிறது. இந்தப் பாலைவனத்தைக் கடந்துவிட்டால் வடக்கு இமயமலைப் பகுதிகளை அடைந்துவிடலாம். அங்கிருந்து பாரசீகத்துக்கும் மத்திய கிழக்குக்கும் நீண்டு செல்கிறது பட்டுப் பாதை. படிப்பதற்கு எளிதானதாக இருக்கலாம். பாஹியான் காலத்தில் உலகின் ஆபத்தான பாதைகளில் ஒன்றாகப் பட்டுப் பாதை இருந்தது.

கடல் வழியும் இருக்கிறது. சீனாவின் தெற்குக் கரையிலிருந்து தென்கிழக்கு ஆசியக் கடல் பகுதிகளை அடைந்து, இந்தியாவைத் தொட்டு, பிறகு மத்தியக் கிழக்குக்குச் செல்லமுடியும். ஆனால், இந்த வழியும் ஆபத்தானதுதான். கப்பலில் செல்கிறீரா பட்டுப் பாதையில் நடக்கிறீரா என்று கேட்டால் கடல் வேண்டாம் நடக்கிறேன் என்று சொல்பவர்களே அப்போது அதிகம் இருப்பார்கள். நடைபயணத்தில் ஆபத்து நேர்ந்தால் தப்பிக்கவாவது முடியும். கடலில் எதுவும் நம் கையில் இல்லை. அமைதியாகச் சென்றுகொண்டிருக்கும் கப்பல் எப்போது எந்தப் பாறையில் முட்டும், எப்போது மூழ்கும் என்று சொல்ல முடியாது. சூறாவளி தாக்கலாம். கப்பலைக் கவிழ்க்கலாம். சரியான திசையில்தான் சென்றுகொண்டிருக்கிறோம் என்பதற்கு எந்த உத்தரவாதமும் இல்லை. இந்தியா போகவேண்டும் என்று

கப்பலில் ஏறி அமர்ந்தால் அது இந்தியாவில்தான் இறக்கிவிடும் என்று சொல்ல முடியாது. இன்றுபோல் திசையைத் துல்லியமாகக் காட்டும் கருவிகள் அன்று இல்லை.

கடல் பயணத்தை வணிகர்கள் அதிகம் விரும்பினர். பண்டங் களைப் பட்டுப் பாதைமூலம் கொண்டுவருவதற்கு அதிக செலவாகும். நேரமும் அதிகம் பிடிக்கும். கடலில் ஆபத்துகள் இருந்தாலும், கப்பல் கவிழ்ந்து இழப்புகள் ஏற்படும் என்றாலும் பண்டங்களைக் கொண்டுபோய்ச் சேர்க்கவும் கொள்முதல் செய்யவும் கடலை அவர்கள் துணிந்து தேர்ந்தெடுத்தனர். சில வணிகர்கள் பட்டுப் பாதையையும் பயன்படுத்தினர். குதிரைகள் மூலமும் அடிமைகள் மூலமும் பண்டங்களை அவர்கள் ஏற்றி அனுப்பினர். தனி நபர்களாக அல்லாமல் குழுவாக (கேரவேன்) நடந்து செல்பவர்களே அதிகம் இருந்தனர். பயணிகள், வியாபாரிகள், நாடோடிகள், பாஹியான் போன்ற யாத்ரீகர்கள் ஆகியோர் பட்டுப் பாதையில் குழுக்களாகப் பயணம் செய்தனர்.

மனிதர்களையும் பண்டங்களையும் விலங்குகளையும் மட்டு மல்ல, கருத்துகளையும் ஓரிடத்திலிருந்து இன்னொன்றுக்குப் பட்டுப் பாதை சுமந்து சென்று இறக்கியது. இந்தியாவை உலகம் கண்டுகொண்டது மனிதர்கள்மூலம் மட்டுமல்ல, இதுபோன்ற பாதைகள் மூலமும்தான். தென்கிழக்கு ஆசியா, மத்திய ஆசியா, சீனா ஆகிய பகுதிகளில் பௌத்தம் பரவியதற்குக் கடல் வழியும் பட்டுப் பாதையும் முக்கியப் பங்காற்றியுள்ளன. குறிப்பாக, பட்டுப் பாதைக்கும் பௌத்தத்துக்குமான உறவு நெருக்கமானது. பௌத்தம் சீனாவை அடைந்ததும் இந்தியாவைச் சீனா கண்டுபிடித்ததும் பட்டுப் பாதை மூலமாகத்தான்.

எனவே வணிகர்களின் மதமாகவும் பௌத்தமே அப்போது திகழ்ந்தது. மன்னர்களுக்கு அடுத்தபடியாகப் பொருளுதவிமூலம் பௌத்தத்தை வளர்த்தெடுத்தவர்கள் வணிகர்களே. அவர்கள் உதவியால் பட்டுப் பாதையில் பல இடங்களில் பௌத்த மடாலயங்கள் முளைத்தன. பாஹியான் போன்ற பயணிகள் இத்தகைய மடாலயங்களில்தான் தங்கி, இளைப்பாறினர். அவரைப் பொருத்தவரை பட்டுப் பாதை இந்தியாவுக்கான பாதை மட்டுமல்ல. முக்திக்கான பாதையும்கூட.

- 25 -

பாதங்களின் சொற்கள்

இன்னமும் சீனப் பெருஞ்சுவரின் நிழலைக்கூடக் கடந்த பாடில்லை. அதற்குள், 'இதற்கு மேல் இந்தச் சாலையில் நடக்கமுடியும் என்று தோன்றவில்லை'என்று பாஹியானே எழுதும் அளவுக்கு நிலைமை மோசமடைந்தது. பலமிக்க அரசு இல்லாத காரணத்தால் தடி எடுத்தவர்களெல்லாம் தண்டல் காரர்களாக மாறியிருந்தனர். கொலை, கொள்ளை, குட்டிப் போர்கள் என்று பட்டுப் பாதை ரணமாகிக்கொண்டிருந்தது. அமைதி தேடிச் சென்றவரை வன்முறையே வரவேற்றது.

நல்ல வேளையாக, உள்ளூர் பௌத்த அரசர் ஒருவர் பாஹியான் குழுவினருக்கு அடைக்கலம் அளித்தார். சரி, சில வாரங்கள் காத்திருப்போம் என்று நம்பிக்கையோடு இருந்தனர். வாரங்கள் உருண்டோடின. மாதங்கள் உருண்டோடின. மோதல் ஓய்வ தாகவே இல்லை. சீனாவிலிருந்து கிளம்பியவர் சீனாவுக் குள்ளேயே ஓராண்டு காலம் முடங்கி இருக்கவேண்டியிருந்தது.

அதன்பின் பாதை சீரானது. பாஹியான் நடக்க ஆரம்பித்தார். இந்த முறை மேலும் ஐவர் புதிதாகச் சேர்ந்துகொள்ள, கூடுதல் பலத்தோடும் உற்சாகத்தோடும் குழு தனது பயணத்தைத்

தொடங்கியது. பெருஞ்சுவரின் மேற்கு முனை வழியாக நடந்து துன்ஹுவாங் எனும் இடத்தை அடைந்தனர். பட்டுப் பாதையில் செல்பவர்களுக்கு இது ஒரு முக்கியமான நிறுத்துமிடம். பாஹியான் குழுவுக்கு இங்கே இன்னொரு பௌத்த அரசர் அடைக்கலம் கொடுத்தார். அடுத்து அவர்கள் பாலைவனப் பகுதியைக் கடக்கவேண்டும் என்பதை அறிந்து வழிக்குத் தேவையான உணவு, நீர் உள்ளிட்ட அத்தியாவசியப் பண்டங் களையும் அரசர் கொடுத்து அனுப்பினார். இப்படி வழி நெடுகிலும் பல நல்லுள்ளங்களின் ஆதரவு பாஹியானுக்குக் கிடைத்துக்கொண்டே இருந்தது.

பாஹியான் தனது பயண அனுபவங்களை ஓரளவுக்கு விரிவாகவே பதிவு செய்திருக்கிறார். எந்த வழியில் நடந்தோம், என்னென்ன இடங்களைக் கடந்தோம், எங்கெங்கே தங்கி இளைப்பாறினோம், எந்தெந்த நல்லுள்ளங்கள் உதவின என்று அனைத்தையும் நினைவுகூர்ந்திருக்கிறார். புத்தரின் சீடர் என்பதாலோ என்னவோ அதிகம் அலட்டிக்கொள்ளாமல் நிதானமாகவே எதையும் விவரிப்பார். எத்தனை பெரிய தடை ஏற்பட்டாலும், எவ்வளவு பெரிய இடர்பாடு வந்தாலும், உடலும் உள்ளமும் எவ்வளவு பாதிக்கப்பட்டாலும் அவர் அங்கலாய்ப்பதில்லை. இதெல்லாம் ஒரு பொருட்டே அல்ல என்பது போல் கடந்து போய்க்கொண்டே இருப்பார்.

அப்படிப்பட்ட பாஹியானையே தக்லாமக்கான் பாலைவனம் உலுக்கிவிட்டது. ‘இது கொடூரமான இடமாக இருக்கிறது. வெப்பக் காற்று கொல்கிறது. கண்ணுக்குப் புலப்படாத தீய சக்திகள் பாலைவனமெங்கும் நிரம்பியிருக்கின்றன. மனிதர்கள் கும்பல் கும்பலாக மடிந்துகொண்டிருக்கிறார்கள். வானில் ஒரு பறவையும் இல்லை. நிலத்தில் ஒரு விலங்கும் இல்லை. ஏதேனும் ஆறுதலாகக் கண்ணுக்குக் அகப்படுமா என்று உங்கள் பார்வையை நாலாபக்கமும் சுழற்றிக்கொண்டே இருப்பீர்கள். வழி போல் ஏதாவது தட்டுப்பட்டால், திருப்பம் போல் ஏதாவது தோன்றினால் தப்பி வெளியேறிவிடலாம் என்று தவிப்பீர்கள். ஆனால், எதுவும் இருக்காது. எந்தத் திசையில் நடக்கவேண்டும் என்று தெரியாது. ஏதாவது ஒரு முடிவை நீங்களாகவே எடுக்க வேண்டும். நீங்களாகவே நம்பிக்கையோடு நடக்கவேண்டும். இதுதான் பாதை என்பதை உணர்த்தும் வகையில் ஒரேயொரு தடயம் மட்டும் இருந்தது. இறந்தவர்களின் காய்ந்துபோன எலும்புகள்.’

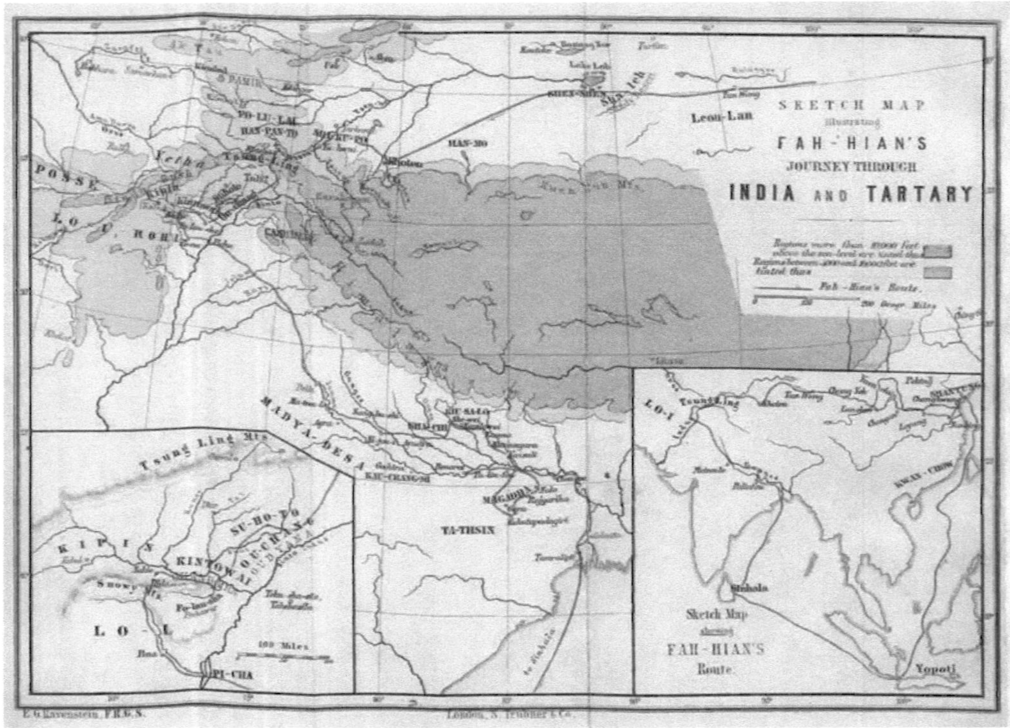

பாஹியானின் பயணப் பாதை

இறந்தவர்களே உயிரோடு இருப்பவர்களுக்கு வழி காட்டினார்கள். ஒவ்வோர் அடியை எடுத்து வைக்கும்போதும், வா வா என்று வாய் நிறைய சிரிப்போடு வரவேற்றது மரணம். உடலைவிட அதிகம் சோர்ந்திருந்தது மனம். இயன்றவரை வேகமாகக் கடப்பதுதான் பாலைவனத்தை வெல்வதற்கு ஒரே வழி. ஆனால், உடலும் மனமும் வேண்டாம், இத்தோடு நிறுத்து என்று போட்டிப் போட்டுக்கொண்டு நொடிக்கு நொடி அலறிக் கொண்டிருந்தது. கண்களை மூடி அப்படியே படுத்துக்கொள், எல்லா வதைகளும் முடிந்துவிடும் என்று யாரோ காதுக்குள் சொல்லிக்கொண்டே இருந்தார்கள். புத்தம் சரணம் என்று பாஹியான் நடந்துகொண்டே இருந்தார். ஒவ்வொரு நாளும் 15 மைல். அடுத்த 17 நாள்களுக்கு இது ஒன்றுதான் இலக்கு. இடைவெளி இல்லை. ஓய்வில்லை. மண்ணில் பாதி புதைந்தும் பாதி புதையாமலும் நீட்டிக்கொண்டிருந்த ஒவ்வொரு துண்டு எலும்பும் வழிகாட்டும் பலகை போல் அவர்களை உந்தித் தள்ளிக்கொண்டே இருந்தது.

'லோப் நோர்' எனும் பெயர் கொண்ட ஒரு நகரை அடைந்தனர். கடை வீதிகளின் பரபரப்பையும் மனிதர்களின் சுறுசுறுப்பான நடமாட்டத்தையும் கண்டபோது மீண்டும் உயிர் வந்து ஒட்டிக்கொண்டது போல் இருந்திருக்கவேண்டும். நகருக்கு அருகில் படர்ந்திருந்த ஏரியைக் கண்டதும் உடலெல்லாம் சிலிர்த்திருக்கவேண்டும். பாஹியான் என்பதால் உணர்வுகளை வெளிப்படுத்த ஒரேயொரு சொல்லைக்கூட அவர் வீணடிக்க வில்லை. நடந்தோம், நகரை அடைந்தோம். அவ்வளவுதான்.

லோப் நோரில் இதமான வரவேற்பு கிடைத்தது. பௌத்த அரசர் கனிவோடு வரவேற்றார். அங்கிருந்த ஒரு நல்ல பௌத்த மடாலயத்தைக் கண்டு மகிழ்ந்தார் பாஹியான். கிட்டத்தட்ட 4,000 பௌத்த பிக்குகள் அங்கே தங்கியிருந்தனர். பாஹியானும் கொஞ்சம் ஓய்வெடுத்துக்கொண்டார். எவ்வாறு புத்தர் வணங்கப் படுகிறார், எப்படிப்பட்ட நடைமுறைகள் பின்பற்றப்படுகின்றன, பிக்குகளின் பழக்கவழக்கங்கள் எப்படி இருக்கின்றன என்பதை எல்லாம் கவனித்துக்கொண்டார். பிக்குகளுக்கு சமஸ்கிருதம் தெரிந்திருந்தது. அவர்களிடமிருந்த ஏடுகளை வாங்கிப் பார்த்தார். பாஹியானுக்கு மரியாதையுடன்கூடிய வரவேற்பே கிடைத்தது என்றாலும் மடாலயத்திலிருந்தவர்கள் சிக்கனமானவர்களாக இருந்ததால் வழித் தேவைகளுக்குப் போதுமான உணவை

அவர்கள் கொடுத்தனுப்பவில்லை என்று தெரிகிறது. இதற்கும் பெரிதாகக் குறைபட்டுக்கொள்ளவில்லை பாஹியான்.

நகரைக் கடந்ததும் மீண்டும் பாலைவனம் வந்து ஒட்டிக் கொண்டது. அடுத்து 'கோட்டான்' எனும் இடத்தை அடைய வேண்டும். 300 மைல் தொலைவில் அமைந்துள்ள பௌத்த ராஜ்ஜியம் அது. அசோகரோடு தொடர்புடைய இடமென்று அது அழைக்கப்படுகிறது. கதைப்படி அசோகருக்கும் பத்மாவதிக்கும் பிறந்தவன் குணாளன். அம்மாவின் மரணத்துக்குப் பிறகு எட்டு வயது குணாளனை உஜ்ஜைனிக்கு அனுப்பி வைக்கிறார்கள். அடுத்த மௌரிய அரசனாக உஜ்ஜைனியை வளர்த்தெடுக்கும் பணிகள் ஆரம்பமாகின்றன. ஒரு நாள் அசோகர் அவையிலுள்ள ஆசிரியர்களுக்குக் கடிதமொன்றை எழுதுகிறார். என் மகனுக்குக் கல்வி புகட்டும் பணியை ஆரம்பித்து வைக்கவும் என்பதுதான் கடிதத்தின் சாரம்.

அந்தக் கடிதம் அசோகரின் மற்றொரு மனைவியின் கையில் சிக்குகிறது. குணாளனை எப்படியாவது தடுத்து நிறுத்தி தன் மகனை அரசனாக்கிவிடவேண்டும் என்பது அந்த ராணியின் கனவு. கையில் கிடைத்த கடிதத்தை அவர் நயவஞ்சகமாகத் திருத்தியனுப்புகிறார். எப்படி? பிராகிருதத்தில் அதேயு என்றால் கல்வி. ராணி அதில் ஒரேயொரு புள்ளியைச் சேர்க்கிறார். அதேயு இப்போது அந்தேயு என்று மாறிவிடுகிறது. இதன் பொருள், என் மகனின் கண்களைத் தோண்டியெடுத்துவிடுங்கள்!

குணாளனே கடிதத்தை ஏந்தி வந்து அரண்மனையில் ஒப்படைக்கிறான். வாங்கிப் படித்த அதிகாரியின் கண்கள் கலங்கிவிடுகின்றன. அப்படி என்ன எழுதிவிட்டார் அப்பா என்று குழப்பத்தோடு வாங்கிப் படிக்கிறான் குணாளன். அவனுக்கும் அதிர்ச்சிதான் என்றாலும் விரைவில் சுதாரித்துக்கொள்கிறான். பேரரசர் அசோகர் காரணமில்லாமல் எதையாவது செய்வாரா? அவர் சொல்வதைக் கீழ்படியாமல் போனால் எனக்கு மட்டுமா, மௌரியப் பேரரசுக்கே அல்லவா அவப்பெயர்? சற்றும் யோசிக்காமல் பழுக்கக் காய்ச்சிய இரும்பை எடுத்து தன் கண்களைத் தானே பறித்துக்கொண்டான் குணாளன். ராணிக்கு என்ன ஆனது என்று தெரியவில்லை. ஆனால், தண்டனையைப் பார்த்துக்கொண்டிருந்த அதிகாரிகள் நாடு கடத்தப்பட்டனர். அவர்கள் அலைந்து திரிந்து ஓரிடத்தைக் கண்டுபிடித்து குடியேறியதோடு அங்கே ஓர் அரசரையும் தேர்ந்தெடுத்து

வாழ்ந்தனர். அந்த இடம்தான் கோட்டான். இந்தியர்களும் சீனர்களும் மட்டுமின்றி இரானியர்களும் வாழும் பகுதியாக அது மாறியது.

கோட்டானை அடைவது பெரும் சவாலாகவே இருந்திருக்கிறது. பாதை இருப்பது போலவே இருக்கும். நீங்கள் நடந்துகொண்டே இருப்பீர்கள். திடீரென்று பெரும் காற்று எங்கிருந்தோ அடிக்கும். சில நிமிடங்கள் கண்களை மூடி அமைதியாக இருந்துவிட்டு கண்களைத் திறந்தால் உங்கள் முன்பிருந்த பாதை முழுக்க மணலில் புதையுண்டு போயிருக்கும். இனி எந்தத் திசையில் நடப்பதென்று தெரியாமல் திணறிவிடுவீர்கள். இதுபோன்ற நேரத்தில்தான் குழுத் தலைவரின் வழிகாட்டுதல் நமக்குத் தேவைப்படுகிறது என்கிறார் பாஹியான். வணிகர்களோ துறவிகளோ நடைப்பயணம் செய்யும் எல்லோரும் தகுதி வாய்ந்த வழிகாட்டி ஒருவரை நியமித்துக்கொள்கிறார்கள். பயணம் முடியும்வரை அவர் சொல்வதுதான் கடவுள் வாக்கு. அவர் சுட்டிக்காட்டும் இடத்தில்தான் காலை வைக்கவேண்டும். அவர் சொல்லும் இடத்திலிருந்துதான் நீரை அள்ளிப் பருகவேண்டும். எங்கே எந்த விலங்கு வரும், எது ஆபத்தானது என்பதெல்லாம் அவருக்குதான் தெரியும். பாஹியானின் குழுவுக்கும் அப்படியொரு வழிகாட்டி அமைந்திருந்தார்.

அவர் போக இருக்கவே இருக்கிறார் எங்கும் நிறைந்த புத்தர். அவருடைய அருள் ஒன்று போதாதா? எவ்வளவு பாலைவனங்கள் குறுக்கிட்டால்தான் என்ன? எவ்வளவு வதைகள் ஏற்பட்டால்தான் என்ன? பற்றிக்கொள்ள புத்தரின் கதகதப்பான கரம் இருக்கும்வரை எனக்கும் இந்தியாவுக்கும் நடுவில் எந்தப் பெரிய சக்தியும் வந்துவிட முடியாது!

- 26 -

பௌத்த இந்தியா

பாலைவனத்தைக் கடந்ததும் கோட்டானில் உள்ள கோமதி மடாலயத்தில் சிறிது காலம் தங்கினார் பாஹியான். மூவாயிரம் பிக்குகளைக் கொண்ட புகழ்பெற்ற மடாலயம் அது. ஒரு நாள் ஏதோவொரு சடங்குக்காக வெவ்வேறு பகுதிகளிலிருந்து பல்லாயிரக்கணக்கான துறவிகள் திரண்டு நின்று ஒரே நேரத்தில் புத்தரைத் தொழுத காட்சியைக் கண்டார் பாஹியான். அவர் மனதில் இக்காட்சி அழுத்தமாகப் பதிந்துபோனது. புவியே புத்தரின் நிலமாக மாறிவிட்டது போல் பரவசமடைந்தார். பௌத்தர்கள் பெருகப் பெருக அமைதியும் பெருகும். அமைதி பெருகினால் பூமியைவிடச் சிறந்த சொர்க்கம் இன்னொன்றில்லை அல்லவா?

விடைபெற்றுக்கொண்டு பரவசத்தோடு மேற்கு நோக்கி முன்னேறினார் பாஹியான். நடக்க, நடக்க ஊசி போல் குளிர் உடலைக் குத்த ஆரம்பித்தது. அந்தக் குளிர் எங்கிருந்து வருகிறது என்பது அவருக்குத் தெரியும் என்பதால் பொறுத்துக்கொண்டார். படபடப்பு அதிகரித்தது. பயணத்தின் இறுதிக் கட்டத்தை இப்போது அவர் நெருங்கிக்கொண்டிருந்தார். சீனாவிலிலிருந்து

புறப்பட்டு வந்த துறவியை வரவேற்க இமயமலை காத்துக் கொண்டிருந்தது.

ஏனோ இமயத்தைக் கண்டதும் பாஹியான் அரண்டுபோனார். பனி படர்ந்து பூதாகரமாகத் திரண்டு நிற்கும் இமயம் பாஹியானுக்குள் ஒரு பூதம் போல் இறங்கி ஆட்கொள்ள ஆரம்பித்தது. மனதில் அடியாழத்தில் உறைந்து கிடந்த அச்சங்களெல்லாம் புறப்பட்டு வந்து நேரில் நின்றது போல் இருந்தது. அவரால் இமயமலையை உள்வாங்கிக்கொள்ள முடியவில்லை. ஏறிட்டுப் பார்க்கவும் முடியவில்லை. பார்க்காமல் இருக்கவும் முடியவில்லை. எங்கே போனாலும் நிழல் போல் மலை தொடர்ந்து வந்தது. இரவு, காலை, மதியம் என்று எல்லா நேரங்களிலும் விழித்துப் பார்த்துக்கொண்டே இருந்தது. தவிரவும், நெருங்க, நெருங்க உருவில் வளர்ந்துகொண்டே போனது.

யாராவது சொன்னார்களா அல்லது அவராகவே நினைத்துக் கொண்டாரா என்று தெரியவில்லை. இமயமலைக்குப் பின்னால் ஆபத்தான விலங்குகள் மறைந்து வாழ்கின்றன என்று அச்சத்தோடு பதிவு செய்துள்ளார் பாஹியான். சீனர் என்பதாலோ என்னவோ மலைக்குப் பின்னால் டிராகனும் மறைந்து வாழ்வதாக அவர் நம்பினார். அதைச் சீண்டாமல் இருப்பது முக்கியம். மீறினால் அது உங்களை நோக்கி நஞ்சைக் கக்க ஆரம்பிக்கும் என்கிறார் பாஹியான். திரவ வடிவில் இல்லாமல் காற்று போல் நஞ்சு பறந்து வரும். ஒரு டிராகனின் வாயிலிருந்து பனி மழை புறப்பட்டு வரும் என்றால் இன்னொன்றின் வாயிலிருந்து கல் மழை பெய்யும். டிராகனிடம் சிக்குபவர்கள் தப்பிப்பது அபூர்வத்திலும் அபூர்வம் என்று எச்சரிக்கிறார் பாஹியான். டிராகன் மட்டுமல்ல, இமயமலையே ஆபத்தான ஒரு விலங்குதான் அவருக்கு.

கனிஷ்கரின் தங்க நாணயம். ஒரு பக்கம் கனிஷ்கர், மறுபக்கம் புத்தர். கிரேக்க எழுத்தில் ‘ BoΔΔo ’ (புத்தர்) பொறிக்கப்பட்டிருக்கிறது.

பாஹியானின் மிரட்சியை இன்றைய ஆய்வாளர்களால் புரிந்துகொள்ளமுடிகிறது. 1600 ஆண்டுகளுக்கு முன்பு அவர் கண்ட இமயமலை கடும் பனியையும் குளிரையும் அள்ளித் தெளித்து வருவோர், போவோரையெல்லாம் இரக்கமின்றிக் கொன்றுகொண்டிருந்தது. திடகாத்திரமான பயணிகளையே உடலளவிலும் மனதளவிலும் வீழ்த்திப்போடும் ஆற்றல் கொண்டது இமயம். பாஹியானால் இமயத்தைக் காண முடிந்ததே இமாலயச் சாதனைதான். இதைச் சொல்வதற்குக் காரணம் அவர் வயது. என்ன வந்தாலும் பரவாயில்லை, இந்தியாவைக் கண்டே தீருவேன் என்று புறப்பட்டு வந்த பாஹியான் அறுபது வயது கடந்த முதியவர். சில தரவுகளின்படி அவர் வயது 62!

பாஹியான் தனது குறிப்புகளில் இமயமலையை 'வெங்காய மலைகள்' என்று அழைக்கிறார். ஒரு பிரம்மாண்டமான வெங்காயம் நிற்பது போல் இமயம் அவருக்குத் தோன்றி இருக்கிறது போலும். சீனாவிலிருந்து இமயத்தை அடைவதற்கு பாஹியானுக்கும் அவர் குழுவுக்கும் மூன்றாண்டுகள் பிடித்திருக் கின்றன. ஒரு வழியாக இமயமலையை வெற்றிகரமாகக் கடந்து இன்றைய வடக்கு பாகிஸ்தான் அமைந்திருக்கும் ஸ்வாட் பள்ளத்தாக்கை வந்தடைந்தார் பாஹியான். இமயமலை உண்டாக்கிய அச்சம் நீங்கி ஆனந்தத்தில் ஆழ்ந்துபோனார்.

பாஹியான் முதலில் கண்ட இந்திய நகரம் காந்தாரம். இன்றைய வட கிழக்கு பாகிஸ்தானில் அமைந்திருக்கும் பெஷாவரின் பண்டைய பெயர்தான் காந்தாரம். பெஷாவர் பள்ளத்தாக்கு, ஸ்வாட் பள்ளத்தாக்கு உள்ளிட்ட பகுதிகளை உள்ளடக்கியிருந்தது காந்தாரம். பாஹியான் காலடி எடுத்து வைத்தது ஸ்வாட் பள்ளத்தாக்கில். வரலாற்று முக்கியத்துவம் வாய்ந்த பௌத்த நகரமாக அப்போது இருந்தது ஸ்வாட். அசோகர் காலத்தில்தான் முதன் முதலாக பௌத்தம் இங்கே அறிமுகப்படுத்தப்பட்டது. அசோகரின் ஆரம்பக் காலத் தூண்கள் ஸ்வாட்டில் அமைந்துள்ளன. மௌரியர்களுக்குப் பிறகு கிரேக்கர்களின் கட்டுப்பாட்டின்கீழ் வந்து சேர்ந்தது. கிரேக்கத்திடமிருந்து விடுபட்ட பிறகு தனி ராஜ்ஜியமாக மாறியது காந்தாரம்.

அசோகர் தொடங்கி வைத்த பணியை குஷாணப் பேரரசர் கனிஷ்கர் நிறைவு செய்தார். பௌத்தத்தை இந்தியாவில் பரப்பியதில் கனிஷ்கரின் பங்கு முக்கியமானது. காந்தாரத்தின்

பொற்காலம் என்று புகழப் படும் அளவுக்கு அவர் ஆட்சியில் காந்தாரத்தின் இதயத்தோடு பௌத்தம் ஒன்று கலந்தது. தட்சசீலம், புருஷபுரம் (பெஷாவர்) போன்ற நகரங்கள் பௌத்தப் பண்பாட்டு மையங்களாகத் திகழ்ந்தன. எப்படிப்பட்ட பௌத்தம்? அசோகரின் பௌத்தம் ஹீனயானம் என்று அழைக்கப் படுகிறது. கனிஷ்கர் மகாயானத்தைத் தோற்றுவித்தவராக அறியப் படுகிறார். இரு பிரிவுகளுக்கு இடையில் பல தத்துவார்த்த வேறுபாடுகள் இருக்கின்றன என்றாலும் இருவருக்கும் புத்தர் பொதுவானவர். என்னுடையதே பெரியது, உன்னுடையது தாழ்ந்தது என்று அவ்வப்போது கருத்து மோதல்கள் வெடித்தாலும் பௌத்தத்தின் சாரத்தை இருவரும் அவரவர் வழியில் உள்வாங்கி, அவரவர் வழியில் பரப்புரை செய்து வந்தனர். இந்த இரு பிரிவுகளுக்குள் கிளைப் பிரிவுகளும் இருக்கின்றன. பாஹியான் கண்ட இந்தியா மகாயான பௌத்தத்தை உயர்த்திப் பிடித்திருந்தது.

மதுரா அருங்காட்சியகத்தில் உள்ள கனிஷ்கர் சிலை

கனிஷ்கரின் ஆட்சியில் இந்தியா கடந்து மத்திய ஆசியாவிலும் பௌத்தம் பரவியது. அசோகர் வழியில் குறிப்பிடத்தக்க பௌத்தக் கட்டுமானங்களைக் கனிஷ்கர் உருவாக்கினார். முந்தைய பௌத்தத் தூண்கள் பழுது பார்க்கப்பட்டன, விரிவாக்கப்பட்டன. மற்றொரு பக்கம் புதிய தூண்களும் வளர்ந்தன. மடாலயங்களிலும் மலையடிவாரங்களிலும் பெரிய பெரிய புத்தர் சிலைகள் நிர்மாணிக்கப்பட்டன. புத்தரின் முற்பிறவிகளை விவரிக்கும் புத்த ஜாதகக் கதைகளை நினைகூரும் வகையில் பல நினைவிடங்களைக் கனிஷ்கர் உருவாக்கினார். இவற்றையெல்லாம் தரிசிக்க பல நாடுகளிலிருந்து பௌத்தத் துறவிகள் இந்தியாவுக்குத் திரண்டு வந்தனர். மத்திய ஆசியா, சீனா

ஆகிய நாடுகளிலிருந்து பலர் பௌத்தம் தொடர்பான இடங்களைத் தரிசிப்பதற்காகவே இந்தியாவுக்கு வந்திருக்கின்றனர்.

பாஹியானும் இந்த வரிசையில் வருபவர்தான். அவர் இந்தியா வந்தது என்னவோ ஏடு தேடிதான். ஆனால், அதை மட்டும் எடுத்துக்கொண்டு ஊர் திரும்பிவிடமுடியுமா என்ன? அசோகர் தொடங்கி கனிஷ்கர் வரை பௌத்த மன்னர்கள் உருவாக்கிய கட்டுமானங்கள் அனைத்தையும் தேடித் தேடி கண்டு மகிழ்ந்தார் பாஹியான். இந்தியாவில் அவர் கண்ட பௌத்த மடாலயங்கள் அனைத்தும் மிகுந்த மகிழ்ச்சியோடு அவரை வரவேற்று தங்க வைத்தன. எந்த அடிப்படையில் துறவிகளுக்கு வரவேற்பு அளிக்கப்படுகிறது என்பதையும் பாஹியான் பதிவு செய்திருக்கிறார்.

தூர தேசத்திலிருந்து குழுவாக எட்டுப் பேர் ஒரு மடாலயத்துக்குப் போகிறார்கள் என்று வைத்துக்கொள்வோம். அவர்கள் வேற்று நாட்டிலிருந்து புத்தரை நாடி வருபவர்கள் என்பது பார்க்கும் போதே தெரிந்துவிடும். களைப்போடு இருக்கும் அவர்களை உடனடியாக வரவேற்று, உணவு கொடுத்து உபசரிப்பார்கள். பிறகு ஒவ்வொருவரிடமும் உரையாடுவார்கள். நீங்கள் எந்த நாட்டிலிருந்து வருகிறீர்கள்? எந்த மடாலயத்தில் துறவியாக இருக்கிறீர்கள்? எத்தனை ஆண்டுகளாகத் துறவியாக இருக்கிறீர்கள்? பாஹியானிடமும் இக்கேள்விகள் கேட்கப்பட்டன. நான் அளித்த பதிலை வைத்து, எனக்கு எத்தகைய வசதிகள் அளிக்கப்பட வேண்டும், உறங்குவதற்கு எத்தகைய அறை ஒதுக்கப்பட வேண்டும், எப்படிப்பட்ட மரியாதைகள் செலுத்தப்படவேண்டும் போன்றவற்றையெல்லாம் முடிவு செய்கிறார்கள். எல்லா வற்றிலும் ஓர் ஒழுங்கு இருக்கிறது இந்தியர்களிடம். விதிமுறை களின்படி எங்கள் ஒவ்வொருவருக்கும் அவரவர் தராதரத்துக்கு ஏற்றபடி வசதி வாய்ப்புகள் செய்து தரப்பட்டன என்று நிறைவோடு எழுதுகிறார் பாஹியான்.

ஆயிரக்கணக்கான பௌத்தர்களைக் கண்டு பரவசமடைந்த பாஹியான், ஸ்வாட் பள்ளத்தாக்கில் நூற்றுக்கணக்கில் சிறியதும் பெரியதுமாக நிறைந்திருந்த மடாலயங்களைக் கண்டு பெரு மகிழ்ச்சி அடைந்தார். அவருடைய குறிப்புகள்படி மொத்தம் 500 மடாலயங்கள் ஸ்வாட்டில் மட்டும் இருந்திருக்கின்றன. பெரிய மடாலயங்களில் புத்தர் தொடர்பான புனிதப் பொருள்கள்

ஸ்வாட் பள்ளத்தாக்கில் உள்ள ஷிங்கர்தார் ஸ்தூபி

எதையேனும் பாதுகாத்து வைத்திருப்பார்கள். ஒரு மடாலயம் புத்தரின் கைத்தடியைப் பத்திரப்படுத்தி வைத்திருக்கும். இன்னொன்று புத்தரின் தலைமுடியைப் பேழையில் வைத்திருக்கும். புத்தரின் தலைமுடி எங்களிடம் இருக்கிறது என்று ஒரு மடாலயம் அறிவிக்கும் என்றால் எங்களிடம் புத்தரின் நகம் இருக்கிறது என்று இன்னொன்று பெருமிதம் கொள்ளும். முக்கியமான தருணங்களில், முக்கியமான சடங்குகளின்போது துறவிகள் இந்தப் புனிதப் பொருள்களைப் பயபக்தியோடு ஏந்தி மக்களுக்குக் காட்சிப்படுத்துவார்கள். இவற்றைத் தரிசிப்பதும் வழிபடுவதும் பௌத்தர்களுக்கு மிகவும் முக்கியமானவை. பாஹியான் இவற்றையெல்லாம் தரிசித்து மனநிறைவு கண்டார்.

தன்னை வருத்திக்கொண்டிருந்த வலிகளெல்லலாம் விடை பெற்றுச் சென்றதை உணர்ந்தார் பாஹியான். அசோகரின் இந்தியா, கனிஷ்கரின் இந்தியா, புத்தரின் இந்தியா அந்தச் சீன முதியவரை நெஞ்சோடு சேர்த்து அணைத்துக்கொண்டது.

- 27 -

ஆசிர்வதிக்கப்பட்ட நிலம்

கண்முன்னால் விரிந்திருக்கும் அனைத்தையும் அல்ல. தனக்கு என்ன தேவையோ அதை மட்டுமே ஒருவர் தேர்ந்தெடுத்து காண்கிறார். பாஹியானும் அப்படித்தான். புத்தரோடு தொடர்புடைய இடங்கள் அனைத்தையும் அவர் சுற்றியலைந்தார். பௌத்த விகாரங்களைத் தேடித் தேடிச் சென்று தரிசித்தார். பௌத்த சிற்பங்களையும் கட்டுமானங்களையும் கண்கள் விரித்துப் பார்த்து ரசித்தார். மடாலயங்களில் தங்கினார். பாஹியான் இந்தியர்களைக் கண்டார் என்றால் பௌத்தர்களைக் கண்டார் என்று நாம் புரிந்துகொள்ளவேண்டும். இந்தியாவைப் புகழ்கிறார் என்றால் பௌத்தத்தைப் புகழ்கிறார். இந்தியப் பண்பாடு என்றால் பௌத்தப் பண்பாடு. இந்திய மதம் என்றால் பௌத்தம். இந்தியர் என்றால் பௌத்தர். புத்தரோடு தொடர்பில்லாத எதுவும் அவருக்கு இந்தியாவே அல்ல.

ஒரு நாள் சிறுவனொருவன் களிமண்ணைக் கொண்டு பொம்மை கட்டடம் உருவாக்கிக்கொண்டிருப்பதைப் புத்தர் கண்டார். பிற்காலத்தில் இந்த இடத்தில் கனிஷ்கர் ஒரு தூணை உருவாக்குவார் என்று தன் சீடர்களிடம் அறிவித்தார் புத்தர். அவர்

வாக்கு பலித்தது. பெஷாவரில் கனிஷ்கர் ஒரு பெரிய தூணைத் தன் பெயரில் எழுப்பினார். புத்தரின் நினைவுச் சின்னங்கள் இதில் பாதுகாக்கப்பட்டதாகத் தெரிகிறது. உலகப் புகழ்பெற்றுவிட்ட கனிஷ்கர் தூணைக் கண்டு திகைத்துப் போனார் பாஹியான். இதுவரை மனித கரங்கள் உருவாக்கிய தூண்களில் மிக உயர்ந்தது இதுதான் என்கிறார் பாஹியான். இந்தத் தூண் இன்று இல்லை. சிதிலங்கள் மட்டுமே இருக்கின்றன. அவற்றைக் கொண்டு மதிப்பிடும் ஆய்வாளர்கள் குறைந்தது 400 அடி உயரம் கொண்டதாக இந்தத் தூண் இருந்திருக்கலாம் என்கிறார்கள்.

இந்தப் புனிதத் தலத்தோடு தொடர்புடைய கதையொன்று உண்டு. நீண்ட காலமாகப் புத்தரின் பிச்சைப் பாத்திரம் இந்நாட்டில் பாதுகாப்பாக இருந்து வந்ததாம். பக்கத்து நாட்டு மன்னனுக்கு இந்தப் பாத்திரத்தின் மீது ஒரு கண். எப்படியாவது அதைக் கவர்ந்து வந்துவிடவேண்டும் எனும் துடிப்பில் ஒரு நாள் தன் படைகளை அனுப்பி பெஷாவரை முற்றுகையிட்டான். இனி இது என் நாடு. எனவே புத்தரின் பிச்சைப் பாத்திரமும் என்னுடையதே என்று மகிழ்ச்சியோடு அதைக் கைப்பற்றுவதற்காகச் சென்றான். இருப்பதிலேயே பெரிய யானையொன்றைத் தருவித்து அதன்மீது பிச்சைப் பாத்திரத்தை ஏற்றினான். யானையோ நிலத்தில் சுருண்டு படுத்துக்கொண்டு, எழுந்திருக்க மாட்டேன் என்று அடம் பிடித்தது. உடனே மன்னன் நான்கு சக்கரம் கொண்ட ஒரு பெரிய வண்டியைக் கொண்டு வரச் செய்து, எட்டு யானைகளை அந்த வண்டியில் பிணைத்தான். உலகையே சுமந்து செல்லும் வலுவோடு அந்த வண்டி புறப்படத் தயாரானது. புத்தரின் பாத்திரத்தை ஏற்றியதுதான் தாமதம். ஒரேயோர் அங்குலம்கூட வண்டி நகரவில்லை. மன்னன் தன் தவறை உணர்ந்தான். புத்தரின் பிச்சைப் பாத்திரத்தை ஏற்பதற்கான தகுதி இன்னமும் எனக்கு வரவில்லை என்று வருந்தி, கண்ணீர் விட்டு அங்கொரு மடாலயத்தை அமைத்தான். அதற்குள் புத்தரின் பிச்சைப் பாத்திரம் பாதுகாக்கப்பட்டது.

பாஹியான் அந்த மடாலயத்தைத் தரிசித்தார். அங்கே எழுநூறு துறவிகள் தங்கியிருந்தனர். ஒவ்வொரு மதியமும் புத்தரின் பிச்சைப் பாத்திரம் வெளியில் கொண்டு வரப்படும். சாமானியர்கள் தங்களால் இயன்றதைச் செலுத்துவார்கள். அதன்பின் திரண்டிருக்கும் அனைவருக்கும் மதிய உணவு அளிக்கப்படும். மாலை நேரம் ஊதுபத்தி மணம் கமழும் நேரம் மீண்டும் பிச்சைப் பாத்திரம் வெளியில் கொண்டுவரப்படும்.

இன்னதுதான் அதில் போடவேண்டும் என்றில்லை. நானொரு ஏழை, என்னால் மலர் காணிக்கைதான் செலுத்தமுடியும் என்றால் அதையும் அன்போடு பெற்றுக்கொள்வார்கள். மாறாக, செல்வந்தர்கள் எவ்வளவு இட்டாலும் அந்தப் பாத்திரம் நிறையவே நிறையாதாம்!

புத்தர் ஜாதக் கதைகள் பாஹியானுக்கு அத்துப்படி என்பதால் அந்தக் கதைகளோடு தொடர்புடைய இடங்களையெல்லாம் ஆர்வத்தோடு கண்டுகளித்தார். ஒரு நாள் கழுகொன்று புறாவைப் பாய்ந்து பிடித்ததை, புத்தர் முந்தைய பிறவியொன்றில் கண்டார். பாவம் அந்தப் புறா. தன் பாட்டுக்குப் போய்க்கொண்டிருக்கிறது. அதைத் தயவுசெய்து விட்டுவிடு என்று மன்றாடினார் புத்தர். எனக்குப் பசிக்கிறதே! என் உணவுக்கு நான் எங்கே போவேன் என்று கழுகு குறைபட்டுக்கொண்டதும் தன் சதையை அரிந்து கொடுத்து இரு உயிரினங்களையும் காத்தார் புத்தர். இந்தக் கதையோடு தொடர்புடைய நினைவிடத்தை ஸ்வாட் பள்ளத்தாக்கில் தரிசித்தார் பாஹியான்.

தட்சசீலத்தைச் சுற்றி வந்து மகிழ்வதோடு இந்தப் பெயர் எப்படி வந்தது தெரியுமா என்று கேட்டு, தனக்குத் தெரிந்த ஒரு ஜாதகக் கதையை விவரிக்கிறார் பாஹியான். தட்சசீலம் என்றால் பாலி மொழியில் துண்டிக்கப்பட்ட தலை. புத்தர் தனது முற்பிறவியில் இங்கே வந்தபோது ஒரு சிங்கத்தைக் கண்டார். பசியோடு இருக்கும் சிங்கத்துக்குத் தன் தலையை வெட்டியெடுத்து அவர் அளித்தார். அதனால்தான் தட்சசீலம் என்று பெயர் வந்தது. சிங்கம் வரும் இடத்தில் புலியைப் போட்டும் ஒரு ஜாதகக் கதை இருக்கிறது. வேறு சில கதைகளிலும் புத்தர் தன் உடலின் பாகங்களை இவ்வாறு வெவ்வேறு விலங்குகளுக்கு அளிக்கிறார். எல்லா உயிர்களிடத்தும் அன்பு செலுத்தவேண்டும், கருணை காட்டவேண்டும் என்னும் பௌத்த நெறியை வலியுறுத்தும் கதைகள் இவை.

இந்தியா செல்லும் வழிநெடுகிலும் மத்திய ஆசியாவைச் சேர்ந்த விதவிதமான மக்கள் குழுக்களைக் கண்டார் பாஹியான். சீன உடை உடுத்தியிருப்பார்கள். சீனம் பேசுவார்கள். ஆனால், பழக்க வழக்கங்களைப் பார்க்கும்போது இந்தியரோ என்று நினைக்கத் தோன்றும். இந்தியாவின் தாக்கம் இந்தியாவைக் கடந்தும் அடர்த்தியாகப் பரவியிருக்கிறது என்கிறார் பாஹியான். மத்திய ஆசிய மக்களிடம் இந்தியாவின் தாக்கம் இருந்தது போலவே இந்தியர்களிடம் மத்திய ஆசியாவின் தாக்கம் இருந்ததையும்

பாஹியான் கவனித்தார். இந்தியர்களுக்கு மத்திய ஆசிய மொழிகள் தெரிந்திருந்தன. சாமானிய இந்தியர்களின் எளிய உடைகளைக் காணும்போது, அவர்கள் அளித்த உணவைப் பெற்றுக்கொள்ளும்போது, மத்திய ஆசியாவில் இருப்பதைப் போன்ற உணர்வே அவருக்கு ஏற்பட்டது. மத்திய ஆசியாவையும் இந்தியாவையும் இணைக்கும் ஓர் அம்சமாக பௌத்தம் திகழ்ந்ததை பாஹியான் கண்டார்.

நான் பார்த்தவரை எல்லாப் பகுதிகளிலும் நட்சத்திரங்கள் போல் வீடுகள் இடைவெளிவிட்டுக் கட்டப்பட்டிருந்தன. ஒவ்வொரு வீட்டு வாசலிலும் பகோடா போன்ற அமைப்பு காணப்படுகிறது. பௌத்தத் துறவிகள் அதில் தங்கி ஓய்வெடுக்கலாம். இதற்கும் விதிமுறைகள் இருக்கின்றன. ஒவ்வொரு துறவியும் ஒரு வீட்டில் மூன்று தினங்கள் தங்கலாம். அதற்குள் அவர் ஒரு மடாலயத்தைக் கண்டறிந்து அங்கே மாறிக்கொள்ளவேண்டும். மடாலயம்தான் இருக்கிறதே அவர்கள் பார்த்துக்கொள்ளட்டும் என்று விட்டுவிடாமல், சாமானிய மக்களும் பௌத்தர்களைத் தாமே முன்வந்து ஆதரிப்பது பௌத்தம் எந்த அளவுக்கு அவர்கள் வாழ்வோடு கலந்திருந்தது என்பதைக் காட்டுகிறது.

முன்பின் அறிமுகமற்ற பௌத்தர்களை வரவேற்று தங்க வைக்கும் வழக்கம் இந்தியாவில் நிலவியதற்கு ஓர் அடிப்படையான காரணம் இருந்தது. புத்தர் பல பகுதிகளுக்கு நடந்து சென்று அங்குள்ள மக்களுக்கு உபதேசித்திருக்கிறார். புத்தரின் காலடித்

புத்தர் சிலைகள், தர்மராஜிகா ஸ்தூபம், தட்சசீலம்

தடங்கள் இந்தப் பகுதிகளில் பதிந்து போயிருக்கின்றன. உலகம் முழுவதிலுமிருந்து வரும் துறவிகள் புத்தரின் காலடித் தடங்களை அடியொற்றியே இங்கு வருகிறார்கள். புத்தர் ஆலமரம் என்றால் இவர்களெல்லாம் விழுதுகள் அல்லவா? புத்தரை வரவேற்ற மண் பௌத்தர்களையும் அல்லவா வரவேற்கவேண்டும்? அதனால் தான் புத்தரின் நிலம் அவரைப் போலவே அனைவரையும் இன்முகத்தோடு வரவேற்கும் உயர்ந்த குணத்தோடு ஒளி வீசுகிறது என்கிறார் பாஹியான்.

பாஹியான் ஒரு குழுவோடு இணைந்து வந்தார் என்று பார்த்தோமல்லவா? நாள்கள் செல்லச் செல்ல குழு மெலிய ஆரம்பித்தது. நான் இந்த மடாலயத்திலேயே தங்கிவிடுகிறேன், நீங்களெல்லாம் கிளம்புங்கள் என்று ஒருவர் பெஷாவரில் தங்கிவிட, இன்னொருவர் காந்தாரத்தில் தன்னைக் கரைத்துக் கொண்டார். நான் இங்கிருந்து வேறு இடம் செல்லவேண்டும் பாஹியான், இனி உங்களோடு வரவில்லை என்று ஒருவர் விடைபெற்றுக்கொள்ள, மற்றொருவர், இதுவரை பார்த்ததே போதும் நான் ஊருக்குப் போகிறேன் என்று திரும்பிவிடுகிறார். புத்தரின் பிச்சைப் பாத்திரத்தைத் தரிசித்த பிறகு அங்கேயே நோய்வாய்ப்படுகிறார் ஹுய்ஜிங் என்பவர். வேறிடத்துக்குக் கிளம்பத் தயாரான மற்றொரு துறவி தன் நண்பரின்மீது பரிதாபம் கொண்டு அவரோடு தங்கிக் கவனித்துக்கொள்கிறார். பிச்சைப் பாத்திரத்தின் நிழலிலேயே ஹுய்ஜிங் இறந்துவிடுகிறார். இந்திய மண்ணை மிதிப்பதற்குள் வழியிலேயே கடும் குளிரில் இறந்துபோனவரும் உண்டு.

பாஹியான் தன் பயணத்தை நிறுத்தவில்லை. கண்டவரைப் போதும் என்று அவர் மனம் நிறைவடையவில்லை. எவ்வளவு தூண்களையும் சிலைகளையும்தான் மீண்டும் மீண்டும் பார்த்துக்கொண்டிருப்பது என்று சிறு சலிப்பும் அவருக்கு ஏற்படவில்லை. இங்கேயே இருந்துவிடலாமா, இத்தோடு நிறுத்திக்கொள்ளலாமா, அந்த மடாலயத்தில் அழைத்தார்களே அவர்களோடு மிச்சமுள்ள காலத்தைக் கழித்துவிடலாமா என்றெல்லாம் எந்தச் சஞ்சலமும் காணப்படவில்லை அவரிடம். தன்னுடைய சிறு மூட்டையை முதுகின் மீது போட்டுக்கொண்டு, இன்று புதிதாக என்ன காணலாம் என்று யோசனையோடு நடக்கத் தொடங்கினார்.

- 28 -

சொற்களும் கற்களும்

புத்தரை நாடிச் சென்ற ஒவ்வோர் இடத்திலும் பாஹியான் வண்ண, வண்ணக் கதைகளைத் தரிசித்தார். கதைகளைத் தேடிச் சென்ற ஒவ்வொரு முறையும் அவர் புத்தரைக் கண்டார். எனில், கதைகளைச் சேமித்து வைக்கதான் விகாரத்தையும் மடாலயத்தையும் தூணையும் சிலையையும் உருவாக்கி வைத்திருக்கிறார்களா? அல்லது, காலம் கற்களைப் பிடித்துத் தள்ளிவிட்டால் என்ன செய்வது என்று அஞ்சி சொற்களைக் கொண்டு கதைகளைக் கட்டியிருக்கிறார்களா? பாஹியானின் பயணக் குறிப்புகளைப் பார்க்கும்போது நிலத்தைக் கதையும் கதையை நிலமும் தாங்கிப் பிடிப்பதையும் ஒன்றை மற்றொன்று செழுமைப்படுத்துவதையும் காணமுடிகிறது.

இன்றைய ஆப்கனிஸ்தானில் காபூல் ஆற்றுக்கும் சிந்துவுக்கும் இடைப்பட்ட பகுதியில் அமைந்திருக்கிறது நகரஹாரா. அதன் எல்லையிலுள்ள சிறிய நகரின் பெயர், ஹிட்டா. குழுவினர் அனைவரும் திசைக்கொன்றாகச் சிதறிவிட தனியோர் ஆளாக நடந்து வந்து ஹிட்டாவை அடைந்தார் பாஹியான். இங்குள்ள விகாரத்தில் புத்தரின் மண்டையோடு பாதுகாக்கப்படுகிறது. தங்க

மூலாம் பூசப்பட்ட அந்த விகாரம் ஏழு விலை மதிப்புமிக்க கற்களால் அலங்கரிக்கப்பட்டிருந்தது. தங்கத்துக்கும் கற்களுக்கும் விலை உண்டு. புத்தரின் புனித மண்டையோட்டுக்கு இன்னதுதான் மதிப்பு என்று சொல்லிவிடமுடியுமா என்ன?

எனவே விகாரத்தைப் பாதுகாக்க அங்குள்ள மன்னன் ஒரு சிறப்பு ஏற்பாட்டைச் செய்திருந்தான். ஊரிலுள்ள எட்டுப் பிரமுகர்கள் தேர்ந்தெடுக்கப்பட்டு, ஆளுக்கொரு சாவி ஒப்படைக்கப்பட்டது. எட்டுப் பேரும் ஒன்று சேர்ந்து, ஒன்றாகத் திறந்தால்தான் விகாரத்தின் கதவு திறக்கும். ஒவ்வொரு நாளும் அதிகாலை எட்டுப் பேரும் வருவார்கள். எட்டுப் பேரும் கதவைத் திறந்து உள்ளே செல்வார்கள். உள்ளே ஒவ்வொருவருக்கும் நறுமண நீர் அளிக்கப்படும். அதில் தங்கள் கைகளைச் சுத்தம் செய்து கொள்வார்கள். சுத்தமான பிறகு மண்டையோட்டை வெளியில் எடுப்பார்கள். எல்லோரும் காண்பதற்கு வசதியாக உயரமாக எழுப்பப்பட்டுள்ள பீடத்தில் மண்டையோட்டைப் பொருத்து வார்கள். அப்போது மேள தாளம் முழங்கப்படும். சங்கொலி காற்றில் பரவும். ஓசை கேட்டு ஒவ்வொரு நாளும் மன்னர் விழித்தெழுந்து புத்தரைக் காண வருவார். கிழக்கு கதவு வழியாக உள்நுழைந்து மலர்களும் வாசனைப் பொருள்களும் காணிக்கையாகச் செலுத்திவிட்டு மேற்கு கதவு வழியாக அவர் வெளியேறுவார். அதற்குப் பிறகுதான் அவர் மற்ற அலுவல்களைக் கவனிப்பார்.

மன்னர் மட்டுமல்ல, ஊர் மக்களும்கூடப் புத்தரின் மண்டையோட்டைத் தரிசித்து முடித்த பிறகே அன்றாட வேலைகளில் ஈடுபடுவார்கள். விகாரத்துக்கு வெளியில் மலர்களும் வாசனைப் பொருள்களும் விற்பனை செய்யப்படும். பக்கத்து நாட்டு மன்னர்களும்கூட இந்தப் புனித இடத்தை நாடி வருவதுண்டு. சக்தி வாய்ந்த தலம் என்பதால் இடி, மின்னல் தொடங்கி எந்த இயற்கைப் பேரிடரும் இங்கே எட்டிக்கூடப் பார்ப்பதில்லை. இதே நகரில் அமைந்துள்ள மற்றொரு மடாலயத்தில் புத்தரின் பல் பாதுகாக்கப்படுகிறது. அதுவும் இதே போல் சிரத்தையோடு பாதுகாக்கப்படுகிறது. பாஹியான் அங்கும் சென்று தொழுதார்.

அங்கிருந்து கிளம்பி ஒரு யோசனை தூரம் சென்று, புத்தரின் கைத்தடியைக் கண்ணாறக் கண்டேன். செந்நிறச் சந்தனக் கட்டையால் உருவான கைத்தடி அது என்று குறிப்பிடுகிறார்

பாஹியான். பதினாறு, பதினேழு அடிகள் கொண்ட அந்தக் கைத்தடி அபார பலமிக்கது. நூறு, ஆயிரம் என்று எவ்வளவு பேர் திரண்டு வந்தாலும் இந்தக் கைத்தடியை நகர்த்தக்கூட முடியாது என்கிறார் பாஹியான். அங்கிருந்து மேற்கு நோக்கி நான்கு நாள்கள் நடந்து ஒரு மடாலயத்தை அடைந்தார். புத்தரின் அங்கி அங்கே வைக்கப்பட்டிருந்தது. எப்போதெல்லாம் நாட்டில் பஞ்சமும் வறட்சியும் வருகிறதோ அப்போதெல்லாம் அங்கியை வெளியில் எடுத்து வழிபடுவார்கள். பொலபொலவென்று மழை பெய்து வறட்சியைப் போக்கிவிடும்.

இந்தியா புத்த தர்மம் மேலோங்கிய நிலம் என்பதை அழுத்தமாகப் பதிவு செய்கிறார் பாஹியான். பிக்குவுக்குத் தானம் தருவதற்கு முன்பு ஒரு மன்னர் தன்னுடைய மகுடத்தைக் கழற்றி வைக்கிறார். நான் அதிகாரத்திலிருந்துகொண்டு உங்களுக்குத் தானம் செய்யவில்லை. உங்களை மதித்து ஒரு சகமனிதனாக இதை அளிக்கிறேன் என்னும் உணர்வோடுதான் எதையும் அளிக்கிறார். மன்னர் தனது பணியாளர்களிடம் சொல்லி பிக்குவுக்கு உணவளிப்பதில்லை. அமைச்சர்களும் உறவினர்களும் புடைசூழ வணங்கி, தன் கரங்களால் மன்னர் பிக்குவுக்குப் பரிமாறுகிறார். வந்திருப்பவர் வயதில் மூத்த பிக்கு என்றால் அவர் உண்டு முடித்ததும் சிவப்புக் கம்பளம் விரித்து அவர் முன்னால் தரையில் அமர்ந்து உரையாடுகிறார். இது புத்தர் காலத்தில் நிலவிய வழக்கம். அதுதான் இன்றளவும் பின்பற்றப்படுகிறது என்கிறார் பாஹியான்.

அடுத்து, மத்தியதேசம் வந்தடைந்தார் பாஹியான். கங்கை, யமுனையின் மேற்பகுதியிலிருந்து இரண்டும் சங்கமிக்கும் பிரயாகை வரையிலான பிரதேசத்துக்கு பாலியில் ‘மத்யதேஷா’ என்று பெயர். பௌத்தம் தோன்றிய இடம், பௌத்த மன்னர்கள் ஆளும் இடம் என்பதால் உலகின் மையமாக இந்தப் பிரதேசத்தை பௌத்தர்கள் கருதினர். இந்த நம்பிக்கையைப் பகிர்ந்து கொண்டனர் என்பதால் பாஹியானும் மத்தியதேசம் என்றே இப்பகுதியை அழைக்கிறார். மத்தியதேசம் கதிரவன் என்றால் பிற நாடுகளெல்லாம் குட்டி குட்டி நட்சத்திரங்கள். இதுதான் பௌத்தர்களின் புவியியல் கோட்பாடு. சீனாவில் பிறந்தவர், சீனாவில் வளர்ந்தவர் என்றாலும் தனது நாட்டை மத்திய தேசத்தை ஒட்டி அமைந்துள்ள எல்லை நிலம் என்றே குறிப்பிடுகிறார் பாஹியான்.

புத்தர் சிலை, பெஷாவர் அருங்காட்சியகம்

தங்களை நாடிவரும் சீன முதியவரைக் கண்டு மத்தியதேசத்து இந்தியர்கள் வியப்படைந்திருக்கின்றனர். அதிர்ச்சியடைந்திருக் கின்றனர். குழம்பியிருக்கின்றனர். என்னது நீங்கள் பிக்குவா? புத்தர் நம் கடவுள் என்றல்லவா நினைத்திருந்தேன்? சீனாவிலும் புத்தரை வணங்குகிறார்களா? சீனாவிலும் துறவிகள் இருக்கிறார் களா? பௌத்த ஏடுகள் தேடியா சீனாவிலிருந்து புறப்பட்டு வந்திருக்கிறீர்கள்? அதுவும் நடந்து? அதுவும் இந்த வயதில்?

நான் ஹான் தேசத்திலிருந்து வருகிறேன். பௌத்த ஏடுகள் தேடி வந்திருக்கிறேன்! யார் கேட்டாலும் பாஹியானிடமிருந்து வரும் பதில் இதுதான். அதென்ன ஏடு என்று கேட்பவர்களுக்கு, பௌத்த சட்டதிட்டங்களை வரையறுத்து வைத்திருக்கும் ஏடு என்பார். இதைக் கேட்டு இந்தியர்களின் திகைப்பு பன்மடங்கு கூடிவிடும். ஆ, நாங்கள் இதுவரை ஹான் தேசத்திலிருந்து யாரும் வந்து பார்த்ததேயில்லையே! நாங்கள், எங்களுக்கு முன்பிருந்தவர்கள், அவர்களுக்கும் முன்பிருந்தவர்கள் என்று வழிவழியாக, தலைமுறை தலைமுறையாக இங்கிருந்தும் உங்களைப் போன்ற ஒருவரும் இங்கே வந்ததில்லை. எங்களிடம் ஏடுகளெல்லாம் இருக்கும் என்று யார் உங்களுக்கு அங்கே சொன்னார்கள்? உங்கள் ஹான் தேசத்தில் சட்டதிட்டங்களே இல்லையா? நீங்கள் உண்மையிலேயே விந்தையான மனிதர்தான், பாஹியான்!

இந்த உரையாடல்கள்மூலம் மேலும் சிலவற்றை நாம் அறிந்துகொள்ளலாம். மத்தியதேசம் கிட்டத்தட்ட தனித்த நிலப்பகுதியாக இருந்திருக்கிறது. பௌத்தர்களின் புனித இடமாக இருந்தபோதும் அயல் தேசத்தவர் யாரும் இங்கே கால் பதித்தது போல் தெரியவில்லை. பாஹியான்தான் பலரும் கண்ட முதல்

அந்நியராக, முதல் சீனராக இருந்திருக்கிறார். யார் இங்குள்ளவர், யார் வெளியிலிருந்து வருபவர் என்பதைத் தோற்றம், நிறம், பேசும் முறை ஆகியவற்றைக் கொண்டு இந்தியர்கள் கண்டறிந்திருக்கிறார்கள். இருந்தாலும் பாஹியானைக் கண்டு எதிரியோ என்று அவர்கள் அஞ்சவில்லை. தயங்கி நிற்கவில்லை. நெருங்கிச் சென்று பேச்சுக் கொடுத்திருக்கிறார்கள்.

பாஹியானின் குறிப்புகளைப் பார்க்கும்போது சில இடங்களில் அவர் தன்னை 'நான் ஒரு கிங் பௌத்தன்' என்று அறிமுகப் படுத்திக்கொண்டிருக்கிறார். கிங் என்பது சீன இனக்குழு வொன்றின் பெயர். ஆக, அந்நியர்களை அதிகம் கண்ட இந்தியர்கள் மத்தியில் அவர் தன்னை தன் இனத்தின் பெயரால் அறிமுகப்படுத்திக்கொண்டிருக்கிறார். இனக்குழுவின் பெயரான கிங் என்பதை மட்டும் சொன்னால் மத்தியதேசத்து மக்களால் புரிந்துகொள்ளமுடியுமோ முடியாதோ என்று யோசித்து கிங்க பௌத்தன் என்று குறிப்பிட்டிருக்கிறார் பாஹியான். அடையாளம் நிரந்தரமானதல்ல. ஒரு புதிய நிலத்துக்குச் செல்லும் பயணியின் அடையாளம் சூழலுக்கு ஏற்ப மாற்றமடைகிறது.

புத்தரின் முதன்மைச் சீடர்களான சாரிபுத்திரர், மௌத்கல்யாயனர் இருவருக்கும் தூண்கள் எழுப்பப்பட்டிருந்தை பாஹியான் கண்டார். இருவரும் இளம் வயதிலிருந்தே நண்பர்கள். ஆன்மிக நாட்டத்தோடு பலரை நாடியபோதும் யாரும் இவர்களுக்கான பாதையைக் காட்டவில்லை. இறுதியில் புத்தரை அடைந்தனர். புத்தர் அவர்களுக்கு அபயக்கரம் நீட்டினார். ஆனந்தரின் தூண் மிகுந்த மதிப்போடு வணங்கப்பட்டது. சங்கத்தில் பெண்களையும் இணைத்துக்கொள்ளவேண்டும் என்று வாதிட்ட ஆனந்தரை இந்திய பிக்குணிகள் அதிகளவில் திரண்டு மலர் தூவி ஆராதித்ததை பாஹியான் கண்டார். புதிதாக வரும் பௌத்தர்கள் புத்தரின் மகன் ராகுலனைத் தொழுதனர். இவர்கள் அனைவருடைய வாழ்வில் இருந்தும் கதைகள் பொது மக்கள் முன்னிலையில் நாடகம் போல் நடித்துக் காட்டப்பட்டதை பாஹியான் கண்டார்.

எது நாடகம், எது நிஜம்? எது கதை, எது வரலாறு? எது கல், எது சிலை? நான் எதிர்காலத்தை நோக்கி நடந்துகொண்டிருக்கிறேனா அல்லது கடந்த காலத்துக்குள் கரைந்துகொண்டிருக்கிறேனா? இந்தியா பாஹியானை மயக்கி வசப்படுத்திக்கொண்டிருந்தது.

- 29 -

உயிர்த்தெழும் பௌத்தம்

கொாக்கு போல் பௌத்தம் ஒன்றே குறி என்று இருப்பவர்தான் என்றாலும் சிற்சில இடங்களில் சற்றே விரிந்து அகலமாகவும் இந்தியாவைக் காண்கிறார் பாஹியான். மத்தியதேசத்தில், குறிப்பாக மதுராவில் பயணம் செய்யும்போது, வழக்கமான அந்த விகாரத்தைக் கண்டேன், இந்தத் தூணைக் கண்டேன் என்று புராணங்களுக்கு இடையில் மண் குறித்தும் மக்கள் குறித்தும்கூட எழுதுகிறார் அவர்.

பனி, குளிர் இல்லாத மிதமான பிரதேசமாக இருக்கிறது. இங்குள்ள மக்கள் வசதியாகவும் மகிழ்ச்சியாகவும் காணப் படுகிறார்கள். எந்தவிதக் கட்டுப்பாடும் இன்றி சுதந்தரமாக இருக்கிறார்கள். அநாவசியமான வரிகள் கிடையாது. மன்னரின் நிலத்தில் பணியாற்றுபவர்கள்கூட நிலத்தைப் பயன்படுத்திக் கொள்வதற்கான குறைந்தபட்ச வரி மட்டுமே செலுத்துகிறார்கள். விளைச்சல் அவர்களுக்குதான். நிலத்தில் எவ்வளவு காலம் வேண்டுமானாலும் பணியாற்றலாம். வேண்டாம் என்று நினைத்தால் வெளியேறிச் சென்றுவிடலாம். யாரும் அவர்களைக் கட்டாயப்படுத்த முடியாது.

அடக்கமான மன்னர். அன்பானவரும்கூட. படையினரும் சேவகர்களும் அரண்மனையிலிருந்து தங்களுக்கான அனைத்தையும் பெற்றுக்கொள்கிறார்கள். மரண தண்டனை என்பதே கிடையாது. குற்றமிழைப்பவர்களுக்குக் குற்றத்தின் தன்மைக்கு ஏற்ப அபராதம் விதிக்கப்படுகிறது. இருப்பதிலேயே மோசமான குற்றம் அரசுக்கு எதிராகச் சதி புரிவது. அப்படிச் செய்பவர்களைக்கூட மன்னர் கொல்வதில்லை. வலது கரம் மட்டும் அகற்றப்படுகிறது, அவ்வளவுதான்.

மக்கள் சாதுவானவர்கள். ஒருவரும் விலங்குகளைப் பலி கொடுப்பதில்லை. மது அருந்துவதில்லை. உணவில் வெங்காயம், பூண்டு சேர்த்துக்கொள்வதில்லை. சண்டாளர் எனப்படும் சாதி நீக்கம் செய்யப்பட்டவர் மட்டுமே விதிவிலக்கு. இவர்கள் தீயவர்கள் என்று அழைக்கப்படுகின்றனர். மற்றவர்களைவிட்டு இவர்கள் தள்ளியே வசிக்கின்றனர். நகரத்துக்குள்ளோ சந்தைக்குள்ளோ இவர்கள் போக நேர்ந்தால், இன்னார் வந்திருக்கிறேன் என்பதை உணர்த்தும் வகையில் ஒரு மரத் துண்டின்மீது தட்டி ஒலியெழுப்புகிறார்கள். உடனே மக்கள் கவனத்தோடு ஒதுங்கிச் சென்றுவிடுகின்றனர். வேட்டையாடுவது, மீன் பிடிப்பது ஆகியவற்றில் சண்டாளர் மட்டுமே ஈடுபடுகின்றனர்.

மக்களின் குடியிருப்புகளில் பன்றியையோ பறவையையோ நீங்கள் காண முடியாது. கால்நடைகளும் பராமரிக்கப்படுவதில்லை. சந்தையில் மாமிசக் கடையோ மதுக் கடையோ கிடையாது. சோழியை நாணயம் போல் பயன்படுத்துகிறார்கள். மன்னர், செல்வந்தர் என்று அனைவரும் பௌத்த விகாரங்களில் உள்ள பிக்குகளை நன்றாகக் கவனித்துக்கொள்கிறார்கள். என்னைப் போலவே அடுத்து வருபவரும் பிக்குகளை ஆதரிக்க வேண்டும் என்று ஒவ்வொரு மன்னரும் முன்கூட்டியே எழுதி வைத்துவிடுகின்றனர். அடுத்து வருபவர் இந்த விதியை மீறுவதில்லை. அவரும் இதே போல் எழுதி வைத்துவிடுகிறார். புத்தர் காலத்திலிருந்து இந்த வழக்கம் வழிவழியாகப் பின்பற்றப்பட்டு வருகிறது.

விகாரத்தில் தங்கும் ஒவ்வொரு பிக்குவுக்கும் பாய், படுக்கை, உணவு, நீர், ஆடை ஆகியவை அளிக்கப்படும். புதிதாக ஒரு பிக்கு வருகை தந்தால் விகாரத்திலுள்ள மூத்த பிக்கு வெளியில் வந்து அவரை வரவேற்கிறார். கால்களைச் சுத்தம் செய்துகொள்ள நீர் மொண்டு தருகிறார். பாதங்களில் தடவிக்கொள்ள எண்ணெய் வழங்குகிறார். உணவு பரிமாறுகிறார். பிறகு வந்திருப்பவரின்

பின்னணியைப் பொருத்து, தகுதி அறிந்து அவருக்குண்டான அறை ஒதுக்கித் தருகிறார். மன்னரும் மடாலயங்களும் மட்டுமல்ல மக்களும் பௌத்தர்களை ஆதரிக்கின்றனர். பதிலுக்கு பௌத்தர்கள் சமூகத்துக்கு என்ன அளிக்கிறார்கள்? பௌத்தத் தத்துவத்தை எடுத்துரைக்கிறார்கள். மக்களுக்குப் புனித ஏடுகளை வாசித்துக் காட்டுகிறார்கள். வாழ்வியல் நெறிகளை உபதேசிக் கிறார்கள். சமூகத்தின் நலனுக்காக வழிபடுகிறார்கள். இதுதான் பாஹியான் அளிக்கும் சித்திரம்.

அங்கிருந்து தென் கிழக்காக நடந்து சஞ்கஸ்யா எனும் இடத்தை அடைந்தார் பாஹியான். இது இன்றைய உத்தரப்பிரதேசத்தில் அமைந்துள்ள பகுதி. இங்குள்ள முக்கியத்துவம் பெற்ற சில பௌத்த மடாலயங்களைத் தரிசித்தார். புத்தர் பரிநிர்வாணம் அடைந்த இடம், சொர்க்கத்திலிருந்து இறங்கிவந்த இடம், மீண்டும் சொர்க்கம் சென்று சேர்ந்த இடம் என்று ஏராளமான இடங்களை அடுத்தடுத்து பார்வையிடுகிறார் பாஹியான். அதிகம் சுற்றவேண்டிய பகுதி என்றால் அங்கே சில மாதங்கள் தங்கியும், பார்க்க அதிகமில்லை என்றால் ஒரேயொரு சுற்றுச் சுற்றிவிட்டும் அடுத்த இடத்துக்கு நகர்ந்துவிடுகிறார்.

கங்கைக் கரையை ஒட்டி அமைந்துள்ள இன்றைய உத்தரப் பிரதேசத்து நகரமான கனோஜுக்கு வருகை தருகிறார் பாஹியான். இங்கே ஹீனயான பௌத்தம் போதிக்கும் இரு மடாலயங்களைக் கண்டார். புத்தர் உபதேசம் செய்த இடம் என்றொன்று அருகில் இருந்தது. அங்கு சென்று பார்த்தார். கசப்பும் அகந்தையும் வாழ்வில் நிலையானவையல்ல என்பதை புத்தர் இங்கே உபதேசித்திருக்கிறார். உடல் என்பது நீர்க்குமிழி போன்றது என்றும் அவர் இங்கே வந்தபோது சொல்லி இருக்கிறார். சரியாக எங்கே அமர்ந்து புத்தர் உபதேசித்தாரோ அங்கே ஒரு தூண் அமைக்கப்பட்டிருந்ததை பாஹியான் கண்டார்.

பௌத்தம் செழித்த இடங்களை மட்டுமல்ல, பௌத்தம் எதிர்ப்புகளைச் சந்தித்த இடங்களையும் பாஹியான் பார்வையிட்டார். பிராமணர்கள் பௌத்தர்களை எவ்வாறு கண்டனர் என்பதை அவர் விவரிக்கும் கதைகளிலிருந்து தெரிந்து கொள்ளலாம். எடுத்துக்காட்டுக்கு இரண்டு. ஒரு முறை புத்தர் வைசாகாவில் இருந்தபோது வில்லோ மரக் கிளையிலிருந்து ஒரு சிறு குச்சியை எடுத்து தன் பற்களைச் சுத்தம் செய்தார். முடித்ததும் குச்சியை நிலத்தில் நட்டார். கிடுகிடுவென்று அந்தக் குச்சி ஏழு அடி கொண்ட வில்லோ மரமாக வளர்ந்தது. ஏழு அடிக்கு ஓர்

அங்குலமும் குறையவில்லை, அதற்குமேல் அதிகரிக்கவும் இல்லை.

இந்த மரத்தைக் கண்டு கடுப்படைந்த பிராமணர்கள் மரத்தைப் பிடுங்கி வீசினர். எங்கே வீசினார்களோ அங்கே மீண்டும் அதே ஏழு அடி வில்லோ மரம் முளைத்தது. கிளை, கிளையாக வெட்டிப் பார்த்தார்கள். வெட்டி வீசிய இடங்களிலெல்லாம் மரங்கள் முளைத்தன. பிராமணர்கள் தங்கள் தோல்வியை ஒப்புக்கொண்டனர்.

பௌத்தப் பதிவுகளில் அங்குலிமாலா ஒரு முக்கியமான பாத்திரம். கொடூரமானவனாக, கொலைகாரனாக, ஒருவராலும் நெருங்க முடியாத இருள் மனிதனாக இருந்த அங்குலிமாலாவை புத்தர் மீட்டெடுத்தார். சரியான பாதையைக் காட்டி ஒளி பாய்ச்சினார். அங்குலிமாலா பரிநிர்வாணம் எய்திய பிறகு அவர் உடல் எரியூட்டப்பட்டது. அவர் நினைவாக கோசல நாட்டில் தூணொன்று எழுப்பப்பட்டது. அவரைப் போல் வேறு சில முக்கிய பௌத்தர்களின் தூண்களும் அங்கே அமைந்திருந்தன. கடும் வெறுப்புற்ற பிராமணர்கள் இந்தத் தூண்களை அகற்ற முயன்றனர். உடனே வானிலிருந்து மின்னலும் இடியும் தரையில் இறங்கியது. பிராமணர்கள் அஞ்சியோடினர்.

அங்குலிமாலா, 9ஆம் நூற்றாண்டுச் சிலை

புத்தரைக் கருவுற்றிருந்த காலத்தில் மாயாவின் யானை கனவு

இந்திய நேபாள எல்லையில் அமைந்திருந்த புத்தரின் பிறப்பிடமான கபிலவஸ்துவை அடைந்தபோது பாஹியான் நெகிழ்ச்சிக்கடலில் மிதந்திருக்கவேண்டும். அங்குள்ள லும்பினி தோட்டம் புத்தரின் பிறப்பிடமாகக் கருதப்படுகிறது. சாக்கியர்களின் தலைநகரம் கபிலவஸ்து. நேபாளத்தில் பெரும் பகுதியையும் இந்தியாவில் ஒரு சிறு பகுதியையும் உள்ளடக்கிய நகரமாக கபிலவஸ்து இன்று அடையாளம் காணப்படுகிறது. பொஆமு 3ஆம் நூற்றாண்டில் அசோகர் கபிலவஸ்துவுக்கு வருகை புரிந்தார். மூன்று அசோகர் தூண்கள் கபிலவஸ்துவில் எழுப்பப்பட்டன. முப்பதடி உயரத்தில் நீண்டு நின்ற அந்தத் தூண்கள் குறித்து பாஹியான் எதுவும் குறிப்பிடவில்லை. ஒருவேளை அவர் பார்க்கவேயில்லையோ என்னவோ!

பாஹியான் குறிப்பிட்டிருக்கும் மடாலயங்களையும் அவர் விவரித்திருக்கும் பயண நேரங்களையும் கணக்கிட்டுப் பார்த்த சிலர் அநேகமாக கபிலவஸ்து என்று நினைத்து அருகிலுள்ள வேறொரு நகருக்கு பாஹியான் சென்றிருக்கலாம் என்று யூகிக்கிறார்கள். கபிலவஸ்துவுக்குச் சுற்றியுள்ள பகுதிகளிலும் கிட்டத்தட்ட அதே போன்ற மடாலயங்கள் நிறைந்திருப்பதால் தவறு நடந்திருக்கலாம் என்பது அவர்கள் வாதம். இதை மறுப்பவர்களும் உள்ளனர். எங்கெங்கோ தேடித் தேடி பயணம் செய்த பாஹியான், புத்தரின் பிறப்பிடத்தைத் தவறாக அடையாளம் காண்பாரா என்ன?

உண்மையில் குழப்பம் அவருக்கு மட்டுமில்லை. எது கபிலவஸ்து என்பதில் இன்றுமே மாற்றுக் கருத்துகள் நிலவுகின்றன. நேபாளத்தில் இருப்பதுதான் புத்தரின் கபிலவஸ்து என்பதை எல்லா ஆய்வாளர்களும் ஒப்புக்கொள்வதில்லை. உத்தரப் பிரதேசத்திலுள்ள சித்தார்த் நகர் மாவட்டத்தில் அமைந்துள்ள பிப்ரவா என்னும் சிறிய கிராமம்தான் புத்தரின் கபிலவஸ்து என்றொரு வாதமும் முன்வைக்கப்படுகிறது. தொல்லியல் ஆய்வுகளைக் கொண்டும் எது பண்டைய கபிலவஸ்து என்பதைக் கண்டறிய முடியவில்லை. காரணம் பௌத்தக் கட்டட சிதிலங்கள் இரு இடங்களிலும் கிடைத்துள்ளன. எப்படியும் கபிலவஸ்து பற்றிய நம்முடைய இன்றைய புரிதலுக்கு பாஹியானின் குறிப்புகள் குறிப்பிடத்தக்க வகையில் உதவியிருப்பது நிஜம்.

மிகுந்த எதிர்பார்ப்போடு கபிலவஸ்துவுக்குச் சென்ற பாஹியானுக்கு அதிர்ச்சியே ஏற்பட்டது. வருத்தத்தோடு தான் கண்டதை அவர் பதிவு செய்கிறார். இங்கே மன்னரும் இல்லை, மக்களும் இல்லை. கைவிடப்பட்ட ஓரிடம் போல் கபிலவஸ்து இருந்தது. வெறுமைதான் என்னை வரவேற்றது. ஒன்றிரண்டு குடும்பங்களைக் கண்டேன். பெயருக்கு ஒன்றிரண்டு பிக்குகள், அவ்வளவுதான். புத்தரின் தந்தையும் அரசருமான சுத்தோதனாரின் அரண்மனை இருக்கும் சுவடே இல்லை. வெள்ளை யானைகளும் சிங்கங்களும் எப்போது வேண்டுமானாலும் வரலாம் என்று இங்கிருப்பவர்கள் எச்சரிக்கின்றனர். அச்சமாக இருக்கிறது. பாஹியானின் உள்ளம் நிச்சயம் ஏங்கியிருக்கும். எங்கே எனது புத்தர்? எங்கும் நிறைந்திருக்கும் புத்தர் ஏன் இங்கு இல்லை?

- 30 -

பாஹியானின் பாடலிபுத்திரம்

மெகஸ்தனிஸ், பாஹியான் இருவரையும் கவர்ந்த இந்திய நகரம், பாடலிபுத்திரம். மெகஸ்தனிஸ் வருகை புரிந்தது மௌரியர் காலத்தில் என்றால் பாஹியான் வந்தது குப்தர் காலத்தில். பாடலிபுத்திரத்தில் அடியெடுத்து வைத்தபோது ஆட்சியில் இருந்தவர் சந்திரகுப்தர். பாஹியான் வந்தபோது இரண்டாம் சந்திரகுப்தர் (விக்ரமாதித்தியர்) ஆட்சியில் இருந்தார். மெகஸ்தனிஸ் எப்படி மௌரியர் பற்றி ஒரு சொல்கூட எழுதவில்லையோ அதே போல் பாஹியானும் குப்தர் பற்றி ஒரு சொல்கூட எழுதவில்லை.

புத்தர் தனது பயணமொன்றில் பாடலிபுத்திரத்தைக் கடந்து சென்றிருக்கிறார். அப்போது எதிர்காலத்தில் இது ஒரு பெரிய நகரமாக மலரப்போகிறது என்று அவர் அறிவித்திருக்கிறார். அப்படித்தான் நடந்தது. நந்தர், மௌரியர், சுங்கர், குப்தர் என்று அடுத்தடுத்து வந்த அனைவருக்கும் பாடலிபுத்திரம்தான் தலைநகரம். உலகிலேயே சிறந்த நகரம் பாடலிபுத்திரம். திறனோடு இயங்கும் ஓர் அரசை நான் அங்கே கண்டேன் என்றார் மெகஸ்தனிஸ். ஆன்மிகத் தேடலோடு வந்த பாஹியானுக்கு

அரசியல் ஆர்வம் இல்லை என்பதால் அவர் நேரடியாக குப்தரின் ஆட்சிமுறை குறித்து எதுவும் விவரிக்கவில்லை. நகரம் குறித்த பொதுவான ஓர் அறிமுகத்தை மட்டுமே அவர் அளிக்கிறார்.

நீண்ட பெரும் பயணத்தை நிகழ்த்திய பாஹியான் பொது ஆண்டு 400 வாக்கில் பாடலிபுத்திரம் வந்தார். அங்கே அவர் காண்பதற்கு ஏராளமான மடாலயங்கள் இருந்தன. அவற்றையெல்லாம் பார்க்கவேண்டும். பிறகு அவர் எதற்கு இந்தியா வந்தாரோ அந்தப் பணியை ஆரம்பிக்கவேண்டும். பௌத்த ஏடுகளைத் தேடி எடுக்க வேண்டும். எனவே எல்லாவற்றுக்கும் நேரம் இருப்பது போல் மூன்று ஆண்டுகள் பாடலிபுத்திரத்தில் தங்கினார் பாஹியான். மெகஸ்தனிஸுைம் இந்தியாவில் அதிகம் கண்டது இந்நகரைதான்.

அசோகரின் அரண்மனை
இடிபாடுகளைக் காணும் பாஹியான்

மெகஸ்தனிஸின் குறிப்புகளையும் பாஹியானின் குறிப்பு களையும் அருகருகில் வைத்துக்கொண்டு ஒப்பிடும்போது சுமார் 700 ஆண்டுகளில் இந்தியாவில் என்னென்ன மாறியிருக்கிறது, என்னவெல்லாம் மாறவில்லை என்பதை ஓரளவுக்குத் தெரிந்துகொள்ளமுடியும். பாடலிபுத்திரத்தில் காணப்பட்ட மரக் கட்டுமானங்களை மெகஸ்தனிஸ் விலாவாரியாகப் பதிவு செய்திருந்தார். பாஹியான் சென்று பார்த்தபோது அவை குலைந்து போயிருந்தன. பாதி முறிந்த சுவர்களையும் கோபுரங் களையும் கண்டார். ஆனால், அவற்றின் அழகிய வேலைப் பாடுகள் இன்னமும் அழியாமல் இருந்ததைக் கண்டு அதிசயித்தார். மரங்களை விட்டுவிட்டு உறுதியான கற்களைக் கொண்டு இப்போது மாளிகைகள் எழுப்பப்பட்டிருந்தன. அசோகரின் அரண்மனை கம்பீரத்தோடு நின்றுகொண்டிருந்தது. புதிய கண்காணிப்பு கோபுரங்கள் ஓங்கி உயர்ந்திருந்தன.

இவற்றையெல்லாம் கண்டு எந்த அளவுக்கு பாஹியான் மயக்கம் கொண்டார் என்பது அவருடைய குறிப்பிலிருந்து தெரிகிறது. பாடலிபுத்திரத்தில் நான் பார்த்த கட்டுமானங்களை நம்மைப் போன்ற மனிதர்கள் உருவாக்கியிருப்பார்கள் என்று நான் நம்பவில்லை. தேவலோகத்தைச் சேர்ந்தவர்கள்தாம் இறங்கி வந்து தங்கள் அற்புதக் கரங்களால் இங்குள்ள அனைத்தையும் உருவாக்கியிருக்கவேண்டும். பாடலிபுத்திரம் தேவர்களால் உருவாக்கப்பட்ட நகரம் என்பதில் எனக்கு எந்தச் சந்தேகமும் இல்லை.

பாடலிபுத்திரத்தில் அசோகரின் தூணைக் கண்டார் பாஹியான். அதை ஒட்டியவாறு அமைந்திருந்த மடாலயங்களையும் தரிசித்தார். மிகப் பெரிய மஹாயான விகாரத்தை அங்கே அவர் கண்டிருக்கிறார். ஹீனயானத்துக்கும் நல்ல வரவேற்பு இருக்கிறது. நான் கண்ட ஒரு ஹீனயான மடாலயத்தில் 700 துறவிகள் தங்கியிருந்தனர். ஒழுங்கும் தூய்மையும் நிலவும் அருமையான இடம். வேறுபாடின்றி எல்லா வகையான பௌத்தர்களும் அறிவும் உண்மையும் தேடி இந்த மடாலயத்துக்கு வருகிறார்கள் என்கிறார் பாஹியான்.

ஒவ்வோர் ஆண்டும் இரண்டாம் மாதம், எட்டாம் நாள் இங்கே ஒரு சடங்கு நிகழ்த்தப்படுகிறது. மூங்கில் கம்புகளை ஒன்றன் மீது ஒன்று பொருத்தி அசோகரின் தூண் போல் ஒன்றை உருவாக்கு கிறார்கள். நிஜ கட்டுமானம் போல் அதை அழகுபடுத்துகிறார்கள்.

கிட்டத்தட்ட 20 அடியில் இந்த மூங்கில் தூண் எழுந்து நிற்கிறது. அதை அப்படியே தூக்கி நான்கு சக்கரங்கள் கொண்ட வண்டியில் நிறுத்துகிறார்கள். தங்கம், வெள்ளி, பளபளப்பான கற்கள் ஆகியவற்றைக் கொண்டு தோரணம் போல் கட்டுகிறார்கள். பிறகு புத்தரின் படம் வண்டியில் ஏற்றப்பட்டு வேலைப்பாடுகளுக்கு நடுவில் வைக்கப்படுகிறது. மடாலயத்துக்குள் அமர்ந்திருப்பது போல் புத்தர் வண்டியில் அலங்காரமாக அமர்ந்திருக்கிறார்.

இப்படி இருபது வண்டிகள் தயார் செய்யப்படுகின்றன. பிறகு ஊர்வலம் தொடங்குகிறது. வழி நெடுகிலும் துறவிகள் தொடங்கி சாமானியர்கள் வரை அனைவரும் வீதியின் இரு பக்கங்களிலும் காத்திருந்து புத்தர்மீது மலர்களைத் தூவுகிறார்கள். நறுமணப் பொருள்கள் காணிக்கையாக அளிக்கப்படுகின்றன. வாத்தியங்கள் முழங்குகின்றன. நகரம், நகரமாக வீதி, வீதியாக ஊர்வலம் செல்கிறது. இங்கு மட்டுமல்ல இந்தியா முழுக்க இப்படிப்பட்ட ஊர்வலங்கள் நடக்கின்றன என்கிறார் பாஹியான்.

பாடலிபுத்திரத்தில் மக்கள் மகிழ்ச்சியோடு வாழ்கிறார்கள். வளங்கள் நிறைந்திருக்கின்றன. மற்றவர்களுக்கு உதவுவதில் நீ முந்தியா, நான் முந்தியா என்பதில்தான் கடும் போட்டி காணப்படுகிறது. வாரி வழங்கும் வள்ளல்களை இங்கே அதிகம் காணமுடிகிறது. மூத்தோர்களும் நல்லுள்ளம் கொண்டவர் களும் இணைந்து வள்ளல்களின் பொருளுதவியோடு சில அமைப்புகளை நடத்தி வருகிறார்கள். ஒருவரையும் பசிப் பிணி நெருங்காதவாறு இவர்கள் பார்த்துக்கொள்கிறார்கள். தர்ம சாலைகள் அமைக்கப்பட்டு அனைவருக்கும் உணவு அளிக்கப் படுகிறது.

நோயுற்றவர்களைக் குணப்படுத்தும் மருத்துவமனைகளையும் இவர்கள் திறந்து வைத்திருக்கிறார்கள். ஆரோக்கிய விகார் என்று இதனை அழைக்கிறார்கள். இங்குள்ள மருத்துவர்கள் பலவிதமான நோய்களுக்கும் சிகிச்சை அளிக்கிறார்கள். அவரவர் தேவைக்கேற்ப மருந்து, உணவு இரண்டுமே நோயாளிகளுக்கு வழங்கப்படுகின்றன. பல நோயாளிகள் அங்கேயே தங்க வைக்கப்படுவதும் உண்டு. உடல்நிலை தேறியதும் அவர்கள் வெளியேறிச் சென்றுவிடுகிறார்கள்.

சின்னச் சின்ன சண்டைகள் போக பெரிய அளவில் மோதல்கள் எதுவும் பாடலிபுத்திரத்தில் வெடிப்பதில்லை. எனவே யாரும் பெரிய அளவில் புகார்கள் தெரிவிப்பதில்லை.

நிலத்திலிருந்துதான் அரசுக்கு அதிக வருவாய் கிடைக்கிறது. மக்கள் ஓரிடத்திலிருந்து இன்னோரிடத்துக்குத் தடையின்றி பயணம் செய்யலாம். மடாலயங்கள், கோயில்கள், வழிபாட்டு இடங்கள் ஆகியவை வரி செலுத்தத் தேவையில்லை. அரசு ஊழியர்களுக்கு ஊதியம் பணமாக அளிக்கப்படுகிறது. இது போக அவர்கள் எங்கிருந்தும் லஞ்சம் பெற்றுக்கொள்ளக் கூடாது. நகரில் திருட்டும் கொள்ளையும் நடைபெறுவதில்லை.

பௌத்தர்களுக்கு மட்டுமல்ல சமணர்களுக்கும் பாடலிபுத்திரம் முக்கியமான இடம்தான். முக்கிய சமண அறிஞரும் போதகருமான தூலபத்திரர் பாடலிபுத்திரத்தில் பிறந்தவர். சமண அறநெறிகள் பொஆமு 4ஆம் நூற்றாண்டில் முதன் முதலில் இந்நகரில்தான் திரட்டப்பட்டன என்றும் நம்பப்படுகிறது. அசோகர் பௌத்தத்தை உயர்த்திப் பிடித்தவர் என்றாலும் அவருக்கு முன்பே சந்திரகுப்த மௌரியர் சமணத்தால் ஈர்க்கப்பட்டிருந்தார் என்றும் சொல்லப்படுகிறது.

பிராமண மரபுகளிலும் பாடலிபுத்திரத்துக்குச் சிறப்பிடம் கொடுக்கப்பட்டுள்ளது. சமஸ்கிருத அறிஞர் பாணிணி, பதஞ்சலி முனிவர் என்று தொடங்கி சிறப்புமிக்க பலர் பாடலி புத்திரத்தோடு தொடர்புடையவர்கள். பொஆ 2ஆம் நூற்றாண்டில் வாழ்ந்தவராகக் கருதப்படும் வாத்ஸாயனர் பாடலிபுத்திரத்தில் வாழ்ந்தவர். கணிதவியல் அறிஞரும் வானியல் நிபுணருமான ஆரியபட்டர் பாடலிபுத்திரத்தில்தான் வசித்திருக்கிறார். பாஹியான் வருவதற்குச் சில ஆண்டுகளுக்கு முன்புதான் தன்னுடைய புகழ்பெற்ற நூலை (ஆரியபட்டியம்) அவர் இயற்றியிருக்கிறார். வழக்கம் போல் பாஹியானின் குறிப்புகளில் இவர்கள் யாருமே இல்லை.

விநயம் உள்ளிட்ட பௌத்த ஏடுகளை வட இந்தியாவின் பல பகுதிகளில் பாஹியான் தேடியிருக்கிறார். சற்றே பெரிய மடாலயத்தைக் காண நேர்ந்தால் உள்ளே சென்று அவர்களிடம் என்னென்ன ஏடுகள் இருக்கின்றன என்று ஆர்வத்தோடு ஆராய்ந்திருக்கிறார். ஆனால், ஏற்கெனவே கண்டிருந்த அல்லது கற்றிருந்த ஏடுகள் தவிர்த்து, புதிதாக எதுவும் அவருக்குக் கிடைக்கவில்லை போலும். மனம் தளராமல் தொடர்ந்து தன் தேடுலை அவர் முன்னெடுத்திருக்கிறார். இறுதியில் பாடலி புத்திரத்தில்தான் அவர் தேடல் முடிவடைந்திருக்கிறது. அங்கிருந்த பல மடாலயங்களில் நூலகங்களும் உள்ளுக்குள்ளே

இருந்திருக்கின்றன. அவற்றில் விநயமும் வேறு பல ஏடுகளும் அவருக்குக் கிடைத்தன. அந்தப் பிரதிகளையெல்லாம் அவர் கற்றிருக்கிறார். நிதானமாக, கவனமாகப் பிரதியெடுத்திருக்கிறார். பாஹியான் பார்வையிட்ட பல ஏடுகள் சமஸ்கிருதத்தில் இயற்றப்பட்டவை என்பதால் அவர் சமஸ்கிருதத்தையும் அநேகமாக பாடலிபுத்திரத்தில்தான் கற்றிருக்க வேண்டும்.

பாஹியான் எதுவும் குறிப்பிடாவிட்டாலும் இந்தியாவின் இரு பெரும் மதங்களாக அப்போது பௌத்தமும் இந்து மதமும்தான் இருந்தன. பஞ்சாப், வங்காளம், மதுரா போன்ற பகுதிகளில் பௌத்தம் செல்வாக்கோடு இருந்திருக்கிறது. உத்தரப்பிரதேசம், பிகார், வங்காளத்தின் ஒரு பகுதி ஆகிய இடங்களில் இந்து மதத்துக்கு அதிக வரவேற்பு கிடைத்திருக்கிறது. இரண்டாம் சந்திரகுப்தர் விஷ்ணு பக்தராக அறியப்படுகிறார் என்றாலும் பௌத்தம் உள்ளிட்ட பிற மதங்களைக் கனிவோடு அணுகியிருக்கிறார். கோயில்கள் மட்டுமின்றி, பௌத்த மடாலயங்களுக்கும் அவர் அரசு நிதியுதவி செய்திருக்கிறது.

பாஹியான் பாடலிபுத்திரத்தில் கண்ட மடாலயங்களில் எதையும் இன்று நாம் காண முடியாது. அவருடைய குறிப்புகளைக் கொண்டு கற்பனையில் வேண்டுமானால் ஒரு சுற்றுச் சுற்றிவிட்டு வரலாம். பௌத்தம் கொஞ்சம் கொஞ்சமாக இந்நிலத்திலிருந்து மறைய, மறைய மடாலயங்களின் எண்ணிக்கையும் மறைய ஆரம்பித்துவிட்டன. இந்த மாற்றம் பாஹியான் காலத்திலேயே நடக்க ஆரம்பித்துவிட்டது. அவர் குறிப்புகளைப் பார்க்கும்போது ஒட்டுமொத்த இந்தியாவும் பௌத்த நிலம் போல் காட்சியளித்து நம்மை வியக்க வைக்கும் என்றாலும் அது பகுதியளவிலான சித்திரம் மட்டும்தான். குப்தர் காலத்து பாடலிபுத்திரத்தை பௌத்தம் தழைக்கும் இடம் என்று அழைப்பதைவிட, பிராமணியம் செல்வாக்கோடு இருந்த இடம் என்று அழைப்பதே பொருத்தமானதாக இருக்கும்.

- 31 -

வீடு திரும்பும் காதை

ஒரு பயணம் எங்கெல்லாம் நம்மை இட்டுச் செல்லும், எதையெல்லாம் நம் கண்களுக்கு வெளிப்படுத்தும் என்பது நம் கையில் இல்லை. பௌத்தத்தின் எழுச்சியைக் காண விரும்பிய பாஹியான் அதன் வீழ்ச்சியின் தொடக்கப் புள்ளிகளையும் சேர்த்தே காண வேண்டியிருந்தது. வருத்தம்தான். துயரம்தான். இருந்தும் கண் முன்னிருக்கும் உண்மையை அவர் மறுக்கவோ மறைக்கவோ விரும்பவில்லை. ஓங்கி உயர்ந்து நிற்கும் பௌத்தக் கட்டுமானங்களின் அழகைப் பதிவு செய்த அதே கரங்களால் அவற்றின் சிதிலங்களையும் அவர் பதிவு செய்தார். எது உன்னை மகிழ்ச்சிக்குள்ளாக்குகிறதோ அதுவேதான் உன்னைத் துயரத்திலும் தள்ளுகிறது என்னும் பௌத்த விதியை அவர் மறந்திருக்க வாய்ப்பில்லை.

புத்தரின் நிலத்தில் ஏன் பௌத்தம் தேயவேண்டும்? அதற்குமுன்பு இன்னொரு கேள்வியை பாஹியான் எழுப்பிக்கொண்டார். இந்தியாவில் பௌத்தத்தை வளர்ப்பவர்கள் யார்? முதலில், ஆட்சியாளர். அசோகர் போல், கனிஷ்கர் போல், ஹர்ஷர் போல் பௌத்தத்தை ஏற்றுக்கொண்ட ஒருவர் ஆட்சியாளராக

அமரும்போது பௌத்தம் தழைக்கிறது. தூண்கள், சிலைகள், விகாரங்கள், நினைவுச்சின்னங்கள் போன்றவற்றை அவர்கள் தங்கள் ஆட்சிக்காலத்தில் எழுப்புகிறார்கள். இந்தக் கட்டு மானங்கள் மக்களை ஈர்க்கின்றன. அரசு ஆதரவோடு பிக்குகள் தேசமெங்கும் பௌத்த நெறிகளைப் பரப்புகின்றனர். பௌத்தத்துக்குச் சமூகத்தில் மதிப்பும் மரியாதையும் அளிக்கப் படுவதை மக்கள் உணர்கின்றனர். அவர்களும் திரண்டுவந்து பௌத்தத்தைத் தழுவுகின்றனர்.

இரண்டாவது, வைசியர்கள். இவர்கள் பொருளுதவி அளிக்கா விட்டால் இவ்வளவு தர்மசாலைகள் இந்தியா முழுக்கப் பரவியிருக்க வாய்ப்பில்லை. பசித்த வயிறுகள் நிறைந்தால்தான் நெறிகளும் கோட்பாடுகளும் உள்ளே நுழையமுடியும். பௌத்தம் என்றால் அன்பு என்று அமர வைத்து பக்கம், பக்கமாக விளக்குவதற்குப் பதில் தேவையோடு வருபவர்களுக்கு உணவு, தங்குமிடம், மருத்துவ உதவிகள் ஆகியவற்றை அளித்து, அவர்கள் நிறைவடைந்ததும் இதுதான் பௌத்தம் என்று சொல்வது கூடுதல் செயலூக்கம் கொண்டது அல்லவா? தவிரவும் பௌத்தக் கட்டுமானங்களைப் பராமரிப்பவர்களும் இவர்களே. இவர்கள் தொடர்ந்து அளித்துவரும் நிதியால்தான் மடாலயங்கள் இயங்குகின்றன. பிக்குகளை ஆதரிப்பவர்களும் இவர்களே. அந்த வகையில் பௌத்தம் தழைப்பதற்குக் காரணம் வைசியர்கள் என்கிறார் பாஹியான்.

பௌத்த மன்னரின் இடத்தில் வேறொருவர் வரும்போது, அவருடைய சமயம் வேறொன்றாக இருக்கும்போது, பௌத்தத்துக்குக் கிடைத்துவந்த சமூக அங்கீகாரம் குறைகிறது. வைசியர்கள் தங்கள் ஆதரவைக் கைவிடும்போது மடாலயங்கள் களையிழக்கின்றன. பராமரிப்பு இல்லாததால் நினைவுச் சின்னங்கள் கைவிடப்படுகின்றன. மக்களின் இடப்பெயர்ச்சியும் முக்கியமானது. பல்வேறு காரணங்களுக்காக ஓரிடத்திலிருந்து இன்னோரிடத்துக்கு மக்கள் குழுவாக இடம்பெயரும்போது, அவர்களோடு அவர்கள் கடைபிடித்து வந்த சமயமும் விடைபெற்றுச் சென்றுவிடுகிறது. வெற்றிடம் உருவாகிறது. அந்த வெற்றிடத்தை வளமோடு இருக்கும் பிற சமயங்கள், பிற நம்பிக்கைகள் ஆக்கிரமிக்கின்றன.

இந்தியாவில் பௌத்தம் ஏன் வீழ்ச்சியடைந்தது என்பதை எளிமைப்படுத்தி விளக்கிவிட முடியாது. பல்வேறு கோணங்களிலிருந்து விரிவாகவும் நுணுக்கமாகவும் ஆராய

வேண்டிய ஒரு கேள்வி இது. என்றாலும் பாஹியானின் வாதம் மறுக்க முடியாதது. மீனுக்கு நீர் போல் எந்தவொரு சமயத்துக்கும் நிதி அவசியம்.

பாஹியான் வீடு திரும்பத் தயாரானார். தேடியெடுத்த ஏடுகள், பிரதியெடுத்தவை, மடாலயங்களில் அமர்ந்து எழுதிய குறிப்புகள், சான்றோரிடமிருந்து கேட்டுத் தொகுத்துக்கொண்ட விளக்கங்கள், மொழிபெயர்ப்புகள் என்று குன்று போல் காகிதக் குவியல்கள் வளர்ந்திருந்தன. அவற்றையெல்லாம் வெவ்வேறு பைகளிலும் பெட்டிகளிலும் நிறைத்துக்கொண்டார். மனம் நிறைந்து ததும்பும் அளவுக்கு அனுபவங்களும் பாடங்களும் திரண்டிருந்தன. இனி சீனா திரும்பியாகவேண்டும். டாவோ சிங் என்பவர் மட்டும் இப்போது பாஹியானுடன் இருந்தார். கிளம்பலாமா என்று பாஹியான் கேட்டபோது, டாவோ சிங் மறுத்துவிட்டார். எனக்கு பாடலிபுத்திரம் நன்கு பழகிவிட்டது. நான் இங்கேயே இருந்துவிடுகிறேன்!

பாஹியானும் தங்கியிருக்கலாம்தான். ஆனால், அவருக்கொரு கடமை இருந்தது. இந்தியாவிலிருந்து திரட்டியெடுத்த ஒளியை அவர் சீனர்களோடு பகிர்ந்துகொள்ள விரும்பினார். அதைச் செய்தால் மட்டுமே பயணம் முழுமையடையும். அதே நேரம் வந்த வழியில் திரும்பவும் நடந்து செல்ல அவர் தயாராக இல்லை. இந்தியாவை நாடி வரும்போது அவர் ஒரு தனி மனிதர். இப்போது விலை மதிப்பில்லாத சொத்துகள் அவரிடம் உள்ளன. சீனாவின் கரங்களில் ஒப்படைக்கும்வரை பைகளுக்கு எந்தச் சேதமும் ஏற்பட்டுவிடக் கூடாது. எனவே அவர் கடலைத் தேர்ந்தெடுத்தார். திட்டம் இதுதான். வங்கத்திலிருந்து புறப்பட வேண்டும். அங்கிருந்து இலங்கை. பிறகு தென்கிழக்கு ஆசியப் பகுதிகளில் ஆடி அசைந்து சீனாவை அடைந்துவிடலாம்.

எப்போது கப்பல் கிளம்பும் என்பது வீசும் காற்றைப் பொருத்தது. ஒரு துறைமுகத்தைவிட்டு இன்னொரு துறைமுகம் சென்றதும் அங்கே காத்திருக்கவேண்டும். உகந்த வானிலை அமையும் போதுதான் அங்கிருந்து கப்பல் கிளம்பும். சில நேரம் மாதக் கணக்கில்கூட ஆகும். பாஹியான் அப்படிப்பட்ட தருணங் களையும் தனக்குச் சாதகமாக்கிக்கொண்டார். வங்கத்திலிருந்து இலங்கைக்கு 14 நாள்களில் சென்று சேர்ந்த பிறகு, அடுத்த கப்பல் கிளம்புவதற்குத் தாமதமாகும் என்று அறிவிக்கப்பட்டது. அவசரமே இல்லை, நான் இலங்கையை ஒரு சுற்றுச் சுற்றிவிட்டு வருகிறேன் என்று கிளம்பிவிட்டார் பாஹியான்.

இலங்கை ஒரு பௌத்த சோலையாக இருந்தது. புத்தரின் வாழ்வோடும் உபதேசங்களோடும் தொடர்புடைய புனித இடங்கள் ஏராளம் அமைந்திருந்தன. பௌத்த ஏடுகளும் கிடைத்தன. தியான முறைகள் சிலவற்றைப் புதிதாகக் கற்றுக் கொள்ளமுடிந்தது. மடாலயங்கள் கடைபிடித்த சில சடங்குகள் அவர் அறியாதவையாக இருந்தன. இந்த வாய்ப்பை விட்டால் இன்னொருமுறை இங்கே வர முடியாது. கப்பலைப் பிடிப்பது முக்கியமல்ல. கரை சேர்வதுதான் முக்கியம். அடுத்த இரண்டாண்டுகள் இலங்கையில் தங்கிவிட்டார் பாஹியான். பிரதியெடுத்தல், குறிப்புகள் எழுதுதல், ஒப்பிடுதல் என்று குன்று மலையாக வளர ஆரம்பித்தது.

ஒரு நாள் இலங்கையில் தற்செயலாக ஒரு சீன வணிகரைக் கண்டார். நீண்ட காலமாக அந்நிய நிலங்களில் அந்நிய மனிதர் களையே கண்டும் பழகியும் வந்த பாஹியான் சக சீனர் ஒருவரைத் திடீரெனக் கண்டதும் உணர்ச்சிவசப்பட்டுவிட்டார். இதயத்தில் தேக்கி வைத்திருந்த ஏக்கங்களெல்லாம் மேலெழும்பி வந்தன. கண்ணீர் வழிந்தோட ஆரம்பித்தது.

ஜாவா சென்றுகெண்டிருந்த ஒரு கப்பலில் இடம் பிடித்துக் கொண்டார். ஏற்கெனவே 200 பயணிகள் அதில் நிரம்பியிருந்தனர். இந்தியாவுக்கும் சீனாவுக்குமான கடல் பயணம், நிலப் பயணம் அளவுக்கு ஆபத்தானது. இலங்கையிலிருந்து கிழக்கு நோக்கி நகர ஆரம்பித்த மூன்று தினங்களில் கப்பலில் எங்கோ விழுந்த ஓட்டையால் நீர் அடித்துக்கொண்டு உள்ளுக்குள் வர ஆரம்பித்து விட்டது. உடனடியாகக் கரை ஒதுங்கவும் முடியாது. முழுக்க மூழ்குவதிலிருந்து தப்பவேண்டுமானால் எடையைக் குறைத்தாக வேண்டும். ஒவ்வொருவரும் தாம் சுமந்துவரும் பொருள்களில் இருந்து சிலவற்றைக் களையுமாறு அறிவுறுத்தப்பட்டனர். வணிகர்கள் பண்டங்களைக் கடலில் வீசினர். பாஹியானும் தன் சுமையைக் குறைத்துக்கொள்ளத் தயாரானார். உடைமைகளோடு நெருக்கம் கொள்ளாதே என்றுதான் புத்தரும் சொல்கிறார். ஆனால், அதற்காகப் புத்தரைத் துறந்துவிட முடியுமா என்ன? என்னைக் களைவேனே தவிர, என் பிரதிகளைக் களையேன் என்று நெஞ்சோடு சேர்த்து அணைத்துக்கொண்டார் பாஹியான்.

கடலில் திசை காட்டும் கருவிகள் அப்போது இல்லை என்பதால் பரந்து விரிந்திருக்கும் கடல் கடும் அச்சத்தை ஏற்படுத்தியது. எது மேற்கு, எது கிழக்கு என்றே ஒருவருக்கும் தெரியவில்லை என்கிறார் பாஹியான். பகலில் சூரியனையும் இரவில் நிலவையும்

நட்சத்திரங்களையும் கொண்டே கப்பலைச் செலுத்தினர். நாம் செலுத்தும் திசையில்தான் கப்பல் எப்போதும் செல்லும் என்று சொல்ல முடியாது. பலமான காற்று வீசும் ஒவ்வொரு முறையும் கப்பல் நம் கட்டுப்பாட்டிலிருந்து விலகிவிடும். நீண்ட அலைக் கழிப்புக்குப் பிறகு ஓரிடத்தில் கப்பல் வந்து நிற்கும்போது மீண்டும் திசைக்குழப்பத்தில் மாட்டிக்கொள்வோம். இரவொளியில் பெரிய, பெரிய அலைகளைக் காணும்போது மனமும் இருண்டு விடும் என்கிறார் பாஹியான். இமயமலையை முதலில் கண்ட போது ஏற்பட்ட அதே அச்சம் மீண்டும் படர்ந்தது. இந்தக் கடலுக்குள் எத்தனை, எத்தனை பயங்கர விலங்குகள் ஒளிந்து கொண்டிருக்குமோ என்று நடுங்குகிறார் பாஹியான்.

கடல் சீற்றத்திலிருந்து தப்பினால் கடல் கொள்ளையரிடம் மாட்டிக்கொள்ள நேரிடும். மாட்டினால் துரித மரணம்தான் என்கிறார் பாஹியான். உயிரைக் கையில் பிடித்துக்கொண்டு ஜாவா சென்று சேர்வதற்கு 90 தினங்கள் ஆகிவிட்டன. ஐந்து மாதம் ஜாவாவில் தங்கினார். அந்த இடம் அவரைக் கவரவில்லை. இங்குள்ள பௌத்தம் குறித்து எதுவும் சொல்லாமல் இருப்பதே நல்லது என்று முடித்துக்கொள்கிறார். களைத்திருக்கும் பாஹியானை ஏற்றிக்கொண்டு சீனக் கப்பல் ஒரு வழியாக ஜாவாவிலிருந்து புறப்படுகிறது. நான்கு முதல் ஆறு வாரங்களில் சீனாவை அடைவதுதான் திட்டம். ஆனால், கிளம்பி 70 தினங்கள் ஆன பிறகு, நாம் இப்போது எங்கே இருக்கிறோம் என்று கப்பலில் ஒருவருக்கும் தெரியவில்லை. ஒரு வழியாகச் சீனாவில் கொண்டு வந்து மாலுமி இறக்கியபோது அனைவருக்கும் அது ஒரு பேரதிசயம் போல் இருந்தது.

இத்தனைக்கும் அவர்கள் அடைய வேண்டிய துறைமுகம் வேறு. இறக்கிவிடப்பட்ட துறைமுகம் வேறு. பதினான்கு ஆண்டு களுக்குப் பிறகு சீன மண்ணில் தன் கால்களைப் பதித்த பாஹியான், இதற்கெல்லாம் குறைபட்டுக்கொண்டது போல் தெரியவில்லை. குழுவோடு இங்கிருந்து கிளம்பிச் சென்ற நினைவு அவர் மனதில் நிழலாடியிருக்கும். அந்தக் குழுவில் பயணத்தை முடித்துக்கொண்டு உயிரோடு வீடு திரும்பியவர் அவர் மட்டும்தான். புத்தருக்கு நன்றி. இந்தியாவுக்கு நன்றி. பாஹியான் நடக்கத் தொடங்கினார்.

- 32 -

இரண்டாம் பிறவி

சீனா வந்தடைந்த பாஹியான் தான் கொண்டுவந்த ஏடுகளை மொழிபெயர்ப்பதிலும் தனது பயண அனுபவங்களை விரிவாக எழுதுவதிலும் அடுத்த பத்தாண்டுகளைச் செலவிட்டார். 422ஆம் ஆண்டு தனது 85ஆவது வயதில் மரணமடைந்தார். கிட்டத்தட்ட இரு நூற்றாண்டுகள் கழித்து மனம் முழுக்க புத்தரையும் பாஹியானையும் நிறைத்துக்கொண்டு அதே சீனாவிலிருந்து இந்தியாவை நோக்கி ஒரு நெடும்பயணத்தைத் தொடங்கினார் யுவான் சுவாங்.

யுவான் சுவாங்கை எடுத்து வாசிக்கும்போது, இன்னொருமுறை இந்தியாவைக் காணவேண்டும் என்னும் துடிப்பில் பாஹியானே மறுபிறப்பு எடுத்து வந்துவிட்டாரோ என்றுதான் நமக்குத் தோன்றும். அந்த அளவுக்கு பாஹியானின் பயணத் தடத்தை மட்டுமல்ல, வாழ்க்கை தடத்தையும் பிரதியெடுத்திருக்கிறார் யுவான் சுவாங்.

இப்போதுள்ள ஹெனான் மாகாணத்தில் 602ஆம் ஆண்டு யுவான் சுவாங் பிறந்தார். நான்கு குழந்தைகளில் இளையவர்.

கற்றறிந்தவர்களும் செல்வாக்கு மிக்கவர்களும் குடும்பத்தில் அதிகம் என்பதால் வசதி குறைபாடு இல்லாத நிறை வாழ்க்கை அமைந்துவிட்டது. இளம் வயதிலேயே யுவான் சுவாங்குக்கு வாசிக்கும் ஆர்வம் ஏற்பட்டுவிட்டது. அவர் வயது குழந்தைகளெல்லாம் காக்கா, குருவி புத்தகங்களை எழுத்துக் கூட்டிப் படித்துக்கொண்டிருக்க, யுவான் சுவாங்கோ பெரியோர்களே அதிகம் படித்திராத சமயக் கோட்பாடுகளையும் செவ்வியல் படைப்புகளையும் தேர்ந்தெடுத்து வாசிக்க ஆரம்பித்தார்.

தந்தை கன்ஃபூஷியஸ் மீது பற்றுகொண்டவர். யுவான் சுவாங் தந்தை வழியில் செல்லாமல் புத்தரைத் தன் ஆசானாகத் தேர்ந்தெடுத்துக்கொண்டார். அப்போது அவர் வயது 13. இது எளிதான தேர்வல்ல என்பது அவருக்குத் தெரியும். புத்தர் ஒரு சிந்தனையாளர் மட்டுமல்லர். ஏடுகளில் தொடங்கி ஏடுகளோடு முடிந்துபோய்விடுகிற ஒரு கோட்பாட்டாளர் கிடையாது அவர். அவரைப் பயில வேண்டுமானால் இயன்றவரை நம்மை விரிவாக்கிக்கொள்ளவேண்டும். வீட்டுக் கதகதப்புக்குள் வசதியாக அமர்ந்துகொண்டு பௌத்தத்தை உள்வாங்கிக்கொள்ள முடியாது. என்னை மடாலயத்தில் சேர்த்துவிடுங்கள் என்று குழந்தை கோரிக்கை வைத்தபோது வீட்டிலிருந்தோரால் மறுக்க இயலவில்லை. அழைத்துச் சென்று சேர்த்திருக்கிறார்கள். யுவான் சுவாங் முறைப்படி பௌத்தம் கற்க ஆரம்பித்தார். பிக்குவாக மாறவேண்டும் என்னும் கனவு அவருக்குள் விரிந்து படர ஆரம்பித்தது.

இதற்கிடையில் அரசியல் நிலவரம் சரியில்லாததால் சிச்சுவானுக்குக் குடும்பம் குடிபெயர்ந்தது. யுவான் சுவாங் அங்கிருந்த வேறொரு மடாலயத்தில் சேர்ந்துகொண்டார். இந்த முறை அவர் மாணவர் அல்லர். பரிசோதித்துப் பார்த்ததன் முடிவில் முழு பிக்குவாக அவர் ஏற்றுக்கொள்ளப்பட்டார். அப்போது அவர் வயது 20. ஆஹா, தேடியதை அடைந்து விட்டேன் என்று மனநிறைவு கொள்ளலாம்தான். ஆனால், யுவான் சுவாங் அல்லவா? சில ஆண்டுகளில் மனம் கிடந்து அல்லாட ஆரம்பித்தது.

நுணுக்கமாகச் செல்லச் செல்ல ஏடுகளில் உள்ள இடை வெளிகளும் குறைபாடுகளும் புலப்பட ஆரம்பித்தன. இது பௌத்தத்தில் உள்ள இடைவெளி, பௌத்தத்தில் காணப்படும்

குறைபாடு என்னும் முடிவுக்கு வந்து சேர அவர் தயாராக இல்லை. நிச்சயம் இது மொழிபெயர்ப்பு சார்ந்த பிரச்னைதான் என்பதை உணர்ந்துகொண்டார். சீனம் உயர்ந்த மொழிதான், செவ்வியல் மொழிதான். ஆனால், புத்தர்தான் உலகம் என்று ஏற்றுக்கொண்டு விட்ட பிறகு சீன மொழியோடு தேடலை முடித்துக்கொள்வது சரியில்லை அல்லவா? பௌத்தத்தின் அடிப்படைகளைக் கற்க எப்படி வீட்டு எல்லையைக் கடந்தேனோ அதேபோல் பௌத்தத்தின் இதயத்தைத் தரிசிக்க சீனத்தின் எல்லையையும் கடந்தாகவேண்டும், இல்லையா?

இந்திய மொழிகள் கற்றுக்கொடுக்கும் ஆசிரியர்கள் சீனாவில் இருக்கிறார்களா என்று தேடத் தொடங்கினார் யுவான் சுவாங். கிடைத்தார்கள். எவ்வளவு தீவிரமான பௌத்தம் கற்றாரோ அதே தீவிரத்தோடு சமஸ்கிருதம் கற்கத் தொடங்கினார். விரைவில் சமஸ்கிருதம் வசப்பட ஆரம்பித்தது. வேறு சில அந்நிய மொழிகளையும் அவர் கற்றுக்கொண்டாகத் தெரிகிறது. எவையென்று உறுதியாகத் தெரியவில்லை.

புது மொழிகள் புது வாசல்களைத் திறந்துவிட்டன. புதிய கேள்விகளையும் கிளப்பிவிட்டன. பௌத்தம் என்பது ஒரு பாதையில் நடந்து சென்று அடையவேண்டிய இலக்கு அல்ல. பல்வேறு பாதைகளை, பல்வேறு சிந்தனைப் பள்ளிகளைக் கொண்டு இயங்கும் தனியுலகம் என்பதை யுவான் சுவாங் புரிந்துகொண்டார். இந்தப் பாதைகள் ஒன்றோடொன்று இணைந்தும், சில நேரம் ஒன்றோடொன்று முரண்பட்டும் பௌத்தத்தைச் செழுமைப்படுத்துவதை அவர் கண்டார். பார்வையற்றவர் யானையைத் தடவும் கதையாக என்னுடைய தேடல் சுருங்கிவிடக் கூடாது என்று அவர் தவித்தார். முழு யானையைக் காணவேண்டுமானால் இருக்கும் இடத்தைவிட்டு நகரவேண்டும். யானையின் ஒவ்வொரு பக்கத்தையும் சுற்றிவந்து பார்க்கவேண்டும். ஒவ்வொன்றையும் உணரவேண்டும். பிறகு எல்லாவற்றையும் தொகுத்துக்கொண்டு ஒரு சித்திரத்தை உருவாக்கிக்கொள்ளவேண்டும். அந்தச் சித்திரம்தான் நிஜ யானைக்கு நெருக்கமானதாக இருக்கும்.

பாஹியான் பௌத்தத்தை உணர்ந்தது இப்படித்தான். பௌத்தம் ஏட்டுச் சுரைக்காய் அல்ல. சீன மண்ணைத் துறந்து ஆண்டு கணக்கில் இந்தியாவைச் சுற்றியதால்தான் அவரால் பௌத்தத்துக்கு நெருக்கமாகச் செல்ல முடிந்தது. பாஹியான்

இந்தியாவிலிருந்து கொண்டு வந்த ஏடுகளை வாசிப்பதோடு ஆறுதல் அடைந்துவிட யுவான் சுவாங் தயாராக இல்லை. மாறாக, பாஹியானையே ஓர் முன்னுதாரணமாகக் கொண்டு ஓர் இந்தியப் பயணத்தை அவர் தொடங்க விரும்பினார். அவர் கண்ட காட்சிகளைக் காண வேண்டும். அவர் பட்ட அல்லல் களைப் படவேண்டும். அவர் கால் பதித்த இடங்களில் எல்லாம் கால் பதிக்கவேண்டும். அவர் பெற்ற அனுபவங்களைப் பெறவேண்டும். இந்தா என்று அவரைப் போல் உயிரை விண்டு தனியே எடுத்து வைத்துவிட்டு நானும் நடக்கவேண்டும்.

யுவான் சுவாங்

யாரெல்லாம் என்னுடன் இந்தியா வருகிறீர்கள் என்று கேட்டு, தன்னைப் போலவே சில பிக்கு களைத் திரட்டிக்கொண்டார். அனைவரும் கூட்டாகச் சேர்ந்து, நாங்கள் எல்லாம் பௌத்த பிக்குகள். ஏடுகள் பார்க்கவும் புத்தரின் வாழ்வோடு தொடர்புடைய புனித இடங்களைத் தரிசிக்கவும் இந்தியா செல்ல விரும்புகிறோம். எங்களுக்கு அனுமதி வழங்குமாறு கேட்டுக்கொள்கிறோம் என்று ஒரு விண்ணப்பத்தை எழுதி, சீன மன்னருக்கு அனுப்பி வைத்தார்கள்.

அந்நிய நிலங்களுக்குப் பயணம் செல்வதற்கு அப்போது கடுமையான கட்டுப்பாடுகள் நிலவிவந்தன. யார் செல்கிறார், எங்கே, என்ன காரணத்துக்காக என்பதையெல்லாம் அலசிப் பார்த்துவிட்டு, ஆபத்தில்லை என்று கருதினால் மட்டுமே அரசு அனுமதி வழங்கும். டாய்சோங் என்பவர் அப்போது சீன அரசராக இருந்தார். டாங் வம்சத்தைச் சேர்ந்த இரண்டாவது அரசர். புகழ்பெற்றவர். சீனாவை ஆண்ட சிறப்புமிக்க அரசர்களில்

ஒருவர். ஒப்பீட்டளவில் இவர் ஆட்சிக்காலத்தில் சீனா போர்களின்றி, மோதல்களின்றி அமைதியாக இருந்தது.

ஆனால், யுவான் சுவாங்கின் மனம் ஒரு குட்டி போர்க்களமாக மாறியிருந்தது. அனுமதி வருமா, வராதா? பதிலே சொல்லாமல் கிடப்பில் போட்டுவிட்டால் என்ன செய்வது? பௌத்தத்தைத் தேடுதல் என்பது முக்கிய அலுவல் என்பதன் கீழ் வருமா, வராதா? ஒரு நாள் யுவான் சுவாங்குக்கு கனவு வந்தது. கடும் குழப்பத்திலும் கலக்கத்திலும் யுவான் சுவாங் தத்தளித்துக்கொண்டிருக்கிறார். உன்னை விட்டேனா பார் என்று கடும் சவால்கள் அவர்முன்பு அணிவகுத்து நிற்கின்றன. கூச்சலும் குழப்பமும் தாங்க முடியாமல் உயரமான கோபுரமொன்றில் ஏறித் தன்னைத் தனிமைப்படுத்திக்கொள்கிறார். கடவுளே, என்னைக் காப்பாற்று என்று அங்கிருந்தபடி வேண்டுகிறார்.

அப்போது மேரு மலை அவர் கண்முன் தோன்றுகிறது. இந்துக்களுக்கும் சமணர்களுக்கும் பௌத்தர்களுக்கும் பொதுவான புனிதச் சின்னம். ஐந்து முனைகளைக் கொண்ட மேரு மலைதான் உலகின் மையம். உலக இயக்கங்கள் அனைத்துக்கும் மையம். வழக்கம் போலில்லாமல் தங்கமும் வெள்ளியும் இன்னபிற மதிப்புமிக்க கற்களும் சேர்ந்து மேரு மலையாகத் திரண்டிருப்பதை யுவான் சுவாங் காண்கிறார். மலையை ஆறு சூழ்ந்திருக்கிறது. அருகில் சென்று பார்க்கும் ஆர்வத்தோடு யுவான் சுவாங் நீரில் காலடி எடுத்து வைக்கிறார். தாமரை அவரைத் தாங்கிப் பிடித்துக்கொள்கிறது. பாலம் போல் வழியெங்கும் தாமரை பூத்து கிடப்பதைக் கண்டு அச்சமின்றி ஒவ்வோர் அடியாக எடுத்து வைத்து மேரு மலையை நெருங்குகிறார்.

அண்ணாந்து பார்க்கிறார். வா, வா என்று அழைப்பது போலிருக்கிறது மேரு மலை. நம்பிக்கையோடு ஏறுகிறார். ஆனால், முதல் அடியிலேயே வழுக்கிவிடுகிறது. வேறொரு பக்கமாகச் சென்று அங்கிருந்து ஏறமுடியுமா என்று பார்க்கிறார். அங்கும் வழுக்குகிறது. தவிப்போடு சுற்றிச் சுற்றி வருகிறார். எவ்வளவு முயன்றும் முதல் அடியைக்கூட அவரால் எடுத்து வைக்க முடியவில்லை. முயன்றுகொண்டே இருக்கலாமா அல்லது மேரு மலை எனக்கில்லை என்று திரும்பிச் சென்றுவிடலாமா? திடீரென்று பெரும் சூறாவளி காற்று வீசுகிறது. இருப்பது போதாதென்று இது வேறா என்று யுவான் சுவாங் கலங்கும்போது காற்று அவரை அப்படியே மேலே, மேலே

தூக்கிச் சென்று மேரு மலையின் உச்சியில் கொண்டுசென்று நிறுத்துகிறது. மலை மீதிருந்து சுற்றிலும் பார்வையைச் சுழல விடுகிறார் யுவான் சுவாங். புதிய, புதிய உலகங்கள் உயிர்பெற்று எழுந்துவருகின்றன. அதுவரை காணாத காட்சிகள் புலப்படுகின்றன. பரவசத்தோடு யுவான் சுவாங் விழித்தெழுகிறார்.

இது கனவல்ல. எனக்கான அழைப்பு என்று உணர்கிறார் யுவான் சுவாங். பௌத்தம் என்னும் மேரு மலையை அடைந்தே தீருவேன். அரசு அனுமதிக்காக இனியும் காத்திருக்கப் போவதில்லை. தாமரை மலர்கள் என்னைத் தாங்கும். பாஹியானைச் சுமந்துசென்றது போல் என்னையும் காற்று சுமந்து செல்லும். இந்தியா எனக்காகக் காத்திருக்கிறது!

- 33 -

யுவான் சுவாங்கின் குதிரை

யுவான் சுவாங் புறப்படத் தயாராகிக்கொண்டிருந்தபோது சீனா வறட்சியை எதிர்கொள்ளத் தயாராகிக்கொண்டிருந்தது. எதிர் பாராத அளவுக்குப் பனிப்பொழிவு மிகுந்துவிட்டதால் பல பகுதிகளில் விளைச்சல் பொய்த்துப் போனது. எனவே, தீவிரமாகப் பாதிக்கப்பட்ட பகுதிகளைச் சேர்ந்தவர்கள் பாதிப்பு குறைந்த பகுதிகளுக்குக் குடிபெயர்ந்து செல்லுமாறு அறிவுறுத்தப்பட்டனர். யுவான் சுவாங்கும் கும்பலோடு கும்பலாகத் தனது மூட்டை, முடிச்சுகளோடு தயாரானார். கிடைத்த வாய்ப்பை நழுவவிடலாமா?

யுவான் சுவாங் தனது இந்தியப் பயணத்தைத் தொடங்கியபோது அவர் 27 வயது இளைஞர். ஆறடிக்குச் சற்றே குறைவான உயரம். அடர்த்தியான புருவங்கள். பளிச்சிடும் கண்கள். அகண்ட முன்நெற்றி. நிமிர்ந்த, நேரான பார்வை. தன்னை நேர்த்தியாக வெளிப்படுத்திக்கொள்வதில் அக்கறை கொண்டவர். பிக்குதான் என்றாலும் நல்ல உடுப்புகளைத் தேர்ந்தெடுத்து அணிந்து கொள்வார். பேசினால் அழகாகவும் தெளிவாகவும் இருக்கும்.

பேசவேயில்லை என்றாலும் தோற்றமே அவர் அறிஞர் என்று காட்டிவிடுமாம்.

யுவான் சுவாங்கோடு சில பிக்குகளும் இணைந்துகொண்டனர். மேற்கு நோக்கி நடந்து கான்சு மாகாணத்தில் அமைந்திருக்கும் முக்கிய நகரமான லியாங்ஷோவுக்கு வந்து சேர்ந்தார்கள். ஒரு மாதக் காலம் அங்கே தங்கியிருந்து இந்தியப் பயணத்துக்குத் தேவையான அனைத்தையும் திரட்டிக்கொண்டார்கள். யுவான் சுவாங் பற்றிக் கேள்விப்பட்டு அவரிடமிருந்து பாடம் படித்துக் கொள்ள சில இளைய பிக்குகள் வந்தனர். யுவான் சுவாங் அவர்களுக்கு வகுப்பெடுத்தார். சில மதக்கூட்டங்களிலும் கலந்து கொண்டு பௌத்தம் குறித்து உரையாற்றினார்.

ஓர் இளம் துறவி இந்தியா சென்றுகொண்டிருக்கிறார் என்னும் செய்தி காற்றோடு காற்றாகப் பரவ ஆரம்பித்தது. விரைவில் சீனப் படைகள் யுவான் சுவாங்கை வளைத்துப் பிடித்து ஆளுநரிடம் கொண்டு சென்று நிறுத்தின. ஆவணங்கள் இல்லை என்பது தெரிந்ததும் உடனடியாக ஊர் திரும்புமாறு யுவான் சுவாங் அறிவுறுத்தப்பட்டார். நாம் கவனிக்கப்படுகிறோம் என்பதை உணர்ந்ததும் யுவான் சுவாங் திட்டத்தில் ஒரு மாற்றத்தைக் கொண்டுவந்தார். நிலைமை சரியாகும்வரை பகல் நேரத்தில் பதுங்கியிருந்து, இருள் வந்ததும் பயணத்தைத் தொடரவேண்டும்.

இது ஓரளவுக்குப் பலன் கொடுத்தது. இருளில் யார் கண்ணிலும் படாமல் குதிரையைச் செலுத்துவார்கள். விடிந்ததும் ஓய்வெடுப்பார்கள். இத்தோடு சீன எல்லைகள் முடிந்துவிடும். இனி பாலைவனம்தான் என்னும் நிலையில் ஒரு மாதக் காலம் ஓய்வெடுத்துக்கொண்டார்கள். தனிமையில், ரொம்ப சோகமாக அந்த ஒரு மாதக் காலம் கழிந்தது என்கிறார் யுவான் சுவாங். மீண்டும் கிளம்பலாம் என்று வெளியில் வந்தபோது சீன அதிகாரி களிடம் இன்னொருமுறை சிக்கிக்கொண்டார். அவர்களில் ஒருவர் பௌத்தர் என்பதால் ஆவணம் இல்லை என்று தெரிந்தும் யுவான் சுவாங்கை அவர் தடுத்து நிறுத்தவில்லை. உடனே கிளம்புங்கள் என்று அப்புறப்படுத்தினார்.

சீனாவிலிருந்து வெளியில் வந்ததும் பகல், இரவு என்னும் பேதமில்லாமல் பயணத்தைத் தொடர முடிந்தது. ஆனால், திசை தெரியாமல் ஆங்காங்கே தயங்கி நிற்கவேண்டியிருக்கும். ஓரிடத்தில் வழித்துணைக்குச் சிலர் இணைந்துகொண்டபோது நம்பிக்கை பிறந்தது. ஹூ லூ ஆற்றை நெருங்கும்போது களைப்பு

மிகுதியால் ஓரிடத்தில் படுக்கையை விரித்தனர். யுவான் சுவாங் சில நிமிடங்களில் உறங்க ஆரம்பித்துவிட்டார். இருளில் திடீரென்று விழிப்பு வந்தபோது வழிகாட்டுகிறேன் என்று சொல்லி இணைந்துகொண்ட ஒருவர் உருவிய வாளோடு ஒவ்வொருவரையும் நெருங்கி உடைமைகளைத் திருடிக் கொண்டிருந்தார். யுவான் சுவாங் தன் கண்களை இறுக மூடிக் கொண்டு போதிசத்துவரை நினைத்தபடி மனதுக்குள் உச்சாடனத்தை ஆரம்பித்திருக்கிறார். திருடன் விலகி விட்டானாம்.

அதன்பின் யுவான் சுவாங் யாரையும் தன்னுடன் இணைத்துக் கொள்ளவில்லை. பாஹியான் கண்டு, மிரண்ட பாலைவனத்தை இவரும் கண்டார், மிரண்டார். ஒரே வேறுபாடு பாஹியான் நடந்துசென்றார். யுவான் சுவாங்கிடம் குதிரை இருந்தது. இருந்தாலும், எலும்புகள் தட்டுப்படும் ஒவ்வொரு முறையும் உள்ளுக்குள் அதிர்வார். பிறகு நம்பிக்கையைத் திரட்டிக்கொண்டு தொடர்வார். வெப்பக் காற்று உடலைச் சுட்டெரிக்கும். கண்கள் இருண்டு வரும். ஒதுங்க முடியாது, ஓய்வெடுக்க முடியாது. தொலைவில் திரண்டு நிற்கும் மலை பூதம் போல் இரு கரங்களை நீட்டி வா, வா என்று கிசுகிசுக்கும். பிடிபடாத சத்தங்கள் பகலிலும் இரவிலும் காதுகளில் ஒலித்துக்கொண்டே இருக்கும்.

மதிய வேளையில் திடீரென்று கட்டுமிராண்டிகளின் கூட்டம் துரத்தி வருவது போலிருக்கும். மணலில் ஆயிரக்கணக்கான உருவங்கள் தோன்றும், அழியும், புது வடிவத்தோடு மீண்டும் தோன்றும். அஞ்சுவார். மிரள்வார். அலறுவார். பாலைவனத்தைக் கடக்கும்வரை கவனமாக இரு என்று எல்லோரும் ஏன் வலியுறுத்தினார்கள் என்பது புரிந்தது. கிருமி போல் பாலைவனம் உங்கள் உடலுக்குள் புகுந்து, கொஞ்சம் கொஞ்சமாக உங்களைப் பிய்த்துத் தின்னத் தொடங்குகிறது. விழிப்போடு இல்லாவிட்டால் மரணம் உறுதி.

கண்காணிப்பு கோபுரங்களைக் காணும்போதெல்லாம் எலி போல் எங்கேனும் பதுங்குவார். வெளிச்சம் மறைந்ததும் குதிரை பாயும். ஒருமுறை கடும் தாகத்தோடு இருந்தபோது நீர் நிலையொன்றைக் கண்டு ஆசையோடு குனிந்து பருகத் தொடங்கினார். எங்கிருந்தோ பாய்ந்து வந்த ஓர் அம்பு அவரை உரசியபடி குத்தி நின்றது. என்ன ஏதுவென்று பார்ப்பதற்குள் இன்னோர் அம்பும் வந்து சேர்ந்தது. இரு கைகளையும் உயர்த்தியபடி குரலெழுப்பினார் யுவான்

சுவாங். 'நான் ஒரு பௌத்த பிக்கு. தலைநகரிலிருந்து வருகிறேன். என்னைக் கொன்று விடாதீர்கள்!''

பிறகென்ன? மீண்டும் விசாரணை. மீண்டும் விளக்கங்கள். அனுமதி பெறாமல் எப்படி நீ சீனாவைக் கடக்கலாம்? திரும்பிப் போய்விடு என்று கண்டிப்போடு கூடிய மன்னிப்பு. ஒரு மடாலயத்தில் தஞ்சம் அடைந்தார். என்னது, ஏடுகள் தேடி இந்தியா சென்றுகொண்டிருக்கிறீர்களா என்று அடங்கா வியப்போடு அவரைத் துளைத்தெடுத்தார்கள். எங்கள் மடாலயத்திலேயே பெரிய நூலகம் இருக்கிறது. நீங்கள் ஏன் இங்கேயே தங்கிவிடக் கூடாது? இங்கே கிடைக்காத எதுவும் உங்களுக்கு இந்தியாவிலும் கிடைக்காது தெரியுமா? அப்படியா, நல்லது. உங்கள் உதவிக்கு நன்றி என்று புன்னகை செய்வதைத் தவிர வேறு என்ன செய்வதென்று அவருக்குத் தெரியவில்லை. இந்தியா ஏன் தனக்கு முக்கியம் என்பதை அவரால் அவர்களுக்கு இறுதிவரை விளக்க முடியவில்லை. சிறிது காலம் தங்கி இருந்துவிட்டு விடைபெற்றுக்கொண்டார்.

இந்த முறை கூடுதல் எச்சரிக்கையோடு குதிரையைச் செலுத்தினார் யுவான் சுவாங். இப்போது நேர் வழியைத் துறந்துவிட்டு, அதிகம் பயன்படுத்தப்படாத வழித்தடங்களாகத் தேடித் தேடிச் செல்ல ஆரம்பித்தார். ஆபத்துகள் நேரும்போதெல்லாம், வழி தெரியாமல் குழம்பித் தவிக்கும்போதெல்லாம் புத்தரைத் தியானம் செய்வார். மாயம் போல் ஏதோ நிகழும். மீள்வார்.

காஷூம் கோபி என்னும் பாலைவனப் பகுதியைச் சீனர்கள் மணல் ஆறு என்று அழைப்பது வழக்கம். ஆங்காங்கே மணல் சரிந்து, சரிந்து விழும் என்பதால் நீரின் மேல் நடக்கும் உணர்வே ஏற்படும். பறவை, விலங்கு, செடி, மரம் எதையும் பார்க்க முடியாது. நீர்நிலை என்னும் பேச்சுக்கே இடமில்லை. இது தெரிந்து முன்கூட்டியே தோல் பையில் நீர் நிரப்பிக்கொண்டு வந்து விட்டதால் எப்படியாவது சமாளித்துவிடமுடியும் என்னும் நம்பிக்கை அவருக்கு. ஆனால், மீண்டும் வழியைத் தொலைத்து விட்டார். எவ்வளவு முயன்றும் பாதையைக் கண்டுபிடிக்கவே முடியவில்லை. ஒரு கணம், ஒரேயொரு கணம்தான் தடுமாறி இருப்பார். அந்த ஒரு கணத்தில் அவர் முதுகில் தொங்கிக் கொண்டிருந்த தோல் பை பொத்தென்று கீழே விழ, அவர் கண்முன்னால் அவ்வளவு நீரும் மணலுக்குள் ஊடுருவிச் சென்று மறைந்துபோனது.

காலம் உறைந்து நின்றுவிட்டது போலிருந்தது. சுக்கல் நூறாக நொறுங்கிப் போனார் யுவான் சுவாங். பூதங்கள் இளித்து கொண்டே அவரைச் சூழ்ந்துகொண்டன. வாய், உதடுகள், தொண்டை எல்லாம் வறண்டு போயின. விடை பெறவேண்டிய நேரம் வந்துவிட்டது என்று உள்ளுணர்வு அழுத்தமாகச் சொன்னது. யுவான் சுவாங் தன் குதிரையைத் திருப்பிக்கொண்டார். குதிரை அசைந்து, அசைந்து சென்றுகொண்டிருந்தபோதே யோசித்தார். இறக்க நேர்ந்தாலும் கிழக்கு திரும்ப மாட்டேன். இந்தியாவைப் பார்த்தபடியே என் உயிர் பிரியும் என்று நான் எடுத்த கொள்ளை முடிவு என்னாயிற்று? ஏன் இந்தத் தடுமாற்றம்? நீர் தானே தொலைந்தது, உயிர் கிடையாதே?

மீண்டும் குதிரையை நிறுத்தி மேற்கு நோக்கித் திருப்பினார் யுவான் சுவாங். எப்படியும் பிரியப்போகும் உயிர் இந்தியாவின் திசையைப் பார்த்தபடி பிரியட்டும். நான்கு மைல்கள் முன்னேறிய பிறகு குதிரையின்மீதே மயங்கிச் சரிந்தார் யுவான் சுவாங். அவருடைய குதிரை மிகவும் மெலிந்திருந்தது. யுவான் சுவாங் போலவே அதற்கும் தீராத தாகம். கடும் களைப்பு வேறு. சத்தமின்றி நேராகச் சென்றுகொண்டே இருந்த குதிரை, ஒரு கட்டத்தில் தன் முடிவை மாற்றிக்கொண்டு, கிளையாகப் பிரிந்து சென்ற ஒரு புது திசை நோக்கிப் பாய ஆரம்பித்தது. குதிரை வேறு எங்கோ செல்கிறது என்பதை மயக்கத்திலிருந்த யுவான் சுவாங்கும் அறிந்துகொண்டார் என்றாலும் அவரால் கடிவாளத்தைப் பிடித்து முறைப்படுத்த இயலவில்லை. இனி எதுவும் என் கையில் இல்லை என்று கண்களை மூடிக்கொண்டார்.

நினைவு வந்தபோது குதிரை ஆடாமல் அசையாமல் நின்று கொண்டிருந்தது. மெல்லக் கண்களைப் பிரித்தார். வெள்ளி போல் தகதகவென்று மின்னியபடி நீர் பாய்ந்துகொண்டிருந்தது. தாவி இறங்கினார் யுவான் சுவாங். வியப்போடு குதிரையை ஏறிட்டார். நான் வேண்டிய மட்டும் அருந்திவிட்டேன். நிதானமாகக் குடி என்று குதிரை சொல்வது போலிருந்தது. இது நீரல்ல, உயிர் என்பது போல் அள்ளி, அள்ளிப் பருக ஆரம்பித்தார் யுவான் சுவாங்.

- 34 -

புதிய பாதை, புதிய தரிசனம்

எதையும் சேகரிக்காதே, எதையும் நாடாதே, எதற்கும் ஆசைப் படாதே என்று அறிவுறுத்திய பௌத்தம் ஒன்றை மட்டும் சேகரிக்கலாம், ஒன்றை மட்டும் நாடலாம், ஒன்றின்மீது மட்டும் ஆசைப்படலாம் என்றது. அறிவு. அதை அடைய நீங்கள் எவ்வளவு தூரம் வேண்டுமானாலும் பயணம் செய்யலாம். எவ்வளவு வேண்டுமானாலும் அலையலாம். எத்தனை இன்னல் களையும் தாங்கிக்கொள்ளலாம். எத்தனை இழப்புகளையும் சந்திக்கலாம். அறிவு அனைத்தையும் ஈடுசெய்துவிடும்.

சங்கத்தில் இணைவது அவசியம் என்று புத்தர் வலியுறுத்தியது உண்மை. ஆனால், உள்ளொளி பெறுவதென்பது கூட்டுச் செயல்பாடு அல்ல. ஒவ்வொரு பிக்குவும் தனக்கான பாதையைத் தானே தேர்வு செய்யவேண்டும்.

காரணம், ஒவ்வொரு தேடலும் தனித்துவமானது. ஒவ்வொரு பயணமும் தனித்துவமானது. பயணத்துக்கு ஏற்றாற்போல் ஒவ்வொருவரும் அவரவருக்கான உள்ளொளியைப் பெறுகிறார்கள்.

ஏழு கட்டச் சோதனைச் சாவடிகளைக் கடந்த பிறகே சீனாவின் கட்டுப்பாட்டிலிருந்து வெளியே வரமுடிந்தது யுவான் சுவாங்கால். பசியும் தாகமும் உயிரச்சமும் தொலைந்து போய் விட்டோமோ என்னும் கலக்கமும் மாறி மாறி ஆக்கிரமித்தன. உதவிக்கரங்களும் ஆங்காங்கே நீண்டன. சில நேரங்களில் நல்லுள்ளம் கொண்டவர்களோடும்கூட அவர் போராட வேண்டியிருந்தது. ஒருமுறை கோபி பாலைவனத்தின் தெற்கு முனையில் அமைந்திருந்த ஒரு பிரதேசத்தைக் கடந்து செல்லும் போது, அங்கிருந்த மன்னர் யுவான் சுவாங்கை வரவேற்றார். கு வெண்டாய் என்பது அவர் பெயர். சீனாவிலிருந்து வருகிறீர்கள். எங்களோடு கொஞ்சம் தங்கி இளைப்பாறிச் செல்லுங்கள். எங்கள் மடாலயங்களையும் பார்வையிடுங்கள் என்று மன்னர் கேட்டுக் கொண்டதைத் தொடர்ந்து சில காலம் அங்கே தங்கியிருந்தார் யுவான் சுவாங்.

ஆனால், நாள்கள் செல்லச் செல்ல தோளில் விழுந்திருந்த மன்னரின் அன்புக் கரம் இரும்புக்கரமாக மாறுவதை யுவான் சுவாங் உணர்ந்தார். உங்கள் அன்பில் திக்குமுக்காடிப் போய் விட்டேன் மன்னா, நன்றி. நான் உத்தரவு வாங்கிக்கொள்ளட்டுமா என்று அவர் சொல்லும்போதெல்லாம், அதற்கென்ன போனால் போயிற்று என்று பிடியை இன்னமும் இறுக்கமாக்கிக்கொண்டார் மன்னர். யுவான் சுவாங்கை விட்டுவிடுவதற்கு அவருக்கு மனமில்லை. போதுமான அளவுக்கு அழுத்தம் கொடுத்து யுவான் சுவாங்கை அங்கேயே நிரந்தரமாகத் தங்க வைத்துவிட்டால், பௌத்தத்தைப் பரப்பும் பணியை அவரிடம் ஒப்படைத்து விடலாம் என்பது அவர் கணக்கு. மன்னர் சொல்லியும் கேட்க மாட்டேன் என்று சொல்லிவிடுவாரா என்ன?

சொல்லிச் சொல்லிப் பார்த்து அலுத்துவிட்டது யுவான் சுவாங்குக்கு. ஒரு முடிவெடுத்தார். இனி உணவு எடுத்துக்கொள்ள மாட்டேன் என்று அறிவித்துவிட்டு, சமாதி நிலையில் அமர்ந்து விட்டார். பணியாளர்கள் பலமுறை சென்று கேட்டும் நீர்கூட அருந்த மறுத்துவிட்டார். மன்னரும் தூது அனுப்பி ஓய்ந்து போனார். யுவான் சுவாங் துரும்பாக இளைத்துக்கொண்டிருப் பதைக் கண்ட மன்னர் முதல் முறையாகக் கொஞ்சம் பின் வாங்கினார். இப்படியே சில தினங்கள் விட்டால் ஒரு பௌத்த பிக்குவைக் கொன்ற பாவத்துக்கு ஆளாக நேரிடுமோ என்று அஞ்சினார். என்னை மன்னித்துவிடுங்கள். உங்கள் விருப்பத்துக்கு மாறாக இனி தடுத்து நிறுத்த மாட்டேன் என்று மன்னர்

வேண்டிக்கொண்ட பிறகே யுவான் சுவாங்கால் அங்கிருந்து கிளம்ப முடிந்தது. ஒரு தனி மனிதன் அதிகாரத்தை எதிர்த்து நடத்திய வெற்றிகரமான அகிம்சைப் போராட்டமாக இதை வரலாறு பதிவு செய்திருக்கிறது.

விடுவித்ததோடு இல்லாமல் யுவான் சுவாங்கின் பயணத்துக்குத் தேவையான அனைத்து ஏற்பாடுகளையும் செய்துகொடுத்தார் மன்னர் கு வெண்டாய். போகப் போக பனி அதிகம் என்பதால் முகத்தை மூடிக்கொள்ளும் துணிக்கவசம், கையுறைகள், புதிதாகத் தைக்கப்பட்ட முப்பது அங்கிகள், காலுறைகள் ஆகிவற்றை அளித்தார். தங்க நாணயங்கள், வெள்ளி நாணயங்கள், மூட்டை மூட்டையாகப் பட்டுத் துணிகள் ஆகியவையும் வண்டியிலேற்றப் பட்டன. சுமந்து செல்ல 30 குதிரைகள். பொதி சுமக்க எருதுகள். உதவிக்கு 25 பணியாள்கள். துணைக்கு நான்கு இளம் பிக்குகள். இவற்றைக் கொண்டு கிட்டத்தட்ட இருபதாண்டுகள் யுவான் சுவாங் வசதியாகப் பயணம் செய்யமுடியும். இவை போதாதென்று, மேற்கில் அவர் செல்லுமிடமெல்லாம் வரவேற்பும் உபசரிப்பும் கிடைக்கும் வகையில் 24 சிபாரிசுக் கடிதங்கள் தயாரித்துக் கொடுத்தார் மன்னர். யுவான் சுவாங்கின் சிறப்பை விவரித்து, அவரைத் தக்கமுறையில் பயன்படுத்திக் கொள்ளுமாறு மற்ற மன்னர்களை இந்தக் கடிதம் விண்ணப்பித்துக் கொண்டது.

பாஹியானைப் போலவே யுவான் சுவாங்கையும் தக்லாமக்கான் பாலைவனம் கடுமையாகச் சோதித்தது. முழு உடலையும் போர்த்திக்கொண்டுதான் இருந்தார் என்றாலும் குளிர் ஈட்டிகள் அனைத்தையும் துளைத்துக்கொண்டு எலும்புவரை ஊடுருவிச் சென்று பதம் பார்த்தன. மரணத்தின் நிறம் என்னவென்று கேட்டிருந்தால் வெள்ளை என்று சொல்லியிருப்பார். எங்கும் பனி, எதிலும் பனி. கீழே குனிந்தால் பனியாறுகள். பார்வையைத் திருப்பினால் குத்தீட்டிகள் போல் ஆங்காங்கே பனி மழை உறைந்து நின்றுகொண்டிருந்தன. அண்ணாந்து வானைப் பார்த்தால் வெள்ளை மேகங்கள். ஒரு கட்டத்தில் கண் பார்வையே பறிபோய்விட்டது போல் ஆகிவிட்டது.

யுவான் சுவாங்கின் கண்முன்னால் ஒவ்வொருவராகக் கீழே சரியத் தொடங்கினர். பாலைவனத்தைக் கடப்பதற்குள் 12 முதல் 14 பேர் வரை இறந்துபோயினர். அடுத்து நானா, நீயா என்று அச்சத்தோடு ஒருவரையொருவர் பார்த்துக்கொண்டேதான் அவர்கள்

சென்றிருக்கவேண்டும். சிலர் குதிரைகளோடு சேர்ந்து விழுந்து உறைந்துபோயினர். எருதுகளும் தப்பவில்லை. மனிதர்களைவிட விலங்குகள் அதிக எண்ணிக்கையில் இறந்ததாகத் தெரிகிறது. பெரிய வசதிகள்கூட இல்லாமல் முதியவரான பாஹியான் இந்த இடத்தை எப்படித்தான் கடந்து சென்றாரோ என்று யுவான் சுவாங் எத்தனை முறை எண்ணி, எண்ணி மாய்ந்து போயிருப்பார் என்பதை யூகிக்கதான் வேண்டியிருக்கிறது.

இருநூறு மைல்கள் கடந்த பின்னர் இன்றைய கிர்கிஸ்தானை அடைந்தனர். பனியையும் மரணத்தையும் மட்டுமே கண்டு வறண்டுபோயிருந்த கண்கள் நீண்டு விரிந்திருக்கும் புல்வெளிப் பிரதேசத்தைக் கண்டதும் நிச்சயம் குளிர்ந்திருக்கும். அந்நிலத்தில் நாடோடிக் குழுக்கள் வசித்துவந்தன. ஓர் அரசர் இருந்தார். அவருமேகூட கிட்டத்தட்ட நாடோடிகளின் பண்பு நலன்கள் நிரம்பியவராக இருந்தார். சிபாரிசுக் கடிதம் இருந்ததால் யுவான் சுவாங்குக்கு உயர்வான வரவேற்பு அளிக்கப்பட்டது. பௌத்தம் குறித்து அங்கிருந்தவர்களுக்குப் பெரியதாக எதுவும் தெரிய வில்லை.

அதனாலென்ன? ஏதோ ஏடுகள் தேடி மேற்கில் தொலை தூரம் செல்பவர்கள். பாவம், களைத்திருப்பார்கள். தடபுடலாக விருந்து கொடுத்துவிடலாம். மாமிசம் மலையளவு திரளட்டும், மது கடல் போல் பாயட்டும் என்று உற்சாகத்தோடு உத்தரவிட்டார் மன்னர். ஐயோ, நான் சைவம் என்று யுவான் சுவாங் அலறினார் போலிருக்கிறது! சாதம், சர்க்கரை, வெண்ணெய், தேன், திராட்சை என்று பார்த்துப் பார்த்து பௌத்தர்களுக்கென்று தனிச் சமையல் தயாரிக்கச் செய்து விருந்தினர்களை அசத்தினார் மன்னர். இவற்றையெல்லாம் கொண்டு என்ன மாதிரியான உணவு தயாரிக்கப்பட்டது என்று தெரியவில்லை. என்னவாக இருந்தாலும் யுவான் சுவாங்குக்கு வீட்டுச் சாப்பாடு சாப்பிட்ட உணர்வு தோன்றியிருக்கும்.

காரணம் இல்லாமலில்லை. கிர்கிஸ்தானில் நெல் விளைவதில்லை என்பதால் சீனாவிலிருந்துதான் அவர்களுக்கு அரிசி கிடைத்து வந்தது. யுவான் சுவாங் வந்த அதே பாதையில்தான் அரிசி மூட்டைகளும் அவர்களுக்கு வந்திருக் கின்றன. அந்த வகையில் தாய்வீட்டு அரிசியை நீண்ட காலத்துக்குப் பிறகு அங்கே அவர் சுவைத்துவிட்டார். அதே போல், இந்தியா எப்படி இருக்கும் என்று பார்ப்பதற்கு முன்பே

இந்தியா எப்படிச் சுவைக்கும் என்பதை அவர் இங்கே உணர்ந்துவிட்டார். அரிசி என்றால் சீனா என்பது போல் சர்க்கரை என்றால் அங்கிருப்பவர்களுக்கு இந்தியாதான். யுவான் சுவாங் காலத்தில் கரும்பு விளைச்சலில் முன்னணியில் இருந்த நாடு இந்தியா மட்டுமே. கைபர் கணவாய் வழியாக, ஆப்கனிஸ்தான் வழியாகச் சர்க்கரை அவர்களுக்குக் கிடைத்திருந்தது. ஆக மொத்தம் யுவான் சுவாங்கின் தட்டில் இந்தியாவும் சீனாவும் ஒன்று கலந்திருக்கின்றன.

அங்கிருந்து கிளம்பியதும் துருக்கிய மொழி, மங்கோலிய மொழி, உய்குர் மொழி போன்றவற்றைப் பேசும் மக்கள் கூட்டத்தினரை யுவான் சுவாங் சந்தித்தார். பல இடங்களில் ஒன்றுக்கும் மேற்பட்ட மொழிகள் பேசுபவர்களைக் கண்டார். பௌத்த மடாலயங்களில் அவ்வப்போது தங்கி இளைப்பாறினார். நீங்கள் எந்த மாதிரியான பௌத்தத்தைக் கடைபிடிக்கிறீர்கள், எப்படி வழிபடுகிறீர்கள், எந்த மாதிரியான ஏடுகள் வாசிக்கிறீர்கள் என்று பிக்குகளிடம் கேட்டுத் தெரிந்துகொண்டார். தாஷ்கண்ட், சாமர்கண்ட், புக்காரா ஆகிய பட்டுப் பாதை நகரங்கள் அடுத்தடுத்து மலர்ந்து வந்தன. இந்தியா சென்று வந்த பலரைச் சந்தித்தார். அவர்களோடு உரையாடினார். ஆப்கனிஸ்தானை அடைந்தபோது பௌத்தம் பூத்த நிலத்துக்கு வந்தது போல் இருந்தது.

பாமியான் பௌத்தச் சிற்பங்கள்

வடக்கு ஆப்கனிஸ்தானில் மலையைக் குடைந்து பிரம்மாண்டமாக எழுப்பப்பட்டிருந்த பாமியான் பௌத்தச் சிற்பங்களைக் கண்டு அவர் இதயம் குளிர்ந்தது. நூறடி உயரத்தில் எல்லோரையும் அவதானித்தபடி, எல்லோருக்கும் அருள் பாலித்தபடி நின்றுகொண்டிருந்த புத்தரைக் கண்டு என்ன செய்வதென்று தெரியாமல் திகைத்து நின்றுவிட்டார். அதுவரை சந்தித்த துயரங்களையெல்லாம் புத்தரின் கனிவான புன்னகை ஒரு கணத்தில் காணாமல் ஆக்கிவிட்டது போலிருந்தது. கடினமான பாதையின் முடிவில்தான் இப்படியொரு தரிசனம் கிடைக்கும் போலிருக்கிறது!

- 35 -

'உங்கள் துக்கம் சந்தோஷமாக மாறும்!'

சாமர்கண்ட் வீதிகளைப் பொறுமையாகச் சுற்றி வந்தார் யுவான் சுவாங். குதிரை வண்டிகள் சத்தமெழுப்பியபடி பாய்ந்து கொண்டிருந்தன. ஒரு வண்டி கிளப்பிவிட்ட புழுதி அடங்குவதற்குள் அடுத்த குளம்பொலி கேட்கத் தொடங்கிவிடும். சந்தைக்கென்றே அமைந்துவிடும் தனித்துவமான மணம் யுவான் சுவாங்கின் நாசியை நிரப்பியது. ஊதுபத்தியும் கிராம்பும் பட்டையும் லவங்கமும் மாமிசமும் மலர்களும் வியர்வையும் கலந்து உருவாக்கிய மணம் அது. மணம் மட்டுமா கலவை? வண்டியோட்டிகள், வணிகர்கள், பயணிகள், உள்ளூர் மக்கள், பொழுதுபோக்க அக்கம் பக்கத்திலிருந்து வந்த கூட்டம் என்று மனிதர்களும் கலவையாகவே இருந்தனர். எல்லாச் சத்தங்களும், எல்லாப் பண்பாடுகளும், எல்லா மொழிகளும் சந்தையில் ஒன்று கலக்கின்றன. சந்தையின் இன்னொரு பெயர், உலகம்.

பிற இடங்களைவிட சாமர்கண்ட் சந்தைகளில் உயர்தரமான பண்டங்கள் கிடைக்கின்றன என்கிறார் யுவான் சுவாங். கைவினைப் பொருள்களும் கூடுதல் அழகோடு மின்னுகின்றன.

அதற்குக் காரணம் இங்குள்ள கலைஞர்கள் தேர்ந்த கலை வல்லுநர்களாக இருப்பதுதான் என்கிறார். இந்தியாவிலிருந்து நறுமணப் பொருள்களும் ஆபரணக் கற்களும் பருத்தி ஆடைகளும் விற்பனைக்குக் கொண்டு செல்லப்படுவதைக் கண்டார். எதிர் திசையிலிருந்து பட்டும் இரும்புப் பொருள்களும் சீனாவிலிருந்து வந்துகொண்டிருந்தன. பாரசீகத்துக்கும் ரோமாபுரிக்கும் சீன வண்டிகள் சென்றுகொண்டிருந்தன. இந்திய வணிகர்களையும் சீன வணிகர்களையும் ஒரே இடத்தில் சந்திக்கமுடிந்தது. இரு பெரும் நாகரிகங்கள் சாமர்கண்டில் சந்தித்து உரையாடிக் கொண்டன.

அநேகமாக பௌத்தமும் யுவான் சுவாங்குக்கு ஒரு சந்தை போல் காட்சியளித்திருக்கவேண்டும். புத்தரை அணுகுவதற்கும் வழிபடுவதற்கும் எராளமான வழிகள் இருப்பதை அவர் வழிநெடுகிலும் கண்டார். பௌத்தம் ஒவ்வோர் இடத்தையும் ஒவ்வொரு விதமாக மாற்றியமைத்திருந்தது. ஒவ்வொரு மனிதனையும் ஒவ்வொரு விதமாகத் தீண்டியிருந்தது. ஒரு மொழியைப் பாதித்த அளவுக்கு இன்னொரு மொழியை அது பாதிக்கவில்லை. புத்தர்கூட இடத்துக்கு இடம் மாறிக்கொண்டே இருந்தார். பாமியானில் வானத்தை எட்டிப் பிடிக்கும் அளவுக்கு அவர் உயர்ந்திருந்தார் என்றால் இன்னோரிடத்தில் சிறிய பூச்செடி போல் அவர் அடங்கியிருந்தார்.

சாமர்கண்ட் பண்டைய இரானின் முக்கிய மதமான ஜொராஷ்டிரியத்தின் தாக்கத்துக்கு உட்பட்டிருந்தது. ஒன்றிரண்டு பௌத்த மடாலயங்கள்தாம் எஞ்சியிருந்தன. அவையும் கேட்பாரற்றுக் கிடந்தன. இந்நிலையில் சீனாவிலிருந்து யாரோ ஒருவர் வந்திருக்கிறார்; அவர் எல்லோரையும் பௌத்தர்களாக மாற்றிக்கொண்டிருக்கிறார் என்றொரு வதந்தி ஊருக்குள் பரவ ஆரம்பித்தது. சாமர்கண்டை ஆண்டு வந்த மன்னரும் ஜொராஷ்டிரர்தான் என்றாலும் யுவான் சுவாங்கையும் குழுவினரையும் அவர் நல்ல விதமாகவே வரவேற்று, தங்க வைத்தார்.

ஒரு நாள் இளம் பிக்குகள் பழைய பௌத்த மடாலயங்களைப் பார்ப்பதற்காகக் கிளம்பியிருக்கிறார்கள். இது தெரிந்ததும், ‘ஐயோ, எதிரிகள் நம்மை நெருங்கிவிட்டார்கள்! வாருங்கள் அவர்களை ஒரு கை பார்ப்போம்’ என்று சில தீவிர ஜொராஷ்டிரர்கள் சண்டை போடுவதற்காகக் கும்பலாக

மடாலயத்துக்குக் கிளம்பிவிட்டார்கள். ஜொராஷ்டிர மதத்தைச் சேர்ந்தவர்கள் நெருப்பை வழிபடுபவர்கள் என்பதால் ஒவ்வொருவரிடமும் தீப்பந்தம் இருந்தது. பிக்குகள் பயந்து அங்கிருந்து ஓடிவந்துவிட்டனர். யாருக்கும் எந்த ஆபத்தும் நேரவில்லை. ஆனால், மன்னர் வெகுண்டுவிட்டார். என் விருந்தினர்களாக வந்திருப்பவர்களை எப்படி அச்சுறுத்தலாம் என்று கொதித்த அவர், அனைவரையும் பிடித்து இழுத்து வந்து அவர்கள் கரங்களை வெட்டி வீழ்த்துமாறு உத்தரவிட்டார். யுவான் சுவாங் குறுக்கிட்டு, மன்னரைச் சமாதானம் செய்தார். கரங்களை வெட்டும் அளவுக்கு அவர்கள் எந்தத் தீங்கையும் செய்துவிட வில்லை என்று வாதாடினார். இறுதியில் சவுக்கடி தண்டனை விதிக்கப்பட்டு அனைவரும் நாடு கடத்தப்பட்டனர்.

சாமர்கண்டில் பௌத்தத்தின் பேரொளி படரவேண்டும் என்று விரும்பிய யுவான் சுவாங், சமயச் சொற்பொழிவுகள் ஆற்றத் தொடங்கினார். மன்னருக்கு இதில் பெரிய ஆர்வமில்லை என்றாலும் பொழுது போக்காக வந்து அமர்ந்து கேட்டிருக்கிறார். யுவான் சுவாங்கின் உரைகள் மெல்ல, மெல்ல அவரை மயக்கத்தில் ஆழ்த்தின. உடனே பெரும் கூட்டமொன்றைக் கூட்டினார். யுவான் சுவாங்கின் தலைமையில் பலர் பௌத்தத்தைத் தழுவினர். ஒன்றுமே இல்லாமலிருந்த பௌத்தம் ஜொராஷ்டிர மதத்தோடு வலுவாகப் போட்டியிடும் அளவுக்கு அதன்பின் வளர்ந்தது என்கின்றன சில குறிப்புகள். தங்கள் நிலத்துக்கு வந்த யுவான் சுவாங்கை உயர்த்திக் காட்டுவதற்காக சற்றே மிகை கலந்து இதனை உருவாக்கியிருக்கவும் வாய்ப்பு இருக்கிறது.

அதன்பின் அமு தார்யா என்று அழைக்கப்படும் ஆக்சஸ் ஆற்றை அடைந்தார் யுவான் சுவாங். மத்திய ஆசியா, ஆப்கனிஸ்தான் பகுதிகளில் அமைந்திருக்கும் முக்கியமான ஆறு இது. அங்கிருந்து 1,400 மைல் தொலைவில் டெர்மெஸ் என்றோர் இடம் இருக்கிறது. அலெக்சாண்டர் இந்தப் பகுதிக்கு அருகில் வந்திருக்கிறார், சில இடங்களையும் கைப்பற்றியிருக்கிறார். கிரேக்கர்களின் தாக்கத்திலிருந்து அதன்பின் விடுபட்டுவிட்டது என்றாலும் பௌத்தம் டெர்மெஸ் மக்களோடு ஒன்று கலந்திருந்ததை யுவான் சுவாங் கண்டுகொண்டார். இங்குள்ள ஒரு மடாலயத்தில் ஆயிரம் பிக்குகள் தங்கியிருக்கிறார்கள் என்று பெருமிதத்தோடு குறிப்பிடுகிறார் யுவான் சுவாங். டெர்மெஸில் பௌத்தம் செழித்திருந்ததற்குச் சான்றுகள் உள்ளன.

பிற்காலத்தில் இங்கே சோவியத் ஆய்வாளர்கள் அகழ்வாராய்ச்சி மேற்கொண்டபோது பௌத்தக் கட்டுமானங்களைக் கண்டெடுத்திருக்கிறார்கள். சுண்ணாம்பால் உருவாக்கப்பட்ட புத்தரின் சுதைச் சிற்பம் அவற்றுள் புகழ்பெற்றது. போதி மரத்தடியில், இரு பக்கங்களிலும் பிக்குகள் நிற்க, கண்களை மூடி புத்தர் தியானத்தில் மூழ்கியிருக்கிறார். 1 அல்லது 2 ஆம் நூற்றாண்டைச் சேர்ந்த இந்த அழகிய சிற்பத்தை யுவான் சுவாங் கண்டிருக்கலாம்.

இரு பக்கங்களிலும் பிக்குகள் நிற்க, போதி மரத்தடியில் புத்தர்.

அங்கிருந்து கிளம்பி இன்றைய ஆப்கனிஸ்தானிலுள்ள குண்டூஸ் என்னும் இடத்துக்கு வந்து சேர்ந்தார் யுவான் சுவாங். ஆனால், வேளைதான் சரியில்லை. ஆட்சியிலிருந்த மன்னர் தார்டூவின் மனைவி சற்றுமுன்புதான் இறந்திருந்தார். அவர் துக்கத்தில் இருக்கும்போதே இன்னொரு திருமணத்துக்கான பேச்சு வார்த்தைத் தொடங்கிவிட்டது. விரைவில் அவர் ஓர் இளவரசியைத் திருமணமும் செய்துகொண்டார். யுவான் சுவாங் திகைத்திருக்கவேண்டும். காலடி எடுத்து வைத்தவுடன் மரணச் சடங்குகள். அவை முடிவதற்குள் கொண்டாட்டங்கள் ஆரம்பித்து விட்டன. துக்கத்தின் நீட்சிதான் மகிழ்ச்சியா? மரணத்தில் இருந்துதான் வாழ்வு முளைக்கிறதா?

யுவான் சுவாங் இதை ஒரு தத்துவ விவாதமாக வளர்த்தெடுப்பதற்குள் அடுத்த பெரும் திருப்பம் ஏற்பட்டுவிட்டது. புதிய அரசி அவர்கள் நினைத்தது போல் இல்லை. மன்னரை அல்ல, அரியணையையே அவர் காதலித்திருக்கிறார். தவிரவும் அவருக்கு ஒரு காதலரும் இருந்திருக்கிறார். காதலருடன் இணைந்து ஆட்சியைக் கைப்பற்றுவதுதான் அவருடைய திட்டம் போலும். ஒரு நாள் மன்னர் தார்டூவின் உணவில் அரசி நஞ்சு கலந்துவிட்டார். மன்னரும் இறந்துவிட்டார். அரசு விருந்தினர் என்னும் முறையில் மன்னரின் மரணச் சடங்குகளில் கலந்துகொள்ளுமாறு யுவான் சுவாங் கேட்டுக்கொள்ளப்பட்டார். சடங்குகள் முடிந்த கையோடு அரசி தன் காதலரைத் திருமணம் செய்துகொள்ள முடிவெடுத்துவிட்டதால் துக்கம் சந்தோஷமாக மாறியது. இசை, நடனம், விருந்து, கொண்டாட்டம் என்று ஊர் முழுக்க ஒரே ஆர்ப்பாட்டம். எல்லாவற்றுக்கும் யுவான் சுவாங் வரவேற்கப்பட்டார். திருமணம் முடிந்ததும் புதிய மன்னர் அரியணையில் அமர்ந்தார். அதற்கொரு கொண்டாட்டம் வேண்டாமா? அதில் வெளிநாட்டுக்காரரான யுவான் சுவாங் கலந்துகொள்ளாமல் போனால் நாளை உலகம் குண்டூஸைப் பழிக்காதா?

இத்தனை குறுகிய காலத்தில் இவ்வளவு திடுக்கிடும் திருப்பங்களை அடுத்தடுத்து யுவான் சுவாங் அதற்குமுன்பு சந்தித்திருக்க வாய்ப்பில்லை. பௌத்தர் என்பதாலோ என்னவோ தன் உணர்வுகளை எந்தச் சூழலிலும் வெளிக்காட்டாமல் அவரால் அடக்கியிருக்க முடிந்தது. இடையில் தர்மசிம்மா எனும் மூத்த பிக்குவைச் சந்திக்கும் வாய்ப்பு அமைந்தது. இளம் பிக்குகள் படை போல் சூழ்ந்து நிற்க, நடு நாயகமாக அமர்ந்திருந்தார் தர்மசிம்மா. அவர் இந்தியாவுக்குச் சென்று வந்தவர் என்பதாலும் நிறைய ஏடுகள் கற்றவர் என்பதாலும் ஆர்வத்தோடு அவரோடு உரையாடத் தொடங்கினார் யுவான் சுவாங். எனக்குத் தெரியாதது என்று எதுவுமில்லை. எதைப் பற்றி வேண்டுமானாலும் கேளுங்கள், சொல்கிறேன் என்று பெருமிதத்தோடு அறிவித்தார் தர்மசிம்மா.

அப்படியானால் இன்னின்னவற்றை விளக்கமுடியுமா என்று யுவான் சுவாங் தன் ஐயங்களை வெளிப்படுத்தினார். தர்மசிம்மா பதிலளிக்கத் தொடங்கிய சில நிமிடங்களிலேயே யுவான் சுவாங்குக்குத் தெரிந்துவிட்டது. இந்த மூத்த பிக்குக்கு அந்த ஏடும்

தெரியவில்லை, எதையும் விளக்கவும் தெரியவில்லை. அவர் மட்டுமல்ல படை போல் சூழ்ந்திருந்த சீடர்களும்கூட இதனைக் கண்டுபிடித்துவிட்டார்கள். ஒரு சீனர் கேட்ட கேள்விக்கு ஏன் தன் குருவால் தெளிவாக விடையளிக்க முடியவில்லை என்று அவர்களுக்குக் குழப்பம். சீடர்களின் தத்தளிப்பை யுவான் சுவாங் உணர்ந்துவிட்டார். தன்னால்தான் இந்த இக்கட்டு நேர்ந்து விட்டது என்பதையும் அவர் உணர்ந்திருப்பார். ஒரு துக்கத்தை மகிழ்ச்சியாக மாற்றுவது எப்படி என்பதையும் அவர் இந்நேரம் கற்றிருக்கக்கூடும். எனவே அமைதியாகச் சீடர்களிடம் சொன்னார்: 'உங்கள் குரு உண்மையிலேயே சிறந்த படிப்பாளி. நான் எந்த வகையிலும் அவருக்குச் சமமானவன் கிடையாது என்பதையும் உணர்கிறேன்.'

- 36 -

புத்தரின் நிழல்

மகிழ்ச்சியும் துக்கமும் இரவும் பகலும் போல என்பதை ஏடுகளைவிடப் பயணமே யுவான் சுவாங்குக்கு உணர்த்திவிட்டது. ஒரு நாள் குடிக்க ஒரு சொட்டு நீர்கூடக் கிடைக்காது. இன்னொரு நாள் திரும்பும் பக்கமெல்லாம் நீருற்று பொங்கிக் கொண்டிருக்கும். ஒரு நாள் சிதிலமடைந்த கட்டடங்களில் தங்கவேண்டும். மறுநாள் ஏதேனும் ஓர் அரசர், முதுகு வளைத்து வரவேற்று, போதும் போதுமென்னும் அளவுக்கு உபசரிப்பார். ஒரு வாரம் முழுக்கப் பனி மழை ஊசி போல் உடலைக் குத்தும். மறுவாரம் அதே உடலை அனல் காற்று வாட்டி வதைக்கும்.

பௌத்தம் மட்டும் என்னவாம்? எப்போது வேண்டுமானாலும் அணைந்துவிடலாம் எனும் அளவுக்கு ஓரிடத்தில் நடுங்கிக்கொண்டிருக்கும். இன்னோரிடத்திலோ தகத்தக சூரியனாக ஒளி பாய்ச்சிக்கொண்டிருக்கும். கலக்கத்துக்கோ கொண்டாட்டத்துக்கோ இடம் கொடுக்காமல் இரண்டையும் சமமாகக் கருதி கடந்து சென்றுகொண்டே இருக்கவேண்டியது தான். யுவான் சுவாங் அதைத்தான் செய்தார். சீனாவிலிருந்து புறப்பட்ட ஓராண்டில் இந்தியாவை வந்தடைந்தார். ஒன்பது

நூற்றாண்டுகளுக்கு முன்னர் அலெக்சாண்டர் எவ்வளவு நம்பிக்கையோடு, எவ்வளவு எதிர்பார்ப்புகளோடு இந்தியாவில் காலடி எடுத்து வைத்தாரோ அதே அளவு நம்பிக்கையும் எதிர்பார்ப்புகளும் யுவான் சுவாங்குக்கு இருந்தது. முதலாமவர் இந்தியா எனக்குதான் என்று முழக்கமிட்டார் என்றால் இரண்டாமவரோ, இந்தியா என்னை ஏற்றுக்கொள்; நான் உன்னுடையவன் என்று இறைஞ்சினார்.

யுவான் சுவாங் முதலில் கால் பதித்தது இன்றைய ஆப்கனிஸ்தானிலுள்ள ஜலாலாபாத் எனும் இடத்துக்கு அருகிலுள்ள ஒரு பகுதியில். அவருடைய இந்தியா வடக்கில் இந்து குஷ் மலைகளில் தொடங்குகிறது. இந்து குஷ் மலைகளை நேரில் கண்டதால், கடந்து வந்ததால் அவருக்கு இந்தியாவின் நுனி தெரிந்தது. அடியை அவரால் கண்டுபிடிக்க முடியவில்லை. இந்தியா என்பது எதுவரை என்பதை அவரால் வரையறுக்க முடியவில்லை. எனவே, வடக்கு தவிர, மூன்று பக்கங்களிலும் கடல் சூழ்ந்திருக்கிறது என்று சொல்லி முடித்துக்கொள்கிறார். ஒட்டுமொத்தமாக இந்தியாவில் 70 ராஜ்ஜியங்கள் இருப்பதாகச் சொல்லும் யுவான் சுவாங்கின் குறிப்புகளை இன்று பார்க்கும் போது இந்தியாவின் நீள அகலங்களை அவர் மிகையாகக் கற்பனை செய்து வைத்திருந்தது தெரிகிறது. இன்னொன்றும் சொல்லியாகவேண்டும். இந்தியாவை எந்த இடத்திலும் அவர் இந்தியா என்று அழைக்கவில்லை. இந்நாட்டுக்கு அவர் சூட்டியுள்ள பெயர், இந்து.

ஜலாலாபாத் யுவான் சுவாங்குக்கு மகிழ்ச்சியை மட்டுமல்ல அயர்ச்சியையும் ஏற்படுத்தியது. பௌத்தர்களுக்கு ஜலாலாபாத் ஒரு புனிதமான இடம். விகாரம், மடாலயம், தூண், ஸ்தூபி என்று திரும்பும் திசையெல்லாம் முக்கியமான கட்டுமானங்கள் குவிந்திருந்ததால் ஊர் முழுக்க எந்நேரமும் உள்ளூர், வெளியூர் பிக்குகள் மொய்த்துக்கொண்டிருந்தனர். பல இடங்களில் நீண்ட, நீண்ட வரிசைகள் உருவாகியிருந்தன. யுவான் சுவாங் நிதானமாக எல்லாவற்றையும் தரிசித்தார்.

காண வேண்டிய இடங்கள் பட்டியலில் அடுத்ததாக நிழல் குகை இருந்தது. பல், தலைமுடி, நகம், மண்டையோடு, எலும்பு என்று புத்தரோடு தொடர்புடைய பல புனிதப் பொருள்கள் பல்வேறு இடங்களில் பாதுகாக்கப்பட்டு வணங்கப்படுவதைப் பார்த்தோமல்லவா? இந்தக் குகையிலும் அப்படியொரு பொருள் உள்ளது.

ஆனால், அதை நம் கண்களால் காண முடியாது, உணர மட்டுமே முடியும். உண்மையில் அது பொருள்கூட இல்லை. புத்தரின் நிழல். ஒரு காலத்தில் நாக கோபாலா என்னும் பெயரில் பொல்லாத டிராகனொன்று குகையை ஒட்டி வாழ்ந்துவந்தது. முற்பிறவியல் அந்த டிராகன் ஆடு மேய்ப்பவனாக இருந்தான். அப்போது அவனை யாரோ, எதற்கோ சீண்டியிருக்கிறார்கள். அது அவனைக் கடுமையாகப் பாதித்ததால் உங்கள் ஊரை அழிக்கிறேனா, இல்லையா பார் என்று சூளுரைத்திருக்கிறான்.

டிராகனாகப் பிறப்பெடுத்த பிறகு அவன் மனதிலுள்ள பகை பன்மடங்கு அதிகரித்துவிட்டது. இப்போது டிராகனால் நிஜமாகவே ஊரை அழித்துவிடமுடியும். அபாயம் உணர்ந்து மத்திய இந்தியாவிலிருந்த புத்தர் உடனடியாகப் பறந்தோடி குகைக்கு வந்துசேர்ந்தார். டிராகனோடு சண்டையிட்டார். கொன்று போடாமல் (புத்தர் அல்லவா!) அதைப் பணிய வைத்தார். புறப்படுவதற்கு முன்பு எதற்கும் இருக்கட்டும் என்று காவலுக்குத் தன் நிழலை அங்கேயே கழற்றி வைத்துவிட்டுச் சென்றார். அன்று முதல் டிராகன் எந்தத் தப்பு தண்டாவும் செய்யாமல் புத்தரின் நிழல் காத்தருளியது. அந்த நிழல் இன்னமும் குகையில் இருப்பதால் அது நிழல் குகை. டிராகன் வருவதால் இந்தக் கதை சீனாவில்தான் உருவாகியிருக்கும் என்று தாராளமாகச் சந்தேகிக்கலாம் அல்லவா?

யுவான் சுவாங் குகையைக் கண்டடைந்த கதை இவ்வாறு விரிகிறது. கரடுமுரடான பாதை என்பதால் நிழல் குகையை அணுகுவது எளிதல்ல. பழகியவர்களுக்கே கடினம் எனும் நிலையில் புதியவர்கள் என்றால் திணறி விடுவார்கள். எனவே ஒரு முதிய வழிகாட்டியை யுவான் சுவாங் அமர்த்திக்கொண்டார். குகையை நெருங்கும் நேரத்தில் ஐந்து கொள்ளையர்கள் வாளை உருவிக்கொண்டு பாய்ந்து வந்தனர். யுவான் சுவாங் அமைதியாக அவர்களிடம்

சொன்னார்: 'நான் புத்தரைத் தரிசிப்பதற்காகச் சென்று கொண்டிருக்கிறேன். ஆபத்தான விலங்குகளைக் கண்டு மட்டுமல்ல, உங்களைப் போன்றவர்களைக் கண்டும் நான் கலங்க மாட்டேன்.' கொள்ளையர்களுக்கோ திகைப்பு. புத்தரின் தாக்கம் எந்த அளவுக்கு இருந்திருந்தால் இந்த மனிதன் வாளைக் கண்டு அஞ்சாமல் நின்றுகொண்டிருப்பான்? அப்படிப்பட்ட புத்தரை நாம் எப்படி இவ்வளவு காலம் பார்க்காமல் விட்டுவிட்டோம்? வாளைப் போட்டுவிட்டு அவர்களும் யுவான் சுவாங்கோடு இணைந்து குகையை நோக்கி நடக்கத் தொடங்கினார்.

குகைக்குள் நுழைந்தார் யுவான் சுவாங். புத்தரின் நிழல் தட்டுப்படவில்லை. சிறிது நேரம் காத்திருந்தார். வருந்தினார். கலங்கினார். தொழுதார். அழுதார். கற்றறிந்த சூத்திரங்களை எல்லாம் சொல்லிப் பார்த்தார். புத்தனே, புத்தனே என்று அரற்றினார். மீண்டும், மீண்டும் வணங்கி, எழுந்தார். குகையின் ஓரத்திலுள்ள வெடிப்பின் வழியே ஒளி தோன்றியது போலிருந்தது. அவர் பார்த்துக்கொண்டிருக்கும்போதே வளர்ந்து, வளர்ந்து குகை முழுவதையும் நிரப்பியது. இப்போது யுவான் சுவாங்கால் புத்தரின் நிழலைத் தரிசிக்கமுடிந்தது. அவர் கண்களிலிருந்து நீர் வழிந்தோட ஆரம்பித்தது.

வழியும் கண்ணீர் வழியாகவே கண்டார் என்றாலும் காட்சி துலக்கமாகவே இருந்தது. மெலிந்திருந்த நிழலின் அடர்த்தி மெல்ல, மெல்லக்கூட ஆரம்பித்தது. யாருடைய நிழலைக் காணத் துடித்தாரோ அவரே இப்போது யுவான் சுவாங் முன்னால் தோன்றியிருந்தார். சக மனிதனைப் பார்ப்பது போல் இப்போது புத்தரைப் பார்த்தார் யுவான் சுவாங். மஞ்சளும் சிவப்பும் கலந்த புத்தரின் அங்கி காற்றில் அலைபாய்ந்துகொண்டிருந்தது. புத்தரின் உடலுமேகூட இந்த இரு வண்ணங்களைக் குழைத்து தீட்டியது போல் இருந்தது. தாமரை சிம்மாசனத்தில் புத்தர் அமர்ந்திருந்தார். சிம்மாசனத்தின் நிறம் மங்கியிருந்தது போல் இருந்தது. அப்படியெல்லாம் இல்லை. என்மீது அமர்ந்திருப்பவர் என் ஒளியைக் குறைத்துவிட்டார் என்று சிம்மாசனம் குறைபட்டுக் கொண்டது போலிருந்தது.

புத்தரின் தரிசனம் யுவான் சுவாங்கை என்னவோ செய்தது. தன் உணர்வுகளை அவரால் சொற்களில் வடிக்க முடியவில்லை. வடிக்காமல் போனால் காட்சி மறைந்து போய்விடுமோ என்னும் அச்சமும் அவரிடம் இருந்தது. நினைவுகளில் தேக்கி வைத்துக்கொள்ளலாம்தான். ஆனால், நினைவுகளை நம்ப

முடியுமா? புத்தரைச் சேமித்து வைக்கும் அளவுக்கு நினைவுக்கு வலிமை இருக்குமா? எனவே யுவான் சுவாங் குகை புத்தரை ஒரு சிறிய சிலையாக வடித்தெடுத்து வாங்கி, பத்திரப்படுத்திக் கொண்டார். யுவான் சுவாங்கின் கரங்களில் இப்போது குகை புத்தர் பாந்தமாக அடங்கியிருந்தார். சந்தன மரத்தால் உருவாக்கப் பட்ட பதினைந்து அங்குல சிற்பம் அது. பெரியதாகச் செய்திருக்கலாம்தான். ஆனால், அதை எப்படிச் சுமப்பது? எங்காவது ஓரிடத்தில் கொண்டுசென்று நிறுத்துவது அல்ல அவர் நோக்கம். பையிலும் கையிலும் எப்போதும் புத்தர் தவழ்ந்து கொண்டிருக்க வேண்டும். அதற்கு இதுதான் சரி. சிறியதே அழகு!

ஜலாலாபாத், ஹட்டா போன்ற பகுதிகளில் பிற்காலத்தில் மேற்கொள்ளப்பட்ட அகழ்வாய்வுகள்மூலம் பௌத்தம் இங்கே செழித்திருந்ததைத் தெரிந்துகொள்ளமுடிகிறது. ஜலாலா பாத்துக்கு அருகிலுள்ள பிமாரன் என்னும் இடத்தில் தங்கப் பேழைகளில் பாதுகாக்கப்பட்ட புத்தரின் புனிதப் பொருள்கள் கிடைத்துள்ளன. நின்ற வாக்கில் அமைந்திருக்கும் புத்தரின் சிலையும் கிடைத்திருக்கிறது. நமக்கு இதுவரை கிடைத்துள்ள பழமைவாய்ந்த புத்தர் சிலைகளில் இதுவும் ஒன்று. இந்தச் சிலையின் சிறப்பம்சம் புத்தரின் இரு பக்கங்களிலும் பிரம்மாவும் இந்திரனும் நின்றுகொண்டிருப்பதுதான். இந்து மதம் பிற் காலத்தில் புத்தரைத் தன்னோடு இணைத்துக்கொள்ள முயன்றது நமக்குத் தெரியும். இந்தச் சிலையோ இந்து கடவுள்களை, பௌத்தம் இணைத்துக்கொள்ள முயன்ற கதையை நமக்குச் சொல்கிறது.

மகிழ்ச்சி, சரி. ஜலாலாபாத்தைக் கண்டதும் யுவான் சுவாங் அயர்ச்சி அடைந்தது ஏன்? இந்த இடம், அந்த இடம் என்று சொல்லி பல இடங்களுக்கு என்னை அழைத்தார்கள். தரிசனம் என்று சொல்லி ஒவ்வோரிடத்திலும் அதைக் கொடுங்கள், இதைக் கொடுங்கள் என்று கட்டணம் கேட்டு வாங்கிக் கொண்டே இருந்தார்கள். ஜலாலாபாத்தில் மட்டும் 50 தங்க நாணயங்கள், 1000 சிறிய வெள்ளி நாணயங்கள், 4 பட்டுப் பதாகைகள், இன்னபிற துணி வகைகள், அங்கிகள் ஆகியவற்றை யுவான் சுவாங் செலுத்த வேண்டியிருந்தது. துறவை வலியுறுத்தும் ஒருவரைத் தரிசிக்க, ஒருவருக்கு இவ்வளவு செல்வம் தேவைப்படுவது பெருத்த முரண் இல்லையா? வணிகம் தேவைதான். அதற்காக புத்தரையே ஒரு பண்டமாக மாற்றுவது அறம்தானா?

- 37 -

பெஷாவரிலிருந்து காஷ்மிருக்கு...

இன்றைய பாகிஸ்தானையும் ஆப்கனிஸ்தானையும் மனதில் வைத்துக்கொண்டு யுவான் சுவாங்கின் குறிப்புகளை வாசித்தால் அவர் நமக்குத் தொடர்பில்லாத வேறோர் உலகில் பயணம் செய்திருக்கிறார் என்றே கருதவேண்டியிருக்கிறது. அல்லது நாம்தான் அவர் உலகிலிருந்து நகர்ந்து வந்துவிட்டோமா? அவர் கண்ட நிலம் இன்று இல்லை. அவர் வழிபட்ட பௌத்த நினைவிடங்கள் சிதிலமடைந்துவிட்டன அல்லது தகர்க்கப்பட்டு விட்டன. பௌத்தத்தின் கதையைக் கேட்கவே வேண்டாம். யுவான் சுவாங் காலத்திலேயே அம்மதம் பொலிவிழக்க ஆரம்பித்துவிட்டது. அந்த வருத்தத்தைச் சுமந்துகொண்டுதான் அவர் இந்தியப் பயணத்தையே தொடங்கவேண்டியிருந்தது.

பெஷாவரைக் கடந்து (ஆயிரம் குடும்பங்கள் மட்டுமே அங்கே இருந்திருக்கின்றன!) ஸ்வாட் பள்ளத்தாக்கை வந்தடைந்தபோது, பௌத்தம் விழுந்து கிடந்ததைக் கண்டு கலங்கினார் யுவான் சுவாங். பெயருக்குச் சில மகாயான பௌத்தர்கள் தட்டுப் பட்டனர். அவர்களிடம் பேசிப் பார்த்தார். ஏடுகளில் புலமை மிக்கவர்களாகத்தான் அவர்கள் இருந்தனர். என்ன கேட்டாலும்

கண்களை மூடிக்கொண்டு கடகடவென்று அவர்களால் ஒப்பிக்க முடிந்தது. ஆனால், அதற்குமேல் அவர்களிடமிருந்து எதையும் பெற்றுக்கெள்ள முடியவில்லை. இப்போது நீங்கள் சொன்ன சூத்திரத்தில் உள்ள இந்தச் சொல்லுக்கு என்ன பொருள் என்று கேட்டபோது பதில் கிடைக்கவில்லை. சொற்களை வெறும் சொற்களாக மட்டுமே அவர்கள் உள்வாங்கியிருக்கிறார்கள் என்பது புரிந்தது.

இது போக இன்னொரு குற்றச்சாட்டும் அவர்கள்மீது சுமத்தப் பட்டிருந்தது. ஸ்வாட் பிக்குகள் பிக்குகள் போலவே நடந்து கொள்வதில்லை. பௌத்த நெறிகளைப் பரப்புவதும் நல்வழிப் படுத்துவதும்தானே அவர்கள் பணி? அதை விட்டுவிட்டு மாயாஜாலம் செய்கிறேன், பேய் ஓட்டுகிறேன், மந்திரம் போடுகிறேன் என்று ஏதேதோ அமானுஷ்யங்களில் தலையை விட்டுக்கொண்டிருக்கிறார்கள். இவர்களை எப்படிப் பௌத்தர்கள் என்று அழைக்கமுடியும்?

ஆனால், யுவான் சுவாங்குக்கு இது பெரிய முரணாகத் தெரிய வில்லை. ஆம், நான் கற்ற பௌத்தத்திலும் இவையெல்லாம் இல்லை என்பது உண்மைதான். ஆனால், அதற்காக இவர்களை நான் ஒதுக்க மாட்டேன். மந்திரமும் தந்திரமும் பௌத்தத்தின் ஒரு பகுதிதான் என்கிறாயா? அதற்கான சான்று உன்னிடம் இருக்கிறதா? எந்த ஏட்டில் இந்த அமானுஷ்ய சடங்குகள் இருக்கின்றன என்று எனக்குக் காட்டு என்று கேட்பேன். அவர்களோடு அமர்ந்து உரையாடவும் விவாதிக்கவும் நான் தயார். இதுதான் யுவான் சுவாங்கின் கட்சி. பௌத்தத்தின் எல்லாப் பரிமாணங்களையும் அவர் தெரிந்துகொள்ள விரும்பினார்.

யுவான் சுவாங் மறுபிறப்பில் நம்பிக்கை கொண்டவர். அவருக்கு விருப்பமான புத்தர், மைத்திரேயர். பௌத்த மரபுகளின்படி எதிர்காலத்தில் இந்த உலகில் அவதரிக்கப் போகிற போதிசத்துவர் அவர். அதாவது, கௌதம புத்தரின் மறுபிறப்பு. மனிதன் தர்மத்தைத் துறக்கும்போது, எது தர்மம் என்பதே தெரியாமல் தவிக்கும்போது மைத்திரேயர் தோன்றி தூய்மையான தர்மத்தை உலகுக்கு அருள்வார் என்பது அவர் நம்பிக்கை. கடந்த காலத்தின் மீதோ நிகழ்காலத்தின் மீதோ அல்ல; எதிர்காலத்தின் மீதே யுவான் சுவாங் தன் கண்களைப் பதித்திருந்தார். நாம் எல்லோருமே எதிர்காலத்தை நோக்கிதான் பயணம் செய்துகொண்டிருக்கிறோம் இல்லையா?

அடுத்து, காந்தாரம். புத்தருக்கும் காந்தாரத்துக்குமான பிணைப்பு நெருக்கமானது. ண்டுக்கு முன்பு புத்தருக்கு உருவமில்லை. மனித உருவில் அவரை வெளிப்படுத்துவது சாத்தியமில்லை என்று கருதி சில குறியீடுகளை மட்டும் புத்தருக்காக முன்பு பயன்படுத்தினார்கள். எடுத்துக்காட்டுக்கு, காலியாக இருக்கும் சிம்மாசனத்தைக் காட்டினால் அது புத்தர் அமர்ந்த சிம்மாசனம் என்று நாம் பொருள் கொண்டு வணங்கவேண்டும். ஸ்தூபம் அல்லது போதி மரம் அல்லது தர்ம சக்கரம் ஆகியவையும் புத்தருக்கான குறியீடுகளாகப் புரிந்துகொள்ளப்பட்டன.

ஆக, ஒவ்வொருவரும் ஒவ்வொரு விதமாக புத்தரை கற்பனை செய்து வைத்திருந்தனர். காந்தாரத்தில்தான் (மதுராவையும் சேர்த்துக்கொள்ளவேண்டும்) முதல் முறையாக புத்தர் மனித உருவில் பிறந்துவருகிறார். போதிசத்துவரின் உருவமும் முதலில் காந்தாரத்தில்தான் உருவானது. இந்த இருவருக்கும் என்ன வேறுபாடு? புத்த நிலையை அடைய விரும்பும் எவரும் புத்தரின் ஆசியோடு போதிசத்துவராக உயரலாம் என்கிறது தேராவாத பௌத்தம்.

காந்தாரச் சிற்பங்களைக் கண்டு களித்தபிறகு சிந்து நதியைக் கடந்து முன்னேறினார் யுவான் சுவாங். சிந்து நதியின் அலை ஒவ்வொன்றும் மலையளவுக்கு உயர்ந்ததாம். அலையின் சீற்றம் குதிரையின் பாய்ச்சலை அவருக்கு நினைவுபடுத்தியதாம். அப்படியே தட்சசீலத்தை ஒரு சுற்றுச் சுற்றி வந்தார். அங்கும் இங்குமாக மடாலயங்கள் தென்பட்டன என்றாலும் உள்ளே ஆள் அரவமில்லை. புதர் மண்டிக்கிடந்த சில மடாலயங்களுக்குள் நுழையவே அச்சமாக இருந்தது. காலடி எடுத்து வைக்கும்போது கூரை உடைந்து விழுந்தால் என்னாவது? மடாலயத்தின் கதி மட்டுமல்ல, தட்சசீலத்தின் கதியே இப்படிதான் இருந்தது. காஷ்மிரை அண்டி இயங்கிவந்தது. ஆட்சி என்று பெரிதாக எதுவுமில்லை. இருந்தவர்களும் நான், நீ என்று போட்டிப் போட்டுக்கொண்டு ஒருவரையொருவர் அடித்துக் கொண்டிருந்தனர். இப்படிப்பட்ட நிலத்தில் பௌத்தத்துக்கு என்ன வேலை இருக்க முடியும்?

இதற்கு மேல் இங்கே வேலையில்லை என்று காஷ்மிரை நோக்கி முன்னேறினார். மலைத் தொடர்களைக் கடந்து வருவது பெரும் சவாலாக இருந்தது. பல இடங்களில் சங்கிலித் தொடர் போல் பாலங்கள் அமைக்கப்பட்டிருந்தன. யார் மீது என்ன கோபமோ

காந்தாரத்தில் புத்தர் (3-5ஆம் நூற்றாண்டுச் சிற்பங்கள்)

தெரியவில்லை, ஜீலம் ஆறு தொடர்ந்து கொந்தளித்துக் கொண்டிருந்தது என்று குறிப்பிடுகிறார்.

கைவசம் அறிமுகக் கடிதம் இருந்ததால் காஷ்மிர் தன்னை வரவேற்கும் என்று யுவான் சுவாங் எதிர்பார்த்தது என்னவோ உண்மைதான். ஆனால், திக்குமுக்காடச் செய்யும் அளவுக்கு வரவேற்பு இருக்கும் என்று அவர் எதிர்பார்க்கவில்லை. அலங்கரிக்கப்பட்ட யானையின்மீது அமர வைத்து அமர்க்களமாக ஸ்ரீநகர் அழைத்துச் சென்றார்கள். அவரை வரவேற்க மன்னரே நேரடியாகக் கிளம்பி வந்தார். அதுவும் எப்படி? அமைச்சர் களோடும், ஆயிரம் பிக்குகளோடும், மாலை மரியாதையோடும். தவிரவும், வீதியின் இரு மருங்கிலும் மக்கள் திரண்டு மலர்களைத் தூவி வணங்கினர். யுவான் சுவாங் நிச்சயம் மிரண்டு போயிருக்கவேண்டும். எதற்கு இந்த அதிகப்படியான வரவேற்பு? காஷ்மிரி பிக்குகள் பின்னர் விளக்கினார்கள். நேற்று இரவு எங்களுக்கு ஒரு கனவு வந்தது. சீனாவிலிருந்து ஒரு வித்தியாசமான பிக்கு, ஏடுகள் தேடிப் புனிதப் பயணம் மேற்கொண்டிருக்கிறார். அவர் உங்கள் நிலத்துக்கும் வருவார் என்று இறைவாக்கு குறிப்பிட்டது. அதனால்தான் ஏதோ எங்களால் இயன்ற அளவுக்கு மரியாதை செய்கிறோம். உங்களுக்கு எதுவும் குறையில்லையே?

அரண்மனையில் யுவான் சுவாங்குக்கு இடம் ஒதுக்கித் தரப்பட்டது. கிடைத்த வாய்ப்பை அவர் தவறவிடவில்லை. அடுத்த இரண்டு ஆண்டுகள் (631-633) காஷ்மிரில் தங்கியிருந்தார். ஏடுகளைத் தேடியெடுத்து வாசித்தார். அரண்மனை சேவகர்கள் அவருக்கு வேண்டிய உதவிகளைச் செய்தனர். பிரதியெடுப்பதற்கு 20 பேர் நியமிக்கப்பட்டிருந்தனர் என்பதால் பௌத்த ஆய்வுகளில் மூழ்கிப்போனார் யுவான் சுவாங். சில முக்கியமான ஏடுகளைத் தருவித்து பிரதிகள் எடுத்துக்கொண்டார். பௌத்த கோட் பாடுகளை விரித்து எழுதத் தொடங்கினார்.

சிதிலங்களைக் கண்டு சோர்ந்து போயிருந்தவருக்கு காஷ்மிரின் பௌத்தம் நம்பிக்கையூட்டுவதாக இருந்தது. காஷ்மிரின் அழகு அவர் மனதைக் கொள்ளைகொண்டது. ஓங்கி உயர்ந்த மலைகளும் பள்ளத்தாக்குகளும் பூக்கள் கொஞ்சும் வனங்களும் இடை இடையில் எழுந்தருளியிருந்த மடாலயங்களும் அவர் உற்சாகத்தை அதிகப்படுத்தின. தன்னுடைய பயணக் குறிப்பு களில் காஷ்மிருக்குக் கணிசமான பக்கங்களை அவர் ஒதுக்கினார்.

காஷ்மிர் பொன் விளையும் பூமி என்கிறார் யுவான் சுவாங். காய்களும் கனிகளும் மலர்களும் நீக்கமற நிறைந்திருக்கின்றன. குங்குமப்பூ தொடங்கி ஏராளமான மருத்துவச் செடிகள் உள்ளன. காஷ்மிரத்து குதிரைகள் திடமாக இருக்கின்றன. மக்கள் அடக்க மானவர்களாகக் காட்சியளிக்கிறார்கள் என்றாலும் தோற்றத்தைக் கொண்டு முடிவு கட்டிவிட முடியாது. ஒரு நல்ல டிராகனின் அரவணைப்பு அவர்களுக்குக் கிடைக்கிறதோ என்னவோ என்கிறார் யுவான் சுவாங்.

காஷ்மிரில் நூறு மடாலயங்கள் இருப்பதாகவும் 5,000 பிக்குகள் வாழ்வதாகவும் குறிப்பிடுகிறார். பார்க்கவேண்டிய புனித இடங்களும் நிறையவே இருக்கின்றனவாம். எங்கே போனாலும் புனித இடங்களைத் தேடிச் சென்று பார்த்துவிடுபவர் என்றாலும் காஷ்மிரில் அவர் கவனம் முழுக்க, முழுக்க ஏடுகளிடமே குவிந்திருந்தது. பயணத்துக்குக் குறைவான நேரத்தையும் வாசிப்பிலும் எழுத்திலும் அதிக நேரத்தையும் அவர் செலவிட்டிருக்கிறார். புதையல் போல் அறிவில் சிறந்த ஆசிரியர்களும் காஷ்மிரில் அவருக்குக் கிடைத்திருக்கிறார்கள். வசுபந்து, வினிதபிரபா, சந்திரவர்மன், ஜெயகுப்தா என்று சிலருடைய பெயர்களையும் குறிப்பிடுகிறார்.

என்னை உங்கள் மாணவராக ஏற்பீர்களா என்று கேட்டு ஒவ்வொருவரிடமும் தனித்தனியே பயின்றிருக்கிறார். பௌத்தம் பிரதானம் என்றாலும் அதையும் கடந்து தத்துவம், மொழி, இலக்கணம், தர்க்கம் ஆகியவற்றிலும் ஆர்வம் செலுத்தி இருக்கிறார். காலையில் ஒரு வகுப்பு, மாலை இன்னொருவரிடம் வேறு வகுப்பு என்று ஓடியோடியும் படித்திருக்கிறார். நீங்கள் ஏன் இங்கேயே இருந்துவிடக் கூடாது? என் காலத்துக்குப் பிறகு இங்கே வகுப்பு எடுப்பதற்கு நீங்கள்தான் சரியான நபர் என்று சில ஆசிரியர்களே பாராட்டும் அளவுக்கு யுவான் சுவாங் ஆற்றல் மிக்கவராகத் திகழ்ந்திருக்கிறார்! இதையெல்லாம் பார்க்கும்போது காஷ்மிருக்கும் யுவான் சுவாங்கைப் பிடித்துவிட்டது என்றுதான் சொல்லவேண்டும்.

- 38 -

தர்க்கமும் தர்க்க நிமித்தமும்

யுவான் சுவாங்கைப் பொருத்தவரை காஷ்மிர் ஒரு நகரமல்ல, பல்கலைக்கழகம். வசுபந்து, அசங்கா என்று தொடங்கி பல இந்தியத் தத்துவ ஆசிரியர்களின் படைப்புகள் அவருக்கு காஷ்மிரில்தான் அறிமுகமாயின. பௌத்தக் கோட்பாடு களைவிட, புனித சூத்திரங்களைவிட அதிக ஆர்வத்தோடு தர்க்கவியலை அவர் கற்றுக்கொண்டார். இந்தியா உங்களுக்கு அளித்ததில் மதிப்பு வாய்ந்தது எது என்று அவரிடம் கேட்டிருந்தால் ஒரு நொடியும் யோசிக்காமல் தர்க்கவியல் என்றே யுவான் சுவாங் சொல்லியிருப்பார். இந்த அளவுக்கு யுவான் சுவாங் தர்க்கவியல்மீது ஆர்வம் கொண்டதற்குக் காரணம், அதை அவர் முதலில் கண்டது இந்தியாவில் என்பதால்தான். கண்டதும் காதல்.

தத்துவ நூல்களுக்குச் சீனாவில் பஞ்சமில்லை என்றாலும் ஒரு தனித்துவமான துறையாகத் தர்க்கவியலை அங்கே வளர்த்தெடுக்க வில்லை. அப்படியொன்று இருப்பதே அங்கு பலருக்குத் தெரியாது என்றுகூடச் சொல்லமுடியும். எனவே பேரார்வத்தோடு சில ஏடுகளைத் தேர்ந்தெடுத்து சமஸ்கிருதத்திலிருந்து சீனத்துக்கு

மொழிபெயர்த்தார் யுவான் சுவாங். இந்தியத் தர்க்கவியலை சீனாவுக்கு அறிமுகம் செய்தவர்களில் யுவான் சுவாங் முதன்மையானவர்.

விட்டால் இன்னும் பத்தாண்டுகள்கூட காஷ்மிரில் இருந்திருப்பார். ஆனால், இந்தியா என்பது காஷ்மிர் மட்டும் கிடையாதே! ஒரு வழியாக மனதைத் தேற்றிக்கொண்டு காஷ்மிரைவிட்டுக் கீழிறங்கினார். கங்கைச் சமவெளியைக் கடந்து வட இந்தியாவை அடைவது அவர் திட்டம். ஆனால், அதற்குள் வந்துவிட்டது ஆபத்து. யுவான் சுவாங்கின் காரவான் முன்னேறிச் சென்றுகொண்டிருந்தபோது இன்றைய சியால்கோட்டில் 50 கொள்ளையர்கள் சூழ்ந்துகொண்டனர். பட்டும் பகட்டுமாக ஊர்வலம் சென்றுகொண்டிருந்த கூட்டத்தைக் கண்டதுமே இன்று நல்ல வேட்டை என்று கொள்ளைக் கூட்டத்துக்குத் தெரிந்து விட்டது. வாளைக் காட்டி மிரட்டி அனைவரையும் கட்டிப் போட்டனர். மூட்டை, முடிச்சுகள் ஒன்றுவிடாமல் கைப்பற்றப் பட்டன. கட்டியிருந்த ஆடையைக்கூட விட்டு வைக்கவில்லை. எல்லாவற்றையும் பிடுங்கிய பிறகும் அவர்களுக்கு நிறைவில்லை. கால்நடைகள் போல் அனைவரையும் மறைவான இடத்துக்கு இழுத்துச் சென்றனர். மொத்தமாகக் கொன்று போடுவதுதான் திட்டம் போலிருக்கிறது.

இதை எப்படியோ உணர்ந்துவிட்ட ஒரு பிக்கு யுவான் சுவாங்கை எச்சரிக்க, இருவரும் தப்பியோடினர். அருகிலிருந்த கிராமத்துக்குச் சென்று தகவல் சொல்ல அங்கிருந்தவர்கள் பிக்குகளை விடுவித்தனர். கொள்ளையடித்த செல்வத்தை மீட்டெடுக்க முடியவில்லை. அது போய்விட்டதே, இது போய்விட்டதே என்று பலரும் வருந்தினாலும் உயிராவது பிழைத்தோமே என்று தேற்றிக்கொண்டனர். அவர்களுக்குப் புரியாதது ஒன்றுதான். இங்கே இவ்வளவு நடந்திருக்கிறதே! இந்த யுவான் சுவாங்கின் முகத்தில் ஒரு சிறு சலனமாவது தெரிகிறதா, பாருங்களேன்? எப்படி அவரால் அலட்டிக்கொள்ளாமல் அமைதி காக்க முடிகிறது? இந்த ஒரு தருணத்தில் மட்டுமல்ல, பெரும்பாலான தருணங்களில் அவர் இலை மேல் நீராகத்தான் இருந்திருக்கிறார். எது வருகிறதோ வரட்டும். எது போகிறதோ, போகட்டும். ஒரு பௌத்தராக உணர்வுகளை வெல்லத் தெரிந்திருந்தது அவருக்கு. எங்கும் வேர்பிடித்து நின்றுவிடக் கூடாது என்பதை ஒரு பயணியாக அவர் நன்கு உணர்ந்திருந்தார். எனவே எதுவும் அவரை எளிதில் அசைத்துவிடுவதில்லை.

அடுத்து வந்து சேர்ந்த இடத்தை ‘சீனாபுதி’ என்று யுவான் சுவாங் அழைக்கிறார். இது சீன உச்சரிப்பு. பஞ்சாபுக்கு அருகில் இருக்கும் இன்றைய ஃபிரோஸ்பூரை ஒட்டியுள்ள ஒரு பகுதி இது. நல்ல விளைச்சல் உள்ள அதே நேரம் மரங்கள் அதிகமில்லாத இடம் என்கிறார் யுவான் சுவாங். நல்ல நிர்வாகம். அரசுக்கு நல்ல வருமானம் கிடைக்கிறது போலிருக்கிறது. மக்கள் எளிமை யானவர்களாக இருக்கிறார்கள். படித்த மக்கள் பௌத்தர்களாக இருக்கிறார்கள். மற்றவர்கள் வேறு நம்பிக்கைகளைப் பின்பற்றுகிறார்கள். கடவுள் நம்பிக்கையற்றவர்களும் இங்கே இருக்கவே செய்கிறார்கள் என்கிறார் யுவான் சுவாங்.

இங்கே வினிதபிரபா என்னும் இளவரசரை யுவான் சுவாங் சந்திக்க நேர்ந்தது. இரண்டு ஆச்சரியங்கள். வினிதபிரபா இளவரசர் மட்டுமல்ல பிக்குவும்கூட என்பதால் பௌத்த ஏடுகள் பலவற்றை அவர் கற்றுத் தேர்ந்திருந்தார். எனக்குத் தர்க்கவியல் பிடிக்கும். உங்களுக்கு அதில் ஈடுபாடு உண்டா என்று அவர் கேட்டதும், ஆகா இதென்ன இப்படிக் கேட்டுவிட்டீர்கள் என்று உற்சாக மடைந்தார் யுவான் சுவாங். அப்படியானால் நானே உங்களுக்குக் கற்றுக்கொடுக்கிறேன் என்று வினிதபிரபா சொன்னதும் அட்டை போல் அரண்மனையில் ஒட்டிக்கொண்டுவிட்டார் யுவான் சுவாங்.

காஷ்மிரைவிட்டு அவர் வெளியேறினாலும் காஷ்மிர் அவரை விட்டு வெளியேறவில்லை போலிருக்கிறது. அங்கே விட்ட பாடங்களை அழகாக இங்கே தொடர்ந்தார். மகாயான பௌத்தத்தில் தேர்ச்சி பெற்றவராக இருந்தார் வினிதபிரபா. ஓராண்டு காலம் வினிதபிரபாவிடமிருந்து பல ஏடுகள் கற்றுக் கொண்டார் யுவான் சுவாங். தர்க்கவியலில் வசுபந்துவும் அசங்காவும் இணைந்து வளர்த்த ஒரு துறை, யோகாகார கருத்தியல். இதற்கு வினிதபிரபா விளக்கவுரை இயற்றியிருந்தார். அவரே யுவான் சுவாங்குக்குச் சொல்லியும் கொடுத்தார். இனிப்பு போல் பாவித்து சுவைத்து மகிழ்ந்தார் யுவான் சுவாங்.

பலரும் நினைப்பது போல் தர்க்கவியல் அப்படியொன்றும் நம் மூளையைக் கசக்கிப் பிழிந்துவிடும் துறையல்ல. எளிமையான, தொடர்ச்சியான கேள்விகள் மூலம் நாம் சிந்திக்கும் முறையை மாற்றும் அல்லது கூர்தீட்டும் கருவி அது. எடுத்துக்காட்டுக்கு, ‘மிலிந்தாவின் கேள்விகள்’ என்னும் தொகுப்பை எடுத்துக் கொள்வோம். மிலிந்தா என்னும் அரசரும் நாகசேனா என்னும் பௌத்த அறிஞரும் மேற்கொண்ட உரையாடல்கள் இதில்

இடம்பெற்றுள்ளன. பௌத்தக் கோட்பாடுகளில் தொடங்கி படிப்படியாக உலகம், மனிதன், வாழ்க்கை, வாழ்வின் பொருள், கடவுள், அறம், ஆன்மா என்று பல பொதுவான தலைப்புகளில் இருவரும் விவாதிக்கிறார்கள். அதிலிருந்து ஒரு சிறு பகுதி.

மதிப்புக்குமிக்க பிக்குவே, இந்தக் கம்பம்தான் ரதமா?

இல்லை, மன்னா!

அச்சுதான் ரதமா?

இல்லை, மன்னா!

சக்கரம், கூரை, கொடிக்கம்பம், குடை, ஆரம், சவுக்கு இவற்றில் எதையேனும் ரதம் என்று அழைக்கலாமா?

இல்லை, மன்னா!

அப்படியானால் கம்பம், அச்சு, சக்கரம், கூரை, கொடிக்கம்பம், குடை, ஆரம், சவுக்கு இவையெல்லாம் சேர்ந்த கலவைதான் ரதம். சரியா?

இல்லை, மன்னா!

இவை எல்லாமே ரதத்தின் பாகங்கள். ஆனால், இவற்றில் எதுவொன்றும் ரதமல்ல. எல்லாவற்றையும் கலந்தால் ரதம் உருவாகிவிடுமா என்றால் அதுவும் இல்லை. அப்படியென்றால் எதை நாம் ரதம் என்று அழைக்கமுடியும்? எதையுமே ரதம் என்று அழைக்க முடியாது. அப்படியென்றால் ரதம் என்றொன்று இல்லை என்று சொல்லிவிடலாமா? சொல்லிவிடலாம்தான். ஆனால், இல்லாத ஒன்றுக்கு ரதம் என்று ஒரு பெயர் இருக்கவேண்டிய அவசியமென்ன? ஆ, பெயர்! அப்படியானால் ரதம் என்பது ஒரு பெயரா? பெயர் மட்டுமேவா? ரதம் என்பது ஒரு பெயர் என்றால் மனிதன் என்பதும் ஒரு பெயர். வாழ்க்கை என்பதும் ஒரு பெயர். வெறும் பெயரை வைத்துக்கொண்டுதான் நாம் இவ்வளவு அமர்க்களங்கள் செய்துகொண்டிருக்கிறோமா?

அதே போல் மெழுகுவர்த்தியை வைத்துக்கொண்டு மாபெரும் பௌத்தத் தத்துவ விசாரணையை வளர்த்தெடுத்திருக்கிறார்கள். சுடர் விட்டு நின்று நிதானமாக எரிந்துகொண்டிருக்கிறது மெழுகுவர்த்தி. இப்போது எரிந்துகொண்டிருப்பது எந்தச் சுடர்? இரவு தொடங்கும்போது ஏற்றி வைத்தோமே அதுவா? அதே சுடர்தான் நள்ளிரவிலும் நின்று எரிந்துகொண்டிருக்கிறதா?

பொழுது விடிந்ததும் நாம் காணும் சுடர், முந்தைய இரவின் சுடரா அல்லது புதிதாகப் பிறந்ததா?

மழைக்காலம் தொடங்கியது. அரண்மனையிலிருந்து விடை பெற்றுக்கொண்டார். கிழக்கு பஞ்சாபிலுள்ள இன்றைய ஜலந்தரை 634ஆம் ஆண்டு அடைந்தார். அப்போது அதன் பெயர் ஜலந்தாரா. மழை முடியும்வரை அங்கேயே இருந்தார். வெயில் தொடங்கியதும் பயணம் ஆரம்பமானது. மலைத் தொடர் களையும் சரிவான பள்ளத்தாக்குகளையும் கடந்து குலு பள்ளத் தாக்குக்கு வந்துசேர்ந்தார். இமாச்சலப் பிரதேசத்தில் அமைந்துள்ள அழகிய இடம்.

குலுவில் இருபது மடாலயங்களை யுவான் சுவாங் கண்டார். ஆயிரத்துக்கும் மேற்பட்ட பிக்குகள் இருந்தனர். பெரும் பாலானோர் ஹீனயானப் பிரிவைச் சேர்ந்தவர்கள். மற்றபடி காண்பதற்கு அதிக இடங்கள் இல்லை என்பதால் குலுவில் வாழ்க்கை பொதுவாக எப்படி இருக்கிறது என்னும் தேடலில் இறங்கினார். அகண்டு விரிந்த கானகம் போல் இருந்தது பள்ளத்தாக்கு. தாவரங்களில் மருத்துவக் குணம் கொண்ட மூலிகை வகைகள் மிகுந்திருந்ததைக் கண்டார். மூலிகை வேர்கள் பல்வேறு சிகிச்சைகளுக்குப் பயன்படுத்தப்பட்டன. இப்படியோர் இடத்தில் வாழ்ந்தால் நோய் எங்கே வரப்போகிறது என்று நீங்கள் நினைத்தால் தவறு. கழலை, கட்டி போன்ற உபாதைகளால் அவதிப்படுபவர்கள் இங்கே ஏராளம் என்கிறார் யுவான் சுவாங். இது ஒரு கூர்மையான அவதானிப்பு. இன்றும்கூட குலுவிலும் அதையொட்டியுள்ள பகுதிகளிலும்தான் கழலை நோயால் தாக்குண்டவர்கள் மிகுந்திருக்கின்றனர்.

குலுவைத் தொடர்ந்து அதே பாதையில் முன்னேறியிருந்தால் லே, லடாக் போன்ற கண்கவரும் இடங்களைக் கண்டிருக்கலாம். ஆனால், யுவான் சுவாங் தன் வழித்தடத்தை மாற்றிக்கொண்டார். யமுனையையும் கங்கையையும் கடந்து மதுராவை நோக்கி முன்னேறினார். மூலிகைகள் வளரும் அதே இடத்தில் நோயும் படர்கிறது. செல்வம் ஓரிடத்தில் குவிகிறது. பின்பு அங்கிருந்து மறைகிறது. எனில், ஆரோக்கியத்தின் இன்னொரு பெயர்தான் நோயா? இருப்பின் இன்னொரு பெயர்தான் இழப்பா?

- 39 -

இரு இந்திய மன்னர்கள்

பாஹியான் வந்தபோது மதுராவில் பௌத்தமும் இந்து மதமும் நான் இந்தப் பக்கம் வளர்கிறேன், நீ அங்கே வளர்ந்துகொள் என்பது போல் பேசி வைத்துக்கொண்டு வளர்ந்திருந்தன. யுவான் சுவாங் கண்ட மதுராவில் எல்லாப் பக்கங்களிலும் இந்து மதம் பூத்துக் குலுங்கிக்கொண்டிருந்தது. சந்துபொந்துகளில் பௌத்தத்தைத் தேட வேண்டியிருந்தது. மதுரா என்றால் புத்தர் என்னும் நிலை, மதுரா என்றால் கிருஷ்ணர் என்று மாறிப் போயிருந்தது. நாங்களும் இருக்கிறோம் என்னும் கதையாக கிட்டத்தட்ட 2,000 பௌத்தர்கள் இந்துக்களோடு கலந்து வாழ்வதாக யுவான் சுவாங் குறிப்பிடுகிறார். சமணர்களும் மதுராவில் வாழ்ந்துவந்தனர்.

யுவான் சுவாங்குக்கு கங்கை நதி பிடித்திருந்தது. அள்ளிக் குடித்தால் நீர் இனிக்கிறது. ஒவ்வோர் இடத்திலும் ஒவ்வொரு வண்ணத்தில் நதி பாய்கிறது. அலைகள் பெரிதாக உள்ளன. உள்ளே பலவிதமான அற்புத உயிர்கள் வாழ்கின்றன. ஆனால், அஞ்ச வேண்டாம், அவை நம்மை ஒன்றும் செய்வதில்லை என்கிறார் யுவான் சுவாங். கங்கை இந்துக்களின் புனித நதி என்பதை அவர்

அறிவார். கரையெங்கும் இந்துக்கள் அணிவகுத்து நின்று வழிபடுவதையும் அவர் கண்டிருப்பார். அதிலெல்லாம் அவருக்கு எந்தச் சிக்கலும் இல்லை. ஆனால், கங்கையில் குளித்தால் நோய்கள் நீங்கும், பாவம் ஒழியும், புண்ணியம் கிடைக்கும் என்றெல்லாம் சொல்லப்படுவதை அவர் ஏற்கத் தயாராக இல்லை. இவற்றையெல்லாம் நம்ப முடியவில்லை. எல்லாம் கட்டுக்கதைகள், மூடநம்பிக்கைகள் என்று நிராகரிக்கிறார்.

எதையும் பகுத்தறிந்தே ஏற்பார் போலும் என்று நினைத்துவிட வேண்டாம். பௌத்த அற்புதக் கதைகள் அனைத்தையும் நம்புபவர்தான். முற்பிறவி, மறுபிறவி கதைகளையெல்லாம் ஏற்பவர்தான். புத்தர் தோன்றி நிகழ்த்தும் அதிசய அற்புதங்களை எல்லாம் உண்மையாக நம்புபவர்தான். இதே கங்கையில் அடியாழத்தில் அதிசய விலங்குகள் வசிப்பதாகச் சொன்னபோது மறுபேச்சின்றி ஏற்றுக்கொண்டதோடு காதில் விழுந்ததை அப்படியே பதிவும் செய்தவர்தான். ஆனால், ஒரு பௌத்தராக இருந்துகொண்டு இந்து நம்பிக்கைகளையெல்லாம் ஏற்றுக் கொண்டுவிட முடியாது அல்லவா? ஏற்கெனவே பௌத்தம் தேய்ந்துகொண்டிருக்கிறது. இதில் இந்து புராணக் கதைகளை எல்லாம் நம்ப ஆரம்பித்துவிட்டால் பௌத்தத்தின் கதி என்னாகும்? அவரவர் நம்பிக்கை அவரவருக்கு. அவரவர் புனிதம் அவரவருக்கு. கங்கை இந்தியாவின் புனிதம் என்றால் சீனாவுக்கு மஞ்சள் ஆறு புனிதம். எங்கள் வழியில் நீங்கள் வரவேண்டாம். உங்கள் வழிக்கு நாங்கள் வரமாட்டோம். இதுதான் யுவான் சுவாங்கின் பார்வை.

மதுராவில் அங்குமிங்கும் சிதறிக்கிடந்த பௌத்த மடாலயங் களைத் தேடித் தேடி தரிசித்தார் யுவான் சுவாங். ஆப்கனிஸ்தான், பாகிஸ்தான் என்று எங்கு சென்றாலும் கனிஷ்கர் புகழ்பாடும் பௌத்தர்கள் சிலரையாவது அவர் சந்தித்துவிடுவது வழக்கம். மதுராவிலும் அப்படிச் சிலர் இருந்தனர். இரண்டாம் நூற்றாண்டைச் சேர்ந்த ஒரு மன்னரின் புகழ் இன்னமும் மங்காமல் இருக்கும் அதிசயத்தைக் கண்டு அவர் மகிழ்ந்தார்.

யுவான் சுவாங்கைக் கவர்ந்த முதல் இந்திய மன்னராக கனிஷ்கர் இருக்கிறார். கனிஷ்கர் சந்தேகமின்றி ஒரு முன்மாதிரியான மன்னர். பண்பானவராகவும் கனிவானவராகவும் சமத்துவத்தின் மீது நம்பிக்கை கொண்டவராகவும் அவர் இருந்திருக்கிறார். இந்தியாவை ஆண்ட சிறந்த மன்னர்களின் வரிசையில் கனிஷ்கர் வகிக்கும் இடம் முதன்மையானது என்கிறார் யுவான் சுவாங்.

ஒரு மன்னராக மட்டுமல்ல ஒரு பௌத்தராகவும் அவர் தன்னிகரற்றவர் என்று புகழ்கிறார் யுவான் சுவாங். அதற்கான காரணத்தையும் அவரே விவரிக்கிறார். ஒரு மூத்த பிக்குவிடம் கனிஷ்கர் தினமும் பாடம் கற்பது வழக்கம். பலவிதமான கோட்பாடுகளை, பலவிதமான பார்வைகளைக் கற்றுக்கொண்ட பிறகு கனிஷ்கருக்கு ஓர் அடிப்படையான ஐயம் எழுந்தது. பிக்குவிடம் அதை அவர் பகிர்ந்துகொண்டார். நீங்கள் கற்றுக் கொடுக்கும் பாடம் ஒவ்வொரு நாளும் ஒவ்வொரு விதமாக இருக்கிறது. சில நேரம் நேற்று சொன்னதை இன்று மாற்றிச் சொல்கிறீர்கள். எல்லாமே பௌத்தம்தான் என்கிறீர்கள். அப்படியானால் புத்தர் முரண்பாடுகள் கொண்டவராக இருந்தாரா? அவருடைய உபதேசங்களில் எது சரியானது என்பதை நான் எப்படித் தெரிந்துகொள்வது?

பிக்கு விளக்கினார். புத்தர் ஒருவர்தான். ஆனால், அவருடைய மாணவர்கள் கணக்கற்றவர்கள். புத்தரின் சொற்களுக்கு அவர்கள் பலவிதமாகப் பொருள் கொண்டுள்ளனர். எனவே நமக்குப் பலவிதமான கோட்பாடுகள் கிடைத்துள்ளன. அவை ஒன்றையொன்று ஆதரிக்கலாம், எதிர்க்கவும் செய்யலாம். ஒரு மாணவர் அகலமாகவும் ஆழமாகவும் கற்றாகவேண்டும். கற்கக் கற்க தெளிவு கிடைக்கும். பிக்குவின் விளக்கத்தை கனிஷ்கர் ஏற்றுக்கொண்டார். கனிஷ்கரின் வழியை யுவான் சுவாங் ஏற்றுக் கொண்டார். எது சரியான பௌத்தம் என்னும் கேள்வியை அவர் ஒருபோதும் எழுப்பிக்கொள்வதில்லை. கனிஷ்கரைப் போல் எல்லா வழிகளும் புத்தரை நோக்கியே என்னும் உணர்வோடு எல்லாக் கோட்பாடுகளையும் அவர் கற்றுக்கொண்டார்.

யுவான் சுவாங்கைக் கவர்ந்த இரண்டாவது மன்னர், ஹர்ஷர். கங்கையை ஒட்டி தெற்கில் இன்றைய கனோஜ் (கான்பூரிலிருந்து 50 மைல் தொலைவில்) பகுதியைத் தலைநகராகக் கொண்டு ஹர்ஷரின் ஆட்சிப் பிரதேசம் விரிந்திருந்தது. யுவான் சுவாங் வந்து சேர்ந்தபோது ஹர்ஷர் நகருக்கு வெளியில் இருந்தார். ஆனால், சந்திப்பதற்கு முன்பே ஹர்ஷர் பற்றி ஒரு நல்ல சித்திரம் யுவான் சுவாங்கின் மனதில் உருவாகிவிட்டது. கோட்டைகளையும் வீதிகளையும் வலம் வந்தபோது தான் கண்ட காட்சிகளை வைத்தே ஹர்ஷர் எப்படிப்பட்ட மன்னர் என்பதை யூகித்து விட்டார் யுவான் சுவாங். ஒரு பயணிக்கு மட்டுமே இப்படிப்பட்ட உள்ளுணர்வு ஏற்படும். பெரும்பாலும் அந்த உள்ளுணர்வு சரியாகவே இருக்கும்.

கனிஷ்கரின் அலங்காரப் பெட்டி (புத்தர் - இருபுறமும் பிரம்மா மற்றும் இந்திரன்; கீழ்ப் பகுதியின் மையத்தில் கனிஷ்கர் நிற்கிறார்)

ஹர்ஷரின் முத்திரை, நாளந்தா

ஹர்ஷர் தனது ராஜ்ஜியத்தை வலிமையானதாக வைத்திருந்தார். பாதுகாப்பு அரண்கள், அகழிகள், கண்காணிப்புக் கோபுரங்கள் என்று ஒரு ராணுவ கேந்திரம் போல் நிலத்தை மாற்றியமைப்பது அப்படியொன்றும் கடினமானதல்ல. எல்லோரும் செய்வதுதான். ஆனால், ஹர்ஷருக்கு வலிமை மட்டும் நிறைவைக் கொடுத்துவிட வில்லை. வலிமையான நகரம் என்பது புறத்தோற்றம். அகம் எளிமையாகவும் அழகாகவும் இருக்கவேண்டும் என்று ஹர்ஷர் கருதினார். கண்கவரும் தோட்டங்கள் அமைக்கப்பட்டன. ஏரிகள் வெட்டப்பட்டன. கேளிக்கை அரங்கங்கள் வடிவமைக்கப் பட்டன. ஹர்ஷர் எவ்வளவு அழகுணர்ச்சி கொண்டவராக இருக்கிறார் என்பதை ஒரு சுற்றுச் சுற்றி வந்தாலே தெரிந்து கொண்டுவிடமுடியும்.

மக்கள் செல்வந்தர்களாக இருந்தனர். பெருமளவில் வணிகர் களாக இருந்ததால் பளபளப்போடு அவர்களால் வாழ முடிகிறது என்கிறார் யுவான் சுவாங். மதுரா போலன்றி கனோஜில் (கன்யகுப்ஜா என்பது அப்போது வழக்கத்திலிருந்த பெயர்) நூறு மடாலயங்கள் இருந்தன. பத்தாயிரம் பிக்குகள் வாழ்ந்தனர். சமீபத்தில் இவ்வளவு பெரிய எண்ணிக்கையில் பிக்குகளை அவர் எங்கும் கண்டதில்லை என்பதால் கனோஜ் அவரைக் கவர்ந்துவிட்டது. இதற்குக் காரணம் ஹர்ஷர்தான் என்று இன்னொரு புகழ் மாலையை மன்னருக்குச் சூட்டுகிறார்.

ஹர்ஷவர்த்தனர் என்றும் அழைக்கப்பட்ட ஹர்ஷர் 606 முதல் 647ஆம் ஆண்டுவரை ஆட்சி செய்தவர். வட இந்தியாவை ஒருங்கிணைத்தவராக வரலாறு அவரை நினைவுகூர்கிறது. வடக்கு, வடமேற்கு என்று தொடங்கி தெற்கில் நர்மதை ஆறு வரையிலான மிகப் பெரிய நிலப்பரப்பைத் தன் கட்டுப் பாட்டின்கீழ் கிட்டத்தட்ட முழுமையாகக் கொண்டுவந்தவர் ஹர்ஷர். சாளுக்கிய மன்னரான இரண்டாம் புலிக்கேசி மட்டும் தடுத்து நிறுத்தாமல் போயிருந்தால் தெற்கிலும் அவர் ஆட்சி நீண்டிருக்கும். தன்னை ஒரு சைவராக முன்னிறுத்திக்கொண்டவர் ஹர்ஷர். 'பரம மஹேஸ்வரா' என்றே ஆரம்பகால கல்வெட்டுகள் அவரைக் குறிப்பிடுகின்றன. பின்னர் மனமாற்றம் கொண்டு பௌத்தத்தைத் தழுவியிருக்கிறார். எப்போது, எந்தப் பின்னணியில் என்பது உறுதியாகத் தெரியவில்லை. பிற் காலத்தில்தான் இந்த மாற்றம் நிகழ்ந்திருக்கவேண்டும்.

ஏதோ ஹர்ஷரின் வாழ்க்கை வரலாற்றை எழுதப்போகிறவர் போல் அவரைப் பற்றிய பல தகவல்களை யுவான் சுவாங் தேடித்

தொகுத்திருப்பதுபோல் தெரிகிறது. அவருடைய பதிவுகள் வாயிலாகவே ஹர்ஷர் நமக்கு நெருக்கமானவராக மாறுகிறார். அவர் ஒரு தூய பௌத்தர் என்கிறார் யுவான் சுவாங். புத்தர் பயணம் மேற்கொண்ட இடங்களில் பல நினைவிடங்களை உருவாக்கியிருக்கிறார். கங்கைக் கரையில் நூறடி உயரம் கொண்ட ஆயிரக்கணக்கான தூண்களை எழுப்பியுள்ளார். எல்லா மன்னர் களையும் போல் ஆயுதம் தாங்கிய வீரர்களின் அணிவகுப்பைக் கண்டுகளித்து வந்தவர், பௌத்த சாரம் உள்ளிறங்கிய பிறகு, மத ஊர்வலத்தை ஊக்குவிக்க ஆரம்பித்திருக்கிறார். எல்லா உயிர்கள் மீதும் அன்பு செலுத்தவேண்டும் என்னும் உணர்வோடு தன் நாட்டில் ஒருவரும் விலங்குகளைப் பலியிடக் கூடாது என்று ஹர்ஷர் தடை விதித்துள்ளார். ஏழைகளும் பயணிகளும் தங்குவதற்கு வசதியாகப் பல இடங்களில் சத்திரங்களையும் அவர் கட்டியுள்ளதாகத் தெரிகிறது.

மதத்தையும் ஆட்சியையும் சரியான விதத்தில் ஒன்று கலந்தவராக யுவான் சுவாங்கின் கண்களுக்கு ஹர்ஷர் புலப்பட்டிருக்கிறார். முதல் பயணத்தில் அவரைச் சந்திக்கும் வாய்ப்பு அமையா விட்டாலும் இந்தியாவைவிட்டு வெளியேறுவதற்கு முன்பு நேருக்கு நேராக ஹர்ஷரைச் சந்தித்துவிடுகிறார் யுவான் சுவாங்.

- 40 -

ஹர்ஷரின் இந்தியா

மெகஸ்தனிஸ் தொடங்கி பாஹியான் வரையிலான பயணிகளின் குறிப்புகளில் காணப்படும் பொதுத்தன்மைகளில் ஒன்று, அவர்கள் யாருமே எந்த இந்திய மன்னரையும் விரிவாக விவரித்து எழுதியதில்லை என்பதுதான். கடமைக்குப் பெயரைக் குறிப்பிடுவது அல்லது அதையும்கூடக் குறிப்பிடாமலே இருந்து விடுவதுதான் அவர்கள் வழக்கம். எழுதக் கூடாது என்றில்லை. ஒவ்வொருவரும் இந்தியாவில் ஒவ்வொன்றைத் தேடி வந்தனர். அந்த ஒன்றில் மட்டும் கவனத்தைக் குவித்தனர். யுவான் சுவாங்கும் அவ்வாறு வந்தவர்தான் என்றாலும் இந்தியா அவரைப் பிடித்து அங்குமிங்கும் இழுத்தது. அதைப் பார், இதைப் பார் என்று அவர் ஆர்வத்தைத் தூண்டிவிட்டது. பௌத்தம் எழுத வந்தவர் சமகால வரலாற்றையும் சேர்த்தே எழுதத் தொடங்கினார்.

ஹர்ஷர் குறித்து நமக்குக் கிடைக்கும் முதன்மை சான்றாதாரங்கள் இரண்டு. ஒன்று, ஹர்ஷரின் அரசவைக் கவிஞரான பாணபட்டர் இயற்றிய ஹர்ஷசரித்திரம். இரண்டாவது, யுவான் சுவாங்கின் பதிவு. ஹர்ஷர் புஷ்யபூதி வம்சத்தைச் சேர்ந்தவர். இந்த வம்சத்தின் நான்காவது மன்னர் ஹர்ஷரின் தந்தையான

பிரபாகரவர்தனர். குறிப்பிடத்தக்க வெற்றிகளை ஈட்டியதன்மூலம் ஆட்சிப் பரப்பை விரிவாக்கியவராக இவர் அறியப்படுகிறார். இன்றைய தில்லிக்கு வட மேற்கிலுள்ள தானேஸ்வரத்தைத் தலைநகராகக் கொண்டு இவர் ஆட்சி நடைபெற்றுவந்தது.

ஹர்ஷருக்கு ஒரு சகோதரியும் இருந்தார். அவர் பெயர் ராஜ்யஸ்ரீ. இவரைக் கிழக்கில் மௌகாரி நாட்டைச் சேர்ந்த கிரஹவர்மன் என்பவருக்கு மணம் முடித்துக்கொடுத்திருந்தார்கள். திருமணம் என்பது அரசக் குடும்பங்களைப் பொருத்தவரை ஓர் அரசியல் செயல்பாடும்கூட. எதிரி நாட்டை நட்பாக்கிக்கொள்ளவும் ராஜ்ஜிய உறவுகளை வலுப்படுத்திக்கொள்ளவும் அரசக் குடும்பங்கள் பெண் கொடுத்து, பெண் எடுத்துக்கொள்வது வழக்கம். ராஜ்யஸ்ரீயும் இதற்கு விதிவிலக்கல்ல. திருமணத்துக்குப் பிறகு கிரஹவர்மன் மௌகாரி நாட்டின் மன்னராக முடிசூடிக் கொண்டார். மௌகாரியின் தலைநகரமான கன்னோசிக்கு ராஜ்யஸ்ரீ குடிபெயர்ந்தார். சிவனையும் விஷ்ணுவையும் அதுவரை வழிபட்டு வந்த ராஜ்யஸ்ரீ, கன்னோசியில் தழைத்திருந்த பௌத்தத்தால் ஈர்க்கப்பட்டு அம்மதத்தைத் தழுவியதாகச் சொல்லப்படுகிறது.

இந்நிலையில் முதியவரான பிரபாகரவர்தனர் மரணமடைகிறார். அவருடைய மூத்த மகனும் ஹர்ஷரின் அண்ணனுமான ராஜ்யவர்தனர் 605ஆம் ஆண்டு மன்னராகப் பதவியேற்றுக் கொள்கிறார். கிரஹவர்மனுக்கு ஓர் எதிரி இருந்தான். அவன் மாளவ நாட்டு மன்னனான தேவகுப்தன். மௌகாரி நாட்டுக்கும் மாளவத்துக்கும் இடையில் பல்லாண்டுகளாகத் தீராத பகை நீடித்துவந்தது. ஒரு நாள் திடீரென்று தேவகுப்தன் படையெடுத்து வந்து மௌகாரியை ஆக்கிரமித்தான். போரில் கிரஹவர்மன் கொல்லப்படுகிறார். ராஜ்யஸ்ரீ கடத்திச் செல்லப்படுகிறார். செய்தி அறிந்ததும் ராஜ்யவர்தனர் தன் தங்கையை மீட்பதற்குப் படையோடு கிளம்புகிறார். மாளவ நாட்டை வென்றாலும் வங்கத்தைச் சேர்ந்த கௌடா மன்னரால் வஞ்சகமாகக் கொல்லப் படுகிறார்.

நிலைகுலைந்து போகிறார் ஹர்ஷர். மன்னர் இல்லாத மக்கள் தனித்துவிடப்பட்டது போல் உணர்கிறார்கள். அஞ்சுகிறார்கள். இந்த அசாதாரணமான சூழலில் மூத்த அமைச்சர் சபையைக் கூட்டுகிறார். ‘நம் நாட்டின் தலையெழுத்தைத் தீர்மானிக்க வேண்டிய நிலையில் இருக்கிறோம். முதிய மன்னர் இறந்து

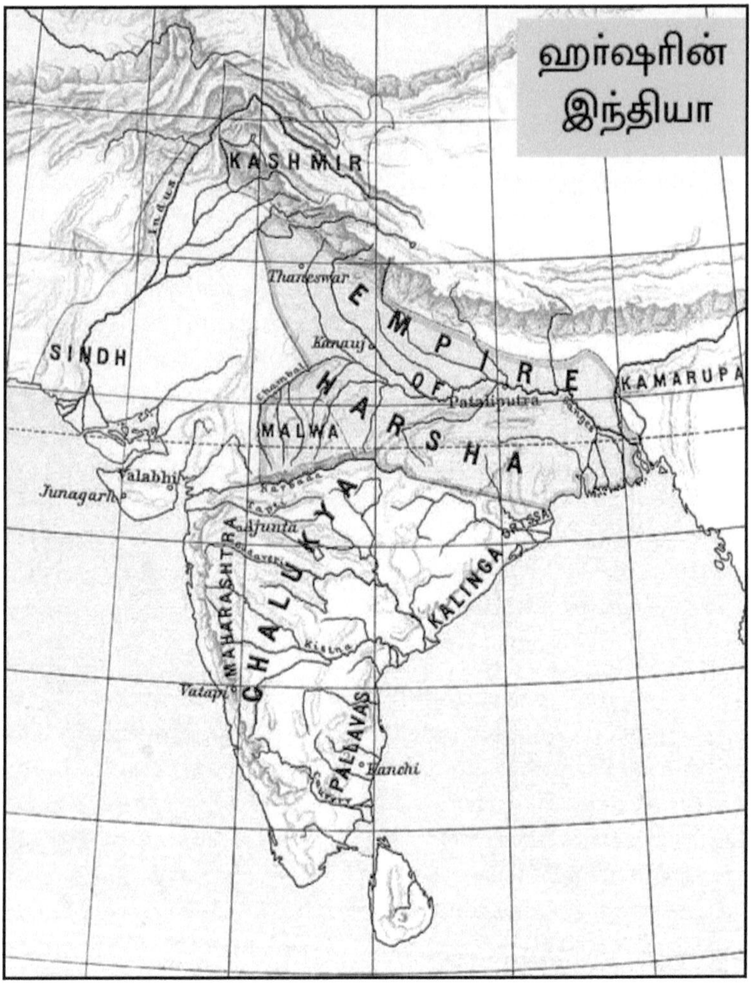

ஹர்ஷர் காலத்து நாணயம்

விட்டார். அவர் மகனும் இறந்துவிட்டார். இளவரசர் மட்டுமே இப்போது இருக்கிறார். கனிவானவர், மனிதத்தன்மையோடு நடப்பவர். கடமையுணர்வு கொண்டவர். கீழ்படிந்து நடப்பவர். குடும்பத்தால் நேசிக்கப்பட்டவர். எனவே மக்களின் நேசத்தையும் அவரால் வெல்லமுடியும்.'

அமைச்சர்களின் ஆதரவும் மக்களின் ஆதரவும் திரண்டுவந்த போதும் ஹர்ஷர் பதவியை ஏற்கத் தயங்கினார் என்கிறார் யுவான் சுவாங். அவரால் முடிவெடுக்க முடியவில்லை. இறைவாக்கு கேட்டு நடப்போம் என்று முடிவெடுத்து கங்கை நதிக்கரையில் போதிசத்துவரின் சிலைக்கு முன்பு அமர்ந்து உண்ணாநோன்பைத் தொடங்கினார். விடை கிடைத்தது. பொறுப்பேற்றுக்கொண்டார். அப்போது அவர் வயது 16. அரியணையில் அமர்ந்ததும் முதலில் அவர் செய்தது தன் சகோதரி ராஜ்யஸ்ரீயை மீட்டது. கணவனோடு உடன்கட்டை ஏறுவதற்குத் தயாராக இருந்தவரின் மனதை மாற்றி வீட்டுக்கு அழைத்து வந்தார் ஹர்ஷர்.

ஷர்ஷரின் விரிவான பழிவாங்கும் படலம் அதன்பின் தொடங்கியது என்கிறார் யுவான் சுவாங். அடுத்த ஆறு ஆண்டுகள் போர் தவிர வேறு எதிலும் கவனம் செலுத்தவில்லை அவர். சவாலாக நின்ற அண்டை நாட்டு மன்னர்கள், அச்சுறுத்திய எதிரிகள், கலகக்காரர்கள் என்று தேடித்தேடி வேட்டையாடினார். அக்கம்பக்கத்து நாடுகளையெல்லாம் கைப்பற்றினார். வட இந்தியாவின் பெரும்பகுதி ஹர்ஷரின் கட்டுப்பாட்டின்கீழ் வந்து சேர்ந்தது. ஒரு பக்கம் நிலப்பரப்பையும் இன்னொரு பக்கம் படை பலத்தையும் அவர் அதிகரித்துக்கொண்டே போனதை யுவான் சுவாங் கவனப்படுத்துகிறார். 60,000 யானைகளும் 1 லட்சம் குதிரைகளும் கொண்ட இரு பெரும் படைகள் ஹர்ஷர் காலத்தில் உருவாக்கப்பட்டிருக்கின்றன.

ஒரிசா, சிந்து, காஷ்மிர் என்று ஆறு ஆண்டுகாலம் ரத்த ஆறு பாய்ந்திருக்கிறது. 612ஆம் ஆண்டு வாக்கில் முழுமையான வட இந்தியாவின் பேரரசராக ஹர்ஷர் அறியப்பட்டிருந்தார். அசாம், குஜராத் போன்ற நிலங்களை ஆண்டுவந்த மன்னர்களும்கூட ஹர்ஷரின் தலைமையை ஏற்றுக்கொண்டனர். சினம் தணிந்ததும், வம்சத்தின் பெருமிதம் நிலைநாட்டப்பட்டதும், போதும் போதுமெனும் அளவுக்கு நிலம் கையகப்படுத்தப்பட்டதும் ஹர்ஷர் ஒரு காரியம் செய்தார். தன் வாளைத் தூக்கிப் போட்டார். அடுத்த 30 ஆண்டுகள் அவர் ஆட்சியில் முழு அமைதி நிலவியது என்கிறார் யுவான் சுவாங்.

இந்தப் பெரும் மாற்றத்துக்கு அவர் தழுவிய பௌத்தமும் ஒரு முக்கியமான காரணம். ஹர்ஷர் மூன்றில் ஒரு பங்கு நேரத்தை நிர்வாகத்துக்கும் மூன்றில் இரண்டு பங்கு நேரத்தை மதப் பணிகளுக்கும் செலவிட்டதாக யுவான் சுவாங் பதிவு செய்கிறார். மதப் பணி என்பதை பௌத்தம் பரப்புதல் என்று மட்டும் சுருக்கிக்கொள்ள வேண்டாம். தினமும் ஆயிரம் புத்த பிக்கு களுக்கும் 500 பிராமணர்களுக்கும் உணவளிப்பது அவர் வழக்கமாக இருந்திருக்கிறது. சத்திரங்களை அமைக்கும்போதும் சரி, இன்னபிற வசதிகளைச் செய்துகொடுக்கும்போதும் சரி; பௌத்தர்களை மட்டும் மனதில் கொள்ளாமல் எல்லாச் சமயத்தினருக்கும் எல்லாமும் கிடைப்பதற்கு வழிவகுத் திருக்கிறார். அசோகர் வழியில், கனிஷ்கர் வழியில் ஹர்ஷர் பயணம் செய்திருப்பதாகத் தெரிகிறது.

மடாலயங்கள் எழுப்புவது தொடங்கி புகழ்பெற்ற நாளந்தா பல்கலைக்கழகத்துக்கு நிதியுதவிகள் அளிப்பதுவரை ஹர்ஷரின் பௌத்தப் பணிகள் மெச்சத்தக்கவையாக இருந்தன என்று மனம் திறந்து பாராட்டுகிறார் யுவான் சுவாங். இந்தியா முழுவதிலுமிருந்து பிக்குகளைத் திரட்டி பௌத்தக் கோட்பாடுகளை விவாதிப்பவராகவும் தத்துவார்த்த ரீதியில் பௌத்தத்தை வலுப்படுத்துபவராகவும் திகழ்ந்திருக்கிறார். அசோகர் போல் ஆயிரக்கணக்கான தூண்களை இந்தியாவெங்கும் எழுப்பியிருக்கிறார். ஐந்தாண்டுகளுக்கு ஒருமுறை ஏழைகளைத் திரட்டி உதவிகள் செய்வதை ஒரு வழக்கமாக வைத்திருக்கிறார்.

ஹர்ஷரை எல்லாத் தரப்பினரும் நேசிக்கிறார்கள் என்கிறார் யுவான் சுவாங். ஏடுகளைக் கற்றறிந்தவர்கள் ஹர்ஷரைத் தங்களில் ஒருவராகக் காண்கிறார்கள் என்றால் ஏதுமற்றவர்கள் அவரை ஒரு மீட்பராகக் காண்கிறார்கள். அறிவோடு பரிவும் இருப்பதால்தான் இது சாத்தியமாகிறது. அதனால்தான் 'நல்லொழுக்கத்தின் சூரியன்' என்று ஹர்ஷரை அழைத்து மகிழ்கிறார் யுவான் சுவாங்.

அவ்வப்போது நகர்வலம் செல்லும் வழக்கம் ஹர்ஷருக்கு இருந்திருக்கிறது. சிறு, குறு மன்னர்களை வரவழைத்து சந்திப்பதும் அவர்களைக் கட்டுக்குள் வைத்திருப்பதும் அவசியம் என்று ஹர்ஷர் கருதியிருக்கிறார். 'சர்வபள்ளிப்பட்டி' என்றொரு பதவி இருந்தது தெரிகிறது. கிராமங்களுக்குத் தலைமை தாங்குபவர் என்பது இதன் பொருள். மற்ற பதவிகளைப் பொருத்தவரை குப்தர் காலத்து நடைமுறையே பின்பற்றப் பட்டிருக்கலாம் என்கிறார்கள் வரலாற்றாசிரியர்கள்.

மக்கள் வரிச்சுமையால் தத்தளிக்கக் கூடாது என்பதில் ஹர்ஷர் கவனமாக இருந்ததாக யுவான் சுவாங் எழுதுகிறார். ஒவ்வொரு விவசாயியும் விளைச்சலில் ஆறில் ஒரு பங்கை மன்னருக்கு அளிக்கவேண்டும். ஹர்ஷர் வைசியப் பிரிவைச் சேர்ந்தவர் என்கிறார் யுவான் சுவாங். இதை உறுதி செய்யும் சான்றுகள் எதுவுமில்லை. கிடைத்திருக்கும் கல்வெட்டு ஆதாரங்களின்படி புஷ்யபூதி வம்சத்தினர் சூரியனை வழிபட்டதாகத் தெரிகிறது. ஹர்ஷருக்கு முன்பாக அவர் அண்ணன் ராஜ்யவர்தனர் புத்தரை வழிபட்டிருக்கிறார். சிவனை வழிபட்டு வந்தபோதே ஹர்ஷருக்கு பௌத்தத்திலும் நாட்டம் ஏற்பட்டிருக்கிறது.

ஹர்ஷரின் கலைத்திறன் குறிப்பிடத்தக்கது. மூன்று நாடகங்களை ஹர்ஷரே எழுதியிருப்பதாகத் தெரிகிறது. அவை ரத்னாவளி, ப்ரியதர்ஷிகா, நாகநந்தா. முதலிரண்டும் நகைச்சுவை காதல் கதைகள். நாகநந்தா ஒரு போதிசத்துவரைப் பற்றியது. இவை போக ஓர் இலக்கண நூலையும் இரண்டு சூத்திரங்களையும் இயற்றியிருக்கிறார்.

ஹர்ஷரே தன் கைப்பட சில கல்வெட்டுகளை உருவாக்கிய தாகவும் தெரிகிறது. இன்றைய உத்தரப்பிரதேசத்திலுள்ள பான்ஸ்கரா கல்வெட்டில் ஹர்ஷரின் கையொப்பம் இடம் பெற்றுள்ளது. அவருடைய அழகிய, ஓவிய பாணியிலான கையெழுத்தையும் அதில் காணமுடிகிறது. ஹர்ஷர் ஒரு தேர்ந்த வீணை இசைக்கலைஞரும்கூட என்கிறார் பாணபட்டர். கவிதைகளிலும் அவருக்கு ஆர்வம் இருந்திருக்கிறது. பாணபட்டர் போக மயூரா என்னும் கவிஞரும் ஹர்ஷரின் அவையில் இடம்பெற்றிருக்கிறார்.

இந்தியாவின் தலைசிறந்த மன்னர்களில் ஒருவராக ஹர்ஷரை நிலைநிறுத்துகிறார் யுவான் சுவாங். ஹர்ஷர் மீது அவர் கொண்டிருந்த பேரார்வத்தை அவருடைய பதிவுகள் நமக்கு வெளிப்படுத்திவிடுகின்றன. ஒரு தலை ஆர்வமாக இது நின்றுவிடவில்லை. யுவான் சுவாங்கின் புகழ் மெல்ல, மெல்ல பரவியதைத் தொடர்ந்து 'யார் இந்தச் சீனப் பயணி?' என்று ஹர்ஷரும் ஆர்வத்தோடு விசாரித்திருப்பதாகத் தெரிகிறது. கற்றாரைக் கற்றாரே காமுறுவர் என்பது சரிதான் போலிருக்கிறது.

- 41 -

நாளந்தா என்றோர் உலகம்

சீனாவிலிருந்து புறப்பட்டு எட்டாண்டுகள் கழிந்த பிறகே புத்தரோடு தொடர்புடைய நான்கு புனித இடங்களையும் யுவான் சுவாங்கால் தரிசிக்கமுடிந்தது. புத்தர் பிறந்த லும்பினி, போதி மரத்தடியில் அமர்ந்து தியானம் புரிந்த புத்தகயா, முதல் போதனையை நிகழ்த்திய சாரநாத், பரி நிர்வாணம் அடைந்த குஷிநகர் ஆகியவையே அந்த நான்கு இடங்கள்.

இவற்றுள் சாரநாத் இந்துக்களின் புண்ணிய பூமியான வாரணாசியில் அமைந்திருந்தது. புத்தரைக் காண வந்தவரை முதலில் சிவனே வரவேற்றிருக்கிறார். ஆனால், யுவான் சுவாங் சங்கடப்பட்டதாகத் தெரியவில்லை. மாறாக, நூறடி உயரத்தில் கங்கை நதிக்கரையில் எழுந்தருளியிருந்த சிவனை ஆர்வத்தோடு கண்டு ரசித்திருக்கிறார். பார்ப்போரைக் கவர்ந்து இழுக்கும் பிரம்மாண்டமான சிலை என்றும் வர்ணிக்கிறார். அவர் கணக்கின்படி வாரணாசியில் நூறு தேவ கோயில்கள் அமைந்திருக்கின்றன. பத்தாயிரத்துக்கும் அதிகமான இந்துக்கள் வாழ்ந்துவந்தனர். இறை நம்பிக்கையற்ற பலரும் வீதிகளில் சுற்றித் திரிகின்றனர். உடல் முழுக்கச் சாம்பலைப்

பூசிக்கொண்டும் ஆடைகூட அணியாமலும் சிலர் உலா வந்துகொண்டிருந்ததைப் பார்த்தேன் என்கிறார்.

புத்தகயாவிலிருந்து 60 மைல் தொலைவில் இன்றைய பிகாரில் (அன்றைய மகதம்) அமைந்திருந்தது நாளந்தா. யுவான் சுவாங் குறித்துக் கேள்விப்பட்டு அங்கிருந்த நான்கு பிக்குகள் கிளம்பி வந்து அவரை வரவேற்றனர். நாளந்தாவின் அழைப்பை, புத்தரின் அழைப்பாகவே ஏற்றுக்கொண்டார் யுவான் சுவாங். நாளந்தாவில் பத்தாயிரம் பேர் திரண்டு வந்து அவரை உள்ளே அழைத்துச் சென்றார்கள். 'மரியாதைக்குரியவர்' என்று அவர்கள் அழைத்த ஒருவரிடம் யுவான் சுவாங்கை அழைத்துச் சென்றிருக்கிறார்கள். அவர் பெயர் சிலபத்திரா. மறந்தும் பெயரைக் குறிப்பிடக் கூடாது என்று அறிவுறுத்தியதோடு அவருக்கு எப்படி மரியாதை செய்யவேண்டும் என்பதையும் விரிவாக விளக்கினார்கள்.

சீனப் பேரரசரைச் சந்திக்கச் செல்வது போல் பய பக்தியோடு நுழைந்து, குழந்தை போல் கைகளாலும் முழங்கால்களாலும் தவழ்ந்து சென்று, தலை தரையில்படும்படி விழுந்து வணங்கி இயிருக்கிறார். மரியாதைக்குரிவர் கண்ணசைத்ததும் ஓர் இருக்கை கொண்டுவரப்பட்டது. யுவான் சுவாங் அமர்ந்தார். 'சொல்லுங்கள். நீங்கள் யார்? உங்களுக்கு என்ன வேண்டும்?'

தங்களிடம் யோக மரபுகள் கற்பதற்காகச் சீனா எனும் தேசத்தில் இருந்து வந்துள்ளேன் என்று யுவான் சுவாங் அடக்கத்தோடு அறிவித்தார். உடனே மரியாதைக்குரியவரின் கண்களிலிருந்து பொல பொலவென்று நீர் பெருக ஆரம்பித்துவிட்டது. அவர் உணர்ச்சிவசப்பட்டதற்கான காரணத்தை அருகிலிருந்தவர்கள் விளக்கினார்கள். மரியாதைக்குரியவரை ஒரு பெரும் நோய் தாக்கியிருக்கிறதாம். மூன்றாண்டுகளுக்கு முன்பு நிலைமை தீவிரமடைந்ததைத் தொடர்ந்து, வாழ்வை முடித்துக்கொள்ளும் மனநிலைக்கு அவர் வந்துவிட்டாராம். வடக்கிருந்து உயிர் துறக்கும் முடிவை அவர் எடுத்த நேரம் பார்த்து ஒரு கனவு வந்திருக்கிறது. மூன்று போதிசத்துவர்கள் தோன்றி இருக்கிறார்கள். முற்பிறவியில் செய்த ஊழ் காரணமாகவே இந்நோய் உங்களுக்கு வந்திருக்கிறது. உயிர் துறப்பது சரியான முடிவல்ல. யோக வழிமுறைகள் குறித்து அறியாத ஒருவர் உங்களிடம் வந்து எனக்குக் கற்றுக்கொடுங்கள் என்று வேண்டி நிற்பார். அப்போது அவருக்குப் பாடம் எடுத்தால் உங்கள் நோய் நீங்கும்!

கனவைக் கேட்டதும் யுவான் சுவாங் உணர்ச்சிக்கடலில் மூழ்கிவிட்டார். பிறகென்ன? நாளந்தாவில் நான்காவது மாடியில் யுவான் சுவாங்குக்கு உடனே அறை ஒதுக்கிக்கொடுக்கப்பட்டது. யுவான் சுவாங் வருவதற்கு குறைந்தது 7 நூற்றாண்டுகளுக்கு முன்பிருந்தே அது இயங்கி வந்திருக்கவேண்டும். இருந்தாலும் நாளந்தாவில் தங்கிப் படிப்பது எப்படி இருக்கும் என்பதை யுவான் சுவாங்கின் குறிப்புகளிலிருந்தே நம்மால் விரிவாக அறிந்து கொள்ளமுடிகிறது. நாளந்தாவைக் காண முடியாத நம் ஏக்கம் அவர் குறிப்புகளை வாசிக்கும்போது ஓரளவுக்குக் குறையலாம். அதிகரிக்கவும் செய்யலாம்.

சுற்றிலும் செங்கல் சுவர். ஒரு கதவைத் திறந்து நடந்தால் நேராகப் பல்கலைக்கழகத்துக்குச் சென்றுவிடலாம். வழிபடவேண்டு மானால் மையத்துக்குச் செல்லவேண்டும். அங்கேதான் எட்டு மடாலயங்கள் ஒரு தொகுப்பாக அமைந்துள்ளன. உள்ளே நடந்து செல்லும்போது அழகிய, உயரமான கோபுரங்களை நீங்கள் நிச்சயம் காண்பீர்கள். பல்கலைக்கழகக் கட்டடத்தின் உயரம் என்னவென்று தெரியவில்லை. யுவான் சுவாங் தங்கியிருந்தது நான்காம் மாடியில். அறையிலிருக்கும் ஜன்னலைத் திறந்தால் குளிர்ந்த காற்று வருடிக்கொடுக்கும். மேகங்கள் மிதந்து, மிதந்து வருவதையும் போவதையும் காணலாம். பனி மூட்டமாக இருக்கும்போது அருகிலிருக்கும் கோபுரம்கூடப் புகையில் கரைந்துவிடுமாம். மேகங்கள் எப்படிக் கலைந்தும் இணைந்தும் விதவிதமான உருவங்களைத் தோற்றுவிக்கின்றன என்பதைக் கூடக் கூர்ந்து கவனித்து மகிழ்ந்திருக்கிறார் யுவான் சுவாங்.

மொத்தம் பத்துக் குளங்கள். ஒவ்வொன்றும் பளிங்கு போல் தெளிந்து இருக்கும். குளத்துக்குள் நீலத் தாமரையும் வெளியில் அடர் சிவப்பு கனகாம்பரமும் அடர்த்தியாகச் சூழ்ந்திருக்கும். பலவிதமான தாவரங்கள் வளாகம் முழுக்கச் செழித்திருக்கும். செம்மஞ்சள் ஆடை தரித்த பிக்குகள் எப்போதும் எங்காவது வருவதும் போவதுமாக இருப்பார்கள். அவர்களுடைய தங்குமிடம் எவ்வாறு இருக்கும், இருப்பிடத்துக்கான முகப்பு எப்படி இருக்கும், மேற்கூரை எவ்வாறு அலங்கரிக்கப் பட்டிருக்கும் என்பதையெல்லாம் துல்லியமாக வர்ணிக்கிறார் யுவான் சுவாங். மாணவர்களுக்கு உரை நிகழ்த்த எட்டு அரங்கங்கள் அமைக்கப்பட்டிருந்தன. மொத்தம் ஐந்து கோயில்கள். மாணவர்களும் ஆசிரியர்களும் தங்குவதற்கான வசதி தனித்தனியே செய்யப்பட்டிருந்தன. நூலகங்கள் அகண்டு

நாளந்தா இடிபாடுகள்

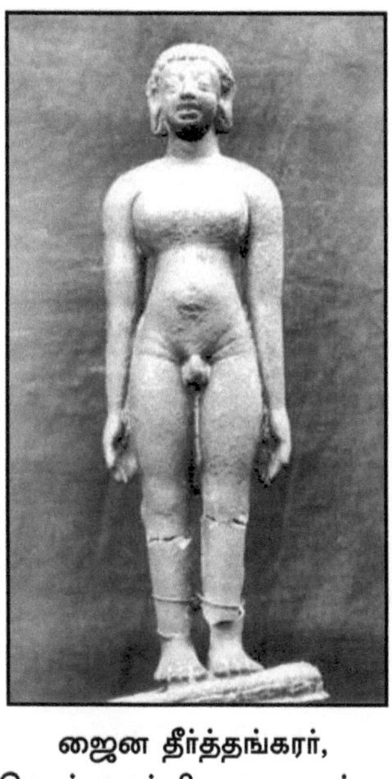

ஜைன தீர்த்தங்கரர்,
வெண்கலச் சிலை, நாளந்தா

அவலோகிதர் சிலை,
நாளந்தா

விரிந்திருந்தன. தக்க இடங்களில் கண்காணிப்புக் கோபுரங்கள் நின்றுகொண்டிருந்தன.

வளாகத்துக்குள் 300 அடி உயரத்தில் ஒரு பெரிய கோயில் அமைந்திருந்ததாகச் சொல்கிறார் யுவான் சுவாங். புத்த கயாவிலுள்ள மகாபோதி கோயிலை நினைவுபடுத்தும் வகையில் இக்கோயில் கட்டப்பட்டிருப்பதாகவும் அவர் சொல்கிறார். இன்று அதன் சிதிலங்களையே நம்மால் காணமுடிகிறது. பித்தளையால் உருவான கோயிலொன்றை ஹர்ஷர் அங்கே உருவாக்கியதாகவும் குறிப்புகள் உள்ளன. யுவான் சுவாங் அதையும் கண்டிருக்கலாம். ஆனால், எழுதவில்லை.

நாளந்தா வளாகத்தை ஆதரித்தவர்களில் முதன்மையானவர் ஹர்ஷர். கிட்டத்தட்ட 100 கிராமங்களை ஒதுக்கி, அவற்றிலிருந்து கிடைக்கும் வருமானத்தை நாளந்தா பெற்றுக்கொள்ளுமாறு அவர் ஏற்பாடு செய்திருந்தார். இந்தக் கிராமங்களிலிருந்து ஒவ்வொரு நாளும் 200 விவசாயக் குடும்பங்கள் இணைந்து அரிசி, வெண்ணெய், பால் ஆகியவற்றைக் குறிப்பிடத்தக்க அளவில் திரட்டியெடுத்துச் சென்று நாளந்தாவுக்கு அளிக்கவேண்டும் என்றும் அறிவுறுத்தப்பட்டிருந்தனர். துணிமணிகள், உணவு, பாய் படுக்கை, மருந்து மாத்திரைகள் ஆகியவற்றை வேறு கிராமங்களைச் சேர்ந்தவர்கள் வழங்குவார்கள். நாளந்தாவிலுள்ள அனைவருடைய தேவைகளும் இவ்வாறு திட்டமிட்டு நிறை வேற்றப்பட்டன. தனக்கு என்னவெல்லாம் வழங்கப்பட்டன என்பதை யுவான் சுவாங் பகிர்ந்துகொள்கிறார். நல்ல, சத்தான உணவு. நீளமான, நறுமணமுள்ள மகாஷாலி அரிசி அளந்து கொடுக்கிறார்கள். மகதத்தில் மட்டுமே இந்த வகை அரிசி விளைகிறது. நல்ல நிறமும் சுவையும் கொண்டிருக்கிறது. நெய் தருவார்கள். மென்று, சுவைக்க 120 வெற்றிலைகள் அளிக்கப் பட்டன. ஏலக்காய் கிடைத்தது.

ஒவ்வொரு நாளும் காலை மணியோசை கேட்கும். எல்லோரும் குளிக்க ஆரம்பிப்பார்கள். ஒரே நேரத்தில் நூற்றுக்கணக்கிலும் சில நேரம் ஆயிரக்கணக்கிலும்கூடப் பிக்குகள் குளத்துக்குச் செல்வதைப் பார்த்திருக்கிறேன் என்கிறார் யுவான் சுவாங். பத்துக் குளங்களும் நிரம்பி வழியுமாம். குளித்து முடித்ததும் வழிபாடு. அவரவர் அறையிலும் வழிபடலாம். கூட்டாகத் திரண்டும் வழிபடலாம். புத்தர், போதிசத்துவர், தாரா, ஹாரிதி போன்றோரை வழிபடுவது வழக்கம். ஊதுபத்தி, மலர்கள் ஆகியவற்றைக் கொண்டு வழிபடுவார்கள். ஹாரிதி சீன

பௌத்தர்கள் விரும்பும் பெண் கடவுள். ஹாரிதிக்குக் குழந்தைகளை மிகவும் பிடிக்கும். குழந்தைகளைக் காக்கும் கடவுளாக மாறுவதற்கு முன்பு குழந்தைகளை விழுங்கும் பூதமாக ஹாரிதி இருந்திருக்கிறார். பௌத்தம்தான் அவரை மென்மைப்படுத்தி கடவுளாக மாற்றியதாம். ஹாரிதியை ஏற்றுக்கொண்ட பிக்குகள் மட்டும் மலர்களுக்குப் பதிலாக உணவுப் பொருள்களைப் படைத்து வணங்குவது வழக்கம்.

வழிபாடு முடிந்ததும் வகுப்பறைக்குச் செல்லவேண்டும். அங்கே ஆசிரியர்கள் முறை வைத்துக்கொண்டு உரை நிகழ்த்துவார்கள். பிறகு உணவு நேரம். அதற்கும் பிரத்தியேக மணியோசை உண்டு. பொது சமையலறையோ உண்பதற்கான பொது இடமோ இருப்பது போல் தெரியவில்லை. பிக்குகள் தங்கியிருக்கும் இடத்துக்கே உணவு தேடிவரும். மீண்டும் வகுப்பறை. படிக்கலாம், விவாதிக்கலாம், உரைகள் கேட்கலாம். அதன்பின் வழிபாட்டு நேரம். தினமும் மூன்று முறை தொழவேண்டும். ஒவ்வொரு முறையும் பொதுவிடத்தில் கூடுவது கடினம் என்பதால் மாணவர்களைத் தேடி வந்து பிக்குகள் உச்சாடனங்கள் செய்வார்கள். மாணவர் கூடியிருக்கும் ஒவ்வோர் அரங்குக் குள்ளும் சென்று ஐந்து சுலோகங்களைச் சத்தம் போட்டு இசைப்பார்கள். பணியாளர்களும் பாலகர்களும் நறுமணப் பொருள்களையும் மலர்களையும் விளக்குகளையும் ஏந்திக் கொண்டு பிக்குகளைப் பின்தொடர்வார்கள். இரவிலும் மணியோசை கேட்கும். முதல் மணியோசையும் இறுதி மணியோசையும் தியானத்துக்கும் உச்சாடனத்துக்கும் ஆனவை. இடைப்பட்ட நேரத்தில் உறங்கலாம்.

பெரும்பாலான பிக்குகளுக்குத் தலா இரண்டு பணியாளர்கள் நியமிக்கப்பட்டிருந்தனர். யுவான் சுவாங்குக்கும் இந்த வசதி கிடைத்தது. வளாகத்துக்குள் அங்குமிங்கும் செல்வதற்குப் பல்லக்கு அளிக்கப்பட்டது. வெளியில் பயணம் மேற்கொள்வதற்கு வசதியாக ஒரு யானையும் அவருக்கென்றே ஒதுக்கப்பட்டது. சீனாவிலிருந்து வந்திருக்கும் பிக்கு என்பதால் யுவான் சுவாங்குக்கு இவையெல்லாம் கூடுதலாகக் கிடைத்தன. நாளந்தாவில் இருந்த ஆயிரக்கணக்கானவர்களில் பத்துப் பேருக்கு மட்டுமே இத்தகைய சிறப்பு வசதிகள் செய்து தரப்பட்டன என்பதையும் கவனிக்கவேண்டும்.

- 42 -

ஆசானும் மாணவனும்

எந்த நோக்கத்தோடு யுவான் சுவாங் சீனாவிலிருந்து கிளம்பினாரோ அந்த நோக்கம் நாளந்தாவில் நிறைவேறியது. மரியாதைக்குரிய சிலபத்திரா எடுத்த வகுப்புகளில் தன்னை முற்றிலுமாகப் பறிகொடுத்தார் யுவான் சுவாங். என்னுடைய வாழ்நாள் ஆசானை நான் கண்டுகொண்டேன் என்று சொல்லிச் சொல்லி மாய்ந்துபோனார். காலச் சக்கரத்தில் பின்னோக்கிச் சென்று இந்தியத் தத்துவ ஞானிகளோடு சில நூற்றாண்டுகள் ஒன்றாக வாழ்ந்த நிறைவு அவருக்கு ஏற்பட்டது. அவ்வளவு அற்புதமாக பண்டைய இந்தியத் தத்துவங்களைச் சாறு பிழிந்து யுவான் சுவாங்குக்கு ஊட்டியிருக்கிறார் சிலபத்திரா. சில குறிப்புகள்படி அப்போது அவர் வயது 104!

எவ்வளவோ அறிஞர்களைச் சந்தித்திருக்கிறார். எவ்வளவோ பேரிடம் கற்றிருக்கிறார். இருந்தாலும் சிலபத்திராவைத் தன்னுடைய முதன்மை ஆசானாக யுவான் சுவாங் வரித்துக் கொண்டது ஏன்? அவர் அளிக்கும் விளக்கம் இது. நான் குறிப்பிட்ட பிரிவைச் சேர்ந்தவன். எனவே அதை மட்டும் போதிக்கிறேன் என்று அவர் ஒருபோதும் சொன்னதில்லை.

பௌத்தத்தில் எவ்வளவு பிரிவுகள் உள்ளனவோ அனைத்தையும் அவர் கற்றுத் தேர்ந்திருந்தார். அனைத்திலும் நிபுணத்துவம் பெற்றிருந்தார். வேறுபாடு பாராட்டாமல் தனக்குத் தெரிந்த எல்லாவற்றையும் அவர் எங்களோடு பகிர்ந்துகொண்டார். குழப்பமின்றி, தெளிவாக விரிவுரையாற்றுவார். நாத்திகர்களின் வாதங்களைக்கூட அழகாக அவர் எடுத்துச் சொன்ன விதம் என்னைக் கவர்ந்தது. ஐயமின்றி இந்தியாவின் ஆன்மிகத் தலைவர் அவரே.

என்னென்ன தலைப்புகளில் வகுப்புகள் எடுக்கப்பட்டன என்பதை யுவான் சுவாங் விவரிக்கிறார். முதலில் பௌத்தம். மஹாயானத்தோடு பதினெட்டு வகை ஹீனயானமும் கற்றுக் கொடுக்கப்பட்டன. வேதம், தர்க்கவியல், இலக்கணம், இலக்கியம், பண்டைய இந்தியத் தத்துவம், மருத்துவம், கணிதம், வானியல் போன்றவையும் விரிவாக அறிமுகப்படுத்தப்பட்டன. ஒவ்வொன்றுக்கும் தனித்தனி வகுப்புகள். உலகின் பல மூலைகளிலிருந்தும் மாணவர்களும் அறிஞர்களும் வகுப்பறை களில் திரண்டிருந்தனர். எல்லோரும் பௌத்தர்கள் என்றும் சொல்லிவிட முடியாது.

முன்பே தெரியும் என்றாலும் நாளந்தாவில் சமஸ்கிருதத்தை மேலதிகம் ஆழமாக யுவான் சுவாங் கற்றுத் தேர்ந்தார். அறிவை வசப்படுத்தவேண்டுமானால் முதலில் மொழியை வசப்படுத்துங்கள் என்கிறார் அவர். இந்தியர்களின் அறிவுக் கூர்மை அவர்களுடைய மொழிக்கூர்மையால் வந்த ஒன்று என்பது அவர் நம்பிக்கை. சமஸ்கிருதத்தையும் சீன மொழியையும் அருகருகில் நிறுத்தி ஒப்பிட்டு ஆராய்ந்தார். அந்த அணுகு முறையை அப்படியே நீட்டித்து இந்திய பௌத்தத்துக்கும் சீன பௌத்தத்துக்கும் இடையிலான ஒற்றுமைகளையும் வேறுபாடு களையும் அலசத் தொடங்கினார். இந்த ஒப்பீடு ஒரு பெரிய திறப்பை அவருக்கு அளித்தது. நாளந்தா ஏடுகளை மட்டும் அவருக்கு அறிமுகப்படுத்தவில்லை. ஓர் ஏட்டை எப்படிப் பார்வையிடவேண்டும், எப்படி வாசிக்கவேண்டும், வாசித்ததை எவற்றோடெல்லாம் தொடர்புபடுத்தி அலசவேண்டும், அலசியதிலிருந்து எதையெல்லாம் பெற்றுக்கொள்ளவேண்டும் என்று அனைத்தையும் நாளந்தா அவருக்குக் கற்றுக்கொடுத்தது. ஒரேயொரு தங்கக்காசு கிடைக்குமா என்று ஏங்கியவரின் கைகளைப் பிரித்து ஒரு புதையல் பானையைத் திணித்தது நாளந்தா.

நாளந்தா என்பது மூன்று சமஸ்கிருதச் சொற்களின் கூட்டுப்பெயர். பொருள், 'அறிவெனும் பரிசைத் தடையின்றி அள்ளிக் கொடுத்தல்.' இதைவிடவும் பொருத்தமான பெயர் இருந்துவிட முடியாது என்று நினைத்துக்கொண்டார் யுவான் சுவாங். இளையவர், மூத்தவர் என்று பேதம் பிரிக்காமல் எல்லோரும் எல்லோரோடும் விவாதித்தார்கள். ஒரு கேள்வியை யார் எழுப்புகிறார், அவர் வயது என்ன, பின்னணி என்ன என்பதை எல்லாம் பொருட்படுத்தாமல் அந்தக் கேள்விக்குக் கூட்டாக விடை தேடினார்கள். எல்லோரும் எல்லோருக்கும் கற்றுக் கொடுத்தார்கள். எல்லோரும் எல்லோரிடமிருந்தும் கற்றுக் கொண்டார்கள்.

ஐம்பது புத்தகங்களைக் கற்றவர்கள் அனைவரிலும் சிறந்தவர் களாகக் கருதப்பட்டு மேல்நிலையில் வைக்கப்பட்டனர். யுவான் சுவாங் வந்தபோது ஒன்பது பிக்குகள் மட்டுமே உயர்நிலை மாணவர்களாக இருந்தனர். விரைவில் யுவான் சுவாங்குக்கும் அந்தச் சிறு குழுவில் இடம் கிடைத்தது. அங்கிருந்து விடை பெற்றுக்கொண்டு இந்தியாவின் நீள அகலங்களையெல்லாம் சுற்றித் திரிந்தபிறகு மீண்டும் நாளந்தாவுக்கு 642ஆம் ஆண்டு இறுதியில் திரும்பி வந்தார் யுவான் சுவாங். முதல் வருகையின் போது அவர் மாணவர். இப்போது அவர் ஆசிரியர். எந்த வகுப்பறையில் அமர்ந்து கற்றாரோ அங்கே சென்று திரண்டிருந்த மாணவர்களுக்குப் பேருரை ஆற்றினார். கற்பித்தலிலும் சிறந்து விளங்கியதால் நூலொன்று எழுதுங்களேன் என்று கேட்டுக் கொண்டார்கள். போதித்தல் தொடர்பாக 3000 செய்யுள் பத்தி அளவில் ஏடொன்றை எழுதினார். நாளந்தாவின் பாராட்டுகளை அள்ளிக்குவித்துக்கொண்ட அந்த ஏட்டை இன்று காண முடியவில்லை.

இந்தியாவிடமிருந்து பெற்றுக்கொண்டவராக மட்டுமின்றி, இந்தியாவுக்குத் தன்னால் இயன்றதை அளித்தவராகவும் யுவான் சுவாங் இன்று அறியப்படுகிறார். சீனாவில் கிடைக்காத ஏடுகளைக் கண்டறிந்து சுமந்துசென்றதைப் போலவே இந்தியர்கள் அறிந்திராத சீன ஏடுகள் எவையென்பதைக் கூர்ந்து கவனித்து அவற்றை அறிமுகப்படுத்தினார். அந்த வகையில் இரு பெரும் நிலங்களின் பண்பாட்டுக் கலப்புக்கும் அறிவுப் பரிமாற்றத்துக்கும் யுவான் சுவாங் பங்களித்திருக்கிறார்.

தர்க்கங்களில் ஓடோடிச் சென்று கலந்துகொள்வார். தோற்க நேர்ந்தால் கவலையே கொள்ளமாட்டார். ஆம், இவர் என்னை

நாளந்தா இடிபாடுகளில்
கிடைத்த போதிசத்வர்

கோயிலுக்குள் அமர்ந்திருக்கும்
புத்தர், நாளந்தா

வெண்கலக் குபேரர் சிலை,
நாளந்தா

வெண்கலப் பிள்ளையார் சிலை,
நாளந்தா

வென்றுவிட்டார். சீன பிக்கு தோற்றுப்போய்விட்டார் என்று ஒப்புக்கொள்வார். அடக்கமானவராக, எல்லோருக்கும் பிடித்த மானவராக, அமைதியானவராக இருந்தார். ஆண்டுக்கணக்கில் இருந்துவிட்டேன். நான் கிளம்பட்டுமா என்று அவர் விண்ணப் பித்துக்கொண்டபோது, அதெப்படி நீங்கள் அப்படிச் சொல்லலாம் என்று அங்கிருந்தவர்கள் கிட்டத்தட்ட சண்டைக்கு வந்துவிட்டார்கள். சீனா மோசமான நிலம். நீங்கள் அங்கிருக்க வேண்டியவரே இல்லை, தெரியுமா என்றெல்லாம்கூட வாதம் புரிந்து பார்த்தார்கள்.

யுவான் சுவாங்கின் மனதை மாற்ற முடியாது என்பது தெரிந்ததும் அவரைச் சிலபத்திராவிடம் அழைத்துச் சென்றார்கள். ஆசானின் சொல்லைக்கூட மீறிவிடுவாரா என்ன, அதையும் பார்த்து விடுவோம்! ஆனால், ஆசான் தன் முன்னால் குழைவோடு நின்ற சீனரின் தவிப்பைப் புரிந்துகொண்டார். நாளந்தா ஒரு மகத்தான பூஞ்சோலையாக இருக்கலாம். யுவான் சுவாங்கோ துடிப்பான தேனீ. இதையும் கடந்து அவர் பறக்கவேண்டும். மேலும் பல சோலைகளில் தங்கி, தேன் திரட்டவேண்டும். அவர் பாதையை முடக்குவது சரியல்ல என்பது அவருக்குத் தெரிந்தது. போதிசத்துவரின் விருப்பம் எதுவோ அதுவே நிறைவேறட்டும். யுவான் சுவாங்கை யாரும் தடுத்து நிறுத்த முயற்சிக்க வேண்டாம் என்று அறிவித்ததோடு, மனமார தன் மாணவரை வாழ்த்தி, அறிவுறுத்தி வழியனுப்பிவைத்தார்.

சிலபத்திரா மரணப்படுக்கையில் இருந்தபோது யுவான் சுவாங் பயணத்தில் இருந்தார். உங்களைப் பற்றி அவர் இப்போதும் விசாரிக்கிறார் என்று பிரதான பிக்கு ஒருவர் அவருக்கு எழுதியபோது யுவான் சுவாங் துடிதுடித்துப்போனார். என் இதயத்தை யாரோ பிளந்தது போல் இருக்கிறது என்று கண்ணீரோடு பதில் அனுப்பினார். துக்கப் பெருங்கடலில் கப்பல் கவிழ்ந்தது போல் தத்தளிக்கிறேன். இந்த வலியிலிருந்து நான் எப்படி மீளப்போகிறேன்? மீட்சி என்றொன்று உண்டா! மலை போல் ஓங்கி உயர்ந்தவர் என் ஆசான். அவரைப் போன்ற தனித்தன்மை மிக்க ஓர் ஆசிரியரை இனி எங்கே நான் காண்பேன்! புத்தரின் பண்புகளும் தத்துவஞானி நாகார்ஜுனரின் அறிவுக்கூர்மையும் இணைந்த பேரதிசயம் அல்லவா அவர்!

உண்மை தேடி இந்தியா வந்தபோது நான் அறிவற்றவனாக இருந்தேன். அன்று என்னைக் கண்டவர்கள் சராசரி மனிதன்

என்றே என்னை எடைபோட்டிருப்பார்கள். அது சரியான மதிப்பீடே. அப்படிப்பட்ட எனக்கு ஆசானைச் சந்திக்கும் வாய்ப்பு அமைந்ததை என்னவென்று சொல்ல! அவருடைய அரவணைப்பு அல்லவா என்னை மாற்றியமைத்தது! அவரல்லவா என்னை உருவாக்கியவர்!

நான் விடைபெறுவதற்கு முன்பு அவர் எனக்கு ஓதிய அறிவுரைகள் இன்னமும் என் செவிகளில் பசுமையாக நிறைந்திருக்கின்றன. அவர் மேலும் மேலும் பல ஆண்டுகள் நீடித்து வாழவேண்டும். அறியாமை இருள் அகற்றும் வெளிச்சத்தை அள்ளி அள்ளி இவ்வையகத்தின்மீது பாய்ச்சவேண்டும் என்று விரும்பினேன். நம்மிடமிருந்து அவர் ஒருநாள் விடைபெற்றுச் சென்றுவிடுவார் என்று எண்ணியும் பார்த்ததில்லை நான். அந்த நினைப்பையே என்னால் தாங்கிக்கொள்ள முடியவில்லையே! என்னதான் செய்வது! உலகின் விதி இதுதான் என்றால் நீங்களும் நானும் என்னதான் செய்துவிடமுடியும்?

உணர்வுக்கடலில் தத்தளிக்கும் ஒரு மனிதரை இந்தக் கடிதத்தில் நாம் தரிசிக்கிறோம். மெல்ல, மெல்லதான் தன்னை மீட்டெடுத்துக்கொண்டார் யுவான் சுவாங். தனது துக்கத்தையும் தவிப்பையும் பயணத்தில் தொலைத்துவிட முடியுமா என்று பார்த்தார். அசாமைக் கடந்துவந்து இப்போது ஒரிசாவில் திரிந்து கொண்டிருந்தார். இரவு நேர வானத்தைக் கண்டார். மேகம் இல்லாத தெளிவான இருள் வானம். அப்படியே பார்த்துக் கொண்டு நின்றார். மாணிக்கக்கல் ஒன்று தன்னந்தனியாக ஒளி வீசிக்கொண்டிருப்பது போல் இருந்தது. அப்படியொரு கல் அந்தரத்தில் தோன்றிவிட முடியாது என்பதை அவர் அறிவார். ஆனாலும் ஏன் அப்படியொரு காட்சி தோன்றவேண்டும் என்றும் அவருக்குத் தெரியவில்லை. இருள் நிரந்தரமில்லை என்று சொல்கிறதா மாணிக்கம்? அல்லது ஒளி நிரந்தரமில்லை என்று சொல்கிறதா இருள் வானம்? அல்லது இரண்டும் அருகருகில் இருப்பதுதான் வாழ்க்கை என்பதை வேறு யாரோ எனக்கு உணர்த்துகிறார்களா?

- 43 -

விடைபெறும் சீனர்

இந்தியா யுவான் சுவாங்கின் இரண்டாவது தாய் நாடாக மாறியிருந்தது. சீனா அவர் பிறப்பிடம் என்றால் இந்தியா அவரை அள்ளியெடுத்து, அறிவுப்பால் புகட்டி, வளர்த்தெடுத்த வளர்ப்பிடம். தன் உள்ளங்கை ரேகை போல் இந்தியாவின் வரைபடத்தை இப்போது அவர் அறிந்து வைத்திருந்தார். பணிவான பிக்குகள் தொடங்கி படோடோபமான மன்னர்கள் வரை பலர் அவருக்கு நெருக்கமானவர்களாக மாறியிருந்தனர். யுவான் சுவாங் என்னோடுதான் தங்கியிருக்கவேண்டும் என்று அசாம் மன்னரும் இல்லை, அவர் என்னை அறிவார், என் அரண்மனையில்தான் அவர் இருக்கவேண்டும் என்று ஹர்ஷரும் ஒருமுறை சொற்போர் புரிந்துகொள்ளும் அளவுக்கு அவர் செல்வாக்குப் பலமாகப் படர்ந்திருந்தது. இது என் நிலம் என்று யுவான் சுவாங்கால் உரிமையோடு இந்தியாவை அணைத்துக் கொள்ளமுடிந்தது என்றால் இவர் என்னுடையவர் என்று இந்தியாவும் அவர் கரங்களைப் பற்றிக்கொண்டது. ஒரு பயணி இதைவிடத் தன் வாழ்நாளில் வேறு என்ன எதிர்பார்த்து விடமுடியும்?

யுவான் சுவாங்கின் பயணம் தெற்கிலும் நீண்டுசென்றது. கோசலம், ஆந்திரம் வழியாக நீண்ட வனப் பகுதிகளைக் கடந்து திராவிட நாட்டில் அமைந்துள்ள 'காஞ்சிபுலோ' எனும் பகுதிக்கு வந்து சேர்ந்தார். பெயரைப் பார்க்கும்போதே அது காஞ்சிபுரம் என்று தெரிந்துவிடுகிறது.

பழமும் பூவும் செழித்து வளரும் வளமான பூமி என்று காஞ்சியை அழைக்கிறார் யுவான் சுவாங். பல்லவர் தலைநகரமான காஞ்சியின் மக்கள் வீரமிக்கவர்களாகவும் நம்பிக்கைக்குரியவர் களாகவும் நன்கு கற்றறிந்தவர்களாகவும் இருக்கிறார்கள். அவர்கள் பேசுவதையும் எழுதுவதையும் பார்க்கும்போது அது இந்தியாவின் எந்த மொழி போலவும் இல்லை. நூறு பௌத்த மடாலயங்களும் 80 தேவ கோயில்களும் காஞ்சியில் இருக்கின்றன. இந்தக் கோயில்களில் பெரும்பாலானவை திகம்பரர்களுடையவை என்று குறிப்பிடுகிறார். பௌத்த மடாலயங்களில் சிறிது காலம் தங்கியிருந்து அங்குள்ள ஏடுகளைக் கற்றார். மனம் நிறைந்து போனது. வீடு திரும்பும் பெரும் பயணம் தொடங்கியது காஞ்சியிலிருந்துதான்.

ஒரேயொரு சந்திப்பு மட்டும்தான் எஞ்சியிருந்தது. விடை பெறுவதற்கு முன்பு நிச்சயம் உங்களை வந்து பார்ப்பேன் என்று ஹர்ஷரிடம் வாக்குறுதி அளித்திருந்தார். அதை நிறைவேற்ற வேண்டிய தருணம் வந்துவிட்டது என்று நினைக்கும்போதே, மறக்காமல் என்னை வந்து பாருங்கள் என்று அசாம் மன்னர் ஒரு தூதுவரைவிட்டுச் செய்தி அனுப்பியிருந்தார்.

மறுக்க முடியவில்லை. பலத்த வரவேற்புகளுக்கு மத்தியில் இரண்டு மாதங்கள் அசாமில் தங்கினார். ஒரிசா போர்க்களத்தில் இருந்து அப்போதுதான் திரும்பியிருந்த ஹர்ஷருக்கு இந்தத் தகவல் சென்று சேர்ந்ததும், அதெப்படி நீங்கள் அசாமுக்குப் போகலாம்? கையோடு கிளம்பி வந்து சேரவும் என்று உத்தரவு பிறப்பித்தார். என்ன பெரிய ஹர்ஷர்? அவர் சொன்னால் அனுப்பி விடவேண்டுமா என்று ஆரம்பத்தில் முரண்டு பிடித்தாலும் பின்னர் பணிந்து யுவான் சுவாங்கை வழியனுப்பி வைத்தார் அசாம் மன்னர். இவ்வளவுக்கும் அவர் ஓர் இந்து. ஏனோ யுவான் சுவாங்கை அவருக்கு அவ்வளவு பிடித்துவிட்டது.

நள்ளிரவு ஆகிவிட்டது என்றாலும் யுவான் சுவாங்கைத் தானே முன்வந்து வரவேற்றார் ஹர்ஷர். நாளந்தா அனுபவங்களைக்

கேட்டுத் தெரிந்துகொண்டார். யுவான் சுவாங் இயற்றிய நூல்கள் குறித்தும் விசாரித்தார். யுவான் சுவாங்கின் தர்க்கத் திறனை நேரில் கண்டு ரசிக்கும் பொருட்டு மாபெரும் விவாதக் களமொன்றை ஹர்ஷர் கட்டமைத்தார். ஐந்து நாள்கள் நடைபெற்ற இந்நிகழ்வில் வெவ்வேறு தத்துவப் பின்புலத்தைச் சேர்ந்தவர்களோடு யுவான் சுவாங் விவாதங்களை நடத்தினார்.

ஐந்தாண்டுகளுக்கு ஒருமுறை 'மோட்சா' என்னும் பெயரில் தான தருமங்கள் அளிக்கும் நிகழ்வொன்றை ஹர்ஷர் நடத்துவது வழக்கம். யுவான் சுவாங் அந்நிகழ்விலும் கலந்துகொண்டார். ஹர்ஷர் தன்னிடமிருந்த விலைமதிக்கமுடியாத செல்வங்களை எல்லாம் வாரி, வாரி வழங்குவதைக் கண்ணால் கண்டதாக யுவான் சுவாங் குறிப்பிடுகிறார். சீனா திரும்பியதும் ஹர்ஷர் குறித்து அவர் எழுதிய பதிவில் இச்செய்தி இடம்பெற்றுள்ளது. சக பௌத்தர் எனும் வகையில் ஹர்ஷர் மீது யுவான் சுவாங் கொண்டிருந்த மதிப்பும் மரியாதையும் அவருடைய பதிவில் நிறைந்திருக்கிறது. இந்தியாவின் மகத்தான தலைவர் என்று ஹர்ஷரை உயர்த்திக் காட்டுகிறார் யுவான் சுவாங்.

ஹர்ஷரின் அன்பு அரவணைப்பிலிருந்து விடுபடுவதற்குள் போதும் போதுமென்றாகிவிடுகிறது யுவான் சுவாங்குக்கு. விடுவீர்களா மாட்டீர்களா என்று சண்டை மட்டும்தான் போட வில்லை. மனதைத் திடப்படுத்திக்கொண்டு சீனருக்கு ஹர்ஷர் ஏப்ரல் 643 இல் ஒரு வழியாக விடைகொடுத்து அனுப்பிவைத்தார். தன்னிடமிருந்த சிறந்த யானையைத் தேர்ந்தெடுத்து அதில் யுவான் சுவாங் அமர்வதை உறுதிசெய்துகொண்டார். தங்கம், வெள்ளி என்று தொடங்கி பலவிதமான மூட்டைகள் தனித்தனி வண்டிகளில் ஏற்றப்பட்டன.

ஹர்ஷருக்கும் யுவான் சுவாங்குக்குமான உறவு இந்தியா-சீனா உறவாகவும் பரிமளித்தது. சீன டாங் மன்னர் டாய்சோங் குறித்து சிறப்பான முறையில் யுவான் சுவாங் நிகழ்த்திய உரையால் கவரப்படும் ஹர்ஷர், சீன அரசவைக்குத் தன்னுடைய தூதுவர்களை நட்பு ரீதியில் அனுப்பி வைத்தார். சீன மன்னர் பதிலுக்குத் தன் தூதுவர்களை ஹர்ஷரின் அவைக்கு அனுப்பி வைத்தார். ஆனால், சீனத் தூதுக் குழு இந்தியாவை நெருங்கிக்கொண்டிருக்கும்போதே ஹர்ஷர் இறந்துவிட, வம்சத் தொடர்ச்சி இல்லாததால் அவருடைய பேரரசும் அவரோடு சேர்ந்து முடிவுக்கு வருகிறது.

திரும்பிச் செல்லும்போது இந்தியா குறித்த மிக உயர்ந்த சித்திரம் அவர் மனதில் உருவாகியிருந்தது. அந்தச் சித்திரத்தை வீடு திரும்பியதும் யுவான் சுவாங் பதிவு செய்தார். இந்தியாவின் பௌத்த வரலாற்றை எழுதுபவர்களுக்கு இன்றளவும் அவருடைய குறிப்புகள் உதவிக்கு வருகின்றன. கூடவே, இந்தியர்களின் சமூக வாழ்க்கை குறித்த தன் மனப்பதிவுகளையும் பொருத்தமான இடங்களில் எழுதி வைக்க அவர் தயங்கவில்லை.

அரிய ஏடுகள், கையெழுத்துப் படிகள், சித்திரங்கள், மொழி பெயர்ப்புகள், குறிப்புகள், நினைவுச் சின்னங்கள், சிலைகள் என்று மலையளவு மதிப்பு வாய்ந்த பெட்டகங்களைச் சுமந்து சென்றுகொண்டிருந்தார் யுவான் சுவாங். கண்கள் கனவுகளில் தோய்ந்திருந்தன. சிந்து நதியில் மிதந்துகொண்டிருந்த போது திடீரென்று எதிர்பாராத வகையில் சூறாவளிக் காற்று வீசுகிறது. படகுகள் தள்ளாடத் தொடங்குகின்றன. கரை ஒதுங்குவதற்குள் ஒரு படகு கிட்டத்தட்ட முழுக்கச் சாய்ந்துவிடுகிறது. சித்தம் துடிதுடிக்க, கலங்கிப்போனார் யுவான் சுவாங். படகில் இருந்த வரை மீட்டுவிட்டார்கள் என்றாலும் ஐம்பது கையெழுத்துப் பிரதிகள் நீருக்குள் பாய்ந்துவிட்டன. யுவான் சுவாங் தேடித்தேடி ஒரு மூட்டைக்குள் சேகரித்து வைத்திருந்த தாவர விதைகளும் மூழ்கிப்போயின.

விரைவில் தன்னை மீட்டெடுத்துக்கொண்டார் யுவான் சுவாங். கணக்கெடுப்பு ஒன்றை நடத்தினார். என்னென்ன பிரதிகள் மூழ்கிப்போயின என்று பட்டியலிட்டார். தகவல் அறிந்து அப்பகுதியைச் சேர்ந்த மன்னர் விரைந்து வந்து யுவான் சுவாங்கைச் சந்தித்தார். எனக்கு இன்னின்ன ஏடுகள் வேண்டும். தயவு செய்து பெற்றுக்கொடுக்க முடியுமா என்று அவரிடம் விண்ணப்பித்துக்கொண்டார் யுவான் சுவாங். தொலைந்த அனைத்தும் திரும்பக் கிடைக்க இரு மாதங்கள் பிடித்தன. அந்த இரு மாதங்களும் இடத்தை விட்டு நகரவில்லை யுவான் சுவாங். ஒரு துண்டுச் சீட்டு பாக்கியில்லாமல் எல்லாம் கிடைத்து விட்டதை உறுதிசெய்துகொண்ட பிறகே பயணம் மேற்கொண்டு தொடர்ந்தது.

கிட்டத்தட்ட அதே வழித்தடம். அதே கடினமான பாதைகள், பாலைவனங்கள், மலைத்தொடர்கள், கானகங்கள். அதே காரவன் நெடும்பயணம். 645ஆம் ஆண்டு தொடங்கும்போது சீனாவை நன்றாக நெருங்கியிருந்தார் யுவான் சுவாங். கிளம்பிச் சென்று 16

ஆண்டுகளுக்குப் பிறகு தன் தாய்நிலத்தை மீண்டும் கண்டார். முறையான அனுமதி இல்லாததால் சீன அரசருக்குத் தெரியாமல் மறைந்து, மறைந்து தப்பியோடி வந்தது அவர் நினைவுக்கு வந்தது. அலைபாயும் மனம்கொண்ட, குழப்பமுள்ள ஒரு மாணவனை சீனா அனுப்பிவைத்திருந்தது. ஒரு மகத்தான தத்துவவாதியை, நன்கு கனிந்த ஒரு பௌத்தரை, கூர்மையான ஒரு சிந்தனையாளரைச் சீனாவுக்குத் திருப்பியனுப்பி இருந்தது இந்தியா. கம்பளிப்புழு வண்ணத்துப்பூச்சியாக மாறும் அதிசயத்துக்குச் சற்றும் குறைவில்லாத அதிசயம் இது.

வீடு திரும்பிய பௌத்தரை மிகுந்த ஆரவாரத்தோடும் உற்சாகத்தோடும் வரவேற்றது சீனா. யுவான் சுவாங்குக்குத் தக்கமுறையில் எவ்வாறு மரியாதை செலுத்துவது என்று தெரியாமல் தவித்தார் பேரரசர் டாய்சோங். அரசுப் பதவி, அங்கீகாரம், வெகுமானம், பட்டம் என்று என்னென்னவோ அளிப்பதாகச் சொல்லிப் பார்த்தார். எதற்கும் இணங்கவில்லை யுவான் சுவாங். நான் ஒரு துறவி. இறக்கும்வரை அவ்வாறு இருக்க மட்டுமே விரும்புகிறேன் என்று சொல்லிவிட்டார் அவர். எல்லாப் பரபரப்புகளிலிருந்தும் விலகிக்கொண்டார். ஒரு மடாலயம் அவரைத் தலைமை தாங்குமாறு கேட்டுக்கொண்டது. ஏற்றுக்கொண்டார். கொண்டுவந்த மூட்டைகளையெல்லாம் ஒவ்வொன்றாகப் பிரிக்க ஆரம்பித்தார். இளம் பிக்குகளிடம் சில ஏடுகளைக் கொடுத்து மொழிபெயர்க்குமாறு கேட்டுக் கொண்டார். அவர்கள் பிரதியை ஊன்றி வாசித்து, செப்பனிட்டார். வகுப்புகளை எடுத்தார். அனுபவங்களைப் பகிர்ந்துகொண்டார். மடாலயத்தில் ஒரு நூலகத்தை உருவாக்கும் பணியில் இறங்கினார்.

அறுநூறு பிரதிகள். ஏழு புத்தர் உருவச்சிலைகள். நூற்றுக்கும் அதிகமான நினைவுப்பொருள்கள். 664ஆம் ஆண்டு இறக்கும் போது யுவான் சுவாங்கின் சொத்து மதிப்பு இது.

- 44 -

அராபியர்களின் இந்தியா

இந்தியாவை முதன் முதலில் எழுத்தில் பதிவு செய்த ஹெரோடோட்டஸில் இருந்து தொடங்கினோம். அலெக்சாண்டர் தொடங்கி மெகஸ்தனிஸ் வரை இந்தியாவுக்கு வருகை தந்த சில கிரேக்கர்களைச் சந்தித்தோம். அவர்கள் விடை பெற்றுச் சென்றபின் சீன பௌத்தர்கள் இருவரின் கரங்களைப் பற்றிக்கொண்டு இந்தியாவை ஒரு சுற்றுச் சுற்றினோம். கிரேக்கர்களின் இந்தியா ஓர் அதிசய உலகமாக விரிந்தது என்றால் சீனர்களின் இந்தியா பௌத்தத் தலமாகத் திகழ்ந்தது. கிரேக்கர்கள் கற்பனையைக் குழைத்து எழுதினார்கள் என்றால் சீனர்கள் பக்தியில் திளைத்து எழுதினார்கள். அடுத்து, முற்றிலும் புதிய கண்களைக் கொண்டு வேறோர் இந்தியாவைக் கண்டு பிடிப்போம்.

அந்தக் கண்களின் உரிமையாளர், அல் மசூடி. (முழுப் பெயர், அபு அல் ஹசன் அலி இபன் அல் ஹுசைன் இபன் அலி அல் மசூடி). 896ஆம் ஆண்டு வாக்கில் பாக்தாத்தில் பிறந்தார். தந்தை அப்துல்லா இபன் மசூட், நபிகள் நாயகத்தின் தோழர்களில் ஒருவர். இதுதான் அல் மசூடியின் பின்னணி. இந்த இரு வரிகள்

மட்டும்தான் அவரைப் பற்றி நமக்குத் தெரியும். அதுவும்கூட அவரே எழுதி வைத்திருந்ததால்.

இது போதாது. உங்கள் வாழ்க்கையை விரிவாகச் சொல்லுங்கள் என்று அவரிடம் கேட்டிருந்தாலும், தான் சென்று வந்த இடங்களின் கதைகளைத்தான் அடுத்தடுத்து அவர் விவரித்திருப்பார். கிட்டத்தட்ட வாழ்நாள் முழுக்க உற்சாகம் பொங்கப் பொங்க உலகைச் சுற்றித் தீர்த்திருக்கிறார். நினைவு தெரிந்த நாள் தொடங்கி, நினைவு மங்கலாகி மறைந்தே போன இறுதிக் காலம் வரை வீட்டுக்கு வெளியில்தான் வாழ்ந்திருக்கிறார். நான் பயணம் செய்கிறேன். எனவே வாழ்கிறேன் என்பதுதான் அவருடைய வாழ்க்கைத் தத்துவமாக இருந்திருக்கும்.

அராபியா, பாரசீகம், ஆர்மினியா, ஜார்ஜியா, சிரியா, எகிப்து, கிழக்கு ஆப்பிரிக்கா, இந்தியா என்று அவர் பயணம் செய்த நிலங்கள் வளர்ந்துகொண்டே போகின்றன. காஸ்பியன் கடல், இந்தியப் பெருங்கடல், செங்கடல், மத்தியத் தரைக்கடல் அனைத்திலும் மிதந்திருக்கிறார். எப்படி இங்கெல்லாம் போனார்? யாருடனாவது இணைந்து போனாரா அல்லது தனியாகவா? இந்த இடங்களையெல்லாம் பார்க்கவேண்டும் என்னும் உந்துதலை எங்கிருந்து பெற்றார்? இவ்வளவு இடங்களைப் பார்ப்பதற்கு எவ்வளவு செலவாகியிருக்கும்? எங்கிருந்து அவருக்குப் பணம் கிடைத்தது? பாஹியானுக்கும் யுவான் சுவாங்குக்கும் பௌத்த மன்னர்கள் ஆதரவு அளித்தது போல் அராபியர் என்பதால் இஸ்லாமிய ஆட்சியாளர்களின் ஆதரவு இவருக்குக் கிடைத்ததா? ஆமென்றால், இஸ்லாமிய செல்வாக்கின் நிழலே படாத இடங்களுக்கும் அல்லவா சென்றிருக்கிறார்? எப்படிச் சாத்தியமானது?

அல் மசூடி ஒரு வணிகராக இருந்திருக்கலாம். எனவே, உலகத் தொடர்புகளும் நிதியும் கிடைப்பது சுலபமாக இருந்திருக்கும் என்று சிலர் யூகிக்கிறார்கள். மற்றபடி, புதிய நிலங்களைக் காணவேண்டும்; புதிய மக்களைச் சந்திக்கவேண்டும்; புதிது, புதிதாகக் கற்றுக்கொண்டே இருக்கவேண்டும் என்னும் துடிதுடிப்பை அவர் எங்கிருந்து பெற்றார் என்பதைச் சொல்லி விடலாம். சமகாலத்திலிருந்து.

அந்த வகையில், அல் மசூடி நற்பேறு பெற்றவர். அவர் பிறந்த இடம், பிறந்த காலம் இரண்டுமே அசாத்தியமான சிறப்பு மிக்கவை. இஸ்லாமியப் பொற்காலம் என்று வரலாறு

கட்டம்கட்டிக் குறித்து வைத்திருக்கும் காலத்தைச் (8 - 13ஆம் நூற்றாண்டுவரை) சேர்ந்தவர் அல் மசூடி. அந்தப் பொற்காலம் பிறந்தது அவர் பிறந்த பாக்தாத்தில். உலகின் பெருமிதமாக பாக்தாத் உயர்ந்திருந்த நேரம் அது. இன்றும் மலைக்க வைக்கும் மாபெரும் அறிவியக்கப் பணிகளை, பாக்தாத் அப்போதே முன்னோடியாக இருந்து ஆரம்பித்து வைத்தது. இதைச் செய்தவர் அன்றைய ஆட்சியாளர் ஹரூன் அல் ரஷித். நல்லறிவு இல்லம் (பைத் அல் ஹக்மா) என்னும் பெயரில் ஒரு பிரம்மாண்டமான நூலகத்தை அவர் பாக்தாத்தில் உருவாக்கினார். இந்தியாவுக்கு ஒரு நாளந்தா என்றால் மேற்குக்கு இந்த நூலகம்.

ஆயிரம் யானைகளின் பசியை ஒன்று சேர்த்தது போல் அறிவுப் பசிகொண்டிருந்தது பாக்தாத். பெரும் ஆள் படையைத் திரட்டி ஊர், உலகிலுள்ள எல்லா நூல்களையும் அள்ளியெடுத்து வந்து அரபியிலும் அராமிக்கிலும் மொழிபெயர்த்தார்கள். எந்தத் துறையையும் விட்டுவைக்கவில்லை. இந்தக் கருத்து நமக்கு ஒத்துவருமா? இது நமக்குத் தேவைதானா? இதை மொழி பெயர்த்தால் நம் நம்பிக்கைகளுக்கு ஏதேனும் இக்கட்டுகள் நேருமா என்றெல்லாம் ஒருவரும் தயங்கவில்லை. அரிய நூல்களைத் தேடித் தேடிச் சேர்த்தார்கள். தேடித் தேடி மொழி பெயர்த்தார்கள். உலகின் மாபெரும் மொழிபெயர்ப்பு இயக்கம் என்று இந்நிகழ்வைச் சொல்லலாம். நானும் ஏன் இதில் பங்கேற்கக் கூடாது என்று தேனீ போல் உலகெங்குமிருந்து அறிஞர்களும் ஆய்வாளர்களும் பாக்தாத்தை மொய்த்துக் கொண்டனர்.

பாக்தாத்தின் அறிவுத் தேடல் ஓர் ஆரோக்கியமான கிருமி போல் மெல்ல, மெல்ல பிற நிலங்களுக்கும் பரவத் தொடங்கியபோது உலகம் ஒரு பெரும் மறுமலர்ச்சியைத் தரிசித்தது. கல்வி, சட்டம், மதம், தத்துவம், கணிதம், இயற்பியல், வானியல், உயிரியல், மருத்துவம், இலக்கியம், கட்டடக் கலை என்று தொடங்கி இன்று நமக்குப் பழக்கமான எல்லாத் துறைகளிலும் புத்தொளி பரவியது. புது ரத்தம் பாய்ச்சப்பட்டது. பல துறைகள் புத்துயிர்ப்பு பெற்று எழுந்து நின்றன. இஸ்லாமிய அறிவொளி இயக்கத்தைக் கண்டு வியந்த ஐரோப்பா அவர்களிடமிருந்து பிரதிகளைப் பெற்றுக் கொண்டு தங்கள் மொழிக்குக் கொண்டு செல்ல ஆரம்பித்தது.

சாக்ரடீஸ், அரிஸ்டாட்டில், பிளேட்டோ தொடங்கி கிரேக்க செவ்வியல் படைப்புகள் பலவற்றை மறுகண்டுபிடிப்பு செய்து,

மொழியாக்கம் செய்து உலகுக்கு வழங்கியவர்கள் இஸ்லாமிய அறிஞர்கள்தாம்.

இஸ்லாமிய அறிவொளி எந்த மொழியைத் தீண்டுகிறதோ அந்த மொழி முன்பைக் காட்டிலும் அடர்த்தியாகச் சுடர்விட்டு எரிந்தது. எடுத்துக்காட்டுக்கு, அரபு தத்துவ நூல்களைச் சிலர் லத்தீனுக்கு மொழிபெயர்த்து எடுத்துச் சென்றனர். லத்தீன் தத்துவங்களின் வரலாறே அதன்பின் வேறொன்றாக மாறிப்போனது. இந்த மாற்றங்களின் ஒரு பகுதியாக, பல பிரதேசங்களை உள்ளடக்கிய பரந்து, விரிந்த இஸ்லாமியப் பேரரசு ஒன்று முதல் முறையாக வரலாற்றில் உருவானது.

ஆயிரம் ஆண்டுகள் கழித்து இதையெல்லாம் பார்க்கும்போது எல்லாமே நமக்கு விநோதமாகத் தோன்றும். அதிர்ச்சியாகவும். வாரி, வாரி வழங்கும் இடத்தில் இஸ்லாமிய உலகமும் நன்றியோடு பெற்றுக்கொள்ளும் இடத்தில் மேற்குலகமும் ஒரு காலத்தில் இருந்திருக்கும் என்பதை இன்று நம்மால் கற்பனையாவது செய்து பார்க்க முடிகிறதா? அறிவொளி இயக்கத்தின் பிறப்பிடம் என்று ஐரோப்பாவை இன்று நாம் கொண்டாடிக்கொண்டிருக்கிறோம். அந்த அறிவொளி இயக்கத்துக்கான விதைகளை அளித்தது இஸ்லாமிய உலகம். பற்றிக்கொள்ள ஏதுமின்றி பரிதவித்துக்கொண்டிருக்கும் இன்றைய பாக்தாத்திலிருந்துதான் ஒரு பெரும் பாய்ச்சல் அன்று நிகழ்ந்திருக்கிறது.

அல் மசூடி இஸ்லாமிய மறுமலர்ச்சியின் குழந்தை. அவரிடமிருந்தது இஸ்லாமிய உலகின் அறிவுப் பசி. அதுதான் அவர் தேடலைத் தொடங்கி வைத்தது. அதுதான் அவரை வீட்டிலிருந்து கிளப்பி, உலகம்தான் உன் வீடு என்று வழியனுப்பி வைத்தது. இன்னும், இன்னும் செல்லவேண்டும். இன்னும், இன்னும் கற்கவேண்டும். கற்றுக்கொண்டதையெல்லாம் உலகோடு பகிர்ந்துகொள்ளவேண்டும் என்று அவரை ஓயாமல் தூண்டிவிட்டுக்கொண்டே இருந்தது அந்தப் பசிதான்.

பயணி என்பது மட்டுமல்ல அவர் அடையாளம். அல் மசூடி ஒரு வரலாற்றாசிரியர். புவியியலில் தடம் பதித்தவர். இத்துறையின் வரலாற்றை எழுதுபவர்கள் இவரைப் பொருட்படுத்தியே ஆகவேண்டும். வானியலில் அவர் செலுத்திய ஆர்வம் அசாதாரணமானது. பங்களிப்பும் குறிப்பிடத்தக்கது. கணிதம் அவருக்குப் பிடித்தமான மற்றொரு துறை. மதம் அவருக்கு

நம்பிக்கை சார்ந்த ஒரு விஷயம் மட்டுமல்ல. மதத்தின் ஆன்மாவை அவர் விசாரணைக்கு உட்படுத்தியிருக்கிறார். பண்பாடுகள், மரபுகள், மொழிகள் ஆகியவை அவரை ஈர்த்த மற்ற துறைகள். இந்தத் துறைகள் எல்லாவற்றையும் அவர் கவனம் செலுத்தி ஆராய்ந்திருக்கிறார். எல்லாவற்றைக் குறித்தும் விரிவான பதிவுகளைச் செய்திருக்கிறார்.

அல் மசுடி

'அராபியர்களின் ஹெரோடோட்டஸ்' என்று அல் மசுடியை உலகம் அழைக்கிறது. வரலாற்றைப் புரிந்து கொள்ளும் முறையை, பதிவு செய்யும் போக்கைத் தனக்கேயுரிய தனித்துவமான முறையில் அரபுலகில் தொடங்கி வைத்தவர் இவரே. முப்பத்தைந்துக்கும் மேற்பட்ட நூல்களை அல் மசுடி எழுதியிருப்பதாகத் தெரிகிறது. நமக்குக் கிடைத்தவை இரண்டு மட்டுமே. சந்தேகமின்றிப் பேரிழப்புதான். ஆனால், அவருடைய முக்கியத்துவத்தை உணர்த்த இந்த இரு நூல்களே போதும்.

அல் மசுடி ஒரு கலைக்களஞ்சியம் என்கிறார்கள் அவரை வாசித்தவர்கள். தனது எழுத்துகள் வாயிலாக இந்தியாவை மத்திய கிழக்கு நாடுகளுக்கு அறிமுகம் செய்து வைத்தவர் அல் மசுடி என்கிறார் மௌலானா அபுல் கலாம் ஆசாத். அல் மசுடி ஓர் உலகப் பயணி. சிறந்த வரலாற்றாசிரியர். அவருக்கும் அவரைப் போன்ற பிற பயணிகளுக்கும் நாம் தக்க மரியாதை செலுத்தவேண்டும். அவர்களுடைய பதிவுகள்மூலம்தான் கடந்த காலத்தை நம்மால் தெரிந்துகொள்ளமுடிகிறது என்கிறார் ஜவாஹர்லால் நேரு.

அல் மசுடியை அறிமுகம் செய்துகொண்டுவிட்டோம். இனி அவர் கண்டுபிடித்த இந்தியாவை ஆராய்வோம்.

-45-

பண்டைய இந்து உலகம்

அல் மசுடி எப்போது பாக்தாத்திலிருந்து கிளம்பினார், எந்த வழியாக வந்தார், வழியில் எதையெல்லாம் கண்டார் என்று தெளிவாகத் தெரியவில்லை. ஆனால், ஆயிரம் ஆண்டுகளுக்கு முன்பு, அதாவது 915இல் இந்தியா வந்தடைந்தார் என்கின்றன குறிப்புகள். எல்லோரையும் போல் ஆப்கனிஸ்தான்தான் நுழை வாயிலாக இருந்து வரவேற்று இந்தியாவுக்கு அவரை அனுப்பி வைத்திருக்கிறது. இரண்டு ஆண்டுகள் இந்தியாவில் கழித்திருக்கிறார். இன்றைய மத்தியப்பிரதேசம், குஜராத், சிந்து ஆகியவை அவர் அதிகம் சுற்றித் திரிந்த பகுதிகள். சுற்ற முடியாத பகுதிகள் குறித்து தரவுகளைச் சேகரித்து, தனது பதிவுகளை எழுதியிருக்கிறார்.

மூன்று வழிகளில் அவர் தகவல்களைத் திரட்டியிருப்பதாகத் தெரிகிறது. முதலாவது, கள ஆய்வு. மலை, மேடு, காடு, வீதி என்று அலைந்து, ஆராய்ந்து அனுபவங்களைத் திரட்டுவார். விதவிதமான மனிதர்களிடம் உரையாடி, அவர்களிடமிருந்து வரலாற்றுக் குறிப்புகளையும் செவிவழிக்கதைகளையும் பெற்றுக் கொள்வார். வணிகர்கள், மாலுமிகள், ராணுவ வீரர்கள், உள்ளூர்

வரலாற்றைத் தெரிந்து வைத்திருப்பவர்கள், வழிபாட்டு இடங்களை நிர்வகிப்பவர்கள், மத அறிஞர்கள் என்று பலரிடம் அல் மசூடி உரையாடி, குறிப்பெடுத்துக்கொண்டிருந்தது தெரிகிறது.

இரண்டாவது, ஏடுகள். தனக்கு முன்பு எழுதப்பட்ட அராபிய நூல்களையும் பிற மொழிபெயர்ப்புகளையும் வாசித்து ஒரு குறிப்பிட்ட நிலத்தின் வரலாற்றைப் புரிந்துகொள்வது இரண்டாவது வழி. இஸ்லாமிய மறுமலர்ச்சி காரணமாக எல்லா வகையான ஏடுகளும் குறைந்த விலையில் அப்போது கிடைத்துவந்தன. ஏற்கெனவே பதிப்பிக்கப்பட்டவை போக, அல் மசூடியே பல இடங்களிலிருந்து ஆவணங்ளைத் திரட்டியிருப்பது தெரிகிறது. கல்வெட்டுகள், பண்டைய பதிவுகள், அரசு நிர்வாக ஆவணங்கள், கோயில் ஆவணங்கள் என்று பலதரப்பட்ட தரவுகளைத் திரட்டியதோடு, அவற்றையெல்லாம் தக்க முறையில் பயன்படுத்திக்கொண்டிருக்கிறார்.

ஆரம்பகால இந்தியாவின் கதையை அவர் சித்தரிக்கும் விதத்தைப் பார்க்கும்போது இந்த இரு வழிகளும் அவருக்கு உதவியிருப்பது தெரிகிறது. முன்பொரு காலத்தில், அதாவது மிக மிகப் பழங்காலத்தில் உலகம் மிகவும் அமைதியாக இருந்தது. மனிதர்கள் மிகவும் நல்லவர்களாக இருந்தனர். தேசங்கள் அடுத்தடுத்து தோன்ற ஆரம்பித்தன. அந்த வரிசையில் இந்தியாவும் பிறந்து வந்தது. இந்தியா தோன்றியதும் இந்துக்களும் தோன்றினர்.

ஒரு நாள் இந்துக்கள் ஒன்று சேர்ந்து தங்களுக்குள் ஒரு மன்னரைத் தேர்ந்தெடுத்தனர். அவர் பெயர், அல் பிரம்மன். மன்னர்களின் மன்னராக, சிறந்தவர்களிலும் சிறந்தவராக அவர் திகழ்ந்தார். அவர் ஆட்சி பொற்காலம் என்று சொல்லும்படியாகச் செழிப்பானதாக இருந்தது. அல் பிரம்மனின் வழிகாட்டுதலின் படி, அறிவில் சிறந்தவர்கள் முன்வந்து இந்தியாவை வழிநடத்தத் தொடங்கினார்கள். முக்கியப் பொறுப்புகள் அவர்களிடம் வந்துசேர்ந்தன. மாபெரும் கட்டுமானங்களை அவர்கள் எழுப்பினார்கள். கோள்களை ஆய்வு செய்து, பன்னிரண்டு ராசிகளைக் கண்டுபிடித்தார்கள். வாளையும் வேலையும் இன்னபிற ஆயுதங்களையும் படைத்தார்கள்.

அல் பிரம்மன் இந்துக்களை ஆண்டார் என்றால் அவருக்கும் மேலாக இருந்தபடி அனைத்தையும் கவனித்துக்கொண்டவர் சூரியன். அல் பிரம்மன் 366 ஆண்டுகள் ஆண்ட பிறகே இறந்து

போனார். அவருக்குப் பின் அவர் சந்ததியினர் வரிசையாக இந்தியாவை ஆண்டனர். அல் பிரம்மனின் வழித்தோன்றல்கள் பிராமணர்கள் என்று அழைக்கப்பட்டனர். இன்னமும்கூட அவர்கள் அதே பெயரில்தான் இந்தியாவில் அறியப்படுகிறார்கள் என்கிறார் அல் மசூடி.

இந்தியா உருவான காலம் தொடங்கி இன்றுவரை சமூகத்தின் உயர்ந்த இடத்தைப் பிராமணர்கள் தக்க வைத்துக்கொண்டிருக் கிறார்கள். இந்துக்கள் எல்லோரும் பிராமணர்களை மதிப்போடு நடத்துகிறார்கள். நம் எல்லோரையும்விடப் பிராமணர்கள் உயர்ந்த சாதியைச் சேர்ந்தவர்கள் என்பதை எல்லோரும் உணர்ந்திருக்கிறார்கள். பிராமணர்கள் இந்துக்களிடமிருந்து தங்களைத் தோற்றத்திலேயே வேறுபடுத்திக் காட்டிக்கொள் கிறார்கள். அவர்கள் மாமிசம் உண்பதில்லை. மஞ்சள் நிற நூலொன்றைக் கழுத்தில் குறுக்காக அணிந்துகொள்கிறார்கள். ஆண்கள், பெண்கள் இருவருமே இதை அணிந்துகொள்கிறார்கள் என்கிறார் அல் மசூடி.

அல் மசூடிக்குத் தத்துவம் பிடித்தமான துறை. அரிஸ்டாட்டில் மீது மிகுந்த அபிமானம் கொண்டவர். எனவே இந்து தத்துவங்கள் மீதும் அவர் ஆர்வம் திரும்பியிருக்கிறது. பண்டைய இந்தியாவில் ஏழு துறவிகள் இருந்தனர் (சப்த ரிஷிகளாக இருக்கலாம்). தத்துவ ஆராய்ச்சியில் ஈடுபடுவதுதான் அவர்களுடைய வேலை. அவர்கள் தங்களுக்குள் ஒன்றுகூடி அவ்வப்போது விவாதிப்பது வழக்கம். அவர்கள் விவாதம் எப்படியிருக்கும் என்பதற்கு உதாரணமாக ஓர் உரையாடலை நமக்குத் தருகிறார் அல் மசூடி.

‘நாமெல்லாம் எங்கிருந்து வந்தோம்? எங்கே சென்று கொண்டிருக்கிறோம்? நாம் சூனியத்திலிருந்து தோன்றி ஞானத்தை நோக்கி நகர்ந்துகொண்டிருக்கிறோமா அல்லது ஞானத்தோடு தோன்றி சூனியத்தை அடைவதற்காகப் பயணம் செய்துகொண்டிருக்கிறோமா? நம்மையெல்லாம் உருவாக்கி, உடலையும் உயிரையும் கொடுத்து இயங்க அனுமதிப்பதன் மூலம் கடவுள் பெறும் ஆதாயம் என்ன? நாமெல்லாம் மறைந்து போய்விட்டால் கடவுள் சந்திக்கும் இழப்புதான் என்ன? கடவுளும் நம்மைப் போன்றவர்தானா? அவருக்கும் விருப்பு வெறுப்புகள் இருக்குமா? அவரைப் புரிந்துகொள்வது ஏன் கடினமாக இருக்கிறது? ஏன் சிரமப்பட்டு நம்மை உருவாக்க வேண்டும், நாம் வாழ்வின் சுகங்களையெல்லாம் அனுபவித்து முடித்ததும் ஏன் சிரமப்பட்டு அழிக்கவேண்டும்?’

இப்படி ஒரு தத்துவ விவாதத்தை எழுவரும் சேர்ந்து தொடங்குவார்கள். பிறகு ஒருவர் மாற்றி ஒருவர் விவாதிப்பார்கள். இறுதியில் முடிவு போல் ஏதோ ஒன்று கிட்டும். இந்துக்கள் எல்லோரும் இவர்களுடைய விவாதங்களை ஊன்றி கவனித்து தெளிவடைவார்கள். சப்த ரிஷிகள் வந்தடைந்த முடிவை எல்லோரும் ஏற்றுக்கொண்டு இன்புறுவார்கள். இதுதான் பண்டைய இந்தியாவின் வழக்கம். இப்படித்தான் தத்துவம் வளர்ந்தது என்கிறார் மசூடி.

தத்துவத்திலிருந்துதான் பிளவுகளும் தோன்றியிருக்கின்றன. இந்துக்களில் ஒவ்வொரு பிரிவினரும் தங்களுக்கென்று வகுக்கப்பட்டுள்ள நெறியைப் பின்பற்றும் முறை பண்டைய காலங்களில் நிலவிவந்தது. ஆனால், காலப்போக்கில் இந்த ஒழுங்குமுறை குலைந்தது. தங்களுக்கான நெறிமுறைகளைப் பின்பற்ற அவர்கள் மறுத்தனர். எனவே பல்வேறு துண்டுகளாக அவர்கள் சிதறிப்போயினர் என்கிறார் அல் மசூடி.

பண்டைய இந்துக்கள் உலகை எவ்வாறு கண்டனர்? 70,000 ஆண்டுகளுக்கு ஒருமுறை உலகம் தன்னைத் தானே புதுப்பித்துக் கொள்ளும் என்று அவர்கள் நம்பினர். அது நடக்கும்போது பழைய உலகம் மறைந்து புதிய உலகம் உதிக்கும். பழைய உலகின் தாவரங்களும் விலங்குகளும் இருந்த இடத்தில் புதிய தாவரங்களும் விலங்குகளும் உருவாகும். புதிதாக உருவாகி வருபவை முன்பைவிடக் கூடுதல் வளர்ச்சியைப் பெற்றிருக்கும். சில இந்துக்கள் காலத்தை ஒரு சக்கரமாக உருவகித்தனர். பழைய உலகம் மறையாது. சுழற்சியில் திரும்பி வரும். மறையும். மீண்டும் தோன்றும்.

பண்டைய இந்தியாவை ஆண்ட ஒரு மன்னன்தான் சதுரங்க விளையாட்டைக் கண்டுபிடித்தான். அது குறித்து ஒரு நூலையும் அவன் இந்துக்களுக்காக எழுதி வைத்திருக்கிறான். இந்தியாவைப் பொருத்தவரை சதுரங்கம் வெறும் விளையாட்டு மட்டுமல்ல. சதுரங்கக் கட்டங்களை நட்சத்திரங்களோடு தொடர்புபடுத்தி ஏதேதோ கணக்கீடுகளை அவர்கள் செய்கிறார்கள். போரில் எதிரியை வெல்வதற்கான தந்திரோபாயங்கள் வகுக்கவும் சதுரங்கம் பயன்படுகிறது. எதிரிகளின் படைகள் என்று சொல்லி சதுரங்கக் காய்களை எதிர்பக்கம் நிற்க வைத்துவிட்டு, அவர்களுக்கு எப்படிப் பதிலடி கொடுப்பது என்று தம்முடைய சிப்பாய்களை அங்கும் இங்கும் நகர்த்தி, யோசிக்கிறார்கள்.

சதுரங்கக் கட்டங்களைக் கொண்டு பெருக்கல் வாய்ப்பாடு தொடர்பான சில ரகசிய சூத்திரங்களையும் அவர்கள் உருவாக்கி இருப்பதாகத் தெரிகிறது என்கிறார் அல் மசூடி.

இந்துக்கள் மது அருந்துவதில்லை என்கிறார் அல் மசூடி. மத நம்பிக்கைக்கு எதிரானது என்பதால் அல்ல. மது அருந்தினால் புத்தி மயக்கம் கொள்ளும். மூளையால் நேராகச் சிந்திக்க முடியாது. சிந்திக்கவும் தர்க்கம் செய்யவும் இயலாது போனால் யார் வேண்டுமானாலும் தர்க்கத்தில் உங்களைத் தோற்கடித்துவிடமுடியும். உங்கள்மீது ஆதிக்கம் செலுத்தவும் முடியும். இந்த அவலத்தை அனுமதிக்கக் கூடாது என்றால் மதுவைவிட்டு விலகியிருப்பதுதான் ஒரே வழி. மக்கள் மட்டுமல்ல, மன்னனும்கூட மது அருந்துவதில்லை. மது அருந்தும் மன்னன் தன் மணிமகுடத்தை இழக்கிறான்! தள்ளாடும் புத்தியோடும் உடலோடும் இருப்பவனால் எப்படி இந்தியாவை ஆளமுடியும்?

இப்படிச் சின்னச் சின்னக் குறிப்புகளாக அடுக்கிக்கொண்டே போகிறார் அல் மசூடி. சில இடங்களில் பண்டைய இந்தியாவின் கதையைத் தனியாகவும் சில இடங்களில் சமகால இந்தியாவோடு இணைத்தும் அவர் விவரித்துச் செல்கிறார். இதில் அல் மசூடியின் முக்கியமான பண்பொன்றைக் கவனிக்கவேண்டும். ஆழ்ந்த நம்பிக்கையுள்ள இஸ்லாமியர் என்றாலும் இந்து மதத்தை மிகுந்த மரியாதையோடு மட்டுமே அவர் அணுகுகிறார். இந்துக்களின் நம்பிக்கைகளை, அவர்களுடைய பெருமிதங்களை, அவர் களுடைய கதைகளை, அவர்களுடைய பார்வைகளை அவர் புரிந்துகொள்ள மட்டுமே விரும்பினார். இப்படியொரு கதையை பிராமணர்கள் சொல்கிறார்கள், இந்துக்கள் இதை இப்படிப் பார்க்கிறார்கள் என்பதோடு முடித்துக்கொண்டுவிடுவார். எதையும் மதிப்பீடு செய்வதில்லை. விமரிசிப்பதில்லை. அந்நிய நிலம், அந்நிய மதம், அந்நிய பண்பாடு என்றாலும் பரிவோடு மட்டுமே எழுதமுடிகிறது அவரால். பயண இலக்கிய வரலாற்றில் அதிகம் காணக் கிடைக்காத ஒரு பண்பு இது!

- 46 -

நான் கண்ட ராஷ்டிரகூடர்கள்

மெகஸ்தனிஸ் என்றால் மௌரியர். யுவான் சுவாங் என்றால் ஹர்ஷர். அதே போல் அல் மசுடி என்றால் ராஷ்டிரகூடர். இந்தியாவின் தலைசிறந்த மன்னர் ராஷ்டிரகூடரே என்று அறிவிக்கிறார் அல் மசுடி. இந்தியாவின் பெரும்பாலான சிறு, குறு மன்னர்கள் அவருடைய தலைமையை ஏற்றுக்கொண்டுள்ளனர். ராஷ்டிரகூடரைக் கண்டு அவர்கள் அஞ்சுகிறார்கள் என்று சொல்வதைவிட, அவர்மீது மிகுந்த மதிப்பும் மரியாதையும் கொண்டுள்ளனர் என்று சொல்வதே சரியாக இருக்கும். கடவுளை வழிபடும்போது, ராஷ்டிரகூடருக்கும் சேர்த்தே வேண்டிக் கொள்கிறார்கள். ராஷ்டிரகூடரின் அரண்மனையில் வேலை செய்யும் பணியாளரைக்கூட ஏதோ பெரிய மனிதர் போல் மதிக்கிறார்கள் என்றால் பார்த்துக்கொள்ளுங்கள் என்று வியக்கிறார் அல் மசுடி.

ராஷ்டிரகூடர்களின் எழுச்சி வியக்க வைக்கக்கூடிய ஒன்று. வடக்கில் நர்மதாவில் தொடங்கி தெற்கில் காவிரி வரை ஆட்சிப் பிரதேசத்தை விரிவாக்க முடிந்திருக்கிறது அவர்களால். இது ஏன் குறிப்பிடத்தக்க சாதனையாகக் கருதப்படுகிறது என்பதற்கான

விடை வரலாற்றைவிடப் புவியியலில்தான் அடங்கியிருக்கிறது. தக்காணத்தின் மேற்கிலும் வடக்கிலும் உருவாகும் அரசுகள் பொதுவாகப் பாலம் போல் ஊசலாடிக்கொண்டிருக்கும். மேலே போனால் வடக்கிலிருந்து அழுத்துவார்கள். கீழே சென்றால் தெற்கிலிருந்து எதிர்ப்பு வரும். வடக்கு அரசியல், தெற்கு அரசியல் இரண்டிலும் சிக்கிக்கொள்ளாமல், அடிபடாமல், உதை வாங்காமல் ஆட்சி செய்வதும் கயிற்றின்மீது குதிரை ஓட்டுவதும் ஒன்றுதான்.

அப்படியொரு சவாரியை வெற்றிகரமாகச் செய்தவர்கள் சாளுக்கியர்கள். அவர்களுக்குத் திறை செலுத்தி தெற்கில் ஆட்சி செய்யத் தொடங்கியவர்கள்தாம் ராஷ்டிரகூடர்கள். சாளுக்கியர் களின் கரம் சோர்ந்திருந்த ஒரு கட்டத்தில் சட்டென்று தாவி அவர்களை வீழ்த்திவிட்டு, தங்கள் ஆட்சிப் பிரதேசத்தை விரிவாக்கிக்கொண்டார்கள். அதன்பின் இதையே ஓர் உத்தியாகக் கடைபிடிக்க ஆரம்பித்தனர். வடக்கு வாடினால் அங்கே ராஷ்டிரகூடர்களின் வாள் சுழலும். கீழே தெற்கு தேய்ந்தால் ராஷ்டிரகூடத் தவளையின் நாக்கு நீண்டு சென்று கைப்பற்றிவிடும்.

ஒவ்வொரு ராஷ்டிரகூடரும் 40 அல்லது 50 அல்லது அதைக் காட்டிலும் அதிக ஆண்டுகள் ஆட்சி செய்து வருவதாகக் குறிப்பிடுகிறார் அல் மசுடி. தந்திதுர்கா, கிருஷ்ணன், இரண்டாம் கோவிந்தன், துருவன், மூன்றாம் கோவிந்தன், அமோகவர்ஷன் என்று அடுத்தடுத்து வந்த மன்னர்கள் ராஷ்டிரகூடப் பேரரசை நன்றாக உருட்டித் திரட்டிப் பலப்படுத்தினார்கள். இவர்களில் அமோகவர்ஷன் ஒரு பக்கம் வீரத்துக்கு வீரம், இன்னொரு பக்கம் அன்போ அன்பு என்று கலவையாக வாழ்ந்திருக்கிறார். பல துறைமுக நகரங்கள் அவர் ஆட்சியில் செழித்து வளர்ந்திருக் கின்றன. அல் மசுடியின் வருகையின்போது ஆட்சியிலிருந்த ராஷ்டிரகூடர், மூன்றாம் இந்திரன்.

தக்காணத்தின் வரலாற்றை, குறிப்பாக கர்நாடகத்தின் முகத்தை மாற்றியமைத்தவர்கள் ராஷ்டிரகூடர்கள். அவர்களைச் சுருக்கமாக இப்படி அறிமுகப்படுத்தலாம். ஆழ்ந்த இறை நம்பிக்கையுள்ள இந்துக்கள். சிவனும் விஷ்ணுவும் அவர்களுடைய பிரதான கடவுள்கள். கலை, கட்டுமானம் ஆகியவற்றில் ஈடுபாடு கொண்டவர்கள். ஒரே பாறையில் 100 அடி உயரத்தில் உருவான எல்லோரா கைலாசநாதர் கோயிலும் எலிபண்டா குகைக்

1839இல் ஜேம்ஸ் ஃபெர்கூசன் மற்றும் தாமஸ் டிப்டின் வரைந்த எல்லோரா கைலாசநாதர் கோயிலின் அச்சு வடிவம்

எலிபண்டா குகைக் கோயிலில் அர்த்தநாரீஸ்வரர்

சங்கமேஷ்வரர் கோயில், பட்டடக்கல்

சமணக் கோயில், பட்டடக்கல்

கோயில்களும் அவர்களுடைய புகழின் அழியாச் சாட்சியங்கள். அர்த்தநாரீஸ்வரர், மகேஷமூர்த்தி சிற்பங்கள் கலைப்படைப்பின் உச்சங்களாகக் கருதப்படுகின்றன. அக்ரஹாரங்களிலும் மடங்களிலும் சமஸ்கிருதம், வேதம், ஜோதிடம், தர்க்கம், புராணம் ஆகியவை கற்பிக்கப்பட்டன. கன்னடம், சமஸ்கிருதம் இரண்டுக்கும் ஆதரவு அளித்தனர். இந்துக் கோயில்களைக் கட்டுவதில் காட்டிய அதே முனைப்பைச் சமணர் கோயில்களைக் கட்டுவதிலும் காட்டியிருக்கிறார்கள். பட்டடக்கல்லில் அமைந்துள்ள அழகிய சமணக் கோயில் அதற்கான சான்று. இந்தத் தாராளப் போக்கினால் இந்து மதம் போலவே சமணமும் தழைத்தது.

சமணம் மட்டுமின்றி இஸ்லாத்தையும் ராஷ்டிரகூடர்கள் ஆதரித்ததை அல் மசூடியின் பதிவுகளைக் கொண்டு அறிய முடிகிறது. வட இந்தியாவில் காணக்கிடைக்காத தனிச்சிறப்பு மிக்க ஒரு குணநலன் இது என்று மனம் திறந்து பாராட்டுகிறார் அல் மசூடி. ராஷ்டிரகூடர்களின் ஆட்சியில் முஸ்லிம்கள் பாதுகாப்பாக வாழ்கிறார்கள். இஸ்லாத்தை இந்துக்கள் வெறுமனே சகித்துக்கொள்வதோடு நிறுத்திக்கொள்வதில்லை. இஸ்லாத்தை அவர்கள் விரும்பவும் செய்கிறார்கள் என்கிறார் அல் மசூடி. ஓர் இஸ்லாமியரால் தக்காணத்தில் தன் மத நம்பிக்கையைச் சுதந்தரமாகப் பின்பற்றமுடிகிறது. மசூதிகளில் சென்று நிம்மதியாக வழிபடமுடிகிறது. ஒரு முஸ்லிம் எந்த இடையூறும் இன்றி ஒரு நாளைக்கு ஐந்து முறை தொழுகை நடத்துவதைக் கண்டேன் என்கிறார் அல் மசூடி.

தெற்கில் மதச் சுதந்தரம் தழைப்பதற்கு ராஷ்டிரகூடர்களே காரணம் என்கிறார் அல் மசூடி. நீதியின் ஒளியில் ஒரு மன்னர் ஆட்சி செய்யும்போது அவர் நிலத்தில் எல்லா விதமான நம்பிக்கைகளும் தழைக்கின்றன. எல்லாச் சமயங்களும் வலுக்கின்றன. எல்லா நம்பிக்கைகளும் சமமாக அங்கீகரிக்கப்படுகின்றன. ராஷ்டிரகூடர்கள் நீதியின் பால் மிகுந்த நம்பிக்கை கொண்டவர்களாக இருக்கிறார்கள். இந்துக்களாக இருந்தாலும் மதச்சார்பற்றவர்களாக இருக்கிறார்கள். இந்துக்களுக்கு ஒரு நீதி, சமணர்களுக்கு ஒரு நீதி, இஸ்லாமியர்களுக்கு இன்னொரு நீதி என்று அவர்கள் பாகுபடுத்துவதில்லை. ஒரு மன்னரின் இடத்துக்கு இன்னொருவர் வந்தாலும் அவரும் மதச்சார்பற்றவராகவே இருக்கிறார். ராஷ்டிரகூட வம்சத்தை இதுவே வாழ வைக்கிறது என்கிறார் அல் மசூடி.

குஜராத்தில் காம்பத் என்னும் இடத்துக்குச் சென்றிருக்கிறார். அங்கே ஒரு பிராமணர், ராஷ்டிரகூடரின் சார்பில் நிர்வாகம் செய்து வந்ததைக் கண்டார். இஸ்லாமியர்களின் நிலை அங்கு எப்படி இருக்கிறது என்று ஆராய்ந்திருக்கிறார். ராஷ்டிரகூடரின் நேரடி ஆட்சியில் இஸ்லாமியர்கள் எந்த அளவுக்கு மதிப்போடு நடத்தப்பட்டனரோ அதே மதிப்பை இங்கும் இஸ்லாமியர்கள் பெற்றதை அறிந்து மகிழ்ந்தார். நிர்வாகத்தை நடத்தி வந்த பிராமணர், முஸ்லிம்களோடு அவர்களுடைய மத விவகாரங்கள் தொடர்பாக இயல்பாக உரையாடுகிறாராம். அவர்களுடைய தத்துவங்களையும் பார்வைகளையும் புரிந்துகொள்வதில் ஆர்வம் காட்டுகிறாராம்.

சால் என்னும் பகுதியில் (இன்றைய மகாராஷ்டிரா) சுமார் பத்தாயிரம் முஸ்லிம்கள் வசிப்பதாகச் சொல்கிறார். பாக்தாத் தொடங்கி பல பகுதிகளைச் சேர்ந்த முஸ்லிம்கள் இங்கு வந்து இயல்பாகக் குடியேறியிருக்கிறார்களாம். அவர்களுடைய தேவைகளைக் கவனித்துக்கொள்வதற்கென்றே பிரத்தியேகமாக ஓர் இஸ்லாமிய அதிகாரியை நியமித்திருக்கிறார்கள். இப்படியோர் ஆரோக்கியமான சூழலைத் தக்காணம் தவிர, இந்தியாவில் வேறு எங்கும் அல் மசூடியால் காண இயலவில்லை.

மதச்சார்பின்மை முதல் பலம் என்றால் ராணுவம் இரண்டாவது பலம். ராஷ்டிரகூட மன்னர் தன்னுடைய ராணுவத்தைத் தானே நேரடியாக நிர்வகிக்கிறார். படை வீரர்களுக்கும் தளவாடங்களுக்குமான நிதியைத் தானே தன் கஜானாவிலிருந்து அளிக்கிறார். பொதுவாக இஸ்லாமிய ஆட்சியாளர்கள்தாம் இவ்வாறு செயல்படுவது வழக்கம். அந்த வழக்கத்தையே ராஷ்டிரகூடர்களும் பின்பற்றுவதை இங்கு வந்துதான் பார்த்தேன் என்கிறார் அல் மசூடி.

ஒரு மன்னர் தன் படை வீரர்களுக்குச் செலவழிப்பது அதிசயம் என்றால் பொது வழக்கம்தான் என்ன? போர் என்று அறிவிப்பு வந்தால் தகுதி வாய்ந்த அனைத்து ஆண்களும் அவரவர் ஆயுதங்களோடு போருக்குக் கிளம்பி வந்துவிடவேண்டும். இது அரசக் கட்டளை. அழைப்பு தவிர, வேறு எதுவும் மன்னரிடம் இருந்து கிடைக்காது. அவ்வாறு இல்லாமல் ராணுவத்துக்குத் தனியே நிதி ஒதுக்கி தக்கவைத்துக்கொள்வதன்மூலம் ராஷ்டிரகூடர்களால் பல போர்களில் வெல்ல முடிகிறது என்கிறார் அல் மசூடி.

ராணுவம் குறித்து இன்னொரு செய்தியையும் பகிர்ந்து கொள்கிறார். தலைநகரம் மலைக்கு அருகில் இருப்பதாலும் பெரும்பாலும் மலை சூழ்ந்த பகுதிகளைத்தான் ராஷ்டிரகூடர் ஆள்கிறார் என்பதாலும் காலாட் படையின் எண்ணிக்கைதான் எப்போதும் அதிகம் இருக்குமாம்.

இரு பலங்களையும் விவரித்த பிறகு, இரண்டில் எது பிரதான மானது என்பதையும் அல் மசூடியே உணர்த்திவிடுகிறார். எல்லோரையும் அரவணைத்துச் செல்லும் தன்மையின்மூலம் உள்நாட்டில் மட்டுமின்றி வெளி நிலங்களிலும் ராஷ்டிரகூடர்கள் தங்கள் செல்வாக்கைப் படரவிட்டிருக்கின்றனர். பாரசீகத்தோடும் அராபியாவோடும் நல்ல வர்த்தக உறவுகளை வளர்த்துக் கொண்டிருந்த ஒரே ஆட்சியாளர் ராஷ்டிரகூடர் மட்டுமே என்கிறார் அல் மசூடி. எத்தகைய பின்னணியில் இந்த உறவு வளர்ந்திருந்தது என்பது முக்கியமானது. இந்தியாவைக் கைப்பற்ற அராபியர்கள் அடுத்தடுத்து பல போர்களை நடத்தி வந்த காலம் அது. அராபியர்களின் நுழைவைத் தடுத்து நிறுத்த வட இந்திய மன்னர்கள் தீவிரமாகப் போராடிக்கொண்டிருந்தனர். அதில் வெற்றியும் பெற்றுவந்தனர்.

இந்தியாவின் தலைப் பகுதி கொந்தளித்துக்கொண்டிருந்தபோது தக்காணத்தில் ராஷ்டிரகூடர்கள் அராபியர்களோடு கைகுலுக்கிக் கொண்டிருந்தனர். துறைமுகங்கள் மும்முரமாக இயங்கிக் கொண்டிருந்தன. அராபியர்களும் வருவதும் போவதுமாக இருந்தனர். அராபிய வணிகம் மூலம் ராஷ்டிரகூடர்கள் நல்ல ஆதாயம் பெற்று வந்ததை கர்நாடகாவிலுள்ள தார்வாத் மாவட்டத்தில் கிடைத்த கல்வெட்டுகள் உறுதி செய்கின்றன. வடக்கு என்ன வேண்டுமானாலும் செய்துகொள்ளட்டும். நாங்கள் எங்களுக்குச் சரியென்று படுவதைத்தான் செய்வோம் என்பதே ராஷ்டிரகூடர்களின் அணுகுமுறையாக இருந்திருக்கிறது.

மொழி, பண்பாடு, அரசியல், சமயம், கட்டுமானம், போர்முறை என்று பலவற்றை ஒப்பிட்டுப் பார்த்துவிட்டேன். தக்காணம் எந்த வகையிலும் வட இந்தியாவைப் போலவே இல்லை. அது ஒரு தனி உலகமாகவே இருக்கிறது என்கிறார் அல் மசூடி. ராஷ்டிரகூடர்களின் இதயம் போல் எல்லோருடைய இதயமும் பரந்து விரிந்திருந்தால் இந்த உலகில் சண்டையோ சச்சரவோ என்றுமே இருக்க முடியாது அல்லவா?

- 47 -

கஜினி முகமதுவின் வாள்

பிர்தௌசி ஒரு புகழ்பெற்ற பாரசீகக் கவிஞர். அரண்மனைப் புலவரான இவரை ஒரு நாள் கஜினி முகமது அழைத்து, பாரசீகப் பேரரசின் மகத்தான வரலாற்றை எழுதித் தருமாறு கேட்டுக் கொண்டார். ஓ, தாராளமாக எழுதுகிறேன் மன்னா என்று மகிழ்ச்சியோடு ஒப்புக்கொண்ட பிர்தௌசி அடுத்த 27 ஆண்டுகள் உழைத்து, செதுக்கி உருவாக்கிய மாபெரும் காப்பியம்தான் ஷாநாமா. 50,000 ஈரடிச் செய்யுள்களைக் கொண்டு கட்டமைக்கப் பட்ட ஷாநாமா, உலகின் நீளமான காப்பியங்களில் ஒன்று. பாரசீகத்தின் வரலாற்றைத் தொன்மக் கதைகளோடு இணைத்து உருவாக்கப்பட்ட அழகிய படைப்பு இது. கவலைப்படாமல் எழுதுங்கள், ஒவ்வொரு செய்யுளுக்கும் ஒரு தினார் அளிக்கிறேன் என்று ஊக்கமளித்திருந்தார் கஜினி முகமது.

கவிஞர் என்னவோ தன் வாக்குறுதியை நிறைவேற்றிவிட்டார். ஆனால், கஜினி முகமது ஒப்புக்கொண்ட சன்மானத்தை அளிக்க மறுத்துவிட்டார். வெகுண்டெழுந்தார் பிர்தௌசி. 'ஏ, கொடுங்கோலனே! சிறுமை மிக்கவனே! என் சினமும் என் சொற்களிலிருந்து புறப்பட்டு வரும் தீயும் உன்னை நடுநடுங்க

வைக்கும்! சொர்க்கம் உன்னை ஒரு போதும் மன்னிக்காது!' ஒரு கவிஞனின் சாபத்துக்கு ஆளானதாலோ என்னவோ வரலாற்றில் இவர் பெயரைச் சுற்றி அடர் இருள் இன்னமும் படர்ந்து கிடக்கிறது. இந்தியாவுக்கு இதுவரை வருகை தந்தவர்களில் அதிக வெறுப்பையும் அதிக எதிர்ப்பையும் சம்பாதித்துக் கொண்டவர்களின் பட்டியலில் முதல் இடத்தில் கஜினி முகமதுவின் பெயர் இடம்பெற்றுவிட்டது.

பாஹியானையும் யுவான் சுவாங்கையும் அறிவுச் செல்வம் கவர்ந்திழுத்தது என்றால், கஜினி முகமதுவை இந்தியாவின் பொருள் செல்வம் ஈர்த்தது. 1000ஆம் ஆண்டு வாக்கில் பெரும் படையைத் திரட்டிக்கொண்டு வட இந்தியாவுக்குள் நுழைந்தார். இந்தியா குறித்துக் கேள்விப்பட்ட கதைகளெல்லாம் கதைகளல்ல என்பதைக் கண்ணாரக் கண்டார். உலகிலேயே வளமான இடம், உலகின் பலவீனமான இடமாகவும் இருந்ததைக் கண்டு அவர் கண்கள் விரிந்தன. வாள் துடித்தது.

அடுத்த 25 ஆண்டுகளில் 17 முறை படையெடுத்து இந்தியாவுக்கு வந்தார் கஜினி முகமது. கோடை விடுமுறைக்கு வருவது போல் கொளுத்தும் வெயிலில் புழுதி கிளப்பியபடி அவர் படைகள் வந்துசேரும். பருவ மழை வருவதற்கு முன்னால் கிளம்பிச் சென்றுவிடும். மழை அதிகரித்து, பஞ்சாப் நதிகளில் வெள்ளப் பெருக்கு ஏற்பட்டுவிட்டால் ஊர் போய்ச் சேர முடியாது என்பதால் இந்த ஏற்பாடு போலும். தொடங்கியது வடக்கில் என்றாலும் மத்திய இந்தியா, கிழக்கு, தெற்கு என்று ஒவ்வோர் ஆண்டும் கொள்ளையை விரிவுபடுத்திக்கொண்ட சென்றார் கஜினி முகமது.

செல்வம் எங்கே இருக்கும் என்று தேட வேண்டிய அவசியமே இல்லை. உண்டியலை உடைத்தால் காசு கிடைக்கும் என்பது போல் கோயிலை உடைத்தால் பொன்னும் பொருளும் கிடைக்கும் என்பது கஜினி முகமதுவுக்குத் தெரியும். உடைப்பார். தங்கம், வெள்ளி, ஆபரணங்கள் என்று வழிய, வழிய சூறையாடி எடுத்துச் செல்வார். வட இந்தியாவை ஆண்டு வந்த பிரதிகாரப் பேரரசு, மத்திய இந்தியாவின் சந்தேலர்கள், குவாலியரின் ராஜபுத்திரர்கள் என்று யாராலும் கஜினி முகமதுவின் வருகையையும் கொள்ளையையும் தடுத்து நிறுத்த முடிய வில்லை. கனோஜ், மதுரா, தானேஸ்வரம் ஆகிய பகுதிகள் கஜினி முகமது வந்து சென்ற பிறகு சிதிலங்களாகவே மாறிவிட்டன.

எல்லாவற்றுக்கும் உச்சமாகக் கருதப்படுவது குஜராத் சோமநாதர் சிவன் கோயில் இடிப்பு.

அலெக்சாண்டருக்குப் பிறகு நாம் சந்திக்கும் அடுத்த அந்நிய ஆக்கிரமிப்பாளர் கஜினி முகமது. கஜினி என்பது இப்போதைய ஆப்கனிஸ்தானில் இருக்கும் ஒரு நகரம். அங்கே பிறந்தவர் என்பதால் முகமதுவின் பெயரோடு ஊர்ப் பெயரும் ஒட்டிக்கொண்டுவிட்டது. அகண்ட கஜினி பேரரசு உருவாக்கும் பெருங்கனவோடு ஒரு பக்கம் ஆக்கிரமிப்பிலும் இன்னொரு பக்கம் கொள்ளையிலும் இறங்கினார் கஜினி முகமது. ஆட்சியில் இருந்த 30 ஆண்டுகளும் இந்த இரண்டும் தடையின்றித் தொடர்ந்தன. கோயில் சொத்துகளை மட்டுமின்றி, யானை களையும் அவர் இங்கிருந்து கவர்ந்து சென்றிருக்கிறார். தவிரவும், இந்தியர்கள் பலர் சிறைப்பிடிக்கப்பட்டுள்ளனர். அவர்களை அடிமைகளாகவும் போர் வீரர்களாகவும் அவர் பயன்படுத்திக் கொண்டிருக்கிறார். பல்லாயிரக்கணக்கான இந்துக்கள் கொல்லப் பட்டிருக்கின்றனர். பெருமளவிலான மதமாற்றங்களும் நடை பெற்றிருப்பதாகக் குறிப்புகள் சொல்கின்றன.

இங்கேதான் நம் பார்வை சிக்கலானதாக மாறுகிறது. கஜினி முகமது இந்தியாவில் இழைத்த கொடுமைகளுக்குமான சான்றுகளை அவரே அமர்த்திய அரசவை அறிஞர்களே போதுமான அளவுக்கு வழங்கியிருக்கிறார்கள். ஆனால், கொடுமைகள் என்னும் தலைப்பில் அல்ல. எங்கள் பேரரசர் எவ்வளவு ஆயிரம் இந்துக்களைக் கொன்றிருக்கிறார் தெரியுமா? இஸ்லாத்துக்கு விரோதமான எவ்வளவு கோயில்களை அவர் கரங்கள் உடைத்து நொறுக்கியிருக்கின்றன தெரியுமா? எவ்வளவு பேரை வாள் முனையில் அவர் மதமாற்றம் செய்து நம் மதத்தை உய்வித்திருக்கிறார் என்பதை அறிவீர்களா என்னும் ரீதியில் தங்கள் பேரரசரை ஏற்றியும் போற்றியும் அமைந்துள்ள பதிவுகள் இவை.

அதனாலேயே இவற்றை முழுக்க நம்பி, ஏற்க இயலாது என்று ரொமிலா தாப்பர் போன்ற வரலாற்றாசிரியர்கள் வாதிடுகிறார்கள். சோமநாதர் கோயில் பற்றி தனி ஆய்வு நூலையே அவர் எழுதியிருக்கிறார். கஜினி முகமது ஒரு கொடுங்கோலர்தான். கொடுந்தவறுகள் இழைத்தவர்தான். கோயில்களிலிருந்து செல்வங்களை வாரிச்சுருட்டிக்கொண்டவர்தான். ஐயமில்லை. ஆனால், இவற்றுக்கெல்லாம் வகுப்புவாதச் சாயம் பூசுவது எந்த அளவுக்குச் சரியாக இருக்க முடியும்? மதம்தான் அவருடைய

உந்துசக்தியா? இந்துக் கோயில்களை அழிக்கவேண்டும் என்று கங்கணம் கட்டிக்கொண்டு அவற்றை இடித்தாரா அல்லது கொள்ளையடிப்பதற்காக இடித்தாரா?

இந்துக்களுக்கு என்னென்ன கொடுமைகள் இழைத்தாரோ அதே கொடுமைகளைத்தான் தாம் ஆக்கிரமித்த பிற பகுதிகளிலும் கஜினி முகமது இழைத்திருக்கிறார். இந்துக்களிடமிருந்து மட்டுமல்ல, இஸ்லாமியர்களிடமிருந்தும் அவர் கொள்ளையடித்தார், அவர்களையும் அடிமைப்படுத்தியிருக்கிறார். அவரிடம் இருந்தது இந்து வெறுப்பு ஒன்றுதான் என்றால், தன் படைகளில் ஏன் அவர் இந்துக்களை இணைத்துக்கொள்ளவேண்டும்? சிப்பாய்களாக மட்டுமின்றி, ராணுவத் தலைமையிடங்களிலும் ஏன் இந்துக்களை அமர்த்தவேண்டும்?

கஜினி முகமது குறித்து இவ்வாறெல்லாம் நாம் இன்று உரையாடிக்கொண்டிருப்பதற்கும் கேள்விகள் எழுப்பிக் கொண்டிருப்பதற்கும் காரணம் அவரே நியமித்த வரலாற்றாசிரியர்கள் எழுதி வைத்துள்ள பதிவுகள். அவர்களுள் குறிப்பிடத்தக்கவர் அல்பெரூனி. இந்தியாவுக்குப் படையெடுத்து வரும்போது அவருடன் இணைந்து வந்தவர் அல்பெரூனி. இணைந்து என்பதைவிட, அவரால் இழுத்து வரப்பட்டவர் என்று சொன்னால் இன்னும் பொருத்தமாக இருக்கும். கஜினி எதை விரும்புவாரோ அதை மட்டுமே எழுதமுடியும் என்பதால் அவருடைய சாகசங்களை மட்டுமே முதலில் பதிவு செய்தார் அல்பெரூனி. கஜினி இறந்தபிறகு தன் நிலைப்பாட்டை மாற்றிக்கொண்டு, தன் மனதுக்குப் பட்டதை அச்சமின்றி, வெளிப்படையாக எழுத ஆரம்பித்தார். இந்தியாவிலேயே சில ஆண்டுகள் தங்கியிருக்கும் வாய்ப்பு அமைந்ததால், இந்தியாவை நுணுக்கமாக ஆராயவும் பதிவு செய்யவும் அவருக்கு வாய்ப்பு அமைந்தது.

அல்பெரூனியை ஒரே சொல்லில் அறிமுகம் செய்யவேண்டும் என்றால், பல்துறையறிஞர் என்று அழைக்கலாம். அல் மசூடி போலவே இவரும் இஸ்லாமிய மறுமலர்ச்சியால் வளர்த்தெடுக்கப்பட்டவர். இந்த நோக்கத்துக்காக, அந்த நோக்கத்துக்காக என்றில்லாமல் அறிவை அறிவுக்காகத் தேடிச் சேகரித்தவர். வானியல், கணிதம், இயற்பியல், புவியியல், இலக்கணம், மொழி, மருத்துவம், வரலாறு என்று அவர் ஆர்வம் செலுத்திய, ஆழப்படுத்திய துறைகளை அடுக்கிக்கொண்டே

போகலாம். இவர் போட்டிப்போட்டுக்கொண்டு ஒவ்வொரு துறையையும் கற்றுத் தேர்ந்ததைப் போல் துறைகளும் அவர் எமக்கானவர் என்று போட்டிப் போட்டுக்கொண்டு உரிமை கொண்டாடின. முதல் மானுடவியலாளர். ஒரு மதத்தை இன்னொன்றோடு ஒப்பிட்டு விரிவாக ஆய்வு செய்யும் ஒரு புதுத்துறையின் தந்தை. புவி அறிவியலின்கீழ் ஒரு பிரிவைத் தொடங்கி வைத்தவர். இந்தியவியலின் தந்தை. இப்படிப் பல புகழ் மகுடங்கள் அவருக்கு.

அபெரூனி எழுதிய புத்தகங்கள் என்று இன்று நம்மிடம் இருப்பவை, 22. அறிவியல், தத்துவம், கணிதம் என்று பல துறைகளில் அவர் எழுதி வைத்தவை மொத்தம் 141 நூல்கள். இன்றைய உஸ்பெகிஸ்தானில் 973ஆம் ஆண்டு பிறந்தவர் அல்பெரூனி. ஒரே நேரத்தில் இஸ்லாத்தின்மீதும் அறிவியலின் மீதும் அவர் ஆர்வம் படர்ந்தது. இறுதிவரை இரண்டிலும் அவர் தோய்ந்திருந்தார். புதிய மொழிகளைக் கற்பது அவருக்கு எளிதாக இருந்தது. சமஸ்கிருதம், ஹீப்ரூ, பாரசீகம், சிரியன், அரபு என்று தொடங்கி பல மொழிகளை ஆர்வத்தோடு கற்றுக்கொண்டார். சாக்ரடீஸ், பிளேட்டோ தொடங்கி கிரேக்கச் சிந்தனை யாளர்களின் தாக்கத்துக்கு உள்ளானார். அறிவுத் தேடல் அவரைப் பல இடங்களுக்கு இட்டுச் சென்றது. அங்கு சுற்றி, இங்கு சுற்றி கடைசியில் கஜினி முகமதுவின் நிழலில் ஒதுங்கினார்.

தன் வாள் முனையின் கீழ் அவரை அடக்கிவிடமுடியும் என்றுதான் கஜினி நினைத்தார். அல்பெரூனியோ தனது பேனாவின் முனையால் கஜினியையும் கஜினியால் வெல்ல முடியாத இந்தியாவையும் ஒருசேர வென்றெடுத்தார்.

இந்தியா கஜினி முகமதுவை வெறுத்தது. அல்பெரூனியை அள்ளியணைத்துக்கொண்டது. கஜினி இந்தியாவை இருளில் தள்ளினார் என்றால் அல்பெரூனி ஒளி பாய்ச்சினார். கஜினி சுரண்டி, சுரண்டி எடுத்துச் சென்றார் என்றால் அல்பெரூனி அள்ளி அள்ளி வழங்கிவிட்டுச் சென்றார். கஜினியின் மதம்தான் அல்பெரூனியின் மதமும். ஆனால், அல்பெரூனியின் நம்பிக்கை பரந்தும் விரிந்தும் இருந்ததால் இந்தியாவால் அவர் கரங்களுக்குள் கட்டுண்டு கிடக்கமுடிந்தது.

- 48 -

அல்பெரூனியின் பார்வையில் இந்துக்கள்

முகமது கஜினியோடு இந்தியாவுக்கு வந்தபோது அல்பெரூனியின் வயது 44. வானியலில் அவருக்கு இருந்த நிபுணத்துவம் காரணமாக ஜோதிடராக அவர் நியமிக்கப் பட்டிருந்தார். ஒரு கொடுங்கோலரான கஜினி முகமதுவின் அவையில் ஏன் சேரவேண்டும் அல்பெரூனி? ஏனெனில் கஜினி முகமதுவுக்கு இன்னொரு முகம் இருந்தது. கவிஞர்கள், வரலாற்றாசிரியர்கள், கலைஞர்கள், பல்கலை நிபுணர்கள் போன்றோரைத் தன் அவையில் அவர் அமர்த்தியிருந்தார். ஷாநாமா இயற்றிய பிர்தௌஸிக்குச் சன்மானம் அளிக்காமல் ஏமாற்றியவர்தான் என்றாலும் அவரிடமிருந்து நிதியுதவி பெற்றவர்கள் பலர். இந்தியா தொடங்கி பல இடங்களில் கொள்ளையடித்து எடுத்து வந்த செல்வத்தைக் கொண்டு கஜினியை அறிவு செழிக்கும் ஒரு பகுதியாக மாற்றியமைக்கும் முயற்சிகளில் கஜினி ஈடுபட்டிருக்கிறார்.

அதன் ஒரு பகுதியாக, திறமையாளர்களைக் கண்டறிந்து பல பகுதிகளிலிருந்து தன் அவைக்கு அழைத்து வந்திருக்கிறார் கஜினி. அப்படி வந்தவர்களில் ஒருவர்தான் அல்பெரூனி. ஒரு பேரரசரின்

சிதிலமடைந்த சோமநாதர் கோயில்

பாதுகாப்பில் இருப்பது அறிவியல் ஆய்வுகளுக்கும் பயணங் களுக்கும் பயன்படும் என்பது அல்பெரூனியின் எதிர்பார்ப்பு. ஆனால், அதற்காகத் தன் விழுமியங்களை விட்டுக்கொடுக்கத் தயாராக இல்லை அவர். கஜினியின் அரசவையை அலங்கரித்த மற்றவர்களிடமிருந்து அல்பெரூனியை வேறுபடுத்திக் காட்டும் முக்கியமான அம்சம் இது.

கஜினியின் கோயில் இடிப்புகளையும் கொள்ளைகளையும் வன்மையாகக் கண்டிக்கிறார் அல்பெரூனி. சோமநாதர் கோயில் லிங்கத்தை கஜினி முகமது எவ்வாறு பொடிப் பொடியாக உடைத்து தன்னோடு எடுத்துச் சென்றார் என்பதையும் அவர் செயல்கள் இந்தியாவை எந்த அளவுக்கு ஆழமாகப் பாதித்தன என்பதையும் விரிவாக விவரிக்கிறார் அல்பெரூனி. இந்தியாவின் வளமையை கஜினி குலைத்துவிட்டார் என்று நேரடியாகவே குற்றம்சாட்டுகிறார். கஜினியின் ஆபத்தான படைகளைக் கண்டு அணுத் துகள்கள் போல் இந்துக்கள் எல்லாத் திசைகளிலும் சிதறி ஓடுவதைக் கண்டு உள்ளம் கலங்குகிறார்.

இந்தியர்கள் இதையெல்லாம் ஒருபோதும் மறக்கப் போவ தில்லை. மன்னிக்கப்போவதும் இல்லை. இந்துக்களின் மனதில்

கஜினி ஏற்படுத்திய வடுக்கள் ஆழமாகப் பதிந்துவிட்டன. அந்த வடுக்களின் கதைகளை அவர்கள் ஒரு மனதிலிருந்து இன்னொன்றுக்கு; ஒரு தலைமுறையிலிருந்து இன்னொன்றுக்கு; ஒரு காலத்திலிருந்து இன்னொரு காலத்துக்குக் கடத்திக் கொண்டேதான் இருக்கப்போகிறார்கள். கஜினி மீதான அவர்கள் வெறுப்பு ஒட்டுமொத்த இஸ்லாமியர்கள்மீதான வெறுப்பாக மாறவும்கூடும் என்று எச்சரிக்கிறார் அல்பெரூனி. எப்பேர்ப்பட்ட தீர்க்கதரிசனம்!

இஸ்லாமியர்களிடமிருந்து மட்டுமல்ல, உலகிலுள்ள எல்லோரிடமிருந்தும் இந்துக்கள் வேறுபடுகின்றனர். வேறெவரையும் போலன்றி தனித்து சிந்திக்கிறார்கள். தனித்து இயங்குகிறார்கள். அவர்களுக்கு மட்டும் இது எப்படிச் சாத்தியமானது? இந்த அடிப்படையைத் தெரிந்துகொள்ளும் ஆர்வத்தோடு இந்து உலகை நெருங்கிச் சென்று ஆராயத் தொடங்கினார் அல்பெரூனி. இந்துக்களின் புனித ஏடுகள், தொன்மங்கள், இதிகாசப் புராணங்கள், நம்பிக்கைகள், சடங்குகள், சம்பிரதாயங்கள், வழிபாட்டு முறைகள் என்று எந்தவோர் அம்சத்தையும் விட்டுவிடாமல் கற்றுக்கொண்டதோடு நில்லாமல், ஒவ்வொன்றைப் பற்றியும் தன் பார்வையைப் பகிர்ந்துகொள்கிறார் அல்பெரூனி. நிறைகளை வியக்கும்போதும் சரி, குறைகளைக் கவனப்படுத்தும்போதும் சரி. தயக்கமே இல்லை அவரிடம்.

மொழியிலிருந்து தொடங்குகிறார். சமஸ்கிருதம் மிகவும் சிக்கலான மொழியாக இருக்கிறது, அரபு போல் ஒரு சொல்லுக்குப் பல அர்த்தங்கள் உள்ளன. ஒன்றையே பல பெயர்களால் அழைக்கிறார்கள். எந்த இடத்தில், எவ்வாறு கையாளப்பட்டிருக்கிறது என்பதைப் பொருத்துதான் எந்தவொரு சமஸ்கிருதச் சொல்லுக்கும் பொருள் கூறமுடியும். புதிதாகக் கற்பவர்களுக்கு நிச்சயம் சமஸ்கிருதம் மிகக் கடினமாகவே இருக்கும். இந்துக்களுக்குத் தங்கள் மொழிமீது மிகுந்த பெருமிதம் உள்ளது. ஆனால், இவ்வளவு கடினமாகவும் மற்றவர்கள் கண்டு அஞ்சும்படியாகவும் ஒரு மொழி இருப்பது பலமா, பலவீனமா என்று கேள்வி எழுப்புகிறார் அல்பெரூனி.

இந்துக்கள் தங்களுக்குள் சமயப் பூசல்கள் கொள்வதில்லை. அப்படியே மோதல்கள் வந்தாலும் கருத்துகள்தான் மோதிக் கொள்கின்றனவே ஒழிய, கரங்கள் அல்ல என்கிறார் அல்பெரூனி. ஆனால், அந்நியர்களோடு அவர்கள் காரசாரமான மோதலில்

ஈடுபடுகிறார்கள். ‘மிலேச்சர்கள்’ என்று அந்நியர்களை அவர்கள் வகைப்படுத்துகிறார்கள். சக இந்துக்களைப் போல் மிலேச்சர்களை அவர்கள் நடத்துவதில்லை. மிலேச்சர்களை அசுத்தமானவர்களாகக் கருதி ஒதுக்குகிறார்கள். அவர்களோடு கலந்து பழகுவதில்லை. ஒன்று சேர்ந்து அமர்வதையும் உண்பதையும், ஏன் நீர் அருந்துவதையும்கூடத் தவிர்த்து விடுகிறார்கள். அவ்வாறு செய்வது தங்கள் பரிசுத்தத்தைப் பாழாக்கிவிடும் என்று அஞ்சுகிறார்கள். மிலேச்சர்களோடு இந்துக்கள் நட்போ திருமண உறவோ கொள்வதில்லை என்பதைத் தனியே சொல்லவேண்டியதில்லை அல்லவா?

சுத்தத்துக்கு அவர்கள் மிகுந்த முக்கியத்துவம் கொடுக்கிறார்கள். அவர்கள் எதையெல்லாம் அசுத்தமாகக் கருதுகிறார்கள் என்பதைப் பார்த்தால் நமக்குக் குழப்பமாக இருக்கும். எடுத்துக்காட்டுக்கு, அந்நியர்களின் அடுப்பில் வெந்த உணவு அவர்களுக்கு அசுத்தமானது. அந்நியர் வீட்டு நீர் அருந்துவதற்கு ஏற்றதல்ல. நெருப்பிலும் நம் நெருப்பு, அவர்கள் நெருப்பு என்று பிரித்துப் பார்க்கிறார்கள்! யார் வீட்டிலிருந்து வருகிறது என்பதைப் பொருத்து நீரின் தூய்மை அமைகிறது! தம்மைப் போலல்லாத வர்களை அவர்கள் ஒருபோதும் அருகில் அனுமதிப்பதில்லை. இந்துக்கள் தங்கள் தனித்துவத்தைப் பேணும் முறைகளில் இதுவும் ஒன்றாக இருக்குமோ என்று யோசிக்கிறார் அல்பெரூனி.

நம் ஆடை, நம் தோற்றம், நம் பழக்கவழக்கங்கள் அனைத்தும் அவர்களிடமிருந்து வேறுபடுவதைப் பார்த்துவிட்டு நம்மை எல்லாம் சாத்தானின் குழந்தைகள் என்று அவர்கள் கருதிவிட்டார்கள் போலிருக்கிறது! குழந்தைகளிடம் நம்மைப் பூச்சாண்டி போல் காட்டுகிறார்கள். ஆனால், ஒன்றை இங்கே ஒப்புக்கொள்ளதான் வேண்டும் என்கிறார் அல்பெரூனி. அந்நியர்களைப் பார்த்து அஞ்சும், குழம்பும் பண்பு இந்துக்களிடம் மட்டுமா இருக்கிறது? எல்லோருக்கும் இருப்பதுதானே?

தவிரவும், இந்துக்கள் பாவம் இல்லையா? அவர்கள் நாட்டுக்குள் மேலும் மேலும் இஸ்லாமியர்கள் ஊடுருவும் நிலையில் நம்மைக் கண்டு அஞ்சாமல் என்னதான் செய்வார்கள்? ஆக்கிரமிக்க வரும் இஸ்லாமியர்கள் (கஜினி முகமது போன்றவர்கள்) படுத்தி எடுக்கும்போது இந்துக்கள் நம்மை வெறுத்தொதுக்குவது இயல்பு தானே? போட்டது போட்டபடி காஷ்மிருக்கும் காசிக்கும் வேறு பல பகுதிகளுக்கும் இந்துக்கள் தப்பியோடி மறைந்ததற்கு யார் காரணம்? அந்நியர்களோடு ஒன்று கலக்க இந்துக்கள் அஞ்சு

கிறார்கள் என்பதை மாத்திரம் பதிவு செய்தால் போதாது. அவர்கள் அச்சத்துக்கு இப்படிப்பட்ட அரசியல் காரணங்கள் இருக்கின்றன. அந்தக் காரணங்கள் வலுவானவை என்பதை நாம் ஒப்புக் கொள்ளத்தானே வேண்டும் என்று வாதிடும் அல்பெரூனி நம்மை எல்லாம் ஆச்சரியப்படுத்துகிறார். தன்னுடைய தனிப்பட்ட அடையாளத்தை ஒதுக்கி வைத்துவிட்டு, இந்துக்களின் நிலையில் தன்னைப் பொருத்திப் பார்த்து ஆராயும் இந்தப் போக்கை அறிவியல் தவிர வேறு எது அவருக்கு அளித்திருக்கமுடியும்?

இந்துக்கள் மீது அல்பெரூனி கொண்டிருந்த கரிசனம் இதுவரை வருகை புரிந்த எந்தப் பயணியிடமும் நாம் காணாத ஒன்று. இந்துக்களை அபார சக்திகள் கொண்டிருக்கும் அதிசயப் பிறவிகளாகவும் அவர் பார்க்கவில்லை. நாகரிக அளவுகோலில் தாழ்வானவர்களாகவும் கருதவில்லை. அறிவியல் நோக்கில் அவர்களை உள்ளது உள்ளபடியே ஏற்றுக்கொண்டு ஆராய்கிறார்.

அந்நியர்களை ஒதுக்குவதை என்னால் புரிந்துகொள்ளமுடிகிறது. ஆனால், ஓர் இந்து இன்னோர் இந்துவை அவர் வேறோரு சாதியைச் சார்ந்தவர் என்னும் ஒரே காரணத்துக்காக ஒதுக்கு வதைத்தான் ஏற்கமுடியவில்லை என்கிறார் அல்பெரூனி. மாற்று சாதியினரோடு தன் அறிவைப் பகிர்ந்துகொள்ள ஓர் இந்து தயாராக இல்லை. ஒளிவுமறைவின்றி உரையாடுவதற்கு அவர் ஏனோ தயங்குகிறார். ஏன் இப்படிச் செய்யவேண்டும்?

நால்வர்ணப் பாகுபாடு அல்பெரூனியின் மனதில் ஆழமாகப் பதிந்துபோனது. ஒரு வர்ணத்தார் இன்னொரு வர்ணத்தாருடன் அமர்ந்து உண்ண முடியாது. பலவிதமான பணிவிடைகளைச் செய்வதற்கென்றே ஒரு பிரிவை உருவாக்கி வைத்திருக்கிறார்கள். அந்தப் பிரிவிலிருப்பவர்கள் தாழ்ந்த நிலையில் வைக்கப் பட்டுள்ளனர். நான்கு வர்ணத்து மக்களோடும் இவர்கள் கலக்க முடியாது. நகரங்களிலிருந்தும் கிராமங்களிலிருந்தும் மிகவும் தள்ளி, தனியே இந்த மக்கள் வாழ்கிறார்கள்.

எந்தச் சாதியிலும் சேராத இன்னும் சிலர் இருக்கிறார்கள். ஹாடி (ஹரி என்றும் அழைக்கப்படும் பட்டியலின மக்கள்) டோமா (டோம்பா அல்லது டோம் என்றும் அழைக்கப்படுகிறார்கள்) சண்டாளர்கள் உள்ளிட்ட பெயர்கள் அவர்களுக்கு இடப் பட்டிருக்கின்றன. இழிவான, அசுத்தமான வேலைகள் மட்டுமே அவர்களுக்கு ஒதுக்கப்படுகின்றன. அவர்களுடைய குழந்தைகளை முறைதவறிப் பிறந்த குழந்தைகள் போல் மற்றவர்கள் பாவிக்கிறார்கள். சூத்திர ஆண்களுக்கும் பிராமணப்

பெண்களுக்கும் முறையற்று பிறந்தவர்கள் என்றொரு முத்திரை அவர்கள்மேல் விழுந்து கிடப்பதையும் சுட்டிக்காட்டுகிறார் அல்பெரூனி.

நால்வர்ணமுறையை பகவத் கீதை ஆதரிப்பதைத் தகுந்த சூத்திரங்களை எடுத்தாண்டு விவரிக்கிறார் அல்பெரூனி. ஒருவன் தன் வர்ணத்துக்குரிய கடமைகளையும் பணிகளையும் புறக்கணித்துவிட்டு இன்னொன்றுக்கு மாறினால் அப்போதைக்கு அவனுக்கு மதிப்பு கிடைத்தாலும் இறுதியில் பாவத்தையே கொண்டு வந்து சேர்க்கும். வர்ண சட்டத்திட்டங்களை மீறுவது சரியல்ல என்கிறது கீதை. இப்படியொரு விதியை ஒரு சமூகம் ஒருநாளும் பின்பற்றக் கூடாது. ஆனாலும் இந்து சமூகம் இப்படிப்பட்ட கறாரான விதிமுறைகளால்தான் கட்டமைக்கப் பட்டிருக்கிறது. இந்த அநீதியான விதிமுறைகளைத்தான் இன்னமும் பின்பற்றிக்கொண்டிருக்கிறது. இதை ஒருபோதும் ஏற்க முடியாது என்று அல்பெரூனி வாதிடும்போது அவர் எழுத்தில் கோபத்தையும் சோகத்தையும் காணமுடிகிறது. கூடவே, ஒரு மிலேச்சனால் என்னால் இப்படி எழுதுவதைத் தவிர வேறென்ன செய்துவிடமுடியும் என்னும் அவருடைய ஆற்றாமையையும் முயன்றால் நாம் கண்டுகொள்ளலாம்.

- 49 -

அல்பெருனியின் பார்வையில் இந்துக்கள் – 2

என்னைப் போன்ற ஓர் அந்நியர் இந்து மதத்தைப் புரிந்துகொள்ள முயலும்போது ஏற்படும் முதல் உணர்வு, திகைப்பு என்கிறார் அல்பெருனி. அப்பப்பா, தொட்டதற்கெல்லாம் நூறு நூல்கள் இயற்றி வைத்திருக்கிறார்கள். நீதிநெறிகள் குறித்துத் தெரிந்துகொள்ளவேண்டுமா? இறைஞானத்தைத் தேடுபவரா நீங்கள்? துறவு நிலை குறித்து ஆய்வு செய்யவேண்டுமா? நீங்கள் கடவுளை அடையத் துடிப்பவரா அல்லது கடவுளாகவே மாறும் வேட்கை கொண்டவரா? கவலையே வேண்டாம். எல்லா வற்றுக்கும் இந்துக்கள் நூல்கள் இயற்றி வைத்திருக்கிறார்கள் என்கிறார் அல்பெருனி.

இந்து தத்துவம் என்று நுழைந்துவிட்டால் மீமாம்சம், யோகம், லோகாயதம் என்று தொடங்கி எண்ணற்ற சிந்தனைப் பள்ளிகள் உங்கள் முன் கடலென விரியும். ஒவ்வொரு தலைப்பிலும் எவ்வளவு நூல்கள் உள்ளன, அவற்றின் தலைப்புகள் என்னென்ன, அவற்றின் உள்ளடக்கம் எப்படியிருக்கும் என்பதையெல்லாம் என்னைப் போன்ற ஒரு வெளிநாட்டுக்காரன் கண்டறிந்து

சொல்லிவிடமுடியும் என்றா நினைக்கிறீர்கள்? வாய்ப்பே இல்லை என்று கைகளைத் தூக்கிவிடுகிறார் அல்பெரூனி.

அதற்காகத் தன் கடமையிலிருந்து அவர் பின்வாங்கிவிடவும் இல்லை. சமஸ்கிருதம் கற்று, தன் அறிவைக் கூர்தீட்டிக்கொண்டு இயன்ற நூல்களையெல்லாம் தேடியெடுத்து வாசிக்கத் தொடங்கினார். இந்து மதத்துக்குள் அவர் எவ்வளவு ஆழ்ந்து போனார் என்பதைத் தெரிந்துகொள்ளவேண்டுமானால் எவ்வளவு காலம் அவர் இப்பணிக்குச் செலவிட்டார் என்பதைப் பார்த்தாலே போதும். 13 ஆண்டுகள்!

தத்துவம், சட்டம், காப்பியம், இலக்கியம் என்று பல தளங்களில் விரிந்து சென்றது அவர் ஆய்வு. வானியல், கணிதம் என்று தொடங்கி அறிவியலோடு காலம் காலமாக இந்துக்கள் வளர்த்து வைத்திருந்த உறவை அறிந்து வியந்து போனார். வேதங்கள், பகவத் கீதை, புராணங்கள், இதிகாசங்கள் உள்ளிட்டவை மட்டுமல்ல இந்து மதம். பதஞ்சலி யோக முறைகளும் இந்து மதம்தான். ஆரியபட்டா, பிரம்மகுப்தா, வராகமிஹிரர் போன்றோரின் அறிவியல் பங்களிப்புகளும் இந்து மதத்துக்குள்தான் நிகழ்ந்திருக்கின்றன என்று வாதிட்டார் அல்பெரூனி. இந்து மதம் அறிவியலுக்கு எதிரானதல்ல என்பதைத் தக்க சான்றுகளோடு மிக விரிவாக முதல் முதலில் பதிவு செய்தவர் அல்பெரூனி. மொழி, இலக்கணம் சார்ந்த இந்துக்களின் குறிப்பிடத்தக்க பங்களிப்புகளையும் கவனப்படுத்த அவர் தவறவில்லை.

இதுவரை யாரும் செய்யாத இன்னொன்றையும் செய்தார் அல்பெரூனி. இந்தியா என்பது எங்கோ கிழக்கில், இருளில் தொலைந்துகிடக்கும் ஒரு துண்டு நிலமல்ல. உலகோடு சரி சமமாக நின்று உரையாடும் தகுதியும் வலுவும் ஆற்றலும் மிக்கத் துடிப்பான பெரும் நிலம் அது. உரையாடுவதற்கு மட்டுமல்ல, உலகுக்குக் கற்றுக்கொடுக்கும் வல்லமையும் இந்தியாவிடம் நிறைந்திருக்கிறது என்பதைக் கண்டறிந்து சொன்னார் அல்பெரூனி.

இத்துடன் நிறுத்திக்கொள்ளாமல், இந்தியாவை கிரேக்கத்துக்கு அருகில் நிறுத்தி வைத்து, வரலாற்றிலும் சிந்தனை மரபிலும் இரண்டும் எப்படி ஒத்திருக்கின்றன என்று ஆராய்ந்தார். சாக்ரடீஸ், பிதோகோரஸ், பிளேட்டோ, அரிஸ்டாட்டில் போன்றோரை இந்து தத்துவாசிரியர்களோடும் சிந்தனையாளர்களோடும்

ஒப்பிட்டு ஒருவருக்கு மற்றொருவர் சளைத்தவரல்லர் என்று நிறுவினார்.

இந்துக்கள் போல் பெருமிதங்களில் திளைக்கும் இன்னொரு மக்கள் கூட்டத்தைக் கண்டதில்லை என்கிறார் அல்பெரூனி. ஒருமுறை வானியல் தொடர்பான விவாதங்களுக்காகச் சில இந்துக்களைக் காணச் சென்றிருக்கிறார். எப்படியும் அவர்கள் தன்னைவிட நிறைய கற்றிருப்பார்கள் என்னும் நம்பிக்கையில் ஒரு மாணவன் போல் அவர்கள் முன்பு அடக்கமாக நின்றிருக்கிறார்.

அவர்களுக்கு நிறைய தெரிந்திருந்தது உண்மைதான் என்றாலும் அல்பெரூனிக்கு அவர்களைக் காட்டிலும் மேலதிகம் ஆழமாகச் சில விஷயங்கள் தெரிந்திருந்தன. தனக்குத் தெரிந்ததை அவர்களோடு உற்சாகமாகப் பகிர்ந்துகொள்ளத் தொடங்கினார் அல்பெரூனி. தர்க்கம், கணித சமன்பாடுகள் என்று பல தலைப்புகளில் விவாதம் சென்றிருக்கிறது. அல்பெரூனி பேசுவதைக் கேட்டு வேறு பலரும் அவரைச் சூழ்ந்து நின்று கவனிக்கத் தொடங்கினார்கள். அப்போது அவரை நோக்கிப் பறந்து வந்த கேள்விகளில் ஒன்று அவர் புருவத்தை உயர்த்தியது. ‘இதையெல்லாம் நீங்கள் எந்த இந்து குருவிடமிருந்து கற்றுக்கொண்டீர்கள்?’

என்னவோர் அசாத்திய நம்பிக்கை பார்த்தீர்களா என்று மாய்ந்து போகிறார் அல்பெரூனி. மேலான அறிவு என்றால் அதை இந்துவிடமிருந்து மட்டுமே ஒருவர் பெறமுடியும் போலும்! அதே போல், பிராமணர்களிடம் வெளிப்பட்ட அதீத பகட்டும் பெருமிதமும் அவருக்கு எரிச்சலை ஏற்படுத்தியிருக்கிறது. அப்போது அவர்களோடு வானியல் தொடர்பாக உரையாடி, அவர்களை ஆச்சரியத்தில் தள்ளியிருக்கிறார். பிராமணன் அல்லாத எனக்கும் அவர்களைவிட மேலான அறிவு இருக்கிறது என்பதை உணர்த்த இப்படியெல்லாம் செய்யவேண்டியிருக்கிறது என்று அங்கலாய்க்கிறார் அல்பெரூனி. எது எப்படியோ அவர்களைத் தோற்கடிக்கும்போது ஒருவித மகிழ்ச்சி உண்டாகத்தான் செய்கிறது என்றும் அவரே ஒப்புக்கொள்கிறார்.

என்ன சொல்கிறோம் என்பதையே உணராமல், அவற்றின் பொருள் என்னவென்றும் தெரியாமல் வேத உச்சாடனம் செய்துகொண்டே இருக்கிறார்கள் என்று இன்னோரிடத்திலும் விமரிசனம் செய்கிறார் அல்பெரூனி. சில பிராமணர்களுக்கு

மட்டுமே பொருள் தெரிந்திருக்கிறது. அவர்களிலும் வெகு சிலர் மட்டுமே விவாதிக்க முன்வருகிறார்கள் என்கிறார். ஏன் வேதத்தை எழுதி வைக்கக் கூடாது என்று கேட்டால், எழுதி வைத்துப் படித்தால் பலனிருக்காது. குறிப்பிட்ட பாணியில் ஏற்ற இறக்கத்தோடு ஓதினால் மட்டுமே பலன் ஏற்படும் என்றொரு காரணத்தைச் சொல்கிறார்கள்.

வேதம் எல்லோருக்குமானதல்ல. சத்திரியர்களுக்குக் கற்றுக் கொடுக்கிறார்கள். மற்றவர்களுக்கு அனுமதி கிடையாது. கற்றுக் கொள்ள மட்டுமல்ல, காதால் கேட்பதும்கூட அவர்களுக்குத் தடை செய்யப்பட்டிருக்கிறது என்று எழுதுகிறார் அல்பெரூனி. பிறர் ஓதும்போது மறைந்திருந்து கேட்டால் சம்பந்தப்பட்ட நபரை இழுத்துச் சென்று தண்டனை வாங்கிக் கொடுக்க முடியுமாம். நாக்கைத் துண்டிப்பதுதான் ஒரே தண்டனை என்கிறார் அல்பெரூனி. ஒவ்வொரு வேதத்தின் சாரத்தையும் முறையாக அறிமுகம் செய்து வைப்பதோடு, அவை எவ்வாறு ஓதப்படுகின்றன என்பதையும் விவரிக்கிறார் அல்பெரூனி.

கிராமப்புறங்களில் வசிக்கும் இந்துக்கள் பலவிதமான ஆண், பெண் கடவுள்களை வழிபடுகிறார்கள். பண்டிதர்களுக்கு அவ்வளவு கடவுள்கள் இல்லை. கடவுள் ஆரம்பமோ முடிவோ அற்றவர். நிலையானவர். அழிவற்றவர். எங்கும் எதிலும் நிறைந்தவர் என்று விளக்குகிறார்கள். இந்த வேறுபாடும் எல்லா இடங்களிலும் இருப்பதுதான் என்கிறார் அல்பெரூனி. படித்தவர்களுக்குக் கடவுள் அரூபமானவராக இருக்கிறார். ஒரு கருத்தாக்கமாக அவரை உருவகம் செய்துகொள்ள அவர்களுக்குச் சாத்தியப்படுகிறது. எளிமையான மக்களால், அவர்களுடைய புலன்களால் நேரடியாக உணரக்கூடியதைக் கடந்து வேறொன்றைத் தரிசனம் செய்ய முடிவதில்லை. சடங்குகளும் விதிமுறைகளும் வழிகாட்டுதல்களும் அவர்களுக்குத் தேவைப் படுகின்றன.

மரணம், அழிவு, ஆன்மா, மறுபிறப்பு ஆகிய கருத்தாக்கங்கள் அல்பெரூனியை அபாரமாக ஈர்த்திருப்பதை அவருடைய பகவத் கீதை வர்ணனைகளிலிருந்து உணரமுடிகிறது. இவர்களை எப்படிக் கொல்வேன் என்று போர்க்களத்தில் மயங்கி நின்ற அர்ஜுனனை மீட்டெடுக்க கிருஷ்ணர் முன்னெடுத்த தத்துவார்த்த உரையாடல்களிலிருந்து பல பகுதிகளை ஆர்வத்தோடு பதிவு செய்கிறார் அல்பெரூனி.

எல்லாமே முன்பே தீர்மானிக்கப்பட்டுவிட்டது என்பதை நீ உணர்ந்தால் இந்த மயக்கம் உனக்கு ஏற்பட்டிருக்காது என்கிறார் கிருஷ்ணர். நம் ஆன்மா அழிவற்றது. அது மாற்றமில்லாதது. ஒரு மனிதன் குழந்தைப் பருவத்தைக் கடந்து இளமைக்குச் செல்வது போல் ஆன்மா நம் உடலில் நுழைந்து அங்கிருந்து இன்னோரிடத்துக்குச் செல்கிறது. ஆன்மா உடலோடு சேர்ந்து அழிவதில்லை. அது உடலைக் கடந்தது. ஆன்மா பிறப்பதும் இல்லை, அழிவதும் இல்லை. அது நிரந்தரமானது. இதை உணர்ந்த பின்னரும் யாராவது மரணம் குறித்து அஞ்சுவார்களா? உன்னால் ஒருபோதும் கொல்ல முடியாத ஆன்மாவைக் கண்டு நீ ஏன் மருள வேண்டும்? ஒருவேளை ஆன்மா அழிந்து போகக் கூடியது என்று நீ கருதுவாயானால், எப்படியும் அழிந்து போகக்கூடிய ஒன்றை நினைத்து வருத்தப்படுவதால் என்ன ஆகிவிடப்போகிறது? பிறக்கும் எல்லாமே இறப்பைச் சந்திக்கின்றன. இறக்கும் எல்லாவற்றுக்கும் மறுபிறப்பு உண்டு. பிறப்பு, இறப்பு இரண்டும் உன் கையில் இல்லை. எனவே கவலையை விட்டொழி!

உடலின்றி ஆன்மா எப்படி வாழும், எங்கே வாழும் என்று தேடுகிறார். மேலுலகம், பாதாள உலகம், தேவலோகம், நரகம் என்று எல்லாவற்றையும் ஆராய்கிறார் அல்பெரூனி. பதஞ்சலியை விவாதித்துக்கொண்டிருக்கும்போது விஷ்ணு புராணம் நினைவுக்கு வந்துவிடுகிறது. புண்ணியம், பாவம் இரண்டையும் இந்துக்கள் எவ்வாறு பார்க்கின்றனர் என்று இன்னொரு பகுதியில் ஆராய்கிறார். முல்டான் என்னும் இடத்தில் (இன்றைய பாகிஸ்தான்) இரண்டு லட்சம் ஆண்டுகளுக்கு முன்பு உருவானதாகச் சொல்லப்படும் சூரியக் கடவுளான ஆதித்யாவின் உருவச் சிலையை நமக்காக வர்ணிக்கிறார். காஷ்மிரில் அமைந்துள்ள சாரதா கோயிலையும் நமக்கு அறிமுகம் செய்து வைக்கிறார். அங்கே எப்படிச் செல்லவேண்டும் என்று வழியும் காட்டுகிறார்.

அறிவியலும் ஜோதிடமும் பேசும் பிருஹத் சம்ஹிதை என்னும் நூலிலிருந்து ஓர் அத்தியாயத்தைத் தேர்ந்தெடுத்து அறிமுகம் செய்கிறார். திருவுருவச் சிலைகளை எவ்வாறு வடிவமைக்க வேண்டும் என்பதை விவரிக்கும் பகுதி அது. நான் பேசிக் கொண்டிருக்கும் தலைப்புகளைப் புரிந்துகொள்ளவேண்டு மானால் மாணவர்கள் நிச்சயம் இதை வாசிக்கவேண்டும் என்னும் குறிப்போடு அல்பெரூனியின் அறிமுகம் தொடங்குகிறது. ராமர்,

நாராயணர், பலதேவர், பிரம்மன், ஸ்கந்தன், இந்திரன் என்று ஒவ்வொரு கடவுளையும் எப்படிக் கவனத்தோடு செதுக்கவேண்டும் என்பதை மிகுந்த அக்கறையோடு படிப்படியாக விளக்குகிறார் அல்பெரூனி.

வேதங்களையும் சுலோகங்களையும் புராணங்களையும் விரித்து வைத்துக்கொண்டு, விதவிதமான திருவுருவச் சிலைகளை வியந்து, வியந்து ரசித்தபடி நூற்றுக்கணக்கான பக்கங்களை எழுதிச் செல்கிறார் அல்பெரூனி. எந்த இடத்திலும் அவருடைய இஸ்லாம் குறுக்கில் பாய்ந்து அவரைத் தடுக்கவில்லை. இன்னொரு மதத்தின் மீது இப்படியெல்லாம் மையல் கொள்ளாதே என்று கண்டிக்கவில்லை. தன் இஸ்லாம் ஒருபோதும் அப்படிச் செய்யாது என்று அல்பெரூனிக்குத் தெரியும்.

- 50 -

அல்பெரூனியின் இந்தியா

இந்தியாவின் விரிவும் ஆழமும் அல்பெரூனியை அச்சுறுத்தவில்லை. அப்படியே அச்சுறுத்தியிருந்தாலும் அதை அவர் வெளியில் காட்டிக்கொள்ளவில்லை. ஒவ்வொரு கடலில் இருந்தும் கைகொள்ளும் அளவுக்கு நீரை அள்ளியெடுத்து, இதுதான் இந்தியக் கலை, இதுதான் இந்தியத் தத்துவம், இதுதான் இந்தியச் சமூகம், இதுதான் இந்தியச் சிற்பவியல், இதுதான் இந்திய வரலாறு என்று துறை வாரியாக இந்தியாவை உலகுக்குக் காட்சிப்படுத்தினார் அல்பெரூனி. இவ்வாறு தொகுத்து அளிக்கும் முயற்சி உலகுக்கு மட்டுமல்ல, இந்தியாவுக்குமேகூடப் புதிது. பரந்து, விரிந்த இந்தியா எந்தவொரு தனிச் சிமிழுக்குள்ளும் அடங்காது. பரந்து, விரிந்துதான் அதை அறிமுகப்படுத்த வேண்டும் என்பதை முதலில் கண்டறிந்தவர் அல்பெரூனி.

'இந்தியவியலின் தந்தை' என்று அல்பெரூனி அழைக்கப்படுவது மிகவும் பொருத்தமானது. தனி மனிதராக அவர் தொடங்கி வைத்த பெரும் பணியை அவருக்குப் பிறகு மீண்டும் தொடர்வதற்கு ஐரோப்பியர்களுக்குப் பல நூற்றாண்டுகள் பிடித்தன. அப்போதும்கூடக் குழுவாக இணைந்துதான் இந்தியாவை

இரான் நன்கொடையாக வழங்கிய பாரசீக அறிஞர்கள் பெவிலியனின் ஒரு பகுதியாக வியன்னாவில் உள்ள ஐக்கிய நாடுகளின் அலுவலகத்தில் அல்பெரூனி சிலை

அவர்கள் தொகுத்தார்கள். அல்பெரூனி போல் பல துறைகளில் ஆழமாகக் கால் பதித்த இன்னோர் அயல்தேசத்துப் பயணியை இந்தியா அதற்குப் பிறகு சந்திக்கவில்லை என்றே சொல்லி விடலாம்.

ஏன் இவ்வளவு கடவுள்கள் இருக்கிறார்கள் என்பது தொடங்கி ஏன் இந்துக்கள் இறந்தவர்களை எரிக்கிறார்கள் என்பதுவரை இன்றும் பல அயல்தேசத்தவர்களால் விளங்கிக்கொள்ள முடியாத புதிர்களுக்கு அல்பெரூனி அப்போதே விரிவான விளக்கங்களை அளித்திருக்கிறார். அவருடைய மதிப்பீடுகள் கறாரானவை. இந்துக்கள் அழகிய காவியங்களையும் படைத்திருக்கிறார்கள்; அர்த்தமற்ற சொற்குவியல்களையும் உருவாக்கியிருக்கிறார்கள். அவர்கள் ஆன்மிகம் ஆழமானது; ஆன்மிகம் என்று சொல்லி ஏதேதோ பித்தலாட்டங்களையும் செய்கிறார்கள். அவர்களுடைய பழங்காலம் நிகழ்காலத்தைக் காட்டிலும் அற்புதமானதாக இருக்கிறது. அதே நேரம் எந்நேரமும் பழம்பெருமைகளில் ஊறித் திளைத்துக்கொண்டிருப்பதால் அறிவியலில் இன்னும் அதிகம்

சாதிக்க முடியாமல் தேக்கமடைந்திருக்கிறார்கள். இந்துக்களிடம் இருந்து கொள்ளவேண்டியதைக் கொண்டு, தள்ளவேண்டியதைக் கவனமாகத் தள்ளவேண்டும் என்கிறார் அல்பெரூனி.

அல்பெரூனி அரபு மொழியில் எழுதிய இந்தியப் பதிவுகள் 1888ஆம் ஆண்டு ஆங்கிலத்தில் வெளிவந்தபோது அதில் பல சொற்கள் லத்தீனில் இருந்தன. ஆங்கில வாசகர்கள் படிக்க வேண்டிய ஒரு நூலில் ஏன் சம்பந்தமில்லாமல் லத்தீன் நுழைய வேண்டும்? ஒரு சில சொற்கள் என்றாலும் பரவாயில்லை. குறிப்பிட்ட ஒரு பகுதியில் வரும் அல்பெரூனியின் நீள, நீளமான அரபு பத்திகளை ஏன் மொழிபெயர்ப்பாளர் முழுக்கவே லத்தீனில் மாற்றிக் கொடுக்கவேண்டும்? அவை கடினமானவையா? ஆங்கிலத்தில் அவற்றை அளிக்க முடியாதா? ஆங்கிலம் தெரிந்த எல்லோருக்கும் லத்தீனும் தெரிந்திருக்கவேண்டும் என்று எந்தக் கட்டாயமும் இல்லை அல்லவா?

உண்மையில் மொழிபெயர்ப்பாளரின் எதிர்பார்ப்பும் அதுதான். அல்பெரூனியின் ஆங்கிலப் பதிப்பை விக்டோரியன் காலத்துப் பெண்கள் எடுத்துப் படிப்பார்கள். அவர்களில் பலருக்கு லத்தீன் தெரிந்திருக்க வாய்ப்பில்லை. எனவே அப்பகுதிகளை அவர்கள் கடந்து சென்றுவிடவேண்டும் என்று மொழிபெயர்ப்பாளர் விரும்பினார். அவருடைய அச்சத்துக்குக் காரணம் இந்தியர்களின் பாலியல் நாட்டங்களை அல்பெரூனி எந்தவிதப் பதட்டமுமின்றி, விவரித்து எழுதியிருந்ததுதான். ஆண்களின் நாட்டமென்றாலும் கூடப் பரவாயில்லை. பெண்கள் இதையெல்லாம் உரக்க விவாதிக்கலாமா? அப்படியே விவாதிக்கிறார்கள் என்றே வைத்துக்கொண்டாலும் அல்பெரூனி அதையெல்லாம் பதிவு செய்யவேண்டிய அவசியமென்ன? இந்தியப் பெண்களுக்கு வேண்டுமானாலும் இதெல்லாம் இயல்பானவையாக இருக்கலாம். விக்டோரியன் காலத்துப் பெண்கள் கண்களில் பட்டுவிட்டால் துடித்துவிட மாட்டார்களா?

அல்பெரூனி ஒரு மானுடவியலாளராகவும் இருந்ததால் இந்து வாழ்வின் பிற கூறுகளைப் போல் பாலியலையும் அவரால் இயல்பானதொன்றாக எடுத்துக்கொள்ள முடிந்தது. தன்னுடைய ஆங்கில மொழிபெயர்ப்பாளரைச் சந்திக்க நேர்ந்திருந்தால் அவர் இவ்வாறு சொல்லியிருப்பார். நண்பரே, காமசூத்திரம் இயற்றிய நிலம் இது. இந்நிலத்தை நீங்கள் புரிந்துகொள்ளவேண்டுமானால் உங்கள் மனதைத் திறந்து வைத்திருக்கவேண்டியது அவசியம்.

இந்தியா உலகிலுள்ள மற்ற நாடுகளைப் போல் இருக்கவேண்டிய அவசியம் இல்லை. உங்கள் மதிப்பீடுகளை இந்துக்களும் பகிர்ந்துகொள்ளவேண்டும் என்று நீங்கள் ஏன் எதிர்பார்க்க வேண்டும்? உள்ளதை உள்ளபடி நான் பதிவு செய்தபடி, உள்ளது உள்ளபடி மொழிபெயர்க்க நீங்கள் ஏன் இவ்வளவு தயங்க வேண்டும்?

ஒரு நாடு வித்தியாசமாக இருக்கிறது, குறிப்பிட்ட மதத்தைச் சேர்ந்தவர்கள் புதிரானவர்கள், அவர்கள் நாகரிகமற்றவர்கள் என்றெல்லாம் சொல்லும்போது நாம் மற்றவர்களைப் பற்றிப் பேசுவதைவிட, நம்மைப் பற்றியே பேசுகிறோம் என்பதை நினைவில் கொள்ளவேண்டும் என்பார் அல்பெரூனி. பிரச்னை அவர்களிடம் இல்லை, நம்மிடம்தான். விரியவேண்டியது நம் மனம், அவர்களுடையதல்ல. நெருங்கவேண்டியது நாம், அவர்களல்ல. நமக்குப் பரிச்சயமில்லாத நிலங்களையும் மதங்களையும் மனிதர்களையும் எப்படி அணுகவேண்டும் என்பதற்கான அடிப்படை இலக்கணமாக அல்பெரூனியின் நூல் இன்றளவும் திகழ்கிறது.

இந்துக்கள்மீது அவருக்கிருந்த மிகப் பெரும் குறை, அவர்கள் தங்கள் நிலத்தின் வரலாற்றை அக்கறையோடு எழுதி வைக்க வில்லை என்பதுதான். கடந்த காலத்தின்மீது இந்துக்கள் ஏன் ஆர்வமற்றவர்களாக இருக்கவேண்டும்? தெளிவான கால வரிசையின்படி இந்தியாவின் வரலாற்றை இன்று எழுத முடியாமல் போனதற்குக் காரணம் இந்தியர்களின் பொறுப் பின்மைதான் அல்லவா? எந்தெந்த மன்னர்கள் எங்கெங்கே ஆண்டிருக்கிறார்கள், அவர்கள் ஆட்சி எவ்வளவு காலம் நீடித்தது என்னும் கேள்விக்கு விடை அறிய மிகவும் மெனக்கெட வேண்டியிருக்கிறது. அவர்கள் அளிக்கும் தகவல்கள் முன்பின் முரணாக இருக்கின்றன என்பதோடு காலவரிசையில் இடையிடையே நீண்ட இடைவெளிகளும் விழுந்துவிடுகின்றன. எங்கெல்லாம் தரவுகள் இல்லையோ அங்கெல்லாம் கட்டுக் கதைகளை நிரப்பத் தொடங்கிவிடுகிறார்கள். இதை என்னால் ஏற்க முடியவில்லை என்கிறார் அல்பெரூனி.

எனக்கு இது தெரியவில்லை. என்னால் இதை விளங்கிக் கொள்ளமுடியவில்லை. இதற்கான பொருளைப் புரிந்து கொள்ளும் அளவுக்கு என் வாசிப்பில் ஆழமில்லை என்று அல்பெரூனி வெளிப்படையாகச் சில இடங்களில் எழுதி

இருப்பதைப் பார்க்கமுடிகிறது. இந்த நேர்மையைத்தான் அவர் இந்தியர்களிடமும் எதிர்பார்த்திருக்கிறார்.

தன் புத்தகத்தை அயல்நாட்டு வாசகர்கள்தாம் அதிகம் படிப்பார்கள் என்பது அவருக்குத் தெரியும். அவர்களுக்கான புத்தகமாக இது இருக்கவேண்டும் என்பதுதான் அவர் விருப்பமும். ஆனால், அதற்காக ‘ஜனரஞ்சகமாக’ எழுதுவதற்கு அவர் தயாராக இல்லை. இந்தியா என்றவுடன் பலரும் எதிர்பார்க்கும் அதிசயங்களையும் அற்புதங்களையும் ஆங்காங்கே நுழைத்து வாசகர்களை ஈர்க்கவோ திருப்திபடுத்தவோ அவர் விரும்பவில்லை. ஆழமாக வாசிக்கும் வழக்கமில்லாதவர்களுக்கு அவர் அளிக்கும் புள்ளிவிவரங்களும் முன்னெடுக்கும் தத்துவ விசாரணைகளும் அறிவியல் விவாதங்களும் பல இடங்களில் சலிப்பையே வரவழைக்கும். அல்பெரூனி இதற்கெல்லாம் கவலைப்பட்டது போல் தெரியவில்லை. அவர்களுக்குப் பிடிக்கவேண்டும், இவர்களைக் கவரவேண்டும் என்றெல்லாம் எண்ணிக்கொண்டு வரலாறு எழுதுவது சாத்தியமில்லை. அதற்கென்று ஒரு முறையியல் இருக்கிறது. அப்படி மட்டுமே எழுதமுடியும் என்பார் அல்பெரூனி.

அல்பெரூனியின் வரலாற்றியல் பார்வை நவீனமானது, மதச்சார்பற்றது. நான் ஒரு முஸ்லிம். எனக்கு என் மதம் உயர்வானது. அந்த நம்பிக்கையிலிருந்து ஓரங்குலம்கூட நான் விலகப்போவதில்லை. ஆனால், இந்து மதத்தை ஆராயும் இடத்தில் என் மதத்தின் மேன்மையை நான் நிறுவிக்கொண்டிருக்க மாட்டேன். ஒப்பீடு போக வேறு வகையில் என் மதம் என் எழுத்தில் குறுக்கிடாமல் பார்த்துக்கொள்வேன். இன்றைய அறிவுத்துறையினர் பயன்படுத்தும் ஒப்பீட்டு ஆய்வுமுறைதான் அவருடையதும். இஸ்லாம், கிறிஸ்தவம், சூஃபியிசம், ஜொராஷ்ட்ரியம், கிரேக்க மதங்கள் என்று விரிவான தளங்களில் இந்து மதத்தைப் பொருத்தி அவர் ஆராயும்போது இந்து மதம் தனித்தீவாக அல்லாமல் ஒட்டுமொத்த மனிதகுல வரலாற்றில் ஓர் அங்கமாகப் பொருந்திவருகிறது.

வடக்கு, வடமேற்கு ஆகியவைதான் அல்பெரூனி பயணம் செய்த இந்தியப் பகுதிகள். குறிப்பாக, பஞ்சாபிலும் காஷ்மிர் எல்லைப் பகுதிகளிலும் அவர் வாழ்ந்திருப்பதாகத் தெரிகிறது. கஜினி முகமதுவின் படைகளோடுதான் அவர் பெரும்பாலும் இருந்தார் என்பதால் பிற பகுதிகளுக்குச் செல்வதற்கான வாய்ப்பு

அமையவில்லை. எனவே ஏடுகள், ஆவணங்கள், செவிவழிக் கதைகள் என்று பலவற்றைத் தன் அனுபவங்களோடு இணைத்துக் கொண்டே அவர் இந்தியாவைத் தொகுத்தார். எங்கே எப்படிப்பட்ட தரவுகளைக் கையாளவேண்டும், எவை நம்பத்தக்கவை போன்றவற்றை அவருடைய வாசிப்பும் அறிவும் தீர்மானித்தன.

எடுத்துக்காட்டுக்கு, 11 நகரங்களின் பரப்பளவை அவரே நேரில் சென்று பார்த்து, உறுதி செய்து ஓரிடத்தில் பதிவு செய்திருக்கிறார். தன்னால் உறுதி செய்ய முடியாத தரவுகள் குறித்து எழுதும்போது இதை நான் சேகரித்து மட்டும் தந்துள்ளேன் என்று அறிவித்து விடுகிறார். வட இந்திய நிலப்பரப்புகள், ஆறுகள், கடல்கள், சாலைகள், மலைகள் ஆகியவற்றை அவர் துல்லியமாக விவரித்திருப்பதைப் பார்க்கும்போது, அவர் பலமுறை கஜினியோடு இந்தியாவுக்கு வருகை தந்திருக்கவேண்டும் என்கிறார்கள் ஆய்வாளர்கள். கஜினி சிறையில் அடைத்த இந்துக்களிடம் நீண்ட நேரம் உரையாடியும் அல்பெரூனி தகவல் சேகரித்திருக்கக்கூடும்.

அல்பெரூனியின் பார்வையில் 11ஆம் நூற்றாண்டு வட இந்தியா ஒன்றுபட்ட ஒரே ஆட்சிப்பரப்பாக இல்லை. சின்னச் சின்னத் துண்டுகளை வெவ்வேறு ஆட்சியாளர்கள் ஆண்டுவந்தனர். அவர்களுக்குள் ஒருங்கிணைப்பில்லை. தங்கள் நிலத்தை மட்டுமே அவர்கள் பார்த்துக்கொண்டனர். பிற பகுதிகள் குறித்து அவர்கள் அக்கறைகொள்ளவில்லை. அந்த வகையில் கஜினி முகமது போன்ற அந்நியர்கள் ஊடுருவுவதற்கும் கொள்ளை யடிப்பதற்கும் ஆக்கிரமிப்பதற்கும் ஏற்ற சூழலை இந்தியா தன்னையும் அறியாமல் ஏற்படுத்திக் கொடுத்துவிட்டது. இது உண்மையிலேயே பெருந்துயர் என்கிறார் அல்பெரூனி.

- 51 -

மங்கோலியரும் ஐரோப்பியரும்

மூவரும் அந்நியர்கள் என்பது முதல் பார்வையிலேயே தெரிந்துவிட்டதால் வெனிஸ் மக்கள் இயன்றவரை அவர்களிடம் இருந்து ஒதுங்கி, ஒதுங்கிச் சென்றனர். மூவரின் ஆடைகளும் நைந்திருந்தன. பல இடங்களில் கிழிந்து தொங்கிக் கொண்டிருந்தன. ஏதேதோ மூட்டை, முடிச்சுகளைச் சுமந்து கொண்டிருந்தார்கள். முகங்கள் வாடி வதங்கியிருந்தன. உடலெல்லாம் அழுக்கு. அநேகமாகக் கிழக்கிலிருந்து வரும் துருக்கியர்களாக இருக்கலாம். அஞ்சாமல் நிற்கும் சிலரை நெருங்கி அந்தக் கையையும் இந்தக் கையையும் ஆட்டி ஏதோ கேட்கிறார்கள். அவர்கள் பேசுவது எந்த மொழி என்று கண்டு பிடிக்க முடியவில்லை. இது பயத்தை மேலும் அதிகப் படுத்துகிறது. யார் இவர்கள்? எதற்காக வெனிஸ் வந்திருக் கிறார்கள்? இவர்களால் நமக்கு ஏதேனும் ஆபத்து ஏற்படுமா?

மூன்று அந்நியர்களில் ஒருவர் மார்கோ போலோ. உடன் வந்தவர்கள் அவருடைய அப்பாவும் மாமாவும். பாரசீகம், திபெத், சீனா, மங்கோலியா, பர்மா, சியாம், சுமத்ரா, ஜாவா, சிலோன், இந்தியா என்று கிட்டத்தட்ட 26 ஆண்டுகள் சுற்றித்

திரிந்துவிட்டு மூவரும் வெனிஸ் வந்திருக்கிறார்கள். பயணத் திட்டத்தின் ஒரு பகுதியாக அல்ல. பயணத்தை முடித்துக்கொண்டு இறுதியாக அவர்கள் வந்து சேர்ந்திருக்கும் இடம் அது.

மார்கோ போலோ தன் வாழ்வில் பலதரப்பட்ட நிலங்களைக் கண்டிருக்கிறார். பல்வேறு மொழிகள் பேசும், பல்வேறு பண்பாட்டுப் பின்புலங்களைச் சேர்ந்த வெவ்வேறு இனக் குழுக்களைச் சந்தித்திருக்கிறார். திடுதிடுப்பென்று ஓரிடத்துக்குச் சென்று நிற்கும்போது, அங்கிருப்பவர்கள் எவ்வளவு பதற்றம் கொள்வார்கள் என்பது அவருக்குத் தெரியும். நான் ஆபத்தானவன் அல்ல என்பதை அவர்களுக்கு உணர்த்த எவ்வளவு பிரயத்தனப் படவேண்டும் என்பதை அவர் அறிவார்.

ஆனால், வெனிஸூம்கூட அப்படியேதான் தன்னை நடத்தும் என்பதை அவர் எதிர்பார்க்கவில்லை. மற்றவர்களுக்கு வேண்டு மானால் நான் ஓர் அந்நியர். வெனிஸூக்குமா? என்னை விடுங்கள், என் அப்பாவையும் மாமாவையும் கண்டுமா அவர்கள் அஞ்சவேண்டும்? மற்றவர்களைப் போல் வெனிஸூம் எங்களை அயல் தேசத்தவர் என்று கருதிவிட்டதா?

உண்மையில் அப்படித்தான் வெனிஸ் நினைத்துவிட்டது. போலோ குடும்பத்தைச் சேர்ந்த மூவரையும் முற்றிலுமாக மறந்தேபோய்விட்டது வெனிஸ். இது எங்கள் சொந்த ஊர். எங்கள் வீடு இங்கேதான் இருக்கிறது. அதற்குதான் நாங்கள் வழி கேட்கிறோம் என்று என்னதான் அவர்கள் விளக்கினாலும் ஊர் மக்களால் விளங்கிக்கொள்ள முடியவில்லை. புரியாத மொழியில் கீச்சிடுபவர்களை எப்படி நம் ஊர்க்காரர்கள் என்று சொல்ல முடியும்? நாம் பேசுவது அவர்களுக்குப் புரியவில்லை என்பது மூவருக்கும் புரிகிறது. ஆனால், எவ்வளவு முயன்றும் மூவராலும் தங்கள் தாய்மொழியை நினைவுபடுத்திக்கொள்ள முடியவில்லை. மொழியும் தெரியாமல் முகவரியும் தெரியாமல் எங்கோ காட்டில் வந்து சிக்கிக்கொண்டது போல் ஆகிவிட்டது அவர்களுக்கு. எங்கெங்கோ ஒய்யாரமாக உலா வந்தவர்களுக்குச் சொந்த ஊர் பெரும் புதிராக மாறிவிட்டது.

கனவு போல் அடிமனதில் தேங்கியிருந்த கலங்கலான காட்சிகளைக் கொஞ்சம் கொஞ்சமாக மீட்டெடுத்து, தட்டுத் தடுமாறி ஒரு வழியாக வீட்டைக் கண்டுபிடித்து கதவைத் தட்டினால், யாரோ வெளியில் வந்து என்ன வேண்டும் என்றார்கள். இது எங்கள் வீடு. நீங்கள் எங்கள் உறவினர்கள்.

எங்களை நினைவில்லையா? நாங்கள் போலோக்கள். எங்களை உள்ளே அனுமதியுங்கள் என்று மூவரும் மன்றாடினார்கள். என்னது போலோக்களா? அவர்கள்தாம் எப்போதோ இறந்துவிட்டார்களே என்று சொல்லி, பட்டென்று கதவை அடைத்துவிட்டார்கள் வீட்டிலிருந்தவர்கள்.

பஞ்சாயத்தைத் தீர்த்து வைக்க பக்கத்து ஊர்களிலிருந்து வெவ்வேறு உறவினர்கள் திரண்டுவந்தனர். மூவரையும் அமர வைத்து, குடும்பக் கதைகளிலிருந்து பல கேள்விகளை எழுப்பினார்கள். நீண்ட விசாரணை நடைபெற்றது. ஆம், இவர்கள் நம் போலோக்கள்தாம் என்பதை உறுதிசெய்துகொண்ட பிறகே அவர்களுக்கு அனுமதி அளிக்கப்பட்டது. அதன்பிறகுதான் வெனிஸ் உற்சாகமாக மூவரையும் தழுவிக்கொண்டது. நீங்கள் எங்கெல்லாம் சென்று வந்தீர்கள், என்னவெல்லாம் பார்த்தீர்கள் என்று அனைவரும் கேட்க, மார்கோ போலோ தன் அனுபவங்களை விவரிக்கத் தொடங்கினார். இன்றுவரை அவர் கதைகளைக் கேட்டுக்கொண்டிருக்கிறது உலகம்.

1254ஆம் ஆண்டு வெனிஸில் பிறந்தார் மார்கோ போலோ. உலகின் முக்கியமான வர்த்தக நகரமாக வெனிஸ் அப்போது உயர்ந்திருந்தது. கால்வாய்கள் மூலம் இணைக்கப்பட்ட 118 சின்னச் சின்னத் தீவுகளின் தொகுப்புதான் வெனிஸ். மார்கோ போலோ பிறந்த அதே ஆண்டு அப்பா நிகோலோவும் மாமா மஃபியோவும் ஆசியாவுக்குக் கிளம்பிச் சென்றுவிட்டார்கள். இருவரும் வணிகர்கள். 15 ஆண்டுகள் கழித்து அவர்கள் வீடு திரும்பியபோது மார்கோவின் அம்மா இறந்துபோயிருந்தார். மார்கோ தன் தந்தையை முதன் முதலில் சந்தித்தபோது அவர் வயது 15. இரண்டாண்டுகள் கழித்து அவர்கள் மீண்டும் கப்பல் ஏறியபோது மார்கோவும் அவர்களோடு இணைந்துகொண்டார். மூவரும் சீனாவை நோக்கித் தங்கள் பயணத்தைத் தொடர்ந்தனர்.

மார்கோ போலோவுக்கு மட்டும்தான் அது முதல் சீனப் பயணம். மற்ற இருவருக்கும் சீனா ஏற்கெனவே நன்கு அறிமுகமாக இருந்தது. கவனிக்கவும், ஐரோப்பாவுக்கே சீனா முறையாக அறிமுகமாகாத காலம் அது. ஐரோப்பா, ஆசியா, ஆப்பிரிக்கா ஆகிய மூன்று கண்டங்களே உலகில் இருக்கின்றன என்று ஐரோப்பியர்கள் நம்பிக்கொண்டிருந்த காலமும்கூட. அபாயகரமான இடம், உலகின் கோடியில் அமைந்துள்ள மர்ம இடம் என்றெல்லாம் சீனா அப்போது அழைக்கப்பட்டு வந்தது.

ஒதுக்கப்பட்டும் வந்தது. அப்படி என்னதான் ஆகிவிடும் பார்த்து விடுவோமே என்று துணிந்து உள்ளே நுழைந்ததோடு, அங்கே ஆட்சிபுரிந்து கொண்டிருந்த பேரரசர் குப்லாய் கானுக்கு நெருக்கமானவர்களாகவும் மாறினார்கள் இரண்டு போலோக் களும். குப்லாய் கான் தன் வாழ்நாளில் முதல் முறையாகச் சந்தித்த ஐரோப்பியர்கள் இந்த இருவரும்தாம் என்பதால் அவர்களை ஏதோ அதிசயப் பொருள்கள் போல் கருதி மதித்தார். மீண்டும் வரவேண்டும் என்று உத்தரவிட்டதோடு வரும்போது என்னவெல்லாம் வாங்கிவர வேண்டும் என்றும் அறிவுறுத்தியிருந்தார்.

மார்கோ போலோ

அவர் கேட்காததையும் இரு போலோக்கள் கொண்டு சென்றனர். மார்கோ போலோ. வெனிஸிலிருந்து கிளம்பி குப்லாய் கானின் அரண்மனைக்கு வந்து சேர மூன்றரை ஆண்டுகள் பிடித்தன. அமைதியாகத் தன் முன் வந்து நின்ற 21 வயது மார்கோ போலோவைக் கண்டதும் அவரைவிட மூன்று மடங்கு வயதில் மூத்த குப்லாய் கானுக்குக் குதூகலம் பிறந்துவிட்டது. யார், என்ன என்று விசாரித்து, தெரிந்துகொண்டார். குப்லாய் கானின் விழிகள் கருத்திருந்தன. தோல் நிறமற்று, வெளிறிப்போயிருந்தது. சுமாரான உயரம் என்று குப்லாய் கான் பற்றிய தன் முதல் மனப்பதிவைப் பதிவுசெய்கிறார் மார்கோ போலோ.

குப்லாய் கான், செங்கிஸ்கானின் பேரன். மங்கோலிய மன்னர். சீனாவை முழுமையாக வென்று, சீனப் பேரரசராகவும் விரிந்தவர். சீனாவை ஆண்ட முதல் சீனரல்லாதவர் இவரே. இன்றைய பெய்ஜிங்கில் அவர் அரண்மனை அமைந்திருந்தது. அது குளிர்கால அரண்மனை. ஷங் டு எனும் இடத்திலுள்ள கோடைக் கால மாளிகையில் போலோக்கள் தங்க வைக்கப்பட்டனர். வெள்ளை பளிங்குக்கற்களால் கட்டப்பட்டு, தங்கத்தால் அலங்கரிக்கப்பட்டிருந்த மாளிகையைக் கண்டு தீராத வியப்பில் ஆழ்ந்துபோனார் மார்கோ போலோ. உள்ளே அமைந்திருந்த தோட்டத்தில் பத்தாயிரம் குதிரைகள் இருந்தனவாம். (மார்கோ போலோ ஒரு கதை சொல்லியும்கூட என்பதை மறந்துவிடக் கூடாது!) குப்லாய் கான் தனக்குப் பிடித்த ஒரு குதிரையில்

ஏறியமர்ந்து தோட்டத்தை வலம் வருவார். அவர் பின்னால் இன்னொரு குதிரை. அதற்கும் பின்னால் அவர் வளர்த்த கருஞ்சிறுத்தைப் பாய்ந்தோடி வரும்.

கலைப் பொருள்கள், ஓவியங்கள் ஆகியவற்றைச் சேகரிப்பதில் குப்லாய் கானுக்கு மிகுந்த ஈடுபாடு இருந்தது. ஒரு நல்ல மரத்தை எங்காவது கண்டால் யானையை அனுப்பி வேரோடு பிடுங்கி வரச் செய்து தன் தோட்டத்தில் நட்டுக்கொள்வாராம். குப்லாய் கான் வேட்டையாடச் செல்லும்போது அவரோடு 5,000 வேட்டை நாய்கள் செல்லுமாம். குப்லாய் கானுக்கு எல்லாவற்றையும் பிரம்மாண்டமாகச் செய்து பார்க்கவேண்டும். பெரிதினும் பெரிது கேள் என்பதுதான் மார்கோ போலோவின் வழக்கமும். பெரிய கனவுகளை மட்டுமே காணத் தெரியும் அவருக்கு. அதனால்தான் மங்கோலியருக்கும் ஐரோப்பியருக்கும் ஏற்பட்ட இறுக்கமான பிணைப்பு எந்த வகையிலும் யாரையும் ஆச்சரியப்படுத்த வில்லை. மார்கோ போலோவைத் தன்னுடைய தூதுவராக நியமித்த குப்லாய் கான், அடுத்த 17 ஆண்டுகள் அவரை இந்தியா உள்பட பல இடங்களுக்கு அனுப்பி வைத்தார்.

எதற்காக என்பதை குப்லாய் கானும் சொல்லவில்லை. மார்கோ போலோவும் விளக்கவில்லை. நான் என் பணியை மிக நன்றாகச் செய்துமுடித்தேன் என்று மட்டுமே சொல்கிறார் அவர். ஊர் சுற்றிப் பார்க்க அனுப்பினார் என்பது தொடங்கி உளவறிந்து வருவதுதான் அவருக்கு இடப்பட்ட பணி என்பதுவரை பல காரணங்கள் சொல்லப்படுகின்றன. எது எப்படியோ இருவருக்கும் இந்த ஏற்பாடு பிடித்துப்போய்விட்டது. கனவு கண்ட இடங்களை எல்லாம் கண்டு தீர்த்தார் மார்கோ போலோ. தன்னால் நேரில் சென்று காண இயலாத இடங்களையெல்லாம் மார்கோ போலோ திரும்பி வந்து சொன்ன கதைகள் வாயிலாகத் தரிசித்து மகிழ்ந்தார் குப்லாய் கான். 13ஆம் நூற்றாண்டு இந்தியாவை நாமும் மார்கோ போலோவின் எழுத்துகள் வாயிலாகவே இன்று தரிசிக்கிறோம்.

- 52 -

தென்னிந்தியாவில் மார்கோ போலோ

மார்கோ போலோவின் தென்னிந்தியா சிலோனில் ஆரம்பிக்கிறது. அந்தமான் தீவிலிருந்து சற்றே தென்மேற்கில் ஆயிரம் மைல் கப்பலில் பயணம் செய்தால் சிலோனை வந்தடைந்துவிடலாம் என்கிறார் போலோ. 'சீலான்' என்பது அவர் அழைக்கும் பெயர். இப்போதிருப்பதைக் காட்டிலும் சிலோன் ஒரு காலத்தில் பெரிதாகவே இருந்தது. கடல் கொஞ்சம் கொஞ்சமாக விழுங்கியது போக எஞ்சியிருக்கும் துண்டைத்தான் நாம் இன்று பார்க்கிறோம். சிறியதாக இருந்தாலும் சிறந்த இடம் என்று சொல்லிவிட்டு, சிலோனின் கதையைச் சொல்லத் தொடங்குகிறார்.

சிலோன் மக்கள் உருவச்சிலையை வழிபடுபவர்கள். இடையில் ஒரு துண்டு துணி போக, பெரும்பாலும் ஆடையின்றியே திரிந்து கொண்டிருக்கிறார்கள். சிலோனில் ஒரு மன்னர் இருக்கிறார். அவர் பெயர் செண்டேமெய்ன். (யாரைச் சொல்கிறார் என்று தெரியவில்லை). கோதுமையைக் காண முடியவில்லை. அரிசிதான் சாப்பிடுகிறார்கள். எள்ளிலிருந்து எண்ணெய் எடுக்கிறார்கள். இறைச்சியும் பாலும் நிறைய கிடைக்கின்றன.

உலகின் சிறந்த மரங்களை இங்கே காணமுடியும். மரத்திலிருந்து ஒரு வகையான மதுவைப் பிழிந்து எடுக்கிறார்கள்.

இங்கு கிடைப்பதைப் போன்ற மாணிக்கக் கற்களை உலகில் வேறு எங்கும் நீங்கள் காண முடியாது. சிலோன் மன்னரிடம் தனித்துவமான ஒரு மாணிக்கம் இருக்கிறது. அது எப்படி இருக்கும் என்று சொல்கிறேன். உள்ளங்கை அளவுக்கு அகலம். மனிதக் கரம் அளவுக்குத் தடிமன். நெருப்பு போல் சிவந்திருக்கும். எங்கள் பேரரசர் விரும்புகிறார். நீங்கள் எவ்வளவு கேட்டாலும் கொடுக்கத் தயாராக இருக்கிறார் என்று குப்லாய் கானிடமிருந்து சில தூதுவர்கள் வந்து ஒருமுறை கேட்டார்களாம். இந்த மாணிக்கம் எங்கள் மூதாதையரிடமிருந்து என் கரங்களுக்கு வந்திருக்கிறது. உயிரே போனாலும் தர மாட்டேன் என்று சிலோன் மன்னர் சொல்லிவிட்டாராம்.

இங்கே ஒரு மலை இருக்கிறது. யாராலும் அதில் ஏற முடியாது, அவ்வளவு உயரம். நம் அனைவருக்கும் தந்தையான ஆதாமின் கல்லறை அங்கே இருப்பதாகச் சொல்கிறார்கள். கல்லறை என்னவோ இருக்கிறதுதான். ஆனால், அதற்குள் இருப்பவர் ஆதாம் அல்ல, போர்கன் என்கிறார்கள் வேறு சிலர். யார் போர்கன் என்று கேட்டால், மனிதர்களுள் மேலானவர், புனிதர்களிலும் புனிதர் என்று புகழ்கிறார்கள். ஆதாமைக் காட்டிலும் உயர்ந்த இன்னொருவர் யாராக இருக்கமுடியும் என்னும் கேள்வியோடு தன் தேடலைத் தொடங்கியபோது அவருடைய கதை மார்கோ போலோவுக்குக் கிடைத்திருக்கிறது.

சீறும் பேரும் மிக்க ஓர் அரசரின் மகன், போர்கன். எல்லோரும் அரசருக்குக் கட்டுப்பட்டு பயபக்தியோடு இருந்தார்கள். போர்கனைத் தவிர. இருப்பது ஒரு மகன். அவனோ எதிலும் ஆர்வம் செலுத்துவதில்லை. அப்படியானால் எனக்குப் பிறகு ஆட்சி நிர்வாகத்தை யார் ஏற்று நடத்துவது என்று தவிக்கிறார் அரசர். போர்கனை வழிக்குக் கொண்டுவருவதற்காக இந்தா மணிமுடி, இந்தா செல்வம் என்று என்னென்னவோ கொடுத்துப் பார்க்கிறார். போர்கன் மயங்குவதாக இல்லை. ஒரு மாளிகையைக் கட்டி அங்கே தன் மகனைக் குடியமர்த்துகிறார். சேவை செய்ய அழகிய பெண்களை நியமிக்கிறார். அவர்களுடைய ஆடல், பாடல்களில் மகன் ஈர்க்கப்படுகிறானா பார்ப்போம் என்று காத்திருக்கிறார். போர்கனுக்கோ ஞானம் தவிர வேறு எதிலும் நாட்டமில்லை.

மாளிகையில் தனிமையில் வாழும் போர்கனை வெளியுலக வாழ்வின் நிழல்கூடத் தீண்டவில்லை. எந்த அளவுக்கு என்றால் இறப்பு என்றால் என்னவென்பதையே அவன் அறியாமல் இருக்கிறான். நோய் என்றால் என்னவென்பதையும் அவன் அறிந்திருக்கவில்லை. தன் மகன் இன்பங்களில் மட்டுமே திளைக்கவேண்டும் என்று கருதி அரசர் செய்துள்ள ஏற்பாடு இது. ஒரு நாள் போர்கன் தடைகளை மீறி வெளியில் வருகிறான். அசைவற்றுக் கிடக்கும் ஒரு மனிதனின் உடலை முதல் முதலாக அவன் காண்கிறான். தளர்ந்த, நோயுற்ற ஒரு கிழவனையும் அவன் பார்க்க நேர்கிறது. போர்கனை இந்தக் காட்சிகள் உலுக்குகின்றன. எல்லோருக்கும் நோய் வருமா? எல்லோரும் முதுமையை அடைவார்களா? எல்லா உடல்களும் ஒரு நாள் அசைவற்று வீழ்ந்துவிடுமா? கேள்விகள் அவனை விழிப்புறச் செய்கின்றன. தீராத தேடலொன்று அவனை உந்தித் தள்ளுகிறது. மாளிகையில் இருந்து ஓர் இரவு வெளியேறி காடு, மேடு என்று திரிந்து மலைகளை அடைகிறான். அங்கேயே வாழ ஆரம்பிக்கிறான்.

இப்படியாக புத்தரின் கதையை விவரிக்கும் மார்கோ போலோ தகுந்த இடத்தில் ஒரு சின்ன திருகு திருகுகிறார். எல்லாத் தளைகளிலிருந்தும் விடுபட்டு, எல்லோரிடமிருந்தும் ஒதுங்கி, 'ஒரு கிறிஸ்தவரைப் போல்' அந்த மகான் மலையில் வாழ்ந்து வந்தார் என்கிறார் போலோ. அத்தோடு விட்டுவிடவில்லை அவர். போர்கன் மட்டும் கிறிஸ்தவராக இருந்திருந்தால் இந்நேரம் நம் இயேசு நாதரின் புனித குமாரனாக மாறியிருக்கலாம் என்றொரு ரகசிய ஏக்கப் பெருமூச்சையும் வெளியேற்றுகிறார். கத்தோலிக்க கிறிஸ்தவரான மார்கோ போலோவுக்கு சிலோனின் குமாரன் மனித குமாரனாகத் தோன்றியதில் வியப்பு இருக்க முடியாது அல்லவா?

இந்தக் கதை எப்படி முடிகிறது என்றால் மலையில் இறந்த போர்கனின் உடலைக் கண்டறிந்து அரசரின் முன்பு கொண்டு வருகிறார்கள் ஊர் மக்கள். சோகத்தில் ஆழ்ந்துவிடும் அரசர் தன் மகனின் உருவத்தைத் தங்கத்தால் வடிக்கச் செய்து, அவனைக் கடவுளாக மாற்றி, தன் ஆட்சியிலுள்ள எல்லோரும் அவனை வணங்கவேண்டும் என்று சொல்லிவிடுகிறார். இதுதான் சிலோன் கண்ட முதல் உருவச் சிலை. இன்று நாம் காணும் எல்லாச் சிலைகளும் இதிலிருந்தே பிறந்துவந்தன என்கிறார் மார்கோ போலோ. இந்தியாவிலிருந்து மூலக்கதையைப் பெற்றுக்

கொண்டு, அதில் சில மாற்றங்களை மேற்கொண்டு ஒரு புதிய புத்தரை சிலோன் உருவாக்கியிருக்கலாம். அப்படியொரு புத்தரின் கதையைத்தான் மார்கோ போலோ கேட்டிருக்கவேண்டும் என்கிறார்கள் ஆய்வாளர்கள்.

சிலோனிலிருந்து கிளம்பி 1292ஆம் ஆண்டு வாக்கில் 300 பணியாளர்களைக் கொண்ட ஒரு வணிகக் கப்பலில் சோழ மண்டலக் கடற்கரைக்கு வந்துசேர்கிறார் மார்கோ போலோ. அவர் முதலில் நுழைந்தது தஞ்சாவூரில். அப்போது அங்கே ஆட்சியில் இருந்தவர்கள் பாண்டியர்கள். இது மிக அழகிய இடம் என்று எடுத்த எடுப்பிலேயே நற்சான்றிதழ் கொடுத்துவிடுகிறார். பிறகு பாண்டிய நிலத்தின் கதைகளைச் சொல்லத் தொடங்கி விடுகிறார். சிலோனில் மாணிக்கம் என்றால் இங்கே முத்து. அபரிமிதமாக ஆற்றில் கொட்டிக் கிடக்கிறது. முத்துகளை எப்படிச் சேகரிக்கிறார்கள் தெரியுமா?

சிலோன் தீவுக்கும் பாண்டியர்களின் நிலப்பகுதிக்கும் இடையில் பாயும் ஆறு இருக்கிறதல்லவா? அது அதிக ஆழமற்றது. முத்து சேகரிப்பவர்கள் கப்பல்களையும் படகுகளையும் எடுத்துக் கொண்டு ஏப்ரல், மே மாதங்களில் இந்த ஆற்றுப் பகுதிக்கு வந்துவிடுகிறார்கள். முதலில் அவர்கள் செல்வது பட்டளம் (சிலோன்) பகுதிக்குதான். அங்கிருந்து 60 மைல் தொலைவிலுள்ள வளைகுடாவுக்குள் நுழைகிறார்கள். கப்பல்களில் இருப்பவர்கள் அனைவரும் இப்போது சிறிய படகுகளுக்கு மாறுகிறார்கள். தகுந்த இடம் வந்ததும் முத்துக்குளிப்பவர்கள் ஆற்றுக்குள் பாய்கிறார்கள்.

மூச்சை அடக்கிக்கொண்டு சிப்பிகளைத் தேடுகிறார்கள். முத்துகளோடு இருக்கும் சிப்பிகளைத் தேர்ந்தெடுத்து இடுப்பில் கட்டப்பட்டிருக்கும் வலை போன்ற பையில் நிரப்புகிறார்கள். பை ஓரளவுக்கு நிறைந்ததும் மேலே எழும்பி, நீந்திப் படகை அடைகிறார்கள். பையில் இருந்த முத்துகளைக் கொட்டிவிட்டு மீண்டும் கடலுக்குள் குதிக்கிறார்கள். ஒருவர் எவ்வளவு நேரம் மூச்சை அடைத்துக்கொண்டு நீருக்குள் பணியாற்றுவார் என்பது அவரவர் திறமையை, அனுபவத்தைப் பொருத்தது. சில நேரம் சிப்பி கிடைப்பதற்கு அதிக நேரமாகலாம். அப்போது அடிக்கடி மேலே வந்து, வந்து மூச்சு வாங்கிவிட்டு மீண்டும் கீழே போவார்கள். சிப்பி என்னும் மெல்லுடலிக்குள் முத்து அமர்ந்திருக்கும். சின்ன சதைத் துணுக்கு போல் ஓட்டோடு அது

ஓட்டிக்கொண்டிருக்கும். சிறியதும் பெரியதுமாக இருக்கும் முத்துகளைப் படகில் இருப்பவர்கள் தனியே பிரித்தெடுப்பார்கள்.

முத்துக்குளிக்கச் செல்லும் படகுகள் வணிகர்களுக்குச் சொந்த மானவை. ஒவ்வொரு வணிகரும் முத்துக் குளிப்பதற்கென்று ஆள்களை ஊதியம் கொடுத்து நியமித்திருப்பார்கள். கிடைக்கும் முத்துகளில் பத்தில் ஒரு பங்கை மன்னருக்குச் செலுத்திவிட வேண்டும். பணியாள்கள், மன்னர் போக 'மீன் மயக்குபவர் களுக்கும்' ஒரு பங்கு கட்டணம் கொடுக்கவேண்டும். நீருக்குள் குதித்து முத்து குளிப்பவர்களைத் திமிங்கிலம் போன்ற ஆபத்தான மீன்களிடமிருந்து மீட்கும் முக்கியமான பணியை இந்த மந்திரவாதிகள் செய்கிறார்கள். இவர்கள் என்ன செய்து மீன்களை மயக்குகிறார்கள் என்பதையும் போலோ விவரித்திருந்தால் நன்றாக இருந்திருக்கும். ஆனால், ஒரு நாள் மட்டும்தான் இவர்களுடைய மாயம் வேலை செய்யுமாம். எனவே மறுநாள் முத்து குளிக்கும்போது மீண்டும் மீன் மயக்குபவர்களின் உதவியை நாடிப் பெற்றுக்கொள்ளவேண்டும். இவர்களைக் கடந்து நேரடியாக கடலில் குதித்தால் அத்தோடு கதை முடிந்தது என்று எச்சரிக்கிறார் போலோ.

மீனை மயக்குபவர்களை 'அப்ரயமான்' என்று அழைக்கிறார் போலோ. மந்திரம், தந்திரமெல்லாம் தெரிந்திருப்பதால் ஒரு வேளை இவர்கள் பிராமணர்களாக இருக்குமோ என்று சிலர் சந்தேகிக்கிறார்கள். மீன்கள் போக, பறவைகளையும் இன்னபிற உயிரினங்களையும் இவர்களால் மயக்கி, கட்டுக்குள் வைத்திருக்கமுடியுமாம். போலோவும்கூட இப்படித்தான் தன் கதைகளால் வாசகர்களை மயக்கி, கட்டுக்குள் கொண்டு வருகிறார்.

- 53 -

பாண்டிய நாட்டுக் கதைகள்

மார்கோ போலோ அதிரடிகளுக்குப் பெயர் போனவர். மாபார் மாகாணத்தில் தையல் கலைஞர்களே இல்லை என்று எடுத்த எடுப்பிலேயே ஒரு போடு போடுகிறார் மார்கோ போலோ. மலபார் முடிந்து சோழமண்டலம் தொடங்கும் இடம் இந்த மாபார். தையல் கலைஞர்கள் இல்லாமல் மக்கள் எப்படி ஆடையணிந்தார்கள் என்னும் கேள்வியே உங்களுக்கு எழ வேண்டியதில்லை. மக்கள் எதுவுமே அணியவில்லை என்கிறார் போலோ. போனால் போகட்டும் என்று சிலோன்வாசிகள் போல் இடுப்பில் ஒரு துண்டு துணியை மட்டும் சுற்றிக்கொண்டிருக் கிறார்களாம். குழந்தை, முதியவர். ஆண், பெண். இருக்கப் பட்டவர், இல்லாதப்பட்டவர். இப்படி எந்தப் பேதமும் இல்லை. அவ்வளவு ஏன், மன்னரேகூட இப்படித்தான் பரிதாபகரமாகக் காட்சியளிக்கிறார் என்றால் பார்த்துக்கொள்ளுங்கள் என்கிறார் போலோ.

மார்கோ போலோ தென்னிந்தியாவுக்கு வருகை தந்தபோது பாண்டியர்கள் ஆண்டுகொண்டிருந்தனர். நீண்ட, நெடிய வரலாற்றைக்கொண்டிருப்பவர்கள் பாண்டியர்கள். ஆரியப்படை

கடந்த நெடுஞ்செழியன், தலையாலங்கானத்துச் செருவென்ற பாண்டியன் நெடுஞ்செழியன் போன்றவர்கள் சங்க இலக்கியங்களில் இடம்பெற்றிருக்கின்றனர். இவர்கள் சங்ககாலப் பாண்டியர்கள் என்று அழைக்கப்படுகின்றனர். களப்பிரர் ஆட்சியை வீழ்த்திவிட்டு இடைக்காலப் பாண்டியர் ஆட்சியை, கடுங்கோன் பொஆ 575 வாக்கில் மதுரையில் நிலைநாட்டினார். சோழப் பேரரசு தலைதூக்கும் வரை ஆட்சி நீடித்தது. இவர்களுள் மாறவர்மன் அரிகேசரி என்னும் மன்னரின் ஆட்சியின்போது யுவான் சுவாங் பாண்டிய நாட்டுக்கு வருகை புரிந்தார். முத்து உற்பத்தி குறித்து அவரும் குறிப்பிட்டிருக்கிறார். சோழர்களின் வீழ்ச்சிக்குப் பிறகு 1190 வாக்கில் மீண்டும் பாண்டியர் ஆட்சி மலர்ந்தது. மார்கோ போலோ காலடி எடுத்து வைத்தபோது ஆட்சியிலிருந்தவர் முதலாம் மாறவர்மன் குலசேகர பாண்டியன். ஆனால், போலோ தனது பதிவுகளில் எங்கும் பெயரைக் குறிப்பிடாமல் மன்னர் என்று மட்டுமே எழுதுகிறார்.

இனி அவர் குறிப்புகளுக்கு வருவோம். மன்னர் தனது கழுத்தில் பளபளப்பான மணிமாலைகள் அணிந்திருப்பாராம். முத்து, மாணிக்கம், மரகதம் என்று பலவிதமான கற்களையும் பட்டு நூலில் கோத்து தயாரிக்கப்பட்ட விலை மதிப்பற்ற மாலை அது. மொத்தம் 104 கற்கள் இருக்கும் என்கிறார் போலோ. ஏன் 104 என்றால் தினமும் அவர் 104 முறை காலையிலும் மாலையிலும் உருவச்சிலைகள் முன்பு நின்று உச்சாடனம் செய்வதற்காகவாம். இது 108ஆக இருக்கவேண்டும். பகாடா, பகாடா என்று மன்னர் சத்தமிடுவாராம். இது பாகவதாவாக இருக்கக்கூடும். வேறு சில தங்க ஆபரணங்களைக் கையிலும் காலிலும் அணிந்திருப்பாராம். அவர் ஆட்சி செய்யும் பிரதேசத்திலுள்ள மொத்த ஆபரணங்களின் மதிப்பைக் காட்டிலும் மேலானது மன்னரின் உடலில் இருக்கும் ஆபரணங்கள் என்கிறார் போலோ. ஆனால், பாவம் இவ்வளவு வசதியோடு இருப்பவர் ஒரு தையல் கலைஞரை எங்காவது கண்டுபிடித்து அழைத்துவந்து கொஞ்சம் பெரிய ஆடையாகத் தயாரிக்கச் சொல்லி அணிந்திருக்கலாம்!

பாண்டிய நிலத்துக்குச் செல்பவர்கள் இவ்வளவு முத்துகள்தாம் எடுத்துச் செல்லவேண்டும் என்று விதிமுறை இருக்கிறது. ஓர் ஆளுக்கு இவ்வளவு என்று நிர்ணயித்திருக்கிறார்கள். அதற்கு மேல் எடுத்துச் செல்வது தண்டனைக்குரிய குற்றம். ஆனாலும் எப்படியோ சிலர் முத்துகளைக் கடத்திச் சென்றுகொண்டுதான்

இருக்கிறார்கள் என்கிறார் போலோ. இருப்பதிலேயே பெரிய முத்து கண்டெடுக்கப்பட்டால் அதை மன்னரிடம் ஒப்படைத்து விடவேண்டும். உங்களிடம் ஏதேனும் விலை மதிப்பற்ற கற்கள் இருந்தால் அரண்மனைக்கு அளித்துவிடுங்கள் என்று அவ்வப்போது ஊர் மக்களுக்கு அறிவிப்பு சென்றுகொண்டே இருக்குமாம். மக்களும் தங்களிடமுள்ளதை ஒப்படைத்து விடுவார்களாம். இலவசமாக அல்ல. சந்தையில் ஒரு கல்லுக்கு எவ்வளவு மதிப்பு இருக்குமோ அதைவிடக் கூடுதலாக மன்னர் அளிப்பார். மன்னர் செல்வச் செழிப்பானவராக மாறியது இப்படித்தான் என்கிறார் போலோ.

முத்துகளோடு நிறுத்திக்கொண்டிருந்தால் பரவாயில்லை. அழகிய பெண்களைச் சேகரிப்பதிலும் மன்னர் ஆர்வமிக்கவராக இருந்திருக்கிறார். தன்னுடைய ஆட்சிப் பரப்பில் எங்கு அழகியப் பெண் இருப்பதாகக் கேள்விப்பட்டாலும் அழைத்து வந்து திருமணம் செய்துகொண்டுவிடுவாராம். இவ்வளவு மனைவிகள்தாம் இருக்கவேண்டும் என்பது போன்ற கட்டுப்பாடுகள் மன்னருக்கு இல்லாததால் ஒருவராலும் அவரைத் தடுக்கமுடியவில்லை. மன்னரின் பெண்ணாசை எந்த அளவுக்குச் சென்றுவிட்டது தெரியுமா? ஒரு நாள் தன் சகோதரனின் மனைவி மீதே அவர் காதல் வயப்பட்டுவிட்டார். வலுக்கட்டாயமாக அவரைத் தன்னோடு இழுத்துச் சென்றும் விட்டார் என்று அதிர்கிறார் போலோ. அண்ணனாகிய மன்னனை எதிர்க்க அஞ்சி தம்பியும் அமைதியாக இருந்துவிட்டாராம்.

அரண்மனை வீரர்களில், குறிப்பிட்ட வகையைச் சேர்ந்த சிலர் இருக்கிறார்கள். மன்னருக்கு நெருக்கமானவர்கள். அவர் எங்கு சென்றாலும் இவர்கள் அணிவகுத்துச் செல்கின்றனர். மன்னர் பயணம் செய்யும்போது நிழல்போல் தொடர்கிறார்கள். இவர்களுடைய விசுவாசம் ஆச்சரியப்படத்தக்கது. மன்னர் இறந்துவிட்டால் தகன மேடைக்கு இவர்களும் செல்கிறார்கள். மன்னரின் உடல் எரியூட்டப்படும்போது இவர்களும் நெருப்பில் பாய்ந்துவிடுகிறார்கள். இருந்தவரை அவருக்குப் பணிவிடைகள் செய்தோம். இறந்தபிறகும் நாங்கள் அவருக்கே பணிவிடைகள் செய்ய விரும்புவதால் அவரோடு சேர்ந்து இன்னோர் உலகுக்குப் பயணமாகிறோம் என்கிறார்கள் இவர்கள். இவர்களை யாரும் தடுப்பதில்லை என்கிறார் போலோ. திருநெல்வேலி மாவட்டத்தில் கீழப்பாவூர் என்னும் இடத்திலுள்ள லக்ஷ்மி நரசிம்மர் கோயிலில் உள்ள கல்வெட்டுகளில் இந்த வீரர்கள்

பற்றிய குறிப்புகள் இடம்பெற்றுள்ளன. ‘தென்னவன் ஆபத்துதவிகள்’, ‘முனை எதிர் மோகர்’,‘பெரும்படையினர்’ ஆகிய பெயர்களால் இந்த மெய்க்காவல் வீரர்கள் அழைக்கப்படுகின்றனர். மேலதிக விவரங்கள் இல்லை.

யானைப்படை, காலாட்படை, தேர்ப்படை, குதிரைப்படை நான்கும் இருந்தன என்றாலும் மார்கோ போலோ குதிரைகளை மட்டுமே குறிப்பாகக் கவனித்திருக்கிறார். குதிரைகளின் முக்கியத்துவம் தெரிந்தாலும் ஏனோ இங்கிருப்பவர்கள் குதிரை வளர்ப்பில் கவனம் செலுத்தவேயில்லை. எல்லாக் குதிரை களையும் வெளியிலிருந்தே கொண்டு வருகிறார்கள். இதனால் பெரும் பொருள் செலவு ஏற்படுகிறது என்கிறார் போலோ. (கொற்கை, தொண்டி உள்ளிட்ட துறைமுகப்பட்டினங்களில் ஆண்டுதோறும் பத்தாயிரத்துக்கும் மேற்பட்ட குதிரைகள் இறக்குமதியானதாக வேறு சில பதிவுகளும் உள்ளன). குதிரைகள் வாங்குவார்கள். அவை இறந்துபோகும். மீண்டும் வாங்குவார்கள். வாங்குவதில் காட்டும் அக்கறையில் கொஞ்சமாவது குதிரையைப் பராமரிப்பதில் காட்டியிருந்தால் இவ்வளவு இழப்பு நேர்ந்திருக்காது என்கிறார் போலோ.

இன்னொரு விசித்திரமான வழக்கத்தை இங்கே கண்டேன். ஒருவனுக்கு மரண தண்டனை விதிக்கப்பட்டால் அவன் ஏதேனும் ஒரு கடவுளுக்குத் தன்னுயிரைத் தியாகம் செய்ய அனுமதிக்கப் படுவான். நான் என்னுடைய கடவுளுக்கு, அவருடைய திருவுருவச் சிலைக்கு என் உயிரை அளிக்க விரும்புகிறேன் என்று அவன் அறிவிப்பான். அரசு அனுமதி பெற்றவுடன் அவன் தன் நண்பர்களுக்கும் உறவினர்களுக்கும் சொல்லியனுப்புவான். அவர்கள் திரண்டு வந்து அவனை வண்டியில் ஏற்றி, 12 கத்திகளை அவனிடம் ஒப்படைத்து ஊர் முழுக்க ஊர்வலமாகக் கொண்டு வருவார்கள். ‘இவன் தன்னுயிரை இன்ன கடவுளுக்குத் தியாகம் செய்யப்போகிறான்’ என்று அவர்கள் முழங்குவார்கள். பலி கொடுக்கும் இடம் வந்ததும் கைதி இறக்கிவிடப்படுவான். முதல் கத்தியால் தன் கையைக் குத்திக்கொள்வான். இரண்டாவதால் இன்னொரு கை. மூன்றாவது வயிற்றுக்குள் செலுத்தப்படும். இப்படி இறந்து விழும்வரை ஒவ்வொரு கத்தியை எடுத்து ஒவ்வோர் இடத்தில் அவன் குத்திக்கொள்வான். ஒவ்வொரு முறையும் ‘கடவுளே, உனக்காகத்தான் நான் என்னை மாய்த்துக் கொள்கிறேன்!’ என்று அவன் அலறுவது வழக்கம். பிறகு அவனுடலை எடுத்துச் சென்று மகிழ்ச்சியோடு தகனம்

செய்வார்கள். கணவனை இழந்த பெண்ணும் உயிர்த்தியாகம் செய்ய அனுமதிக்கப்படுகிறாள். ஆணைப் போல் கத்தியால் குத்திக்கொள்ளாமல் அவள் தீக்குள் பாய்கிறாள். அவளுக்கும் அதே மரியாதை கிடைக்கிறது என்கிறார் போலோ.

இந்துக்களை உருவச்சிலை வழிபாட்டாளர்கள் என்றே அழைக்கிறார் மார்கோ போலோ. மாடு அவர்களுக்குப் பிடித்தமானது. எருது பல சிறப்புகளைப் பெற்றிருக்கும் என்று கருதி அதனை வழிபடுகிறார்கள். எதற்காகவும் எருதை அவர்கள் கொல்வதில்லை. உயிரே போனாலும் மாட்டிறைச்சியைச் சீண்டுவதுமில்லை. எல்லாச் சிலை வழிபாட்டாளர்களும் ஒன்றுபோல் இருப்பதாகச் சொல்ல முடியாது. இவர்களில் ஒரு பிரிவினர் எருதுவைத் தங்கள் கரங்களால் கொல்வதில்லை என்றாலும் மாமிசம் கிடைத்தால் உண்கிறார்கள். மாட்டிறைச் சியையும் மகிழ்ச்சியோடு உட்கொள்கிறார்கள். மாட்டை இத்தோடு அவர்கள் விடுவதாக இல்லை. அதன் சாணத்தை அள்ளியெடுத்து வந்து வீடு முழுக்கப் பூசிவிடுகிறார்கள்.

உலகில் எல்லோரும் இருக்கையில் அமர்ந்து உண்ணும்போது, இவர்கள் மட்டும் கட்டாந்தரையில் அமர்ந்து உண்கிறார்கள் என்கிறார் போலோ. ஏழைகள் மட்டுமல்ல, மன்னரும்கூடத் தரையில் அமர்ந்துதான் உண்கிறார். இதை ஒரு வழக்கமாக அனைவரும் பின்பற்றுவதால் அதற்கு ஏதேனும் காரணம் இருக்கவேண்டும் என்று நினைத்து விசாரித்திருக்கிறார் போலோ. அவருக்குக் கிடைத்த பதில் இது. இதில் பரிகசிப்பதற்கு எதுவும் இல்லை. கீழே அமர்வது மதிக்கத்தக்க பண்பு. நாம் அனைவரும் பூமியிலிருந்தே தோன்றியிருக்கிறோம். பூமிக்குதான் திரும்பப் போகிறோம். பூமிக்கு நாம் செலுத்தும் எளிய மரியாதை இது.

- 54 -

பாண்டிய நாட்டுக் கதைகள் – 2

அல்பெரூனியிடமிருந்த பரந்து, விரிந்த அறிவோ அறிவியல் பார்வையோ மார்கோ போலோவிடம் இல்லை. அவர் ஒரு வணிகர். போய் வந்து கதைகள் சொல்லு என்று குப்லாய் கான் அவருக்கு உத்தரவிட்டிருந்தார். மார்கோ போலோ செய்தது அதைத்தான். அவர் ஒரு சிறந்த கதைசொல்லி. எளிமையான, அப்பாவித்தனமான கதைசொல்லி.

அவருடைய பாண்டிய நாட்டுக் கதைகள் தொடர்கின்றன. பாண்டிய நாட்டு மக்கள் சுத்தத்துக்கு முக்கியத்துவம் கொடுக்கிறார்கள். தினமும் இரு வேளை குளிக்கிறார்கள். குளிக்காதவர்கள் ஒதுக்கப்படுகிறார்கள். வலது கையால் மட்டுமே உண்கிறார்கள். எல்லாச் சுத்தமான காரியங்களுக்கும் வலது கைதான் நீண்டு வருகிறது. அசுத்தமான பணிகளுக்கென்றே இடது கையை ஒதுக்கி வைத்திருக்கிறார்கள். தண்ணீர் குடிக்கக்கூட இன்னொருவரின் கோப்பையை அவர்கள் பயன் படுத்துவதில்லை. ஒருவேளை இன்னொருவரின் பாத்திரத்தில் இருந்து நீர் அருந்தும் அவசியம் ஏற்பட்டுவிட்டால், பாத்திரத்தை

வாயிலிருந்து இயன்றவரை தூக்கிப் பிடித்து அங்கிருந்து சாய்த்து, உதடு படாமல் லாகவமாகக் குடிக்கிறார்கள். கைகளில் நீரை ஏந்தி அருந்தும் வழக்கமும் இருக்கிறது.

மது அருந்துபவர்கள் மதியிழந்தவர்கள். கடல் பயணம் செய்பவர்கள் காசுக்காக எதையும் செய்யத் துணிந்தவர்கள். இந்த இருவரும் மதிக்கப்படுவதில்லை. அவர்களை யாரும் சாட்சி சொல்ல அழைப்பதில்லை. கடன் வாங்கிவிட்டுத் திருப்பித் தராமல் இழுத்தப்படிப்பவரை வழிக்குக் கொண்டுவர அவரைச் சுற்றி ஒரு வளையத்தைக் கடன் கொடுத்தவர் வரைகிறார். அது ஒரு சிறை. கணக்கு தீர்க்காமல் வெளியில் வருபவரின் கதைத் தீர்க்கப்படும். எனவே எல்லோரும் வளையத்துக்கு அஞ்சினார்கள்.

நானே அப்படியொரு நிகழ்வை என் இரு கண்களால் கண்டேன். அயல்நாட்டு வணிகரிடமிருந்து ஒரு மன்னர் குறிப்பிட்ட தொகையொன்றைக் கடனாகப் பெற்றுக்கொண்டு கையோடு அதை மறந்துவிட்டாராம். வணிகர் சிலமுறை நினைவுபடுத்தியும் பணம் வரவில்லையாம். ஒரு நாள் மன்னர் குதிரையில் சென்றுகொண்டிருந்ததைக் கண்ட வணிகர், விரைந்து சென்று மன்னரைச் சுற்றி ஒரு வளையத்தைப் போட்டுவிட்டார். சட்டென்று குதிரையை நிறுத்திவிட்டார் மன்னர். ஓரேயோர் அங்குலம்கூட நகரவில்லை அவர். வணிகருக்குப் பைசல் செய்து முடித்த பிறகே குதிரை கிளம்பியதாம். இதைக் கண்ட மக்கள் ஆகா, மன்னரென்றால் இப்படியல்லவா நீதியுணர்வோடு இருக்க வேண்டும் என்று ஆரவாரம் செய்து மகிழ்ந்திருக்கிறார்கள்.

ஜூன், ஜூலை, ஆகஸ்ட். இந்த மூன்று மாதங்கள் தவிர மற்ற எல்லா மாதங்களும் வெயில் கொளுத்தி எடுக்கிறது. இந்த மூன்று மாதங்களாவது மழை பெய்கிறதே என்று நிம்மதி கொள்ள வேண்டியதுதான். இல்லாவிட்டால் கடும் வறட்சி மக்களைத் தின்றுவிடும்.

மக்கள் ஜோசியத்தை மதிக்கிறார்கள். ஒரு மனிதனின் குணாதிசயங்களை ஜோசியத்தால் கண்டுபிடித்துவிடமுடியும் என்று நம்புகிறார்கள். சகுனம் பார்க்கிறார்கள். ஒரு பறவையோ விலங்கோ தோன்றினால் அதன் பொருள் இதுதான் என்று கணித்துவிடுகிறார்கள். ஒருவர் தன் பாட்டுக்கு எங்காவது சென்றுகொண்டிருப்பார். யாராவது தும்மினால் போச்சு! அவர் அதை நல்ல சகுனம் என்று நினைத்தால் மட்டுமே தொடர்ந்து

நடப்பார். இல்லாவிட்டால் பயணத்தை முறித்துக்கொண்டு வந்த வழியே திரும்பிவிடுவார். ஒரு குழந்தை பிறந்ததும் ஓடோடிச் சென்று நாள், நட்சத்திரம், நிலாவின் தோற்றம் போன்றவற்றைக் குறித்து வைத்துவிடுகிறார்கள். அந்தக் குழந்தை வளர்ந்து பெரிய ஆள் ஆனாலும் இந்தக் குறிப்புகளைக் கொண்டே அவருடைய குணாதிசயங்களை அறிந்துகொள்கிறார்கள். ஜோசியர்கள், மந்திரவாதிகள், மாயக்காரர்கள் என்று பலரிடமிருந்தும் மக்கள் வழிகாட்டுதல்களைப் பெற்றுக்கொள்கிறார்கள். இவர்கள் அளவுக்கு ஆழமாக உலகில் வேறு யாரும் மந்திர தந்திரங்களில் நம்பிக்கை வைத்திருப்பார்களா என்று தெரியவில்லை.

ஒரு பையனுக்கு 13 வயது ஆகிவிட்டால் அவனை வீட்டிலிருந்து துரத்திவிடுகிறார்கள். 20 அல்லது 24 ஆடுகள் அல்லது அந்த மதிப்புக்குச் சமமான தொகையை அவனுக்கு முதலீடாகக் கொடுக்கிறார்கள். அதன்பின் தன் வாழ்வை அவன்தான் திட்டமிட்டுக்கொள்ளவேண்டும், தன் செலவுகளை அவன்தான் கவனித்துக்கொள்ளவேண்டும். அவன் ஆடு மேய்ப்பானோ, முத்துக்குளிப்பானோ, ஓடியாடி உழைப்பானோ, பெற்றோர் தலையிட மாட்டார்கள்.

காடை மட்டும்தான் அதே போல் இருக்கிறது. மற்ற பறவைகளும் விலங்குகளும் பார்ப்பதற்குப் புதியனவாக உள்ளன. வெளவால் என்றொரு பறவை இருக்கிறது. இது இரவு நேரத்தில் மட்டும் பறக்கும். மற்ற பறவைகளைப் போல் உடலில் இறகுகள் கிடையாது. இது வல்லூறு அளவுக்குப் பெரியதாக இருக்கிறது. இங்கே உள்ள வல்லூறு காகம் போல் கறுத்திருக்கிறது. நம் வல்லூறுவைவிட வேகமாகப் பறந்து செல்கிறது. இங்குள்ள குதிரைகள் வேகமாக இறக்கின்றன என்று சொன்னேன் அல்லவா? அதற்குக் காரணம் மனிதர்கள் போலவே கருதி அதற்கும் அரிசிச் சோறும் இறைச்சியும் பொங்கிப் போடுவதுதான் என்பது தெரிகிறது.

இங்கு மட்டுமல்ல இந்தியா முழுவதுமே பலர் ஒருவித இலையை வாய்க்குள் போட்டுச் சதா குதப்பிக்கொண்டே இருக்கிறார்கள். எப்போதும் எச்சில் துப்பிக்கொண்டே இருக்கிறார்கள். யாரேனும் இழிவு செய்தால் முகத்திலேயே உமிழ்ந்துவிடவும் தயங்குவ தில்லை. மன்னர்கூட இலையோடு இன்னபிற சமாசாரங்களைச் சேர்த்துச் சுவைத்து மென்றுகொண்டிருக்கிறார். கேட்டால் உடம்புக்கு நல்லது என்று சாதிக்கிறார்கள்.

பெண் குழந்தைகளைக் கோயில்களில் நேர்ந்துவிடும் வழக்கம் இங்கே இருக்கிறது. அப்பா, அம்மா இருவரும் இணைந்து தங்களுக்கு மிகவும் பிடித்த கடவுளுக்குத் தங்கள் பெண் குழந்தையை ஒப்படைத்துவிடுகிறார்கள். விழா, கொண்டாட்டம் என்றால் இந்தப் பெண்களைத்தான் அர்ச்சகர்கள் வரவழைக் கிறார்கள். கடவுள் சிலைக்கு முன்பு அவர்கள் ஆடுகிறார்கள், பாடுகிறார்கள். கடவுளுக்கு உணவு சமைக்கும் பணியையும் இந்தப் பெண்களே செய்கிறார்கள். இறைச்சி தொடங்கி எல்லாவிதமான பண்டங்ளையும் இவர்கள் தங்கள் கைப்பட உருவாக்கி, தட்டுகளில் நிரப்பி கடவுளுக்குப் படைக்கிறார்கள். கடவுள் தன் உணவை ஏற்றுக்கொள்ளும்வரை ஆடல்களிலும் பாடல்களிலும் ஈடுபடுகிறார்கள். அதன்பின் தட்டுகளைச் சேகரித்து கடவுள் உண்டது போக மிச்சமுள்ள உணவை மிகுந்த மகிழ்ச்சியோடு இந்தப் பெண்கள் உண்கிறார்கள். ஒவ்வோர் ஆண்டும் பல முறை இந்தச் சடங்கு நடைபெறும். கோயில் பெண்கள் திருமணமாகிச் செல்லும்வரை அவர்கள் இந்தப் பணிவிடைகளைத் தொடர்கிறார்கள்.

தேவதாசிகள் குறித்து மார்கோ போலோ அளிக்கும் இந்தச் சித்திரம் முக்கியமானது. தன் இணையோடு கோபம் கொண்ட ஆண் கடவுள்களை அமைதிப்படுத்தவே பெண்கள் நடனமாடு கிறார்கள் என்று அர்ச்சகர்கள் சொன்னதாக அவர் பதிவு செய்கிறார். பெண்கள் ஆடையின்றி நடனமாடுவதாகவும் சொல்கிறார்.

புனித தோமா (தாமஸ்) பற்றிய ஆரம்பக் காலக் குறிப்புகளை வழங்கியவர்களில் மார்கோ போலோவும் ஒருவர். அவரைப் பொருத்தவரை தோமா கொல்லப்பட்டது மாபாருக்கு அருகில் தான். ஆப்பிரிக்கப் பகுதிகளில் பலரைக் கிறிஸ்தவத்துக்கு மதம் மாற்றிய பிறகு இறைப்பணிக்காக இங்கே வந்தார் தோமா. ஒரு நாள் அவர் கடவுளைப் பிரார்த்தனை செய்துகொண்டிருந்தார். மயில்கள் அவரை எப்போதும் சூழ்ந்திருப்பது வழக்கம். அவை அதிகம் வாழும் பகுதி இது. அந்தப் பக்கம் வந்த சிலை வழிபாட்டாளர் ஒருவர் மயிலைக் கண்டதும் விரைந்து அம்பு செலுத்தியிருக்கிறார். அந்த அம்பு தோமாவின் வலது பக்கம் பாய்ந்து அவரை வீழ்த்திவிட்டது. ஆள் அரவமற்ற, வணிகர்கள் கூட அதிகம் செல்லாத ஓரிடத்தில் அவர் உடல் அடக்கம் செய்யப்பட்டுள்ளது. கிறிஸ்தவர்கள் புனிதப் பயணமாக அங்கே செல்கிறார்கள். அங்கிருந்து மண் எடுத்து வந்து

பாதுகாக்கிறார்கள், நோயுற்றவர்களுக்கு மருந்து போல் தருகிறார்கள்.

புழு, பூச்சிக்குக்கூட ஆன்மா இருக்கிறது. எந்த உயிருக்கும் தீங்கு விளைவிக்கக் கூடாது என்று வாதிடும் சமணர்களைக் கண்டு வியக்கிறார். பச்சைக் காய்கறிகளைக்கூட வாடிய பிறகே உண்கிறார்கள். ஆடை அணியாமல் வெறும் தரையில் படுத்து உறங்குகிறார்கள்.

திருநெல்வேலி மாவட்டத்தில் தாமிரபரணி ஆற்றுப் பக்கம் சுற்றி வந்திருக்கிறார் மார்கோ போலோ. இது ஒரு முக்கியமான துறைமுக நகரம். குதிரைகள் தொடங்கி ஏராளமான பண்டங்கள் இங்கே இறக்குமதி செய்யப்படுகின்றன என்கிறார் போலோ. காயல் என்று இந்த இடத்தை அழைக்கிறார். இப்பகுதியையும் சுற்றுவட்டாரத்தையும் புகழும் செல்வமும் குவிந்திருக்கும் ஒரு மன்னர் ஆண்டுவருகிறார். சிறந்தவர். நிர்வாகத்திறன் மிக்கவர். அயல்தேசத்தவரையும் வணிகரையும் மதித்து வரவேற்கிறார். அவருக்கு 300 மனைவிகள் உள்ளனர் என்று அவரை வர்ணிக்கிறார் போலோ. அந்த மன்னர், முதலாம் மாறவர்மன் குலசேகர பாண்டியன். தென்னிந்தியாவின் வெவ்வேறு பகுதிகளை ஆண்டுவந்த ஐந்து சகோதரர்களில் இவர் ஒருவர் என்கிறார் போலோ. ஐவரும் தங்களுக்குள் சண்டையிட்டுக்கொள்வது வழக்கமாம். நிலைமை தீவிரமாகும்போது அவர்கள் அம்மா உள்ளே புகுந்து, நீங்கள் இதற்குமேல் சண்டையிட்டால் உங்களுக்குப் பாலூட்டிய என் மார்பையும் உங்களைப் பெற்றெடுத்த வயிற்றையும் கிழித்துக்கொள்வேன் என்று கத்தியோடு மிரட்டுவாராம். உடனே ஐவரும் பணிந்து விடுவார்களாம்.

வெனிஸ் திரும்பிய பிறகு மார்கோ போலோ மக்களிடம் தன் அனுபவங்களை ஆசையாசையாகப் பகிர்ந்துகொண்டார். ஆனால், அவற்றை நம்பியவர்கள் வெகு சிலரே. இறக்கும் தருவாயில் இருந்தபோதும்கூட அவரிடம் கேட்டிருக்கிறார்கள். போலோ, நீங்கள் எழுதியிருப்பவை எல்லாம் உண்மைதானா? அவர் அளித்ததாகச் சொல்லப்படும் பதில் பிரபலமானது. 'நான் கண்டதில் பாதியைக்கூட உங்களுக்கு இன்னும் சொல்ல வில்லை.'

- 55 -

இஸ்லாமிய இந்தியா

பயணம் சாகசங்களுக்கான நூறு கதவுகளைத் திறந்துவிடுகிறது. உங்கள் இதயத்துக்கு இறக்கைகளைப் பொருத்துகிறது. பயணம் உங்களைப் பேச்சற்றவராக மாற்றுகிறது. அதே நேரம் உங்களை ஒரு கதை சொல்லியாகவும் உருமாற்றுகிறது என்கிறார் இபின் பதூதா.

கஜினி முகமதுவின் நோக்கம் சூறையாடுவது மட்டுமே. இந்தியாவை ஆளும் திட்டம் அவருக்கு இல்லை என்று பார்த்தோம். கஜினி முகமது மறைந்து 150 ஆண்டுகள் கழித்து, 1192 ஆம் ஆண்டு தில்லியை ஆக்கிரமித்தார் முகமது கோரி. கஜினி போல் இல்லாமல் தான் ஆக்கிரமித்த பகுதிகள் அனைத்தையும் ஆள விரும்பினார். புதிதாக இணைக்கப்பட்ட பகுதிகளை ஆள்வதற்குத் தன்னுடைய ராணுவ ஜெனரல்களை நியமித்தார். சில இடங்களில் துருக்கியர்களை நியமித்தார். இன்னும் சில இடங்களில் முன்னாள் அடிமைகளையும் அவர்களுடைய வாரிசுகளையும் பதவியில் அமர்த்தினார். வட இந்தியாவை நிர்வகிக்கும் பொறுப்பு குத்புதீன் ஐபக் என்பவருக்கு அளிக்கப்பட்டது.

குத்புதீன் ஐபக் ஒரு முன்னாள் அடிமை. குத்புதீன் ஐபக் குழந்தையாக இருந்தபோதே அவருடைய துருக்கியப் பெற்றோர் பணத்துக்கு அவரை விற்றுவிட்டார்கள். பாரசீகத்தில் வில் வித்தை, குதிரையேற்றம் போன்றவற்றை அவர் கற்றுக் கொண்டார். அதன்பின் அவருடைய எஜமானர் முகமது கோரிக்கு குத்புதீனை விற்றுவிட்டார். ஆண் வாரிசு இல்லாத முகமது கோரி, குத்புதீன் ஐபக்கின் திறமைகளால் கவரப்பட்டார். மாலிக் என்னும் பட்டத்தையும் அவருக்கு வழங்கிச் சிறப்பித்தார். முகமது கோரி இறந்ததும் சுல்தானாக மாறினார் குத்புதீன் ஐபக். அவரைத் தொடர்ந்து வேறு சில முன்னாள் அடிமைகள் தில்லியின் சுல்தானாகப் பதவியேற்றனர். தில்லி சுல்தானகம் என்றும் அடிமை வம்சம் என்றும் அவர்கள் ஆட்சி அழைக்கப்பட்டது. இந்தியத் துணைக்கண்டத்தில் அமைந்த முதல் இஸ்லாமிய ஆட்சிமுறை இதுவே. முகலாயர்கள் வரும்வரை சுல்தானிய ஆட்சிமுறை வட இந்தியாவில் நீடித்தது.

இந்தியா மட்டுமின்றி ஆசியா, ஐரோப்பா என்று உலகெங்கும் இஸ்லாமியர்களின் கரம் மேலோங்கிக்கொண்டிருந்த காலம் அது. இன்றைய ஆப்கனிஸ்தான், வங்கதேசம், இரான், வட இந்தியா, பாகிஸ்தான், தஜிகிஸ்தான், துர்க்மெனிஸ்தான் ஆகிய பகுதிகளை உள்ளடக்கிய கோர் பேரரசை முகமது கோரி ஒரு பக்கம் கட்டமைத்திருந்தார். மற்றொரு பக்கம் சிலுவைப் போர்களில் கிறிஸ்தவ நாடுகளை வென்று ஐரோப்பாவிலும் இஸ்லாமிய ஆட்சியை மலரச் செய்திருந்தனர் இஸ்லாமிய மன்னர்கள். இந்தப் பின்னணியில் 12ஆம் நூற்றாண்டு தொடங்கி இந்தியாவை நோக்கி வரும் இஸ்லாமியப் பயணிகளின் எண்ணிக்கை குறிப்பிடத்தக்க வகையில் அதிகரிக்க ஆரம்பித்தது. அவர்களில் ஒருவர் மொராக்கோவைச் சேர்ந்த இபின் பதூதா.

இஸ்லாமியச் சட்ட நிபுணர்கள் நிரம்பிய ஒரு குடும்பத்தில் 1304ஆம் ஆண்டு பிறந்தவர் இபின் பதூதா. அதே துறையில்தான் அவரும் பயின்றார். 1325 ஆம் ஆண்டு தனது 21ஆவது வயதில் ஒரு கழுதையில் ஏறி அமர்ந்துகொண்டு, தன்னந்தனியாக வீட்டில் இருந்து புறப்பட்டார். மெக்காவுக்குப் புனித ஹஜ் யாத்திரை செல்வதுதான் அவர் இலக்கு. ஒன்றரை ஆண்டுகளில் அவர் யாத்திரையும் முடிந்துவிட்டது. ஆனால், அவர் வீடு திரும்ப வில்லை. இவ்வளவு தூரம் வந்துவிட்டோம். அப்படியே இராக்கைப் பார்த்துவிட்டால் என்ன? இராக் பார்த்துவிட்டோம்.

இங்கிருந்து பாரசீகம் அப்படியொன்றும் தொலைவு கிடையாது என்கிறார்களே… ஒரு நடை போய்ப் பார்த்தால்தான் என்ன?

சாகசத்தின் சுவை அவரை அலைக்கழித்தது. இங்கே வா, இங்கே வா என்று புதிய நாடுகள் அவரை இழுத்துக்கொண்டே இருந்தன. வட ஆப்பிரிக்கா, மேற்கு ஆப்பிரிக்கா, மத்திய கிழக்கு, இந்தியா, மத்திய ஆசியா, தென் கிழக்கு ஆசியா, சீனா என்று சுற்றித் திரிந்தார். சரி, வீட்டுக்குப் போகலாம் என்று ஒரு வழியாக அவர் முடிவெடுப்பதற்குள் 30 ஆண்டுகள் முடிந்து போயிருந்தன. 75,000 மைல்களை அவர் கடந்திருந்தார். வரைபடத்தை விரித்து வைத்துக்கொண்டு அவர் சென்ற பாதையைப் பின்தொடர்ந்து இன்று ஒருவர் பயணம் செய்தால் நாற்பதுக்கும் அதிகமான நாடுகளை அவர் காண்பார்.

நீளமான அரபுத் தலைப்பைக் கொண்டிருக்கும் பதூதாவின் பயணக் குறிப்புகள் 'ரிஹ்லா' என்று சுருக்கமாக அழைக்கப் படுகிறது. வெறும் பயண நூல் மட்டுமல்ல இது. பகுதியளவில் அவருடைய சுயசரிதை. பகுதியளவில் அவர் வாழ்ந்த காலத்தின் பண்பாட்டு வரலாறு. விரிவான விவரிப்புகளை உள்ளடக்கிய ஓர் இலக்கியப் பிரதியாகவும் அதைக் கொள்ளமுடியும். இந்தத் தேதியில் அங்கே சென்றேன், இந்தத் தேதியில் அவரைச் சந்தித்தேன் என்று நாள்குறிப்பு போல் அவர் தன் நூலை எழுதவில்லை. தான் கண்டதையும் உணர்ந்ததையும் கற்றதையும் தொகுத்துக்கொண்டே செல்வதுதான் அவருடைய எழுத்து முறை.

இபின் பதூதாவின் இந்தியப் பயணம் தொடங்கியது 1330ஆம் ஆண்டு (அல்லது 1332). பொதுவாக அரபிக் கடல் வழியாக இந்திய மேற்குக் கரையை வந்தடைவதுதான் அப்போது வழக்கமாக இருந்தது. ஆனால், இபின் பதூதா எப்போதும் நேர்வழியில் செல்ல மாட்டார். சென்றுகொண்டே இருக்கும் போது கிடைக்கும் ஆனந்தம் சென்றடைந்துவிடும்போது நின்றுவிடுகிறது அல்லவா? எனவே வடக்கில் தொடங்கி எகிப்து, சிரியா வழியாக ஆசியா மைனருக்குச் சென்று, அங்கே ஒரு சுற்றுச் சுற்றிவிட்டு, கருங்கடல் வழியாக மேற்கு மத்திய ஆசியாவை வந்தடைந்தார். அங்கிருந்து பைஜாண்டியப் பேரரசின் தலை நகரமான கான்ஸ்டாண்டிநோபில் சென்றார். ஆசியப் புல்வெளிப் பிரதேசங்களில் அலைந்தார். அங்கிருந்து குராசான், ஆப்கனிஸ்தான் வழியாகச் சிந்து நதிக்கரையைத் தொட்டார். செப்டெம்பர் 1333 அல்லது 1335 வாக்கில் அவர் இந்தியாவில் காலடி எடுத்து வைத்தார்.

இந்தியா ஏன் வந்தார் என்பதற்குச் சொல்லப்படும் கதை இது. அலெக்சாண்டரியாவில் இருந்தபோது இபின் பதூதா ஒரு துறவியைப் பார்த்தாராம். நீ ஊர், உலகமெல்லாம் சுற்றித் திரியப்போகிறாய். நிச்சயம் இந்தியாவுக்குப் போவாய். அங்கே என்னைப் போலவே துறவியாக வாழும் என் தம்பியைப் பார்ப்பாய் என்று அவர் ஆரூடம் சொன்னாராம். இந்தியா செல்ல வேண்டும் என்னும் எண்ணம் எனக்கு அப்போதுதான் தோன்றியது என்கிறார் பதூதா. ஆருடத்தின் முதல் பகுதி பலித்திருக்கிறது. ஆனால், தம்பி துறவியை அவர் பார்த்தது போல் தெரியவில்லை.

13ஆம் நூற்றாண்டு தொடக்கத்திலிருந்தே இந்தியத் துணைக் கண்டத்தின் தலைநகரமாக தில்லி உருமாற ஆரம்பித்துவிட்டது. ஆரம்பத்தில் குத்புதீன் ஐபக் போன்ற துருக்கியர்களின் செல்வாக்கு தில்லியில் மிகுந்திருந்தது. அவர்களுக்குப் பிறகு கில்ஜி வம்சத்தினர் வந்தனர். இபின் பதூதாவின் வருகையின் போது துக்ளக் வம்சத்தினர் பலத்தோடு இருந்தனர்.

கல்வெட்டுகள், நாணயங்கள், அரசவை ஆவணங்கள், வரலாற்றுப் பதிவுகள் என்று சுல்தானிய காலகட்டத்தின் அரசியல் கட்டமைப்பைப் புரிந்துகொள்ள இன்று நமக்குப் பலவிதமான சான்றுகள் உள்ளன. தில்லியிலிருந்து கொண்டு வட இந்தியாவை ஆட்சிசெய்வது சுல்தானியர்களுக்கு எளிதாக இருக்கவில்லை என்பது தெரிகிறது. தில்லியில் இருந்துகொண்டு சிந்துவையும் வங்காளத்தையும் ஒழுங்குபடுத்துவதற்குள் உயிர் போய்விட்டது சுல்தான்களுக்கு. கொஞ்சம் அசந்தாலும் பிராந்தியத்துக்குப் பிராந்தியம் புரட்சி, கலகம், போராட்டம் என்று வாளைத் தூக்கிவிடுகிறார்கள். ஓரிடத்தைச் சமாளிப்பதற்குள் இன்னோர் இடத்தில் குழப்பம் மூண்டுவிடும். உள்நாட்டுச் சவால்களைச் சமாளித்து முடிப்பதற்குள் ஆப்கனிஸ்தானிலிருந்து மங்கோலியப் படைகள் புறப்பட்டு வந்துவிடும். உயிரைக் கொடுத்து அவர்களைத் தடுத்து நிறுத்தியாகவேண்டும்.

இதற்கு நடுவில் வணிகத்தை வளர்க்கவேண்டும். வருமானம் ஈட்டவேண்டும். மக்களை நிர்வாகம் செய்யவேண்டும். இஸ்லாத்தை வளர்க்கவேண்டும். இந்தியாவின் பிற பகுதிகளைக் கொஞ்சம் கொஞ்சமாக தில்லியோடு இணைக்கவேண்டும். தில்லியை ஆக்கிரமிப்பது எளிது. நிர்வகிப்பதோ மலையைப் பிளப்பதற்குச் சமமானது என்பதை சுல்தானியர்கள் தங்கள் அனுபவங்கள் வாயிலாக நன்றாகவே உணர்ந்துகொண்டனர். எடுத்துக்காட்டுக்கு, தென்னிந்தியாவையும் சுல்தானியர்கள்

வெற்றிகொண்டனர் என்றாலும் தில்லியில் இருந்துகொண்டு தெற்கை ஆள்வது இயலாத காரியம் என்பதை உணர்ந்து, அப்பகுதியைச் சுதந்தரமாகச் செயல் படுவதற்கு அனுமதித்தார்கள். அவ்வளவு தூரம்கூட வேண்டாம். கங்கைச் சமவெளிப் பகுதிகளை ஒட்டியுள்ள வனப் பகுதிகளில்கூட சுல்தானியர் களால் ஊடுருவ முடியவில்லை. எனவே சின்னச் சின்ன ஆட்சியாளர்கள் அங்கே சுதந்தரமாக ஆட்சி செய்துவந்தனர்.

இபின் பதூதா எகிப்திய வழிகாட்டியுடன்

என்றாலும் அவ்வப்போது இந்தியாவின் பிற பகுதிகளுக்குப் படைகளை அனுப்பி கட்டாய வரி வேட்டையில் இறங்கினார்கள். நிலம் படைத்த செல்வந்தர்கள் வழிக்குக் கொண்டுவரப்பட்டனர். நிலம் அளவிடப்பட்டு, வரி கட்டாயப்படுத்தப்பட்டது. இவை எல்லாம் போக, சூறையாடும் வழக்கமும் ஒரு பக்கம் தொடர்ந்து கொண்டே இருந்தது.

மிகவும் கொந்தளிப்பான, மிகவும் சவாலான ஒரு காலகட்டமாக இருந்தபோதும் இந்தியக் கலை, இலக்கிய வரலாற்றில் ஒரு புதிய அத்தியாயத்தை சுல்தானியர்கள் தொடங்கி வைத்தார்கள் என்பதையும் சொல்லத்தான் வேண்டும். அவர்களுடைய ஆட்சிக்காலத்தில் இந்தியப் பண்பாட்டு வரலாற்றில் துருக்கிய, இஸ்லாமியக் கூறுகள் அழுத்தமாக இடம்பெற ஆரம்பித்தன. மத்திய ஆசியாவிலும் மேற்கு ஆசியாவிலும் மங்கோலியர்கள் ஏற்படுத்திய சேதங்களைக் கண்டு அஞ்சிய இஸ்லாமிய கவிஞர்களும் அறிஞர்களும் தத்துவவியலாளர்களும் கற்றறிந்த ஆன்றோர்களும் இந்தியாவில் தஞ்சமடைந்தனர். எடுத்துக் காட்டுக்கு, மாபெரும் கவிஞரும் இசைக் கலைஞருமான அமிர் குஸ்ரோவின் பெற்றோர் செங்கிஸ் கானின் ஆக்கிரமிப்புகளில் இருந்து தப்பிப் பிழைத்து வந்தவர்கள்தாம்.

இந்தப் பின்னணியில்தான் மிகுந்த நம்பிக்கையோடு இபின் பதூதா தில்லியில் காலடி எடுத்து வைத்தார்.

- 56 -

துக்ளக் தர்பார்

தில்லியை அடைவதற்கு முன்பே நம்பிக்கையூட்டும் செய்திகள் இபின் பதூதாவை வந்தடைந்துவிட்டன. 'தில்லியில் முகமது பின் துக்ளக் என்பவர் ஆட்சி செய்துகொண்டிருக்கிறார். தங்கமான மனிதர். வெளிநாட்டிலிருந்து வரும் உன்னைப் போன்ற அந்நியரை அவர் மதிக்கிறார். மிகுந்த அன்பு செலுத்தி வரவேற்கிறார்.' முகமது பின் துக்ளக்கை எப்படிக் கவரவேண்டும் என்னும் ரகசியத்தை வேறு சில பயணிகளிடமிருந்து கற்றுக் கொண்டார். 'சுல்தானுக்குப் பரிசுகள் என்றால் கொள்ளைப் பிரியம். எனவே அவரைப் பார்க்கப் போகும்போது நிறைய பரிசுகளைக் கொண்டு போ. உங்களுக்காகவே இதைக் கொண்டுவந்தேன் சுல்தான் என்று அவரிடம் சொல். ஒரு கையால் நீ கொடுத்தால் அவர் நூறு கரங்களால் உனக்குத் திருப்பிச் செலுத்துவார்.'

தெரியாத நிலங்களிலிருந்து வரும் அந்நியர்களைக் கண்டால் அஞ்சுவதுதான் அப்போது பொது வழக்கம். ஆனால், முகமது பின் துக்ளக் அந்நியர்களை வரவேற்று மகிழ்ந்ததோடு நில்லாமல் அவர்களுக்கு வேலையும் போட்டுக்கொடுத்து அருகில்

வைத்துக்கொண்டார். நிர்வாகம் தொடங்கி நீதிமன்றம்வரை பல முக்கியமான பொறுப்புகளில் அவர் அயல்நாட்டவரைப் பணியிலமர்த்தினார். ஏன் இவ்வாறு செய்யவேண்டும்? ஏனென்றால் அவர் முகமது பின் துக்ளக். அவர் எடுத்த பல முடிவுகளுக்கு இதற்கு மேல் விளக்கங்கள் கிடைக்காது.

தில்லி சென்றதும் முதல் வேலையாக இபின் பதூதா எங்கிருந்தோ கடன் பெற்றுக்கொண்டு, ஒட்டகங்களையும் குதிரைகளையும் வெள்ளை அடிமைகளையும் வாங்கி வைத்துக்கொண்டார். முகமது பின் துக்ளக்கைச் சந்திக்கும் வாய்ப்பு அமைந்ததும் தனது பரிசுப் பொருள்களை அவருக்கு வழங்கி மரியாதை செலுத்தினார். அகமகிழ்ந்துபோன துக்ளக், பதில் மரியாதையாக பதூதாவுக்கு ஆயிரக்கணக்கான வெள்ளி தினார்களை அள்ளி வழங்கினார். கூடவே, நம்ப முடியாத அளவுக்கு மிகுதியாக மாவு, மாமிசம், சர்க்கரை உள்ளிட்ட உணவுப் பொருள்களையும் அளித்தார். இஸ்லாமிய சட்டங்களில் நிபுணத்துவம் பெற்றவர் என்பதை அறிந்ததும் கையோடு நீதிபதியாகவும் பதூதாவை நியமித்து விட்டார் துக்ளக். பதூதாவே இந்தப் பேரன்பை எதிர்பார்த்திருக்க மாட்டார்.

துக்ளக் ஆட்சியில் இருந்த கால் நூற்றாண்டு காலமும் இப்படித்தான் இருந்தது. அவர் எப்போது, என்ன செய்வார் என்று ஒருவரும் எதிர்பார்க்க முடியாது. இனி தில்லியல்ல தலைநகரம், தௌலதாபாத் என்றொரு முடிவை ஒரு நாள் எடுத்தார் துக்ளக். அதற்கு அவரிடம் வலுவான காரணம் இருந்தது உண்மை. மங்கோலியர்கள் தொடர்ந்து படையெடுத்து தில்லியை ஆக்கிரமிக்க முயன்று வருகிறார்கள். அவர்களைத் தடுத்து நிறுத்த கடுமையாகப் போராடவேண்டியிருக்கிறது. எல்லையைக் காப்பதற்கு நேரத்தையும் பணத்தையும் செலவிடுவதற்குப் பதில் எல்லையைத் திருத்தியமைப்பது சுலபமல்லவா?

ஏன் தௌலதாபாத் என்றால் அது கடற்கரைக்கு அருகில் (இன்றைய மகாராஷ்டிரா) பாதுகாப்பான இடத்தில் அமைந்திருந்தது. முக்கியத் துறைமுகங்களுக்கு அருகில் ஒரு தலைநகரம் அமைந்திருப்பது வணிகத்துக்கு நல்லது. வரி வசூலும் அதிகரிக்கும். தவிரவும் இந்தியா என்பது வடக்கு மட்டுமல்ல. தக்காணமும் தெற்கும் துக்ளக்கின் ஆட்சியின் கீழ் புதிதாக வந்துசேர்ந்திருந்தன. இந்தப் புதிய பகுதிகள் தில்லியைவிட்டு மிகவும் தள்ளி அமைந்துள்ளன. அவற்றை

தௌலதாபாத் கோட்டை, ஔரங்காபாத்

இணைத்துக்கொண்டு ஆட்சி செய்யவேண்டுமானால் தலைநகரம் அவர்களுக்கு அருகில் இருப்பதுதான் சரியாக இருக்கும். மதுரைக்கும் கர்நாடகத்துக்கும் அருகில் இருப்பது தௌலதாபாத் தானே தவிர, தில்லியல்ல. எனவே தலைநகரை மாற்றுவோம் என்று 1329ஆம் ஆண்டு உத்தரவிட்டார் துக்ளக்.

அவருடைய தர்க்கத்தில் எந்தப் பிழையும் இல்லை. ஆனால், தலைநகர் மாற்றம் என்பதை அதிகார மையத்தை மாற்றுவது, தலைமை அரசு அலுவல்களை மாற்றுவது என்பதோடு அவர் நிறுத்திக்கொள்ளவில்லை. மக்களையும் இங்கிருந்து அங்கே மாற்றவேண்டும் என்று உத்தரவிட்டார் துக்ளக். காகிதத்தில் ஒரு பெயரை அடித்து இன்னொன்றை எழுதுவது போல்தான் மக்களை ஓரிடத்திலிருந்து இன்னொன்றுக்கு மாற்றுவதும் என்று அவர் நினைத்துவிட்டார். பல தலைமுறைகளாக ஓரிடத்தில் வேர்பிடித்து வாழ்ந்துவரும் மக்களை வலுக்கட்டாயமாகப் பிடுங்கியெடுத்து புதிய இடத்தில் நட்டால் அவர்களால் பிழைக்க முடியுமா என்னும் கேள்வி துக்ளக்குக்கு எழவேயில்லை. பாதிக்கப்பட்டது என்னவோ மக்கள்தாம். புதிய தலைநகருக்கு வந்து சேர்ந்து மூட்டைமுடிச்சுகளைக் கீழே வைப்பதற்குள் வட இந்தியா முழுக்க எதிர்ப்புகளும் கலகங்களும் வெடிக்க ஆரம்பித்துவிட்டன. சமாளிக்க முடியவில்லை துக்ளக்கால். பழைய உத்தரவைக் கிழித்தெறிந்துவிட்டு, தௌலதாபாத் அல்ல, தில்லிதான் தலைநகரம் என்று புதிய உத்தரவைப் பிறப்பித்தார். முதல் இடப்பெயர்ச்சியின் வடு மறைவதற்குள் இன்னோர் இடப்பெயர்ச்சிக்கு மக்கள் தயாராகவேண்டியிருந்தது.

இந்தக் குழப்பங்களுக்கு மத்தியில் இன்னொரு திட்டத்தையும் வகுத்து முடித்திருந்தார் துக்ளக். தில்லி சுல்தானகத்தில் அதுவரை தங்கம், வெள்ளி, செம்பு நாணயங்கள்தாம் புழக்கத்தில் இருந்தன. துக்ளக் இந்த நடைமுறையை மாற்ற விரும்பினார். விலை மதிப்புமிக்க தங்கத்தையும் வெள்ளியையும் பயன்படுத்தி நாணயங்களை உருவாக்குவதற்குப் பதில் செம்பு, பித்தளை போன்ற எளிதில் கிடைக்கும் உலோகங்களைப் பயன்படுத்தினால் என்ன? தங்கத்துக்கும் வெள்ளிக்கும் இருக்கும் அதே மதிப்பைப் புதிய செம்பு, பித்தளை நாணயங்களுக்கு அளித்துவிட்டால் போதாதா?

இது தர்க்க ரீதியில் சரியான முடிவு மட்டுமல்ல, மிகவும் நவீனமான ஒரு முடிவும்கூட. காகித நோட்டுகளைக்

கொடுத்துவிட்டு இன்று நாம் தங்கமும் வெள்ளியும் வாங்கிக் கொள்கிறோம் அல்லவா? அப்படியொரு பரிவர்த்தனையைதான் அன்றே நடத்த விரும்பினார் துக்ளக். காகிதத்துக்கான மதிப்பை அதை வெளியிடும் அரசு நிர்ணயிப்பது போல் தனது புதிய நாணயங்களுக்கான மதிப்பை சுல்தானகம் நிர்ணயிக்கும் என்று அறிவித்தார் துக்ளக். சீனா ஏழாம் நூற்றாண்டிலேயே காகிதப் பணத்தைக் கொண்டுவந்துவிட்டது. மேற்குலகம் அதைச் செய்வதற்கு ஆயிரம் ஆண்டுகள் பிடித்தன. துக்ளக் அந்த வகையில் சந்தேகமின்றி ஒரு முன்னோடிதான்.

ஆனால், வழக்கம்போல் தனது முடிவின் சாதகங்களை மட்டுமே கண்டார் துக்ளக். புதிய நாணயங்கள் அதிரடியாகத் திடீரென்று மக்களிடையே அறிமுகப்படுத்தப்பட்டன. என்ன, ஏது என்று மக்கள் விளங்கிக்கொள்வதற்கு எந்த அவகாசத்தையும் அளிக்க வில்லை துக்ளக். புதிய நாணயங்களை துக்ளக் வெளியிட்டு முடிப்பதற்குள் போலி நாணயங்கள் வெள்ளம் போல் பாய்ந்து பெருக ஆரம்பித்துவிட்டன. எது அரசு நாணயம், எது போலி என்பதை மக்களால் பிரித்தறிய முடியாமல் போய்விட்டது. நாணயத்தின் மதிப்பு பாதாளத்துக்குச் சென்றது. வணிகம் வீழ்ந்தது. மக்கள் கடும் உளைச்சலுக்கு உள்ளாகினர். வேறு வழியின்றி புதிய நாணயங்களைத் துக்ளக் திரும்பப் பெற்றுக் கொண்டார்.

துக்ளக்கின் புதிய நாணயங்கள் குறித்து இபின் பதூதா தன் பதிவுகளில் எங்கும் குறிப்பிடவில்லை. எனவே அவர் வருவதற்கு முன்பே துக்ளக் தனது நாணயங்களைத் திரும்பப் பெற்றிருக்க வேண்டும். ஆனால், தலைநகரம் மாற்றப்பட்டது குறித்து பதூதா எழுதியிருக்கிறார். துக்ளக்குக்கு அஞ்சி தில்லி மொத்தமாகக் காலியாகிவிட்டது. எங்கும் வெறுமை படர்ந்திருந்தது. ஒரேயொரு மனிதன்கூட எஞ்சியிருக்கவில்லை என்கிறார் பதூதா. துக்ளக் தர்பார் குறித்து நமக்குக் கிடைக்கும் முக்கியமான குறிப்பு இவருடையது.

என்றாலும் அவர் சொற்களை நாம் அப்படியே எடுத்துக்கொள்ள வேண்டியதில்லை என்று வாதிடுகிறார்கள் வரலாற்றாசிரியர்கள். பெரும்பான்மை மக்கள் நிச்சயம் குடிபெயர்ந்திருப்பார்கள். கடைகள், சந்தைகள் அனைத்தும் மூடப்பட்டிருக்கும். பொருளா தாரம் கடும் வீழ்ச்சியைச் சந்தித்திருக்கும். மற்றபடி துடைத்து வைத்தது போல் ஒரு நகரை யாராலும் காலியாக்க முடியாது.

வசதி வாய்ப்பற்ற பல குடும்பங்கள் தில்லியில்தான் தங்கியிருந்திருக்கும். வசதி வாய்ப்புள்ளவர்கள், குறிப்பாக இஸ்லாமியர்கள்தாம் துக்ளக்கின் முடிவால் அதிகம் பாதிப்படைந்திருப்பார்கள். அவர்களைத்தான் அதிகாரிகள் கட்டாயப்படுத்தி வெளியேற்றியிருப்பார்கள். இந்துக்கள் பலர் தில்லியிலேயே தங்கியிருந்ததற்கு ஆதாரங்கள் இருக்கின்றன என்கிறார்கள் ஆய்வாளர்கள்.

இபின் பதூதாவுக்குத் தனது அவையில் மரியாதைக்குரிய இடத்தை அளித்திருக்கிறார் துக்ளக். தில்லியின் நீதிபதியாக ஆண்டுக்கு 12,000 தினார்களைப் பதூதா பெற்றுக் கொண்டிருக்கிறார். முக்கியமான பதவிதான். ஆனால், எத்தகைய வழக்குகள் அவரிடம் வந்தன, எத்தகைய தீர்ப்புகளை அவர் வழங்கினார் போன்ற விவரங்களையெல்லாம் பதூதா அளிக்கவில்லை. இன்னும் சொல்லப்போனால் தன்னுடைய பணி குறித்து அவர் வாயே திறக்கவில்லை.

ஒரு பக்கம் துக்ளக்கின் திறன்கள் நம்மை வியப்பில் ஆழ்த்துகின்றன. பாரசீகம், அரபு, துருக்கி, சமஸ்கிருதம் உள்ளிட்ட மொழிகள் அவருக்குத் தெரியும். மருத்துவத் துறையில் ஆர்வம் மிக்கவராக இருந்திருக்கிறார். தன் காலத்தைக் கடந்து முன்னகர்ந்து சென்று சிந்தித்திருக்கிறார். கற்றறிந்தவர்களை வரவேற்று ஆதரவு கொடுப்பவராக, அவர்களுடைய திறன்களை அங்கீகரிப்பவராக இருந்திருக்கிறார். ஒரு நல்ல புரவலராக விளங்கியிருக்கிறார். மதப்பற்றாளராக இருந்திருக்கிறார். பரிசுகளை அவர் அள்ளிக்கொடுக்கும்போது அருகில் இருந்து பார்க்கும் எவரும் அவரை மாபெரும் கொடையாளி என்றே அழைப்பர்.

இப்படி மட்டுமே துக்ளக் இருந்திருந்தால் வரலாறு அவரை வேறுவிதமாக நினைவுகூர்ந்திருக்கும். ஆனால், அவருக்கு இன்னொரு பக்கமும் இருந்தது. இபின் பதூதாவின் பதிவுகளைப் பார்வையிடும்போது அந்த இன்னொரு பக்கம் நம்மைத் தாக்குகிறது. ஒரு மாபெரும் சர்வாதிகாரியாக, முரண்களின் மூட்டையாக, தன்னுடைய ஆற்றல்கள் அனைத்தையும் தானே அழித்துக்கொண்டவராக துக்ளக் நமக்குக் காட்சியளிக்கிறார்.

- 57 -

இபின் பதூதாவின் தில்லி

துக்ளக்கின் இன்னொரு பக்கத்தை அவரோடு பணியாற்றிய காலத்தில் அல்ல, அவரிடமிருந்து பிடுங்கிக்கொண்டு ஓடிய பிறகே பதிவு செய்துள்ளார் இபின் பதூதா. தில்லியில் இருந்தவரை அடக்க ஒடுக்கமாகவே இருந்திருக்கிறார். தனது பயணங்களை முடித்துக்கொண்டு வீடு திரும்பிய பிறகே அவர் குரல் வெளியில் வந்திருக்கிறது.

துக்ளக்கின் மாளிகைக் கதவை எப்போது தட்டினாலும் உங்கள் கை நிறைய பணம் கிடைக்கலாம். அல்லது உங்கள் தலை துண்டிக்கப்படலாம். இந்த இரண்டில் எதுவும் நடக்கலாம். இரண்டும் நடந்துகொண்டிருந்தன என்கிறார் இபின் பதூதா.

அள்ளி, அள்ளிக் கொடுப்பதால் துக்ளக்கின் கரம் சிவந்திருக்கிறதா அல்லது ஓயாமல் கொன்றுக் குவிப்பதால் ரத்தக்கறை நிரந்தரமாகப் படிந்துவிட்டதா என்றால் இரண்டுமேதான் என்பார் பதூதா.

தில்லியில் மக்கள் கூட்டம் மிகுந்திருக்கும் பகுதிகளில் திடீரென்று துக்ளக்கின் யானைகள் தோன்றும். அவற்றின் மீது

அமர்ந்திருக்கும் சுல்தானின் ஆள்கள் கவட்டைமூலம் தங்கம், வெள்ளி நாணயங்களை மக்களை நோக்கிச் செலுத்துவார்கள். கூட்டம் போட்டிப்போட்டு, முண்டியத்துக்கொண்டு பரிசுகளைப் பெற்றுக்கொள்ளும். இது ஒரு வகை துக்ளக். கோபாவேசத்தில் யாரேனும் ஒருவர் தப்பித்தவறி துக்ளக்கைப் பழித்துவிட்டால் அவரைக் கைது செய்து இழுத்து வருவார்கள். உலோகக் கருவிகள் மூலம் அவர் வாயை அகலமாகப் பிரித்துக் கிழித்து, மனிதக் கழிவுகளைத் தொண்டை வழியே உள்ளே செலுத்துவார்கள். இது இன்னொரு வகை துக்ளக்.

ஒரு நாள் பதூதாவுக்கே ஆபத்து வந்துவிட்டது. ஒரு சூஃபி துறவியோடு பதூதா நெருங்கிப் பழகுகிறார் என்னும் தகவல் துக்ளக்கின் காதுகளை எட்ட, உடனடியாக இருவரும் கைது செய்யப்பட்டனர். மத நம்பிக்கைகளுக்கு விரோதமாகச் செயல் பட்ட துறவிக்கு உடனடி மரண தண்டனை விதித்தார் துக்ளக். தண்டனை எப்படி நிறைவேற்றப்பட்டது தெரியுமா? அவருடைய தாடியைப் பிடித்து ஒவ்வொரு ரோமமாகப் பிடுங்கியெடுத்து இறுதியில் அவர் தலையைக் கொய்திருக்கிறார்கள். அடுத்து பதூதா விசாரிக்கப்பட்டார். அதற்குள் குலைநடுங்கிவிட்டது அவருக்கு. எனக்கு அந்தத் துறவியைத் தனிப்பட்ட முறையில் தெரியாது. அவர் தங்கியிருந்த குகையைக் காணவே சென்றேன், அவரைக் காண அல்ல என்று மன்றாடினார் பதூதா. மௌன விரதம் பூண்டு, 33,000 முறை பரிகார உச்சாடனம் செய்த பிறகு ஒரு வழியாக அவர் விடுவிக்கப்பட்டார்.

அதன் பிறகு தில்லி அவருக்குப் பிடிக்காமல் போய்விட்டது. துறவுக் கோலம் பூண்டார். உலக வாழ்க்கை போதுமென்றாகி விட்டது. நான் புனித யாத்திரைக்குப் போக முடிவெடுத்து விட்டேன். விடை கொடுங்கள் சுல்தான் என்று துக்ளக்கிடம் விண்ணப்பித்துக்கொண்டார். சரி போ என்று விட்டுவிடுவார் என்று நினைத்தார் பதூதா. அவர் நினைப்பு பொய்த்துப்போனது.

சமீபத்திய நிகழ்வுகளால் மனம் நொந்துவிட்டார் போலிருக்கிறது. அவரை வழிக்குக்கொண்டுவருவோம் என்று நினைத்த துக்ளக், மதிப்புமிக்க ஒரு பதவியைத் தூக்கி அவரிடம் கொடுத்தார். இன்று முதல் உங்களை என் அயலகத் தூதுவராக நியமிக்கிறேன். பயணங்களை விரும்பும் உங்களுக்கு இந்தப் பதவி பொருத்தமாக இருக்கும்! சீனாவுக்குச் சென்று அங்குள்ள மன்னரைச் சந்தியுங்கள். இதுதான் உங்கள் முதல் பணி.

செய்ய மறுத்தால் அதற்கென்ன தண்டனையோ என்று பயந்த பதூதா பரிவாரங்களோடு சீனாவுக்குக் கிளம்பினார். மொத்தம் 4,000 பேர். அவர்களில் பெரும்பாலானோர் சீன மன்னருக்குப் பரிசாக துக்ளக் அனுப்பியிருந்த அடிமைகள். 'பரிசை' ஒப்படைக்கவேண்டியது பதூதாவின் பணி. தில்லியைவிட்டுக் கிளம்பி அலிகாரை அடைவதற்குள் கொள்ளைக்கூட்டத்தினரிடம் ஒட்டுமொத்த கூட்டமும் சிக்கிக்கொண்டது. பதூதாவோடு வந்த பலர் தாக்கப்பட்டனர், கொல்லப்பட்டனர். உயிர் பிழைத்தால் போதும் என்று இபின் பதூதா அங்கிருந்து தப்பியோடினார். அலைந்து, திரிந்து உணவு கிடைக்காமல் எங்கெங்கோ சுற்றித் திரிந்து மயங்கிச் சரிந்தார். வழிபோக்கர்கள் யாரோ கவனித்து அவரை மீட்டிருக்கிறார்கள்.

நடந்த அனைத்தையும் துக்ளக் கேள்விப்பட்டார். இப்போதும் இபின் பதூதாவை அவர் விட்டுவிடவில்லை. உயிரோடுதானே இருக்கிறாய், நல்லது. நான் சொன்னபடி சீன மன்னரைச் சந்தித்துவிட்டு வா என்று செய்தி அனுப்பினார். நிச்சயம் செல்கிறேன் சுல்தான் என்று பதில் அனுப்பிவிட்டு மீண்டும் இந்தியாவில் சுற்றித் திரிய ஆரம்பித்தார் பதூதா. சுல்தான் இட்ட பணியைச் செய்து முடித்தேன். சீனா சென்றேன் என்று தன் குறிப்புகளில் அவர் எழுதினார். ஆனால், உண்மையில் சீனா சென்றாரா அல்லது சென்றது போல் கணக்குக் காட்டினாரா என்பது உறுதியாகத் தெரியவில்லை.

அவ்வப்போது அவர் எழுதி வைத்திருந்த அனுபவக் குறிப்புகள் அனைத்தும் கொள்ளையர்களிடம் சிக்கித் தொலைந்து விட்டதால், இறுதிக்காலத்தில் தன் நினைவுகளிலிருந்து மீட்டெடுத்துதான் தன் பயண நூலை எழுதி முடித்தார் இபின் பதூதா. துக்ளக் தர்பார் குறித்து நமக்குக் கிடைத்திருக்கும் பதிவுகளில் இவருடையது முக்கியமானது. குறிப்பாக, துக்ளக் ஆட்சியில் நிகழ்த்தப்பட்ட வன்முறைச் செயல்கள் குறித்து அவர் அளித்திருக்கும் குறிப்புகளைக் கொண்டு இந்தியா குறித்த ஓர் இருண்ட பிம்பத்தைப் பிற்கால ஐரோப்பிய ஆய்வாளர்கள் கட்டமைத்தார்கள். மேற்கு போல் இல்லாமல் கிழக்கு எவ்வளவு பிற்போக்காகவும் காட்டுமிராண்டித்தனத்தோடும் இருந்தது பார்த்தீர்களா என்று அவர்கள் வாதிடுவதற்கு பதூதா உதவினார்.

இந்தியா மட்டுமல்ல, 14ஆம் நூற்றாண்டு இஸ்லாமிய உலகம் பற்றிய ஒரு சித்திரத்தையும் அவர் குறிப்புகளிலிருந்து நம்மால்

உருவாக்கிக்கொள்ளமுடிகிறது. அவர் பயணம் செய்தவை பெரும்பாலும் இஸ்லாமிய நாடுகள் என்றாலும் ஒவ்வோர் இடத்திலும் இஸ்லாம் ஒவ்வொரு விதமாக வெளிப் பட்டிருக்கிறது. அங்கிருந்த மற்ற மதங்களோடு, மற்ற நம்பிக்கை களோடு, தத்துவங்களோடு, பண்பாடுகளோடு அது உரையாடி இருக்கிறது. தன்னிடம் இருப்பதைக் கொடுத்திருக்கிறது, அங்கிருப்பதைப் பெற்றுக்கொண்டிருக்கிறது. இந்தியாவின் இஸ்லாமும் மொரோக்கோவின் இஸ்லாமும் ஒன்றல்ல. அரபுலகப் பண்பாடும் இந்திய இஸ்லாமியப் பண்பாடும் ஒன்றல்ல. பொதுவான அம்சங்கள் பல இருந்தாலும் வேறு பாடுகளும் மிகுதிதான். ஆக, இஸ்லாம், இஸ்லாமிய ஆட்சி, இஸ்லாமியப் பண்பாடு ஆகிய பதங்கள் உலகப் பொதுவானவை அல்ல; அவற்றை ஒரே பொருளில் எல்லா இடங்களிலும் பயன்படுத்த இயலாது என்னும் புரிதலை பதூதா நமக்கு ஏற்படுத்துகிறார்.

பதூதாவின் பயண வாழ்வில் தில்லி கால் பகுதியை எடுத்துக் கொண்டது. இஸ்லாமிய உலகிலேயே பெரிய நகரம், தில்லிதான் என்கிறார். பரந்து விரிந்த தில்லியின் அழகும் வலிமையும் அவரை ஈர்த்தன. இங்கே நகரைச் சுற்றி எழுப்பப்பட்டுள்ள மதில் சுவர் போன்றதொன்றை உலகில் வேறெங்கும் கண்டதில்லை என்கிறார். தில்லி சுல்தானகத்தின் அடையாளமாகத் திகழும் குதுப் மினார் அவரை மயக்கியது. சிவப்புக் கற்களால் உருவாக்கப்பட்ட மசூதியின் உயர்ந்த கோபுரத்தையும் வேலைப்பாடுகளையும் வர்ணிக்கிறார். குதுப் மினார் அமைந்திருக்கும் இடம் விசாலமாக இருக்கிறது. யானைகூட வந்து பார்க்கலாம். உண்மையில் யானை உதவியோடுதான் இதைக் கட்டியதாகவே சொல்கிறார்கள் என்கிறார் பதூதா.

தெற்கு தில்லியில் அமைந்துள்ள மெஹ்ராலி இரும்புத் தூணைக் கண்டு வாய் பிளந்து நின்றிருக்கிறார் பதூதா. துருப்பிடிக்காத இந்தத் தூணை எந்த உலோகத்தைக் கொண்டு உருவாக்கினார்கள் என்றே தெரியவில்லை. நான் விசாரித்தவரையில் ஏழு உலோகங் களின் கலவை என்று இதைச் சொல்கிறார்கள் என்கிறார்.

1335ஆம் ஆண்டு தொடங்கி ஏழாண்டுகள் தில்லியில் நீடித்த பஞ்சத்தை நினைவுகூர்கிறார் பதூதா. சுல்தான் கிளர்ச்சி யாளர்களை எதிர்த்து மும்முரமாகப் போரிட்டுக்கொண்டிருந்த போது ஆயிரக்கணக்கானவர்கள் தில்லியில் மடிந்து கொண்டிருந்தார்கள் என்கிறார் பதூதா.

மெஹ்ராலியில் உள்ள இரும்புத் தூண்,
இரண்டாம் சந்திரகுப்தர் எழுப்பியது

தெற்கில் தொடங்கிய கிளர்ச்சி தில்லியையும் நெருங்கி இருக்கிறது. ராணுவத்துக்குள்ளிருந்தே துக்ளக்குக்கு எதிர்ப்புகள் வெடித்திருக்கின்றன. எதிர்த்த அனைவரையும் துக்ளக் வீழ்த்தினார். துரோகிகளை யானைகள் மிதித்தும் கிழித்தும் (தந்தத்தில் வாளைக் கட்டிவிடுவார்களாம்!) கொன்றிருக்கின்றன. சுற்றிலும் மேளங்கள் முழங்கிக்கொண்டிருக்கும். ஒரு மனிதனை இழுத்து வந்து யானையிடம் போடுவார்கள். பந்து போல் பாவித்து அந்த மனிதனை வானில் தூக்கிப்போட்டு, கீழே விழுந்ததும் மிதிக்குமாம் யானை!

தில்லியில் என்னவெல்லாம் உண்டேன், என்னென்ன உணவுகளைக் கண்டேன் என்று தனியே விவரிக்கிறார் பதூதா. வட்ட வடிவ பெரிய ரொட்டி, ஆட்டிறைச்சி, நெய் பதார்த்தங்கள், இனிப்புகள், வெங்காயம், பச்சை மிளகாய், ஏதேதோ உள்ளே வைத்து மடித்து, மடித்து உருவான'சம்புசாக்' (சமோசா) என்று பட்டியல் நீள்கிறது. துக்ளக் அவையில் (துக்ளக்குக்கு அடுத்து) சமோசாவை எல்லோரும் விரும்புவார்களாம். வட இந்தியாவுக்கு உளுத்தம் பருப்பும் காராமணியும் பிடித்தமானவை என்கிறார்.

உண்பதற்கு முன்பு இனிப்பு சர்பத், உண்டு முடித்த பிறகு பார்லி நீர் அருந்துவது வழக்கமாம். பிறகு வெற்றிலை பாக்கு. காய்கள், இறைச்சி வகைகள், (தயாரிக்கப்படும் முறையும் உள்ளது) பழ வகைகள் ஆகியவற்றையும் குறிப்பிடுகிறார். எல்லா இஸ்லாமிய நாடுகளிலும் உள்ளதைப் போல் பெண்கள் தனியாகவும் ஆண்கள் தனியாகவும் உண்பதாகச் சொல்கிறார். விடைபெறுவதற்கு முன்பு கோழிக்கோட்டில் மூன்று மாதங்கள் தங்கியிருந்ததால் அப்பகுதியின் உணவு, வர்த்தகம், பண்பாடு ஆகியவற்றையும் சுருக்கமாகப் பேசுகிறார்.

வழி நெடுகிலும் இபின் பதூதா திருமணங்கள் செய்துகொண்டே இருந்தார். அவருக்கு எவ்வளவு மனைவிகள் இருந்தனர், எவ்வளவு குழந்தைகள் பிறந்தன என்று சொல்வது கடினம். தனது 65ஆவது வயதில் மரணமடைந்தார். கலகத்தை அடக்க சிந்து மாகாணத்தை நோக்கிச் சென்றுகொண்டிருந்தபோது தனது 61ஆவது வயதில் துக்ளக் இறந்துபோனார்.

- 58 -

தேர்ச் சக்கரம்

இந்தியாவிடமிருந்து ஆங்கில உலகம் பெற்றுக்கொண்ட சொற்களில் ஒன்று, 'ஜகர்நாட்'. பிரபஞ்சத்தின் கடவுளான ஜெகநாதரிடமிருந்து உருண்டு வந்த பெயர் இது. விஷ்ணுவின் அவதாரமான ஜெகநாதருக்கு ஒரிசாவிலுள்ள பூரியில் 12ஆம் நூற்றாண்டில் மிகப் பெரிய கோயிலொன்று எழுப்பப்பட்டது. ஒவ்வோராண்டும் அங்கே நடைபெறும் தேரோட்டத்தைக் காண உலகின் எல்லா மூலைகளிலிருந்தும் பக்தர்களும் அவர்களுக்குச் சமமாகச் சுற்றுலாப் பயணிகளும் திரண்டு வருவது வழக்கம். உற்சவ மூர்த்தியான ஜெகநாதர் தனது சகோதர சகோதரியான பலபத்திரர், சுபத்ரா தேவி இருவரோடு எழுந்தருளுவதை லட்சக்கணக்கானவர்கள் தரிசிப்பது வழக்கம். முதலில் பலபத்திரர் தேரும் பிறகு சுபத்ரா தேவி தேரும் புறப்பட்டு வரும். ஜெகநாதரின் பிரம்மாண்டமான தேர் இறுதியாகத் தோன்றும்.

உருண்டோடி வரும் தேர்ச் சக்கரத்தைக் காணும்போது என் பாதையில் ஆயிரம் மலைகள் குறுக்கிட்டாலும் தவிடு பொடியாக்கிவிட்டு முன்னேறிச் செல்வேன் என்று அது சொல்வது போல் இருந்தது பலருக்கும். நீங்காத அச்சத்தோடும்

பரவசத்தோடும் சக்கரத்தை வைத்த கண் வாங்காமல் பார்த்துக் கொண்டு நின்றார்கள் அயல்நாட்டுக்காரர்கள். தேர் அவர்களை மயக்கியது, குழப்பியது, அச்சுறுத்தியது, நிலைகுலைய வைத்தது. அவர்கள் கற்பனையில் ஏறி கல் போல் அமர்ந்துகொண்டு, விலக மாட்டேன் என்றது. இந்த அசாதாரண உணர்வை ஏற்படுத்தியவர் ஜெகநாதர் அல்லவா?

எனவே ஓங்கி உலகளந்து நிற்கும் எதையும் ஆங்கில உலகில் ஜகர்நாட் என்று அழைக்க ஆரம்பித்தனர். அளவில் பெரிய சரக்கு வண்டிக்கு பிரிட்டனில் இந்தப் பெயர்தான். எதைக் கொண்டும் தடுத்து நிறுத்த முடியாத, எப்பாடுபட்டாலும் வெல்ல முடியாத, நம் சிற்றறிவுக்குச் சிக்காத பெரும் ஆற்றலுக்கும் இந்தப் பெயரையே சூட்டினார்கள்.

பூரி தேரோட்டம் குறித்து இத்தாலியப் பயணியான நிகோலோ டி காண்டி எழுதியுள்ள பதிவு முக்கியமானது. இந்தியா என்றதும் உலகின் மனதில் சட்டென்று விரியும் சித்திரங்களில் ஒன்றாக இது இன்றளவும் நீடிக்கிறது.

தில்லி சுல்தானகம் எறும்பாகத் தேய்ந்துகொண்டிருந்தபோது முகமது பின் துக்ளக்கிடம் பணியாற்றி வந்த ஹரிஹரா, புக்கா ஆகிய இரு சகோதரர்களும் பிரிந்து வந்து கர்நாடகத்தின் தலைநகரான விஜயநகரத்தில், துங்கபத்திரா நதிக்கரையில் ஒரு புதிய ஆட்சியைத் தொடங்கி வைத்தனர். அது விஜயநகரப் பேரரசாக மலர்ந்தது. விஜயநகரத்தை நேரில் கண்டு எழுதிய அயல்தேசத்துப் பயணிகளில் முக்கியமானவர் நிக்கோலோ டி காண்டி. மார்கோ போலோ தனது பயணங்களை முடித்துக் கொண்டு 1295ஆம் ஆண்டு வெனிஸ் திரும்பினார். கிட்டத்தட்ட 150 ஆண்டுகளுக்குப் பிறகு காண்டி இங்கு வந்து சேர்ந்தார். குறிப்பாக எந்த ஆண்டுகளில் அவர் பயணம் செய்தார் என்பது உறுதியாகத் தெரியவில்லை. சங்கம மரபைச் சேர்ந்த முதலாம் தேவராயன் (1406-1422) அல்லது இரண்டாம் தேவராயன் (1424-1446) ஆட்சிக்காலத்தில் அவர் கர்நாடகத்துக்கு வந்திருக்கலாம்.

வெனிஸில் செல்வச் செழிப்புமிக்க பிரபுக்கள் குடும்பத்தில் பிறந்து, வளர்ந்தவர் காண்டி. டமாஸ்கஸில் வணிகத்தில் ஈடுபட்டு வந்த அவரை, கிழக்கு ஈர்த்ததில் வியப்பு எதுவுமில்லை. பாரசீகத்தைக் கடந்து, மலபார் கரையோரம் மிதந்து வந்து, இந்தியாவின் பல பகுதிகளைச் சுற்றிவந்தார். சிலோன், சுமத்ரா, ஜாவா என்று சுற்றிவிட்டு இறுதியில் சீனாவுக்கும்

சென்றிருக்கலாம். கெய்ரோவில் தன் மனைவியையும் இரு குழந்தைகளையும் தொற்றுநோய்க்குப் பறிகொடுத்துவிட்டு, மீண்டும் வெனிஸ் திரும்பியபோது 25 ஆண்டுகள் கரைந்திருந்தன.

இந்தியாவை மேலும் கீழுமாக ஒரு பார்வை பார்த்தவுடனே காண்டிக்கு உறுதியாக ஒன்று தெரிந்துவிட்டது. எண்ண முடியாத அளவுக்கு மனிதர்களும் எண்ண முடியாத அளவுக்குக் கடவுள்களும் ஒன்று கலந்து வாழும் பூமி இது. ஒவ்வொரு கடவுளுக்கும் பல வடிவங்களில், பல வண்ணங்களில் கோயில்களைக் கட்டியிருக்கிறார்கள். கோயிலுக்குள் அழகிய சித்திரங்கள் தீட்டப்பட்டிருக்கின்றன. கல் தொடங்கி தங்கம், வெள்ளி, யானை தந்தம் என்று பலவற்றைக் கொண்டு திருவுருவச் சிலைகளை எழுப்புகிறார்கள். அளவுகள் மாறுபடுகின்றன. அறுபதடி உயரச் சிலைகளும் உள்ளன!

பலவிதமான வழிபாட்டு முறைகள் கடைபிடிக்கப்படுகின்றன என்கிறார் காண்டி. காலை எழுந்ததும் நல்ல நீரில் சுத்தப் படுத்திக்கொண்டு கோயிலுக்குச் செல்கிறார்கள். மாலையும் ஒருமுறை செல்கிறார்கள். இரு கரங்களையும் மேலே உயர்த்தி நிலத்தில் அப்படியே விழுந்து கும்பிட்டுவிட்டு, மந்திரங்கள் ஓதி முடித்துவிட்டு, தரையை முத்தமிடுகிறார்கள். சிலர் நறுமணப் பொருட்களை விளக்காக ஏற்றுகிறார்கள். சில இடங்களில் மணியோசை எழுப்பியும் சில இடங்களில் சிறிய பாத்திரங்களைத் தட்டி ஒலி எழுப்பியும் கடவுளின் கவனத்தை ஈர்க்கிறார்கள்.

கடவுளுக்கு விமரிசையாக விருந்து படைக்கப்படுகிறது. படைத்து முடித்த பிறகு அந்த உணவை ஏழை எளிய மக்களுக்கு விநியோகிக்கிறார்கள். சில கோயில்களில் கோயில் பூசாரிகள் திருவுருவச் சிலைக்கு முன்னால் நின்று பக்தர்களோடு உரையாடுகிறார்கள். நீண்ட சொற்பொழிவுகள் (உபன்யாசம்) நிகழ்த்தப்படுகின்றன. போதும், இவ்வுலக பந்தங்களிலிருந்து விடுபட்டு மறுமைக்குத் தயாராகுங்கள் என்று சொற்பொழிவின் ஒரு பகுதியாக பக்தர்களை அவர்கள் வேண்டிக்கொள்கின்றனர். கடவுளுக்காக அல்ல, உங்களுக்காக இதை நீங்கள் செய்ய வேண்டும் என்று வலியுறுத்துகிறார்கள்.

வழிபட்டோமா, எழுந்து வந்தாமோ என்று அவர்கள் இருப்பதில்லை. தியாகம் வழிபாட்டின் ஒரு பகுதி என்பதை அவர்கள் உணர்ந்திருக்கிறார்கள். தியாகம் என்றால் பொன்னோ பொருளோ அல்ல, உயிர். உயிர்த் தியாகம் செய்பவர்கள்

பூரி ரத யாத்திரை

உன்னதமானவர்களாகக் கருதப்படுகின்றனர். தீக்குளிப்பது தொடங்கி பல வழிகளில் கடவுளுக்காக உயிரை மாய்த்துக் கொள்கின்றனர். அவற்றுள் ஒரு வழிமுறையைக் காண்டி விரிவாக விவரிக்கிறார்.

வட்ட வடிவில் பெரிய இரும்பு வளையம் ஒன்று இருக்கிறது. வெளிப்பகுதி சாதாரணமாகவும் உள்பகுதி மிகக் கூர்மையாகவும் இருக்கும். வளையத்திலிருந்து நீண்டு வரும் சங்கிலி உறுதியான ஓரிடத்தில் பிணைக்கப்பட்டிருக்கும். தியாகிகள் திரண்டுவந்து இந்த வளையத்துக்குள் நுழைவார்கள். மந்திரங்கள் ஒலிக்க ஆரம்பிக்கும். கழுத்தில் கூரான பகுதி உரசிக்கொண்டிருக்கும். மந்திரத்தின் ஒலி அதிகரிக்கத் தொடங்கும்போது அவர்கள் கழுத்து மெல்ல, மெல்ல அறுபட ஆரம்பிக்கும். எல்லாம் முடிந்திருக்கும் போது தலை நிலத்தில் விழுந்திருக்கும். தலையை இழந்தாலும் தியாகி எனும் பட்டத்தை ஒவ்வொருவரும் ஈட்டியிருப்பார்கள். அதன்பின் புனிதர்களாக அவர்கள் கொண்டாடப்படுவதும் உண்டு என்கிறார் காண்டி.

அதன்பின் பூரியில் நடப்பதை விவரிக்கிறார். ஒவ்வோராண்டும் குறிப்பிட்ட காலத்தில் மையக் கடவுளைத் தேரில் பொருத்தி நகர் முழுக்க இழுத்து வருவார்கள். தேரைப் பின்தொடர்ந்து மக்கள் பாடல்களை இசைத்துக்கொண்டு ஊர்வலம் செல்வார்கள்.

அவர்களில் பலர் பக்தி வெள்ளத்தில் தீவிரமாக ஆழ்ந்து விடுவதுண்டு. அத்தகைய தருணங்களில் உணர்வெழுச்சியோடு அவர்கள் நிலத்தில் பாய்வார்கள். தேர் சக்கரங்கள் தங்கள் உடலில் ஏறி, இறங்கும்வரை அவர்கள் அமைதியாகக் காத்திருப்பார்கள். சக்கரத்தில் சிக்கி உயிர் விடுவதை மாபெரும் பேறாக அவர்கள் கருதுகிறார்கள். சக்கரத்தில் உயிர்த் தியாகம் செய்தால் கடவுள் அதை ஏற்பார் என்பது அவர்கள் நம்பிக்கை.

பக்தர்களில் இன்னொரு பிரிவினர் இருக்கிறார்கள். அவர்கள் தங்கள் உடலைக் கீறி, துளை ஏற்படுத்தி, கயிறு மூலமாக தேரோடு சேர்த்து தங்களைப் பிணைத்துக்கொள்வார்கள். தேர் நகரும்போது அவர்களும் சேர்ந்து இழுக்கப்படுவார்கள். இப்படியும் உயிர் பிரியும். பாதி இறந்து, பாதி பிழைத்தவர்களும் உண்டு. இந்த வகை தியாகம் கடவுளுக்கு மிகவும் விருப்பமானது என்கிறார் காண்டி.

நேரடியாக பூரி சென்று இதையெல்லாம் கண்டாரா அல்லது கிடைத்த தகவல்களின் அடிப்படையில் தன் பதிவை எழுதினாரா என்று தெரியவில்லை. அவருக்குப் பிறகு பூரி ரத யாத்திரை குறித்து எழுதிய எவருமே திடீர், திடீரென்று சக்கரத்தின் முன்பு பாய்ந்து விழுந்து உயிரைவிடும் பக்தர்களைப் பற்றி எதுவுமே குறிப்பிடவில்லை. ஆனால், விமரிசையான கொண்டாட்டங் களையும் மாபெரும் மக்கள் ஊர்வலங்களையும், மிக முக்கியமாகப் பிரம்மாண்டமான தேர்ச் சக்கரங்களையும் வியந்து, வியந்து எழுதினார்கள்.

மக்கள் பெரும் எண்ணிக்கையில் ஓரிடத்தில் ஒன்று குவியும் போது நிலைமை கைமீறி, தள்ளுமுள்ளு ஏற்படுவதையும், கீழே விழுபவர்களை மிதித்துத் தள்ளிவிட்டு பலர் முன்னேறு வதையும் நாம் இன்றும் பார்க்கிறோம். பூரியிலும் அப்படி உயிர்ச் சேதங்கள் ஏற்பட்டிருக்கலாம். சக்கரத்தில் மிதிப்பட்டுச் சிலர் இறந்திருக்கவும் வாய்ப்பு உண்டு. ஆனால், காண்டி குறிப்பிடுவதைப் போல் பெரிய அளவில் தற்கொலைகள் நடைபெற்றிருக்காது. அப்படி ஒரு நம்பிக்கையோ சடங்கோ நிலவியதாகச் சொல்லவும் முடியாது.

இருந்தாலும் நாளடைவில் ஜெகநாதர் தேர்ச் சக்கரம் ஒரு குறியீடாக மாறிப்போனது. நீ ஒழுங்காக நடந்துகொள்ளா விட்டால் சக்கரத்திடம் பிடித்துக்கொடுத்துவிடுவேன் என்று அம்மாக்கள் குழந்தைகளை மிரட்டுவதற்குச் சக்கரத்தைப்

பயன்படுத்திக்கொண்டார்கள். நாகரிகமற்ற, பழமைவாத நாடாக இந்தியாவை முன்னிலைப்படுத்த ஐரோப்பியர்கள் சக்கரக் கதைகளை ஆதாரங்களாகக் காட்டினார்கள்.

பலி வாங்கும் சக்கரம் என்றும் ரத்தம் குடிக்கும் சக்கரம் என்றும் சிலர் வர்ணித்தனர். சக்கரத்தைக் கொண்டு இந்து மதம் குறித்தும் இந்தியா குறித்தும் சிலர் மோசமான மதிப்பீடுகளை உருவாக்கிக் கொண்டனர். ஒவ்வோர் ஆண்டும் குறைந்தது 4,000 பேர் சக்கரத்தில் விழுந்து உயிர் மாய்த்துக்கொள்வதாக யாரோ ஆதாரமே இல்லாமல் எழுதினார்கள். அதையே ஆதாரமாகக் கொண்டு மேலும் பல சக்கரக் கதைகள் புனையப்பட்டன. சக்கரம் என்னவோ அதே போல்தான் இன்னமும் சுழன்று கொண்டிருக்கிறது.

- 59 -

விஜயநகரத்துக் குறிப்புகள்

இந்தியாவில் அதிக பலம் கொண்டவர் என்றால் அவர் விஜயநகர மன்னர்தான். திறமையானவர். அவருக்கு 12,000 மனைவிகள் உள்ளனர். அவர்களில் 4,000 பேர் மன்னரின் நடைப் பயணங்கள் எல்லாவற்றிலும் இடம்பெறுவார்கள். மன்னரை நிழல் போல் விடாமல் பின்தொடர்ந்து செல்வார்கள். சமையலறை அவர்கள் கட்டுப்பாட்டில் இருந்தது. மன்னர் குதிரைப் பயணம் மேற்கொள்ளும்போது இவர்கள் விலகிக்கொள்வார்கள். குதிரையில் பின்தொடர்வதற்கென்று மேலும் 4,000 மனைவிகள் இருக்கின்றனர். மன்னர் இறக்க நேரிட்டால் அவரோடு சேர்ந்து உடன்கட்டை ஏறுவதற்கு குறைந்தது 2,000 முதல் 3,000 மனைவிகள் தயார் நிலையில் இருப்பார்களாம். மறுமையிலும் என்னைப் பின்தொடர்வதற்கு உனக்குச் சம்மதமா என்று கேட்டுவிட்டுதான் மன்னர் அவர்களைக் கைப்பிடிப்பாராம். நிக்கோலா காண்டி தீட்டும் சித்திரம் இது.

மன்னர் மட்டுமல்ல, விஜயநகரர் ஆட்சியில் ஓர் ஆண் எவ்வளவு பெண்களை வேண்டுமானாலும் திருமணம் செய்துகொள்ளலாம். கல்லானாலும் புல்லானாலும் உடன் விழுந்து வெந்து

போவதுதான் பெரும் பேறு என்று பெண்கள் கருதுவார்களாம். அச்சமின்றி தீக்குள் பாய்வார்களாம். விஜயநகரர் காலத்தில் பலதார மணமும் உடன்கட்டை ஏறுதலும் இயல்பானவை என்கிறார் காண்டி.

சமூக வாழ்வை விவரிக்கும்போது பண்டிகைகளை மறக்காமல் குறிப்பிடுகிறார் காண்டி. ஒவ்வோராண்டும் குறிப்பிட்ட மாதத்தில் மூன்று தினங்கள் நதியில் நீராடி, புத்தாடை அணிந்து, ஆடலும் பாடலுமாக விருந்து சமைத்து மகிழ்கிறார்கள். இரண்டாவது விளக்கேற்றும் விழா. கோயில் தொடங்கி வீடு, வாசல் என்று எல்லா இடங்களிலும் விளக்குகளை ஏற்றி வைத்துக் கொண்டாடுகிறார்கள். இரவு, பகலாக விளக்குகள் எரிகின்றன. இது தீபாவளியாக இருக்கும். சில கொண்டாட்டங்கள் ஒன்பது தினங்கள் நீண்டு செல்லும் என்கிறார். மகா நவமி அல்லது நவராத்திரியாக அது இருக்கலாம். மன்னர், சாமானியர் என்று வேறுபாடில்லாமல் எல்லோர்மீதும் வண்ணத்தைப் பீய்ச்சி அடித்து மக்கள் மகிழும் 3 நாள் ஹோலி பண்டிகையையும் விவரிக்கிறார்.

திருமணம், பண்டிகை, வழிபாடு என்று எல்லா நிகழ்வுகளோடும் இசை பிணைந்திருக்கிறது. தாண்டியா தொடங்கி பலவிதமான நடனங்களை ஆடுகிறார்கள். சுற்றிச் சுற்றி வந்து பாடிக்கொண்டே ஆடுகிறார்கள். சிலர் நேர்வரிசையில் நின்றுகொண்டு ஒன்று சேர்ந்து பாடுகிறார்கள் என்கிறார்.

செங்குத்தான மலைகளுக்கு அருகில் அமைந்துள்ளது விஜயநகரம். உறுதியான, பெரிய கற்களால் கட்டப்பட்ட மதில் நகரைக் காக்கிறது. பள்ளத்தாக்கு, மலைத்தொடர் என்று எங்கு போனாலும் மதில் சுவரைக் காணமுடிகிறது என்கிறார் காண்டி. எல்லைப் பாதுகாப்புக்கு முக்கியத்துவம் கொடுத்தே தீரவேண்டிய நிலையில் விஜயநகர மன்னர்கள் இருந்தனர். நீடித்த ஆட்சிக்கு அதுதான் முதல் நிபந்தனை.

வலுவான விஜயநகரப் பேரரசு உருவாவதற்கு இரு நூற்றாண்டுகள் பிடித்திருக்கின்றன. படிப்படியாக கன்னட நிலத்தோடும் தெலுங்கு நிலத்தோடும் பிணைப்பை ஏற்படுத்திக் கொண்ட பிறகு, இறுதியாகத் தெற்கில் தமிழ் நிலத்திலும் விஜயநகரப் பேரரசு விரிந்து படர்ந்தது. நிலையான, திடமான, ஒன்றுபட்ட ஓர் ஆட்சியை அமைக்கும் முயற்சிகளை விஜயநகரர் ஆட்சியாளர்கள் மேற்கொண்டனர். தெற்கிலுள்ள நாம்

கல் தேர், விட்டல கோயில், ஹம்பி

மிக நுணுக்கமாகச் செதுக்கப்பட்ட சிற்பங்கள்,
ஹொய்சலேஷ்வரர் கோயில், ஹளபீடு

அனைவரும் ஒற்றுமையாக இல்லாவிட்டால் நமக்கு மிக அருகில் தக்காணத்தில் உள்ள இஸ்லாமியர்கள் (பாமினி சுல்தானகம்) நம் நிலத்துக்குள் புகுந்துவிடுவார்கள். எனவே விஜயநகரப் பேரரசின் கரங்களை வலுப்படுத்துங்கள் என்று மன்னர்கள் மக்களிடம் கேட்டுக்கொண்டனர். இது நல்ல பலனை அளித்தது. சுல்தானகத்துக்கு எதிராக ஓர் இந்து நிலத்தை, ஓர் இந்து அரசியல் அமைப்பைக் கட்டமைக்க விஜயநகரப் பேரரசு முயன்றது.

காண்டி போக வேறு இருவரின் குறிப்புகளும் விஜயநகரப் பேரரசைப் புரிந்துகொள்ள நமக்கு உதவுகின்றன. முதலாமவர், டோமிங்கோ பயஸ். குதிரை வணிகரான இவர் மற்ற வணிகர்களோடு இணைந்து 1520 வாக்கில் விஜயநகரம் வந்தார். போர்ச்சுகீசியர். இவர் வருகையின்போது ஆட்சியில் இருந்தவர் கிருஷ்ணதேவராயர். அவருடைய ஆளுமை குறித்து பயஸ் அளிக்கும் சுருக்கமான குறிப்பு இது. மாபெரும் வீரர். வெற்றியை நோக்கி ராணுவத்தை வழிநடத்திச் செல்வதில் வல்லவர். அதிகாலையில் எழுந்துவிடுவார். துணிச்சல் மிக்கவர். எதிலும் குறை சொல்லமுடியாத அளவுக்கு அப்பழுக்கற்றவர்.

கிருஷ்ணதேவராயரின் நிர்வாகத் திறனுக்கு எடுத்துக்காட்டாக விஜயநகரத்தில் அவர் ஏற்படுத்திக் கொடுத்திருந்த நீர்ப்பாசன வசதிகளைக் குறிப்பிடுகிறார் பயஸ். நெல், சோளம், கம்பு, பட்டு, பருத்தி, பருப்புகள், வெற்றிலை, ஏலக்காய் (உள்ளிட்ட நறுமணப் பொருள்கள்) என்று பெருகிய விளைச்சல் பேரரசின் வளர்ச்சிக்கு முக்கியப் பங்காற்றியுள்ளது. ஒரு பக்கம் வேளாண் நிலமாகவும் மற்றொரு பக்கம் வணிக மையமாகவும் விஜயநகரம் திகழ்ந்துள்ளது. தங்கம், வெள்ளி, முத்து உள்ளிட்டவற்றை அயல்தேசத்தவரும் விலை கொடுத்து வாங்கிச் சென்றனர். பயஸ் போல் அயல்நாட்டு வணிகர்களுக்கு விஜயநகரம் முக்கியமான தலமாக இருந்திருக்கிறது. வரி வசூல் சிறப்பாக நடைபெற்றது. சமூகத்தின் தேவைகளை உணர்ந்து திட்டங்கள் தீட்டப்பட்டன என்கிறார் பயஸ்.

கிருஷ்ணதேவராயர் 1520 ஆம் ஆண்டு முன்னெடுத்த ஒரு முக்கியமான போரைக் குறிப்பிடுகிறார் பயஸ். ராய்ச்சூர் போர் என்று வரலாறு அதைக் குறித்து வைத்திருக்கிறது. பிஜப்பூர் சுல்தானகத்துக்கு எதிராக கிருஷ்ணதேவராயர் முன்னெடுத்த போர் அது. தக்காணத்தில் இன்றைய கர்நாடகாவில் அமைந்துள்ள பிஜப்பூரைத் தலைநகரமாகக் கொண்டு யூசுப் அடில் ஷா என்பவர்

கோல் கும்பாஸ், முஹம்மது அடில் ஷாவின் பிரமாண்ட கல்லறை

சுல்தானிய ஆட்சியை நடத்திவந்தார். வடக்கு கர்நாடகமும் தெற்கு மகாராஷ்டிரமும் இவர் ஆட்சியின் கீழ் அமைந்திருந்த பிரதேசங்கள்.

தில்லி சுல்தானகத்தின் வீழ்ச்சியிலிருந்து பாமினி சுல்தானகம் உதயமானது என்றால் பாமினியின் வீழ்ச்சியிலிருந்து பிஜப்பூர் சுல்தானகத்தை உருவாக்கினார் அடில் ஷா. எல்லை விரிவாக்கத்தில் எப்போதும் அக்கறைகொண்டிருந்தவர் கிருஷ்ண தேவராயர். தக்காணத்தின் வடக்கு, கிழக்கு பகுதிகளையும் கலிங்கத்தையும் ஏற்கெனவே அவர் கைப்பற்றியிருந்தார். அதன் நீட்சியாக பிஜப்பூர் சுல்தானகத்தின் மீது படையெடுத்துச் சென்றவர், அடில் ஷாவை வீழ்த்தி அவர் பிரதேசங்களை விஜயநகரத்தோடு இணைத்துக்கொண்டார். இந்த வெற்றி விழாவை, கிருஷ்ணதேவராயரோடு இணைந்து நானும் கொண்டாடினேன் என்கிறார் பயஸ்.

கிருஷ்ணதேவராயரின் விஜயநகரம் செழிப்பாகவும் அழகாகவும் இருந்தது என்கிறார் பயஸ். எனது பயணத்தின் போது வழியெங்கும் புளியந்தோப்புகளும் மாந்தோப்புகளும் பலாத் தோப்புகளும் காய்த்துக் குலுங்குவதைக் கண்டேன். எருது, ஆடு,

மாடு போன்ற விலங்குகளையும் குயில், கௌதாரி, புறா போன்ற பறவைகளையும் வீடுகளில் வளர்க்கிறார்கள். தோட்டங்களில் திராட்சை, ஆரஞ்சு, முள்ளங்கி என்று காய்கனிகள் நிறைந்திருக் கின்றன. சந்தைகளில் என்னவெல்லாம் கிடைக்கின்றன என்று பட்டியலிடுகிறார். வெள்ளி தோறும் நடைபெறும் சந்தைக்குச் சென்றால் கோழிகளும் குதிரைகளும் பன்றிகளும் கூச்சலிடும் சத்தங்களுக்கு மத்தியில் உங்களுக்குத் தேவைப்படும் அனைத்தையும் சகாய விலையில் வாங்கிக்கொள்ளலாம் என்கிறார் பயஸ். இங்கு எவ்வளவு பேர் வாழ்கின்றனர், நகரம் எவ்வளவு பெரியதாக இருக்கிறது என்பதையெல்லாம் சொல்லலாம்தான். ஆனால், நான் சொல்லும் எண்களை எப்படியும் நீங்கள் நம்ப மாட்டீர்கள் என்பதால் விட்டுவிடுகிறேன் என்கிறார்!

எங்கு போனாலும் மக்கள் கூட்டம் என்கிறார் பயஸ். நீர்ப்பாசனப் பணியொன்று நடைபெறுகிறது என்று சொன்னார்கள். போய்ப் பார்த்தால் 20,000 பேர் வேலை செய்துகொண்டிருக்கிறார்கள் என்று வாய்பிளக்கிறார். இந்தியாவில் ஏன் மக்கள் தொகை அதிகம் என்பதற்கான காரணத்தை காண்டி 'கண்டுபிடித்து' சொல்லியிருக்கிறார். அது பின்வருமாறு. நம் நாடுகளில் ஒரே நேரத்தில் கொத்துக் கொத்தாகப் பலர் நோயுற்று இறப்பதைப் பார்த்திருக்கிறோம். இந்தியாவில் அப்படி நடைபெறுவதில்லை. இங்கே தொற்றுநோய் ஏற்படுவதேயில்லை. எனவே மக்கள் ஆரோக்கியத்துடன் வாழ்கிறார்கள். பல்கிப் பெருகுகிறார்கள்.

குழந்தைகள் பெரிய ஆடுகள் மேல் ஏறி அமர்ந்து திரிவதைக் கண்டிருக்கிறார் பயஸ். வட்ட வடிவப் படகில் 15 பேர் வரை ஏறியமர்ந்துகொண்டு துங்கபத்திரா நதியைக் கடக்கிறார்கள். மூங்கிலும் விலங்குத் தோலும் சேர்த்து இந்தப் படகு உருவாக்கப்படுகிறது. எருதுகளும் குதிரைகளும் நதியில் நீந்திக் கரையேறுகின்றன என்கிறார்.

மற்றொரு போர்ச்சுகீசிய வணிகரான ஃபெர்னாவோ நுனெஸ் என்பவரும் 1535 வாக்கில் விஜயநகரம் வந்திருக்கிறார். கிருஷ்ணதேவராயரின் தம்பி அச்சுத தேவராயர் ஆட்சியிலிருந்த நேரம் அது. விஜயநகரப் பேரரசின் வீழ்ச்சி தொடங்கியிருந்ததை இவர் கண்டார். வீழ்ச்சியின் வாசம் விஜயநகரத்தைச் சூழ்ந்துகொண்டிருந்தபோது அச்சுத தேவராயர் தனது 500 மனைவிகளுடன் வண்ணமயமாக வாழ்ந்துவந்திருக்கிறார்.

டெல்லி சுல்தானகத்தின் தொடர் தாக்குதலில்
சிதிலமடைந்த கோயில்களுள் ஒன்று - ஹம்பி கிருஷ்ணர் கோயில்

தங்கமும் வெள்ளியும் பதித்த பல்லக்குகளில் மனைவிகள் ஊர்வலம் வருவார்களாம். நகரமே செல்வத்தில் திளைத்துக் கொண்டிருக்கிறது. 700 உயர் ரக அராபிய குதிரைகளையும் 400 யானைகளையும் மன்னர் வளர்த்துவந்தார் என்கிறார் நுனெஸ். இவற்றைப் பராமரிப்பதற்கே பெரும் பணம் மாதம்தோறும் செலவிடப்பட்டதாம்.

அச்சுத தேவராயர் இறந்து இருபது ஆண்டுகளில் வீழ்த்தப்பட்ட சுல்தானகங்கள் அனைத்தும் பொது எதிரியான விஜயநகரப் பேரரசை அழிக்கும் ஒற்றை நோக்கத்துடன் ஒன்றிணைந்தன. தலைக்கோட்டைப் போர் விஜயநகரப் பேரரசை முடிவுக்குக் கொண்டுவந்தது. மன்னர்கள் அதுவரை சேர்த்து வைத்திருந்த செல்வம் கொள்ளையடிக்கப்பட்டது. பல கட்டுமானங்கள் இடித்துச் சாய்க்கப்பட்டன. விஜயநகரத்தின் பளபளப்பையும் மினுமினுப்பையும் அழிப்பதற்குக் கிட்டத்தட்ட ஐந்து மாதங்கள் முழுமையாக உழைத்திருக்கிறார்கள்.

- 60 -

முதல் ரஷ்யர்

இந்தியாவை நேரில் கண்டு எழுதிய முதல் ரஷ்யராக அஃபனாசி நிகிடின் கருதப்படுகிறார். மாஸ்கோவுக்கு வடமேற்கே அமைந்துள்ள வளம் கொழிக்கும் வணிக நகரமொன்றில் (ட்வெர்) பிறந்தவர். உலகம் முழுவதிலுமிருந்து பண்டங்களும் அவற்றுக்குச் சமமாகக் கதைளும் ரஷ்யாவில் இறக்குமதி ஆகிக்கொண்டிருந்த காலம் அது. தங்கமும் வைரமும் பட்டும் நறுமணப் பொருள்களும் கொட்டிக்கிடக்கின்றன. இந்திய மண்ணில் கால் பதிக்கும் ஒவ்வோர் அயல்தேசத்தவரும் மனம் நிறைய மகிழ்ச்சியோடும் கை நிறைய செல்வத்தோடும்தான் திரும்பி வரமுடியும் என்று மாலுமிகளும் வணிகர்களும் நம்பிக்கையூட்டினர்.

நிகிடின் தயாரானார். இந்தியாவில் கிடைக்காத ஒரே பொருள் குதிரை என்று சிலர் சொன்னதால், நல்ல குதிரையொன்றை ரஷ்யாவிலேயே வாங்கிக்கொண்டு தன் பயணத்தைத் தொடங்கினார் நிகிடின். கருங்கடல், காஸ்பியன் கடல், இரான், ஓமென், மத்திய கிழக்கு அனைத்தையும் கடந்து அரபிக் கடல் வழியே 1469ஆம் ஆண்டு குஜராத்தில் வந்திறங்கினார். அங்கிருந்து

மகாராஷ்டிராவிலுள்ள இன்றைய ராய்காட் மாவட்டத்திலுள்ள சால் எனும் கிராமத்துக்குச் சென்று சேர்ந்தார்.

கிராமப்புறங்களில் நடமாடிக்கொண்டிருந்த மக்களைக் கண்டதும் எல்லா அயல்தேசத்தவரைப் போல் நிகிடினும் திகைத்தார். இதென்ன இவ்வளவு குறைவான ஆடையணிந்துகொண்டு வெளியில் வருகிறார்கள்? பலர் அதுகூட அணிவதில்லையே? ஏன் தலையில் தொப்பி இல்லாமல் இருக்கிறார்கள்? பெண்கள் கூடவா ஆடை குறித்து அக்கறை இல்லாமல் இருப்பார்கள்? ஆடைதான் இல்லையே தவிர, பலர் ஆபரணங்கள் அணிந்திருக் கிறார்கள் என்கிறார் நிகிடின். வேகமாக, உறுதியாக நடை போடுகிறார்கள் என்கிறார். கிராம மக்களும் தங்கள் பங்குக்கு ரஷ்யரை ஆச்சரியத்தோடு வேடிக்கை பார்த்தனர். யார் இவர்? இவர் ஏன் என்னென்னவோ புதிராக உடுத்திக்கொண்டிருக்கிறார்? ஆர்வம் தாளாமல் சிலர் நிகிடினைத் துரத்திக்கொண்டும் ஓடியிருக்கிறார்கள்.

பாதாமி சுல்தானகம் ஆட்சியிலிருந்த நேரம் அது. தலைநகரமாக முதலில் குல்பர்காவும் பின்னர் பிடாரும் இருந்தன. இரு இடங்களையும் பார்வையிட்டார் நிகிடின். விஜயநகரப் பேரரசின் ஆட்சிக்கு உட்பட்ட சில பிரதேசங்களிலும் ராய்ச்சூர், கோல்கோண்டா ஆகிய பகுதிகளிலும் பயணங்களை மேற் கொண்டார். பிடாரில் பட்டும் குதிரைகளும் போக கறுப்பு மனிதர்களும் விற்பனை செய்யப்படுவதைக் கண்டிருக்கிறார். தன்னுடைய உயர்ரக குதிரையை நல்ல விலைக்கு அங்கே விற்றுவிட்டு, மேற்கொண்டு பயணம் செய்வதற்கான பணத்தைத் தேற்றிக்கொண்டார். பிடாருக்கு மொத்தம் ஏழு நுழைவாயில்கள். ஒவ்வொன்றையும் ஆயுதம் தரித்த நூறு வீரர்கள் காவல் காக்கிறார்கள். உள்ளே வருவோர், போவோரிடம் விசாரித்து அவர்கள் பெயரைப் பதிவேடுகளில் எழுதி வைப்பதற்கென்றே 100 பேர் இருப்பார்களாம். எண்ணிக்கையில் மிகை இருக்கக்கூடும் என்றாலும் பாதாமி மன்னர்கள் நகரைக் காக்க மேற்கொண்ட நடவடிக்கைகளை இந்தக் குறிப்புகள்மூலம் அறியமுடிகிறது.

ஈத் பண்டிகை எவ்வாறு கொண்டாடப்படுகிறது என்பதை அழகாக விவரிக்கிறார் நிகிடின். மாளிகை மிக நேர்த்தியோடு அலங்கரிக்கப்பட்டிருக்கும். சுல்தான் தனது பரிவாரங்கள் சூழ நகரை அன்று வலம்வருவார். 300 யானைகள் வரிசையாக அசைந்தாடி வரும் காட்சியை என்னவென்று சொல்வது! ஆயுதம் தாங்கிய வீரர்கள் பாதுகாப்புக்கு முன்பும் பின்பும் திரண்டு

பாதாமி கோட்டையின் இடிபாடுகள்

கோல்கோண்டா கோட்டையின் இடிபாடுகள்

வருவார்கள். குதிரைகள் தகதகக்கும் தங்க வண்ண ஆடை அணிந்து கம்பீரமாக நடந்துவரும். வாத்தியங்கள் இசைக்கும். அனுபவமிக்க நடனக்கலைஞர்கள் இசைக்கேற்ப ஒயிலாக ஆடுவார்கள். அந்தப்புரத்துப் பெண்கள் அணிவகுத்து வருவார்கள். சுல்தானை அருகில் சென்று காண, கூட்டம் முண்டியடிப்பது வழக்கம். அவர்கள் சுல்தானை நெருங்காதவாறு தடுத்தாளும் பணி ஒரு யானைக்கு அளிக்கப்பட்டிருந்தது. கண்களைப் பறிக்கும் வண்ணத்தில் அந்த யானை ஆடை அணிந்திருக்கும். அதன் வாயில் பெரிய இரும்புச் சங்கலி பிணைக்கப்பட்டிருக்கும். என்னை மீறி சுல்தானை நெருங்கி விடுவாயா என்ன என்று அது மிரட்டுவது போல் இருக்கும்.

நிகிடினுக்கு இந்தியா பிடித்துப்போய்விட்டது போலும் என்று நினைத்தால், தவறு. எல்லோரும் சொல்லியனுப்பியது வேறு. இங்கு நான் காண்பது வேறு. அப்படியொன்றும் பொன்னும் பொருளும் தங்கமும் வைரமும் இங்கே கொட்டிக்கிடக்க வில்லை. இந்தியா பற்றி நான் கேள்விப்பட்ட கதைகள் எல்லாம் உண்மையிலேயே கதைகள்தாம் போலிருக்கிறது என்று வருந்துகிறார் நிகிடின். எங்கும் இஸ்லாமியர்கள் நிறைந்திருக் கிறார்கள். சுல்தானின் ஆட்சி மற்றவர்களைவிட அவர்களுக்கே உகந்ததாக இருக்கிறது. அவர்களுக்குக் கிடைக்கும் ஆதாயங்களே இதற்குக் காரணம். எல்லா வணிகர்களுக்கும் அல்ல, இஸ்லாமிய வணிகர்களுக்கே சந்தை அனுகூலமானதாக இருக்கிறது. எல்லாப் பண்டங்களுக்கும் அவர்களுக்கு வரிவிலக்குக் கிடைத்து விடுகிறது. அதே பொருளை மற்றவர்கள் சென்று வாங்கினால் வரி தீட்டிவிடுகிறார்கள். மிளகு, சாயப் பொருள்கள் உள்ளிட்டவை நல்ல விலைக்குக் கிடைக்கின்றன. ஆனால், அவற்றுக்கான வரி மிக அதிகமாக இருக்கிறது. இங்கிருந்து நான் எதை வாங்கிக்கொண்டு போவதாம் என்று பொருமுகிறார் நிகிடின்.

பயபக்தி கொண்ட கிறிஸ்தவர் அவர். ரஷ்யாவைவிட்டு என்னென்னவோ நம்பிக்கைகள் உள்ள நிலங்களுக்குப் போகிறோமே, இது பாவமில்லையா என்னும் கலக்கம் அவருக்கு இருந்திருக்கிறது. இந்தியா எனும் விநோத இடத்துக்கு வந்து சேர்ந்த பிறகு ரஷ்யப் பாசம் இன்னமும் அதிகரித்திருக்கிறது. அதைப் பார்க்க முடியவில்லையே, இதைப் பார்க்க முடிய வில்லையே, நட்பையும் உறவையும் பார்த்துப் பல காலம் ஆகிவிட்டதே என்று தவித்துப்போகிறார். தேவாலயங்கள், கிறிஸ்தவப் பண்டிகைகள், ஜபங்கள் ஆகியவற்றை அடிக்கடி

நினைவுபடுத்திக்கொள்கிறார். இல்லை, நான் ரஷ்யாவை மறக்க வில்லை என்று அடிக்கடி தனக்குள்ளே சொல்லிக்கொள்வார் போலிருக்கிறது.

இஸ்லாமியப் பண்பாட்டையும் அக்கறையோடுதான் அணுகி இருக்கிறார். அவர்களுடைய வழிபாட்டு முறைகள், பாடல்கள் ஆகியவற்றைக் கேட்டறிந்து தெளிவாகப் பதிவுசெய்கிறார். அவருக்குத் துருக்கிய மொழி தெரிந்திருக்கிறது. ஓர் இஸ்லாமியப் பெயரையும் தனக்குச் சூட்டிக்கொண்டுள்ளார். இஸ்லாமிய ஆடை அணிந்து வலம் வந்திருக்கிறார். இஸ்லாமிய உணவு வழக்கத்தையும் கடைபிடித்திருப்பதாகத் தெரிகிறது. இதை எல்லாம் தொகுத்துப் பார்க்கும் சிலர், ஒருவேளை இந்தியா வந்த பிறகு நிகிடின் கிறிஸ்தவத்தைக் கைவிட்டுவிட்டு இஸ்லாத்தைத் தழுவிக்கொண்டாரோ என்றோர் ஐயத்தைக் கிளப்புகிறார்கள்!

இந்தியாவில் மொத்தம் 84 விதமான சமயங்கள் இருக்கின்றனவாம். ஒவ்வொருவரும் ஏதோவொரு கடவுளை நம்பி, ஏற்று, வணங்குகிறார்களாம். இந்துக்களை காஃபிர்கள் என்று அழைக்கிறார். பலவித வடிவங்களில் உருவச்சிலைகளை அவர்கள் எழுப்பியிருக்கிறார்கள். யானை, குரங்கு போன்ற விலங்குகளையும் கடவுளாக மாற்றி வைத்திருக்கிறார்கள். இந்துக்களுக்குள்ளேயே மாற்று நம்பிக்கை உள்ளவர்களோடு அவர்கள் ஒன்றுசேர்ந்து உண்பதில்லை. திருமண உறவு வைத்துக் கொள்வதில்லை என்கிறார். நான் என்னை ஒரு கிறிஸ்தவன் என்று சொல்லி அவர்களிடம் அறிமுகப்படுத்திக்கொண்டேன். அவர்கள் இயல்பாகப் பேசுகிறார்கள். ஒளிவுமறைவு இல்லாமல் நடந்து கொள்கிறார்கள். உண்ணும்போது, வியாபாரத்தில் ஈடுபடும் போது, வழிபாடு நடத்தும்போது நான் உடனிருப்பதை அவர்கள் பெரிதாக எடுத்துக்கொள்ளவில்லை. மது அருந்தும் வழக்கம் இந்துக்களிடம் இல்லை. திராட்சை பழச்சாறும் மரத்திலிருந்து ஏதோ ஒரு பானத்தை இறக்கியும் அருந்துகிறார்கள். முட்டை, கோழி, ஆடு, பன்றி என்று எல்லாவற்றையும் உண்கிறார்கள். மாடு மட்டும் விதிவிலக்கு. சாதம், பொங்கல், காய்கறிகள், நெய், பால் ஆகியவை பொதுவான உணவுகள்.

ஆந்திராவிலுள்ள ஸ்ரீசைலம் கோயிலை நோக்கி ஆயிரக் கணக்கான பக்தர்கள் யாத்திரை செல்வதைக் கண்டிருக்கிறார். பலர் கால்நடையாகவும் சிலர் கால்நடைகள்மீதும் பயணம் செய்கிறார்கள். பசுவை வணங்குகிறார்கள். சாணியைப் பல வகைகளில் பயன்படுத்துகிறார்கள். விபூதி போலவும்

பூசிக்கொள்கிறார்கள். பசு எங்கள் அம்மா, எருது எங்கள் அப்பா என்று அவர்கள் சொல்கிறார்கள் என்றால் பார்த்துக் கொள்ளுங்கள்!

மன்னர்கள் மனிதர்கள்மீது ஏறியமர்ந்து சவாரி செய்வதைக் கண்டு திகைக்கிறார். பல்லக்கில் செல்வதைத்தான் அவர் இவ்வாறு குறிப்பிட்டிருக்கவேண்டும். பாதாமி சுல்தானுக்கும் விஜய நகரத்துக்கும் எலி பூனை உறவு நிலவுகிறது. அடிக்கடி அவர்கள் சண்டையிட்டுக்கொள்கிறார்கள் என்கிறார் நிகிடின். விஜயநகரம் எனக்குப் பிடித்திருக்கிறது. மலைகளும் வனங்களும் சூழ்ந்த அழகிய இடம். விஜயநகர மன்னர் பலமிக்கவராக உள்ளார். மொத்தத்தில் எல்லாவற்றிலும் சிறந்த இடம் என்கிறார்.

ராய்ச்சூர், கோல்கோண்டா பகுதிகளிலுள்ள வைரச் சுரங்கங்களைப் பார்வையிட்டுள்ளார். வைரத்தின் அளவு, சந்தை மதிப்பு ஆகியவற்றைக் குறிப்பிடுகிறார். கோழிக்கோடு குறித்தும் சிலோன் குறித்தும் பதிவுகள் உள்ளன என்றாலும் அங்கெல்லாம் அவர் சென்றாரா என்பது உறுதியாகத் தெரியவில்லை. கோழிக்கோட்டிலும் அடிமை வியாபாரம் நடைபெற்றதாகச் சொல்கிறார்.

ரஷ்யாவிலிருந்து கிளம்பி ஆறு ஆண்டுகள் ஆகியிருந்தன. மூன்று ஆண்டுகள் இந்தியாவிலேயே கழித்தாகிவிட்டது. வா, வா என்று வீடு ஓயாமல் அழைத்துக்கொண்டே இருந்தது. வீடு நினைவுக்கு வரும்போது நட்சத்திரங்களைப் பார்த்தபடி அமர்ந்து கொண்டிருப்பேன். அவை என்னைத் தேற்றுவது போல் உணர்வேன் என்று ஓரிடத்தில் எழுதுகிறார்.

மகாராஷ்டிராவிலிருந்து கிளம்பி எத்தியோப்பியா வழியாக மஸ்கட்டுக்கு முன்னேறிச் சென்றார். அடுத்து ரஷ்யாதான். ஆனால், அவருடைய பதிவு இந்த இடத்தில் முடிந்துவிடுகிறது. நிறைவடையவில்லை. எழுதிக்கொண்டே இருக்கும்போது சட்டென்று ஓரிடத்தில் நிறுத்திவிட்டது போல் அந்தரத்தில் தொங்கிக்கொண்டிருக்கிறது. அப்படியானால் அவர் இடையில் எங்கேனும் இறந்துவிட்டாரா? ரஷ்யா சென்று சேரவே இல்லையா? நட்சத்திரங்களால் மட்டுமே சொல்லமுடியும்.

- 61 -

இந்தியாவைக் கண்டுபிடித்தது யார்?

இந்தியாவைக் கண்டுபிடித்தது யார் என்னும் வினாவை இணையத்தில் எழுப்பினால் நமக்குக் கிடைக்கும் விடை, வாஸ்கோ ட காமா என்பதுதான். அமெரிக்காவுக்கு கொலம்பஸ் எப்படியோ அப்படி இந்தியாவுக்கு (அல்லது ஆசியாவுக்கு) வாஸ்கோ ட காமா என்று வாதிடும் கட்டுரைகளையும் அதே இணையத்தில் காணமுடியும். இதை ஏற்கவேண்டுமானால் போர்ச்சுகலில் இருந்து அவர் 15ஆம் நூற்றாண்டில் கிளம்பி வரும்வரை இந்தியா முழு இருளில் ஒளிந்துகொண்டிருந்தது என்பதையும் நாம் ஏற்றுக்கொண்டாகவேண்டும். அது அவ்வளவு சுலபம் இல்லை, அல்லவா?

எனில் ஏன் இந்தக் கண்டுபிடிப்புக் கதை இன்னமும் மறையாமல் ஓடிக்கொண்டிருக்கிறது? ஒரு சிறிய குழப்பத்தால் நேர்ந்துவிட்ட பிரச்னை இது. வாஸ்கோ ட காமா இந்தியாவை அல்ல, இந்தியாவுக்கான கடல்வழியைத்தான் கண்டுபிடித்தார். மேற்கிலிருந்து ஒருவர் இந்தியாவுக்கு வரவேண்டுமென்றால் ஒரு வழிதான் உண்டு. பட்டுப் பாதை. அதில் பயணம் செய்வது எவ்வளவு கடினமானது என்பதை நாம் ஏற்கெனவே இங்கே

விரிவாகப் பார்த்திருக்கிறோம். ஒரு சொட்டு நீர்கூடக் கிடைக்காத பாலைவனங்களையும் ஆபத்தான காட்டுப் பகுதிகளையும் கடினமான மலைத்தொடர்களையும் கடந்து வருபவருக்கே இந்தியத் தரிசனம் சாத்தியம்.

கிழக்கில் கிடைக்கும் நறுமணப் பொருள்களும் தங்க ரத்தினங் களும் வேண்டும். ஆனால், பட்டுப் பாதை வேண்டாம் என்று நினைக்கும் ஐரோப்பியர்களுக்கும் எந்த மாற்றும் இல்லாமல் இருந்தது. அரேபியா வழியாகவும் பாரசீகம் வழியாகவும் இதே பண்டங்களைப் பெறமுடியும் என்பது உண்மை. ஆனால், தரத்திலும் சரி, விலையிலும் சரி இந்தியப் பண்டங்களுக்கு அருகில்கூட இவை வருவதில்லை. தவிரவும், ஐரோப்பாவுக்கும் அரபுலகுக்குமான உறவு என்பது அடிப்படையில் பூனை எலி உறவுதான். எனவே கிழக்குக்குக் கடல்வழியைக் கண்டுபிடித்தே தீரவேண்டிய கட்டாயத்துக்கு ஐரோப்பா தள்ளப்பட்டது.

கடல்வழியைக் கண்டுபிடிக்கவேண்டுமானால் நீண்ட தூரம் பயணம் செய்வதற்கு ஏற்ற வலுவான கப்பல்களை முதலில் உருவாக்கவேண்டும். அதற்கு நல்ல முதலீடு தேவை. கப்பல்களை உருவாக்கிய பிறகு, அவற்றை வழிநடத்திச் செல்ல திறமையான மாலுமிகளைக் கண்டுபிடிக்கவேண்டும். இரண்டும் கிடைத்த பிறகு, நாலாபக்கங்களுக்கும் கப்பல்களை அனுப்பி ஆய்வு செய்யவேண்டும். கரையைவிட்டுக் கிளம்பிச் செல்லும் கப்பல்கள் திரும்ப நாடு வந்துசேரும் என்பதற்கு எந்த உத்தர வாதமும் இல்லை. முதலீடு செய்த பணம் திரும்பக் கிடைக்காமல் போவதற்கே வாய்ப்புகள் அதிகம்.

15ஆம் நூற்றாண்டு ஐரோப்பாவில் போர்ச்சுகீசியர்களும் ஸ்பானியர்களும்தான் கடல்பயண ஆய்வுகளில் முன் வரிசையில் இருந்தனர். வலுவான கப்பல்களை உருவாக்கி, தூர தேசங்களுக்குச் செலுத்தும் ஆற்றல் இந்த இருவருக்குதான் இருந்தது. இரண்டுமே செல்வச் செழிப்புமிக்க நாடுகள். நானா, நீயா போட்டியும் இந்த இருவருக்கும் இடையில் மட்டுமே நடந்துகொண்டிருந்தது. இரண்டுமே கத்தோலிக்க நாடுகள். எனவே போப் தலையிட்டு இருவரையும் அமைதிப்படுத்தினார். உலகம் பரந்து விரிந்திருக்கிறது. அதை அடக்கியாளும் பலம் உங்கள் இருவருக்கும்தான் இருக்கிறது. நீங்கள் உங்களுக்குள் மோதிக்கொள்வதைத் தவிர்த்துவிட்டு வெளியில் கவனம் செலுத்துங்கள்! உலகின் ஒரு பகுதியை ஸ்பெயின் ஆராயட்டும். இன்னொரு பகுதியைப் போர்ச்சுகல் எடுத்துக்கொள்ளட்டும்.

இது வேலை செய்தது. இந்தியா உள்ளிட்ட கிழக்கு போர்ச்சுகீசியர் களுக்குச் சென்றது. இங்கேதான் வாஸ்கோ ட காமா நமக்கு அறிமுகமாகிறார். பயணத்துக்கு முந்தைய அவர் வாழ்க்கை குறித்து அதிக விவரங்கள் இல்லை. பிரபுக்களின் குடும்பத்தில் பிறந்தவர் என்பதால் மாளிகையோடு அவருக்கு எப்போதும் நல்லுறவு இருந்திருக்கிறது. ஒருமுறை பிரான்ஸ் போர்ச்சுகலைத் தாக்கியபோது, அதற்குப் பதிலடி கொடுக்கும் வகையில் காமாவை பிரான்ஸுக்கு அனுப்பி வைத்தார் போர்ச்சுகல் மன்னர். பதிலடி கொடுக்கும் வகையில் பிரெஞ்சுக் கப்பல்களைக் கைப்பற்றுவதுதான் அவருக்கு இடப்பட்டிருந்த பணி. மன்னரும் மற்றவர்களும் மகிழும்படி அதை அவர் செய்துமுடித்தார்.

ஆனால், காமா பிரபலமடைந்தது அவருடைய இந்தியப் பயணத் தால்தான். இந்தியாவுக்கான கடல்வழியைக் கண்டுபிடிக்குமாறு போர்ச்சுகல் மன்னரான முதலாம் மானுவேல் ஜூலை 1497இல் வாஸ்கோ ட காமாவை வழியனுப்பி வைத்தார். லிஸ்பனிலிருந்து கிளம்பிய அந்தக் கப்பல்களில் காமாவோடு பயணம் செய்த பணியாளர்களில் குற்றவாளிகள், மரண தண்டனை விதிக்கப் பட்ட கைதிகள் ஆகியோரும் இருந்தனர். உயிரோடு திரும்பி வந்தால் மட்டுமே அதிர்ச்சியடையவேண்டும் என்னும் புரிதலில் தேர்ந்தெடுக்கப்பட்டவர்கள் அவர்கள். கடற்கொள்ளையர் களோடு மோதுவது உள்ளிட்ட ஆபத்தான பணிகளை இவர்களைப் பணயம் வைத்துச் செய்துகொள்ளலாம்.

இப்படியாக காமாவின் பயணம் ஆரம்பமானது. மொத்தம் நான்கு கப்பல்கள். மூன்று பயணக்கப்பல்களில் 170 பேர் நிறைந் திருந்தனர். ஒரு கப்பல் உணவுப் பொருள்களை ஏற்றிக் கொண்டது. உள்ளதில் பெரியது காமாவின் செள காப்ரியல். மூன்று பாய்மரங்களும் ஆறு பாய்களும் 20 பீரங்கிகளும் பொருத்தப்பட்டிருந்தன. தொடக்கத்தில் வழக்கமான பாதையில்தான் முன்னேறினார்கள். லிஸ்பனிலிருந்து ஆப்பிரிக்கக் கரையை ஒட்டியே கப்பல்கள் சென்றன. இன்றைய சியாரா லியோன் பகுதி வந்ததும் காமா வழித்தடத்தை மாற்றியமைத்தார். முன்னதாக பார்த்தலோமியோ டயஸ் என்னும் புகழ்பெற்ற பயணி கண்டுபிடித்திருந்த புதிய வழியை அடியொற்றி நிலநடுக்கோட்டைக் கடந்து, தெற்கு அட்லாண்டிக் பகுதிக்குள் வெற்றிகரமாக நுழைந்தார். நம்பிக்கை உண்டானது.

கிளம்பிய மூன்று மாதங்களில் நிலத்தையே பார்க்காமல் 10,000 கி.மீ. கடந்திருந்தார் காமா. அன்றைய தேதியில் அது ஒரு

வாஸ்கோ ட காமா

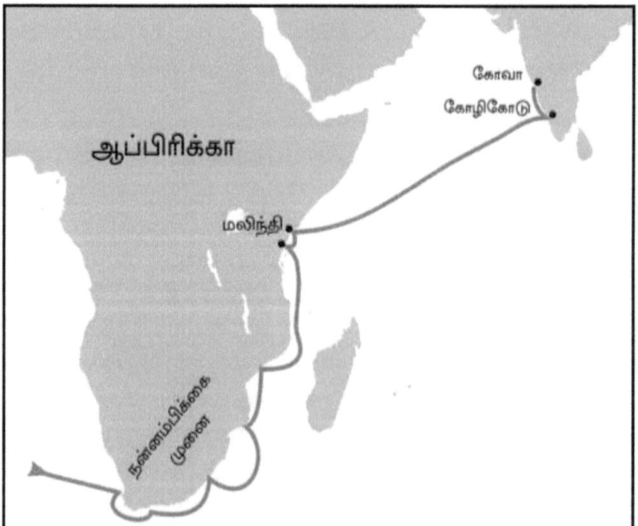

வாஸ்கோ ட காமாவின் பயணப் பாதை (1497-1499)

சாதனை. பின்னரே கரை ஒதுங்கி, ஓய்வெடுத்துக்கொண்டார்கள். மார்ச் 1498 மொசாம்பிக் தீவை அடைந்தனர். அராபியர்கள் அதிகமுள்ள பகுதி என்பதால் நடை, உடை, பாவனை அனைத்திலும் முஸ்லிமாகத் தன்னை வெளிப்படுத்திக் கொண்டார். சுல்தானைச் சந்திக்கும் அளவுக்குச் சென்றுவிட்டார். ஒப்பனை பொருந்தவில்லையா அல்லது எங்கேனும் ஏதேனும் தவறு இழைத்துவிட்டாரா என்று தெரியவில்லை, ஒருநாள் குட்டு வெளிப்பட்டுவிட்டது. ஓட, ஓடத் துரத்தியடிக்க ஆரம்பித்தார்கள் மக்கள். கிட்டத்தட்ட ஓடிவர வேண்டியதாகிவிட்டது.

கென்யா அருகில் இன்னொரு வேடத்தையும் காமா போட வேண்டியிருந்தது. கடல்கொள்ளையர். (அது வேடமல்ல, அதுதான் அவர் என்பார்கள் பலர்). தன் பாட்டுக்குச் சென்று கொண்டிருந்த அரபுக் கப்பல்களை வழிமறித்துத் தாக்கி அதிலுள்ள பண்டங்களைக் கொள்ளையடித்தார்கள் காமாவின் ஆள்கள். கென்யாவின் கரையோர நகரமான மொம்பாசாவில் கால் பதிக்கும் முதல் போர்ச்சுகீசியர் என்னும் பெருமை காமாவுக்கு வந்தது. ஆனால், கால் வைத்தவுடனேயே எதிர்ப்புகள் வலுக்க ஆரம்பித்துவிட்டதால் அங்கிருந்து விரட்டப்பட்ட முதல் போர்ச்சுகீசியர் எனும் அவப்பெயரும் அப்போதே வந்து ஒட்டிக்கொண்டுவிட்டது.

ஆப்பிரிக்காவின் நன்னம்பிக்கை முனையைச் சுற்றிக்கொண்டு கிழக்குக் கடற்கரையிலிருந்த மலிந்தி என்னும் இடத்துக்கு வந்துசேர்ந்தார்கள். இந்தியக் கனவுக்கு அங்கிருந்து பக்கம். இந்தியா செல்வதற்கான வழிகளை அங்கே விசாரித்துத் தெரிந்துகொண்டார் காமா. தென்மேற்குப் பருவக் காற்றைச் சாதகமாகப் பயன்படுத்திக்கொண்டு பயணம் செய்தால் இந்தியாவை அடைந்துவிடலாம் என்பது தெரிந்தது. அவ்வாறு இதற்கு முன்பு இந்தியா சென்ற மாலுமிகள் இருக்கிறார்களா என்று தேடி, அப்படிப்பட்ட ஒருவரைப் பணியில் அமர்த்திக்கொண்டார் காமா. ஏப்ரலில் இறுதிக் கட்டப் பயணத்தைத் தொடங்கினார்கள். எதிர்பார்த்தபடியே புதிய மாலுமியின் அறிவும் அனுபவமும் கைகொடுத்தது.

மலிந்தியிலிருந்து கிளம்பிய 23 நாள்களில் மலபார் கடற்கரை தென்பட்டுவிட்டது. உற்சாகக் கூச்சலிட்டு அனைவரும் மகிழ்ந்தார்கள். மரணப் போராட்டம் முடிவுக்கு வந்தது போலிருந்தது பலருக்கும். 11 மாதப் பயணம் வெற்றிகரமாக முடிவுக்கு வந்தது. 20 மே 1498 அன்று காமாவின் கப்பல்கள்

கோழிகோட்டுக்கு வடக்கே நங்கூரமிட்டு நின்றன. ஐரோப்பாவில் இருந்து இந்தியா வந்தடைந்த முதல் ஐரோப்பியக் கப்பல்கள் இவை. ஐரோப்பாவிலிருந்து கடல் வழியே இந்தியாவை வந்தடையமுடியும் என்பதை நிரூபித்த முதல் பயணியாக வாஸ்கோ ட காமா மாறினார். இதைத் தவறாகப் புரிந்துகொண்ட சிலர், காமா வந்துதான் இந்தியாவைக் கண்டுபிடித்தார் என்று நினைத்துவிட்டனர்.

அத்தோடு நில்லாமல் கொலம்பஸுக்குப் பக்கத்தில் அவரைக் கொண்டு சென்றும் நிறுத்தினர். ஸ்பெயினுக்கு கொலம்பஸ் என்றால் போர்ச்சுகலுக்கு காமா! அமெரிக்கா 'கண்டு பிடிக்கப்பட்டு' 500 ஆண்டுகள் கழிந்துவிட்டதை 1992ஆம் ஆண்டு ஸ்பெயின் 'கொண்டாட' முடிவெடுத்தபோது உலகெங்கிலும் இருந்து எதிர்ப்புகள் வெடித்தன. கொலம்பஸ் வருவதற்கு முன்பே அமெரிக்கா இருந்தது. அவர் செய்ததெல்லாம் ஏற்கெனவே அங்கு வசித்தவர்களை இனப்படுகொலை செய்தது மட்டும்தான். 1கோடி பூர்வக் குடிகள் கொலம்பஸின் வரவால் கொல்லப் பட்டனர், பாதிக்கப்பட்டனர். இதில் கொண்டாடுவதற்கு என்ன இருக்கிறது என்று கோபத்தோடு ஸ்பெயினிடம் திருப்பிக் கேட்டார்கள் எதிர்ப்பாளர்கள்.

இதிலிருந்து பாடம் படித்துக்கொள்ள மறுத்துவிட்டது போர்ச்சுகல். இந்தியாவுக்கான கடல்வழியைக் காமா கண்டு பிடித்த 500ஆவது ஆண்டு விழாவை நாங்களும் கொண்டாடப் போகிறோம் என்று அறிவித்தது. இந்தக் கொண்டாட்டத்தில் இந்தியாவும் கலந்துகொள்ளவேண்டும் என்று கோரிக்கையும் விடுத்தது. இந்தியா அதை ஒப்புக்கொண்டதுதான் கொடுமை. கொலம்பஸ் விழாவுக்கு எழுந்த அதே எதிர்ப்புகள் காமா விழாவுக்கும் எழுந்ததைக் கண்டு அப்போதைய பிரதமர் ஐ.கே. குஜ்ரால் அவசரமாகப் பின்வாங்க வேண்டியிருந்தது. காமா இந்தியாவில் என்ன செய்தார் அல்லது இந்தியாவை என்ன செய்தார் என்பது தெரிந்திருந்தால், அழைப்பு வந்ததுமே போர்ச்சுகலுக்குத் தன் கண்டனங்களைதான் தெரிவித்திருக்கும்.

- 62 -

ஒரு பயணி எப்படி இருக்கக் கூடாது?

வாஸ்கோ ட காமாவுக்கு ஒரு வழக்கம் இருந்தது. கரை ஒதுங்கவேண்டிய இடம் கண்களுக்குத் தெரிந்துவிட்டால் உடனே அங்கே சென்றுவிட மாட்டார். தன் கப்பலிலிருந்து ஓர் ஆளைப் பிடித்துச் சிறிய படகில் அனுப்பி வைப்பார். அவர் சென்று, அது என்ன மாதிரியான இடம், அங்கிருப்பவர்கள் எப்படிப்பட்ட ஆள்கள், போர்ச்சுகலிலிருந்து ஒரு கப்பல் நுழைந்தால் அதை வரவேற்பார்களா, எதிர்ப்பார்களா என்பதையெல்லாம் தீர விசாரித்துவிட்டு வருவார். அவர் வரும்வரை காத்திருப்பார்கள். வரவேயில்லை என்றால் அது ஆபத்தான இடம் என்பது தெரிந்துவிடும். கிளம்பிவிடுவார். விசாரிக்கப் போனவர் என்னானால் அவருக்கு என்ன!

மலபார் கடற்கரை பாதுகாப்பானது என்பதை இவ்வாறு உறுதி செய்துகொண்ட பிறகே இந்தியாவில் காமா தனது கால்களைப் பதித்தார். கோழிக்கோட்டை அப்போது சமுத்திர ராஜா என்பவர் ஆண்டுவந்தார். காமா வந்தபோது அவர் ஊரில் இல்லை. உள்ளூர் பிரமுகர் ஒருவர் பல்லக்கும் பரிவாரமும் அனுப்பி காமாவை வரவேற்று அழைத்துச் சென்றார். ஒயிலாக அமர்ந்துகொண்டு

ஊரை வேடிக்கை பார்த்தபடி காமா சென்றார் என்றால், வேடிக்கை பார்க்கும் அவரை வழிநெடுகிலும் குழுமி நின்று மக்கள் வேடிக்கை பார்த்து மகிழ்ந்தனர்.

வழியில் ஒரு கோயிலை காமா கண்டிருக்கிறார். பல்லை வெளியில் நீட்டிக்கொண்டிருக்கும் உருவம், நான்கைந்து கைகளோடு இருக்கும் மனிதர்கள் என்று வித்தியாசமான சுவர் ஓவியங்களைக் கண்டிருக்கிறார். வெற்று உடலின் மீது வெள்ளை நூல் அணிந்திருக்கும் புரோகிதர்களும் காட்சியளித்திருக் கிறார்கள். கழுத்து, மார்பு, நெற்றி என்று பல இடங்களில் வெள்ளை, வெள்ளையாக ஏதோ பூசிக்கொண்டிருக்கும் மனிதர்களையும் வீதிகளில் கண்டிருக்கிறார். இவருக்கு முன்பு இதே காட்சிகளைக் கண்ட பலரும் 'இவர்கள் ஏன் இப்படி இருக்கிறார்கள்?' என்று குழம்பியதுண்டு. காமாவின் குழப்பமோ வேறு. 'இங்குள்ள கிறிஸ்தவர்கள் ஏன் இப்படி இருக்கிறார்கள்?' இந்திய கிறிஸ்தவர்கள் ஏன் உடலில் ஏதோ சாயம் பூசிக் கொள்கிறார்கள்? இந்திய கிறிஸ்தவர்கள் ஏன் தேவாலயத்தில் என்னென்னவோ வரைந்து வைத்திருக்கிறார்கள்? இந்திய கிறிஸ்தவர்கள் ஏன் ஆடையணியத் தயங்குகிறார்கள்? நூல் அணியும் வழக்கத்தை எங்கிருந்து கிறிஸ்தவர்கள் கற்றார்கள்?

அவருக்குத் தெரிந்த சமூகவியல் கோட்பாடு ஒன்று. ஒரு மனிதன் கிறிஸ்தவனாகப் பிறக்கிறான் அல்லது முஸ்லிமாக. அவருக்குத் தெரிந்த புவியியல் கோட்பாடு ஒன்று. ஒரு நாடு கிறிஸ்தவ நாடாக இருக்கவேண்டும் அல்லது இஸ்லாமிய நாடாக. அவருக்குத் தெரிந்த மானுடகுலத் தத்துவம் ஒன்று. கிறிஸ்தவம் நல்லது, இஸ்லாம் கெட்டது. முதல் பார்வையிலேயே இந்தியா ஒரு கிறிஸ்தவ நாடு என்பதை அவர் கண்டுபிடித்துவிட்டார். இறக்கும்வரை தன் முடிவை அவர் மாற்றிக்கொள்ளவில்லை.

காமாவின் பயண அனுபவங்களையும் பார்வைகளையும் அவரோடு வந்த ஒருவரின் (அவர் பெயர் தெரியவில்லை) பதிவுகள் வாயிலாக அறிந்துகொள்கிறோம். கோழிக்கோடு மக்களை அவர் பின்வருமாறு விவரிக்கிறார். கறுத்த தோல் கொண்டவர்கள். சிலர் நீண்ட தலைமுடியும் நீண்ட தாடியும் வைத்திருக்கிறார்கள் என்றால் சிலர் கச்சிதமாகக் கத்தரித்து வைத்திருக்கிறார்கள். இன்னும் சிலரோ முழு மொட்டை போட்டுக்கொள்கிறார்கள். காதுகளில் துளையிட்டுக்கொண்டு, துளையில் தங்கத்தை அணிந்துகொள்கிறார்கள். பெண்கள்

மலபார் கடற்கரையில் இறங்கிய வாஸ்கோ ட காமா

கோழிக்கோட்டை ஆண்டுவந்த சமுத்திர ராஜாவைச்
சந்திக்கும் வாஸ்கோ ட காமா

காண்பதற்கு அசிங்கமாக இருக்கிறார்கள். அவர்கள் உடல் சிறியதாக இருக்கிறது. காது, கழுத்து என்று நிறைய நகைகள் போட்டுக்கொள்கிறார்கள். கால் விரல்களைக்கூட விட்டுவைக்க வில்லை என்றால் பார்த்துக்கொள்ளுங்கள்!

கோழிக்கோட்டில் 3 மாதங்கள் தங்கியிருந்தார் காமா. வியாபாரம் செய்வதற்கு மன்னரின் அனுமதி தேவை என்பதால் அவரைச் சந்திக்கும் முயற்சிகளில் இறங்கினார். நான் போர்ச்சுகல் மன்னரின் தூதுவர். என் மன்னர் அப்படிப்பட்டவர், இப்படிப் பட்டவர். எங்கள் நாடு அவ்வளவு செழிப்பானது என்று கதைகள் சொல்லி, இதோ உங்கள் மன்னருக்கான பரிசுகள் என்று சில மூட்டைகளையும் அரண்மனையில் ஒப்படைத்தார். குறைந்தது ரத்தினக் கம்பள வரவேற்பு கிடைக்கும் என்பது அவர் எதிர்பார்ப்பு. மூட்டைகளைத் திறந்து பார்த்திருக்கிறார்கள் அமைச்சர்கள். கை கழுவும் பாத்திரம், தொப்பி, எண்ணெய் பீப்பாய், சர்க்கரை, தேன் போன்றவை தட்டுப்பட்டிருக்கின்றன. செழிப்பான தேசத்திலிருந்து நீ கொண்டு வந்த பரிசு மூட்டை இதுதானா என்று விழுந்து, விழுந்து சிரித்திருக்கிறார்கள். அவமானம் பிய்த்துத் தின்றது காமாவை. பரிகசித்த அமைச்சர்கள் முஸ்லிம்களாக இருந்துவிட்டது அவர் கோபத்தைக் கிளறிவிட்டது.

எப்படியோ சமுத்திர ராஜாவைச் சந்தித்து, இது என் மன்னரின் பரிசு அல்ல, என் பரிசுதான். அடுத்தமுறை என்னவெல்லாம் கொண்டு வருகிறேன் பாருங்கள் என்று குழைந்து அவர் அனுமதியையும் பெற்றுக்கொண்டுவிட்டார். தொடக்கத்தில் உள்ளூர் மக்கள் ஆர்வத்தோடுதான் அவரை வரவேற்றிருக்கிறார்கள். அதற்கு முன்பு அவர்கள் பெருமளவில் அராபியர்களோடு மட்டுமே வர்த்தகம் செய்திருக்கிறார்கள் என்பதால் மேற்கிலிருந்து புதிதாக வந்திருக்கும் அந்நியர்மீது அவர்களுக்கு இயல்பாகவே ஆர்வம் உண்டானது. ஆனால், காமா தேவையற்ற அச்சங்களால் அலைக்கழிக்கப்பட்டார். அனுமதி கொடுப்பதுபோல் கொடுத்து சமுத்திர ராஜா நம்மைச் சிறைப்படுத்திவிட்டால் என்ன செய்வது? என்னைப் பரிகசித்த அமைச்சர்கள் மற்ற இஸ்லாமியர்களோடு சேர்ந்துகொண்டு எனக்கு எதிராக ஏதேனும் சதி செய்தால் என்னாகும்? தவிரவும், சமுத்திர ராஜாவின்மீதும் அவருக்கு ஏகப்பட்ட கடுப்பு. ஒரு கிறிஸ்தவராக இருந்துகொண்டு இந்த மன்னர் ஏன் இஸ்லாமிய அமைச்சர்களோடு இணைந்திருக்கிறார்? ஒரு சக கிறிஸ்தவனாக இருந்தும் ஏன் என்னை அவர்களோடு சேர்ந்து பரிகசிக்கிறார்?

அந்த மன்னர் உண்மையில் ஓர் இந்து. ஆனால், காமாவுக்குதான் இந்து மதம் என்றொன்று இருப்பதே தெரியாதே! அவருடைய நடை, உடை, பாவனைகளைப் பார்த்தால் நிச்சயம் இஸ்லாமியர் கிடையாது என்பது தெரிகிறது. இஸ்லாமியர் அல்லாத ஒருவர் கிறிஸ்தவராகத்தானே இருந்தாகவேண்டும்? சமுத்திர ராஜா என்று சொல்ல வாய் வரவில்லை என்பதால் 'சமோரின்' என்று அழைத்தார் காமா. அது ஒரு பொதுப்பெயராகவே பின்னர் நிலைத்துவிட்டது. மலபாரில் இருந்தவரை மட்டுமல்ல, அங்கிருந்து கிளம்பி வீடு போய்ச் சேர்ந்த பிறகும்கூட அவர் தன் நிலைப்பாட்டில் உறுதியாகவே இருந்தார். இந்தியா ஒரு கிறிஸ்தவ நாடு. கிறிஸ்தவர்கள் அதிகம் வாழும் நாடு. நம்மைப் போன்ற கிறிஸ்தவ மன்னன் ஒருவன்தான் மலபாரை ஆண்டுவருகிறான்.

ஒரு வணிகராக காமா கடை விரிப்பதற்குள் அங்கிருந்த இஸ்லாமியர்களுக்கு வந்திருப்பது வணிகரல்ல, வரும் வழியில் அரபுக் கப்பல்களைக் கொள்ளையடித்த கடல்கொள்ளையர் என்பது தெரிந்துவிட்டது. எனவே அவரிடம் தொடர்பு வைத்துக்கெள்ளாமல் ஒதுங்கியே சென்றனர். அவர்களை மட்டுமல்ல எவரையும் நம்பத் தயாராக இல்லை காமா. யாரைப் பார்த்தாலும் சந்தேகம், அச்சம், பீதி, வெறுப்பு, பகையுணர்ச்சி. ஒன்றுக்கு இரண்டாக விலை வைத்து சில பண்டங்களை அவருக்கு விற்கவந்தனர் சிலர். வாங்கி வைத்துக்கொண்டார். செம்மண்ணோடு சேர்ந்திருக்கும் இஞ்சியைக்கூட மூட்டையாக வாங்கிக்கொண்டார். மட்டரகமான பட்டை லவங்கப் பொருள் களுக்கு இரட்டிப்பு விலை சொன்னபோது பதில் பேசாமல் கொடுத்தார். கொல்லம் சென்றார். அங்கே வணிகம் செய்ய முயன்றார். பலனில்லை. இது நம் சந்தையல்லவா? இங்கே ஏன் ஒரு போர்ச்சுகீசியர் மூக்கை நுழைக்கவேண்டும் என்று அரபு வணிகர்கள் கருதினர். அங்கிருந்த இஸ்லாமியர்களும் அவரைப் புறக்கணித்தனர். மலபாரில் மூன்று மாதங்கள் தங்கியிருந்தார் காமா. அவரால் அவர் நினைத்த விலைக்கு எதையும் வாங்க முடியவில்லை. எதையும் விற்கவும் முடியவில்லை.

13 ஆகஸ்ட் 1498 அன்று காமா விடைபெறுவதற்குத் தயாரானார். விற்பனையாகாத பொருள்களை மலபாரில் இறக்கி வைத்து விட்டு, சில ஆள்களையும் விட்டுச் செல்லலாம் என்று முடிவெடுத்தார் காமா. ஆனால், மன்னரை நம்பத் தயாராக இல்லை அவர். உங்களை நம்பி என் பண்டங்களையும் ஆள்களையும் நான் விட்டுச் செல்வதுபோல் என்னை நம்பி நீங்கள்

சிலரை என்னோடு அனுப்பி வைக்க முடியுமா என்று மன்னருக்குச் செய்தி அனுப்பினார். நீ பண்டங்களை விட்டுச்செல்ல வேண்டுமானால் அதற்கு வரி செலுத்தவேண்டும் என்று பதில் அனுப்பினார் மன்னர். மன்னருக்கும் காமா மீது நம்பிக்கை இல்லை என்பதால் போர்ச்சுகீசியர்களைக் கண்காணிப்பில் வைத்திருக்குமாறு எச்சரித்து வீரர்களை அனுப்பிவைத்தார். என் அனுமதியின்றி யாரும் காமாவின் கப்பல்களுக்குச் சென்று எந்தப் பொருளும் வாங்கக் கூடாது என்றும் உத்தரவிட்டார். அவர் உத்தரவை மீறி சில வணிகர்கள் படகில் சென்று காமாவின் கப்பலை அடைந்தபோது, காமா அவர்களைச் சிறைப்பிடித்துக் கொண்டார்.

மன்னரிடம் இல்லாத வீரர்களா, படைகளா, ஆயுதங்களா? இருந்தாலும் அவர் காமாவிடம் சீற்றம் கொள்ளாததற்குக் காரணம் காமாவின் கப்பல்களில் பொருத்தப்பட்டிருந்த பீரங்கிகள். மன்னருக்கு பீரங்கி பரிச்சயமில்லை என்பதாலும் காமா கொள்ளையடிக்கவும் கொல்லவும் தயங்காதவர் என்று அவர் நம்பியதாலும் பேச்சுவார்த்தைக்கு இறங்கினார். என்னுடைய வணிகர்களைத் திருப்பியனுப்பிவிட்டு, இங்கிருந்து கிளம்பிப்போ. உன்னையும் உன் கப்பல்களையும் விட்டு விடுகிறேன் என்றார். இருவரும் ஒப்பந்தம் போட்டுக் கொண்டார்கள். காமா எதைத்தான் மதித்திருக்கிறார்? வீம்புக்குச் சில பண்டங்களை வரியும் செலுத்தாமல் மலபாரில் விட்டுவைத்தார். பணயக் கைதிகளில் சிலரை விடுவிக்காமலே தப்பிச் சென்றார். கோழிக்கோட்டில் மன்னரின் 70 கப்பல்கள் காமாவை வழிமறித்துப் போரிட்டன. போர்ச்சுகீசியர்கள் எதிர்த்துப் போரிட்டனர். அதற்குள் புயல் காற்றும் வீசத் தொடங்கி விட்டதால் காமா வெற்றிகரமாகத் தப்பிச் சென்றுவிட்டார்.

போர்ச்சுகலில் அவருக்கு உற்சாக வரவேற்பு அளிக்கப்பட்டது. மலபாரில் வாங்கிய பண்டங்கள் அனைத்தையும் 60 மடங்கு அதிக விலை வைத்து அங்கே விற்றார். ஆனாலும் அவருக்குத் திருப்தியில்லை. இரண்டாம் இந்தியப் பயணத்துக்குத் தயாரானார். இந்த முறை அவர் நோக்கம் ஒன்றுதான். இந்தியாவைப் பழி வாங்கவேண்டும்.

❦

- 63 -

இந்தியா ஆக்கிரமிக்கப்பட்டது எப்படி?

இந்தியாவிலிருந்து திரும்பிய வாஸ்கோ ட காமா முன்பைவிடப் பளபளப்பானவராக மாறிவிட்டதைக் கண்டதும் ஐரோப்பா எங்கும் இந்தியக் கனவு குபுகுபுவென்று எரிந்து, வளர ஆரம்பித்தது. எல்லோரும் இந்தியாவுடன் வணிக உறவை ஏற்படுத்திக்கொள்ளத் துடித்தார்கள். எல்லோரும் காமா போல் செல்வ வெள்ளத்தில் மிதக்க விரும்பினார்கள். தொடங்கி வைத்த போர்ச்சுகல் சும்மா இருக்குமா? பெட்ரோ காப்ரியல் என்பவரின் தலைமையில் 13 கப்பல்களை கோழிக்கோட்டுக்குக் கையசைத்து அனுப்பி வைத்தது. கோழிக்கோட்டு ராஜாவோடு ஒப்பந்தம் போட்டுக்கொண்டு அங்கேயே ஓர் ஆலையைத் திறக்கவேண்டும். அப்படியே ஏகபோக வணிக உரிமையையும் பெற்றுவிட வேண்டும் என்பது போர்ச்சுகலின் விருப்பம்.

காப்ரியல் வந்தார். அனுமதி பெற்றார். வணிக ஆலை ஒன்றையும் தொடங்கினார். ஆனால், அரபு வணிகர்களிடமிருந்து எதிர்ப்புகள் வரத் தொடங்கின. எதிர்ப்பு மோதலாக வெடித்த போது இரு தரப்பினரும் தாக்கிக்கொள்ளத் தொடங்கினார்கள். உள்ளூர் வணிகர்களுக்கும் வெளியூர் வணிகர்களுக்கும்

இடையிலான மோதல் விரைவில் போர்ச்சுகலுக்கும் கோழிக்கோட்டுக்குமான போராக மாறும் அளவுக்கு வளர்ந்து நின்றது. அதன்பின் கொச்சிக்குச் சென்று அங்கிருந்து வெற்றிகரமாக ஊர் போய்ச் சேர்ந்தார்.

காமா, காப்ரியலுக்குப் பிறகு போர்ச்சுகல் மீண்டும் காமாவை அனுப்பி வைத்தது. ஏற்கெனவே இந்தியா எட்டிக்காயாகவே இருந்தது காமாவுக்கு. தன்னுடைய சகா காப்ரியல் அங்கே சந்தித்த சவால்களைக் கேள்விப்பட்டதும் பல மடங்கு ஆத்திரத்தோடு தனது இரண்டாவது பயணத்தைத் தொடங்கினார். அக்டோபர் 1502 இல் கோழிக்கோட்டை வந்தடைந்தார். ஆனால், கரை சேர்வதில் அவசரம் காட்டவில்லை அவர். அரபுக் கப்பல் ஏதேனும் வருகிறதா என்று அமைதியாகக் காத்திருந்தார். பல தினங்களுக்குப் பிறகு 'மிரி' என்னும் பெயர் கொண்ட கப்பலொன்று கண்ணில் பட்டது. மெக்காவிலிருந்து புனித யாத்ரீகர்களைச் சுமந்துவந்த கப்பல் என்று தெரிந்ததும் காமா தன் ஆள்களோடு வழிமறித்து உள்ளே புகுந்தார்.

போர்ச்சுகீசியர்களைக் கண்டதுமே கப்பலில் இருந்த வணிகர்கள் ஆபத்தை உணர்ந்து காமாவோடு பேச்சுவார்த்தையில் இறங்கினார்கள். எங்களிடமுள்ள செல்வத்தை எல்லாம் தந்து விடுகிறோம். எங்களை விட்டுவிடுங்கள் என்பதுதான் அவர்கள் கோரிக்கை. காமா முதலில் அவர்களிடமிருந்து விலை மதிப்புமிக்க பொருள்கள் அனைத்தையும் நிதானமாகக் கொள்ளை அடித்தார். அடுத்து உணவுப் பொருள்கள் அனைத்தும் பறிக்கப் பட்டன. இனி ஒன்றும் கிடைக்கப் போவதில்லை என்பதை உணர்ந்ததும் தன் ஆள்களிடம் திரும்பி, கப்பலைக் கொளுத்துமாறு உத்தரவிட்டார். வெறும் கப்பலை அல்ல, ஆள்களோடு சேர்த்து!

இந்த முறை காமாவின் ஆள்களில் சிலராலேயே தாங்கிக்கொள்ள முடியவில்லை. கொள்ளையடிக்கலாம், தப்பில்லை. மோதல் என்று வந்துவிட்டால் கொல்லலாம், தப்பில்லை. ஆனால், ஒரு பாவமும் அறியாத மனிதர்கள் அல்லவா இக்கப்பலில் நிறைந்திருக்கிறார்கள்? தீயிட்டுக் கொளுத்தும் அளவுக்கு என்ன அவசியம் நேர்ந்துவிட்டது இப்போது? ஏன் இவ்வளவு வன்மம் காமாவுக்கு? அவர்கள் வாதிட்டுப் பார்த்தார்கள். பலனில்லை. பயணிகள் உள்ளே தள்ளிப் பூட்டப்பட்டனர். கப்பலுக்குத் தீ வைக்கப்பட்டது. வெளியில் பாய்ந்தோடி வருபவர்கள் உடனுக்குடன் கொல்லப்பட்டனர்.

எங்கள் நகைகளை எடுத்துக்கொண்டு எங்களை விட்டு விடுங்களேன் என்று பெண்கள் கதறியிருக்கிறார்கள். எங்கள் குழந்தைகளிடமாவது கருணை காட்டக் கூடாதா என்று குழந்தைகளைக் கையில் ஏந்தியபடி காமாவிடம் ஓடியிருக் கிறார்கள். காமா ஒருவரையும் விட்டுவைக்கவில்லை. அனைத்தையும் நேரில் கண்ட போர்ச்சுகீசியர் ஒருவரின் குறிப்பு இது. 'மெக்காவிலிருந்து வந்த கப்பலைச் சிறைப்பிடித்தோம். அதில் 380 ஆண்களும் பெண்களும் குழந்தைகளும் இருந்தனர். அவர்களிடமிருந்து 12,000 ட்யூக்கட்டுகளைப் (வணிகர்கள் பயன்படுத்திய தங்க, வெள்ளி நாணயங்கள்) பறித்துக் கொண்டோம். ஆயிரக்கணக்கான பொருள்களை எடுத்துக் கொண்டோம். பின்னர் எங்களிடமிருந்த வெடிமருந்தைக் கொண்டு அந்தக் கப்பலையும் அதில் இருந்த அனைவரையும் எரித்தோம்.' 17 குழந்தைகள் எப்படியோ தப்பிவிட்டனர். அவர்கள் பின்னர் கிறிஸ்தவத்துக்கு மதம் மாற்றப்பட்டு, போர்ச்சுகலுக்கு அனுப்பிவைக்கப்பட்டனர்.'

காமா எவ்வளவு பெரிய அழிவை ஏற்படுத்திக்கொண்டிருக்கிறார் என்னும் செய்தி கோழிக்கோட்டு மன்னரைச் சென்று சேர்ந்து விட்டது. காமாவின் நோக்கமும் அதுதான். முதல் முறை வந்தபோது இருந்த மன்னர் இறந்துவிட, அவரிடத்தில் இன்னொருவர் அமர்ந்திருந்தார். வெறிகொண்ட விலங்கு போல் பாய்ந்துவரும் போர்ச்சுகீசியரை எதிர்த்து நிற்பது ஆபத்தாக முடியும் என்று கருதிய புதிய மன்னர், அமைதி தூது அனுப்பினார். இன்னமும் கோழிக்கோட்டுக்கு அருகில்தான் நங்கூரமிட்டுக் காத்திருந்தார் காமா. அவர் மனம் அமைதிகொள்ளவில்லை என்பதால், அமைதி தூதை அவர் ஏற்கவில்லை. இரண்டு கோரிக்கைகளை எழுப்பினார். எனக்கு முன்பு வந்த காப்ரியல் பலத்த இழப்புகளைச் சந்தித்திருக்கிறார். அதற்கு இழப்பீடு வேண்டும். இரண்டாவது, கோழிக்கோட்டில் உள்ள அராபியர்கள் அனைவரையும் உடனடியாக நீங்கள் வெளியேற்றவேண்டும்.

மன்னர் அனுப்பிய பதில் இப்படி அமைந்திருந்தது. 'நீங்கள் ஏற்கெனவே மிரி கப்பலைக் கொள்ளையடித்துவிட்டீர்கள். ஏற்கெனவே இழந்ததைவிடப் பல மடங்கு அதிலேயே உங்களுக்குக் கிடைத்திருக்கும். தவிரவும், போர்ச்சுகீசியர்களோடு மோதியதில் அதிக இழப்புகளைச் சந்தித்தவர்கள் நாங்கள்தாம். இங்கே ஆயிரக்கணக்கான அராபியர்கள் இருக்கிறார்கள். அவர்களையெல்லாம் வெளியேற்றுவது சாத்தியமில்லை.'

சரி, பார்த்துவிடுவோம் என்று வெறியோடு மீண்டும் வேட்டையாடத் தொடங்கினார் காமா. சிறிய படகுகள் அடுத்தடுத்து சிறைப்பிடிக்கப்பட்டன. 34 படகோட்டிகள் தூக்கிலேற்றப்பட்டனர். பிறகு உடல்களைக் கீழே இறக்கி, தலை, கால், கை என்று தனித்தனியே வெட்டினர். எல்லாவற்றையும் படகில் தூக்கிப் போட்டார்கள். இதைவிடக் கொடூரமான மரணத்தைச் சந்திக்கத் தயாராகுங்கள் என்னும் செய்தியோடு அந்தப் படகு மிதந்துவந்து கரைசேர்ந்தது. சில உடல் பாகங்கள் வெறுமனே கொடி கம்பங்களில் கட்டிவிடப்பட்டன. தாமதிக்காமல் குண்டு வீச்சும் தொடங்கியது. காமா முந்தைய பயணத்தில் பீரங்கியைக் கொண்டு வந்தபோதே அச்சத்தோடு கோழிக்கோடு மன்னர் இயன்ற அளவு கடல் பகுதியை ஒட்டித் தடுப்புகளை ஏற்படுத்தியிருந்தார். பனை மரத்தின் தண்டுகளை நெருக்கமாகப் பிணைத்து தடுப்பு வேலி போல் அரண் அமைக்கப்பட்டிருந்தது. அதையும் மீறி பலர் கொல்லப்பட்டனர். கரை எங்கும் சடலங்களும் இடிபாடுகளும் குவிந்த பிறகே போதும் என்று அவருக்குத் தோன்றியது.

கொச்சிக்குச் சென்றார். எதுவுமே நடக்காதது போல் நறுமணப் பொருள்களை வாங்கிக் கப்பலில் நிறைத்துக்கொண்டார். மன்னருடன் வணிக ஒப்பந்தம் போட்டுக்கொண்டார். இனி கப்பலில் வந்துதான் எதையும் வாங்கவேண்டும் என்றில்லை. கொச்சியிலிருந்தே பண்டங்கள் போர்ச்சுகலுக்கு அனுப்பி வைக்கப்படும். அடுத்து கண்ணூரிலிருந்து இஞ்சி ஏற்றிக் கொண்டார். விடைபெறும்போது மலபார் படைகள் எதிர்கொண்டன. மூர்க்கத்தோடு திருப்பித் தாக்கிப் பலரைக் கொன்றார் காமா. மீண்டும் கப்பல்கள் கொளுத்தப்பட்டன. ரத்தத்தில் தொடங்கி ரத்தத்தில் முடிந்தது காமாவின் இரண்டாவது இந்தியப் பயணம்.

16ஆம் நூற்றாண்டு இப்படியாகத் தொடங்கியது இந்தியாவுக்கு. காமாவைத் தொடர்ந்து அடுத்தடுத்து பல போர்ச்சுகீசிய கப்பல்கள் இந்தியாவை நோக்கி நகர்ந்து வரத் தொடங்கின. மேற்குக் கரையோரம் சின்னச் சின்ன நிலப்பகுதிகளில் போர்ச்சுகீசிய குடியேற்றங்கள் நிகழ்ந்தன. நல்லவேளையாக அவ்வாறு வந்தவர்கள் காமா போல் இல்லாமல் வணிகத்தில் மட்டும் கவனம் செலுத்தினார்கள். போர்ச்சுகீசியக் கப்பல்களைப் பின்தொடர்ந்து அலை அலையாகப் பல ஐரோப்பியக் கப்பல்களும் இந்தியாவை வந்தடைந்தன.

அவர்களில் சிலருக்குத் திரும்பிப் போகும் விருப்பமே இல்லை. வணிகம் போக வேறு நோக்கங்களும் அவர்களுக்கு இருந்தன. இந்தியாவின் பிற பகுதிகளை ஆர்வத்தோடு சுற்றிவந்தார்கள். பரந்து விரிந்திருந்த இந்தியா அவர்களை மயக்கியது. மன்னர்களோடு ஒப்பந்தம் போட்டுக்கொள்வது அவர்களுக்கு எளிதாக இருந்தது. வணிகப் பகுதிகளை வளர்த்தெடுக்கத் தொடங்கினார்கள். கட்டுமானங்களில் இறங்கினார்கள். கோட்டைகளையும் தேவாலயங்களையும் உருவாக்க ஆரம்பித்தார்கள். எதிர்காலத்துக்கான முதலீடுகள் இவை என்னும் புரிதல் அவர்களுக்கு இருந்தது. இந்த முதலீடுகளும் அதன் பின்னாலிருந்த நோக்கங்களும் இந்தியாவை முன்னெப்போதும் இல்லாத அளவுக்கு உருமாற்ற ஆரம்பித்தன. காமா தொடங்கி வைத்த மாற்றம் இது.

செப்டெம்பர் 1524இல் மூன்றாம் முறையாக இந்தியாவுக்கு வந்தார் காமா. இந்த முறை அவர் ஒரு போர்ச்சுகீசிய வைஸ்ராய். அப்போது அவர் வயது 55. இல்லை, 66 என்பவர்களும் உள்ளனர். நிர்வாகத்தை மாற்றப்போகிறேன், ஆள்களை மாற்றப் போகிறேன், எல்லாவற்றையும் ஒழுங்குபடுத்தப்போகிறேன் என்று சொல்லி பணிகளை ஆரம்பித்தார். மூன்று மாதங்கள்கூட ஆகியிருக்காது. மலேரியா தாக்கி, கொச்சியில் இறந்துபோனார்.

போர்ச்சுகல், ஐரோப்பா, இந்தியா. காமாவின் தாக்கத்தை உணர்ந்த உலகின் மூன்று இடங்கள் இவை. நான்காவதாக ஓரிடத்தைச் சொல்லவேண்டுமானால், உலகம் என்று வேண்டுமானால் சொல்லலாம். ஒரு போர்ச்சுகீசியர் அவரை எப்படிக் காண்பாரோ அப்படி ஓர் அராபியரால் அவரைக் காண முடியாது. காமாவை ஐரோப்பா பார்க்கும் விதமும் இந்தியா பார்க்கும் விதமும் ஒன்றாக இருக்க வாய்ப்பில்லை. ஒரு மகத்தான வீரராகவும் மாபெரும் கண்டுபிடிப்பாளராகவும் காமாவைக் கருதுபவர்கள் இன்றளவும் இருக்கவே செய்கிறார்கள். அவர் பறித்துக்கொடுத்த கனிகளை இன்றுவரை அவர்கள் சுவைத்துக் கொண்டிருப்பதால் உண்டான மயக்கம் அது.

- 64 -

அக்பர் ஏன் இப்படி இருக்கிறார்?

இந்திய வரலாற்றில் அசோகருக்கு அடுத்து அதிகம் கொண்டாடப்படும் ஓர் அரசராக அக்பர் திகழ்கிறார். தாமரை போல் விரிந்திருந்த அவர் மனமே அதற்குக் காரணம். மாற்றுச் சமயங்களோடு, மாற்று நம்பிக்கைகளோடு, மாற்றுப் பண்பாடுகளோடு ஆர்வத்தோடு அவர் உரையாடினார். எல்லோரிடமிருந்தும் எல்லாவற்றிடமிருந்தும் கற்றுக் கொண்டார். அறிவும் அதிகாரமும் தன் கண்களை மறைக்காமல் இருக்க இயன்றவரை பாடுபட்டார். மதங்கள் மனிதர்களைப் பிரிக்கக் கூடாது, இணைக்கவேண்டும் என்று கனவு கண்டார். போர்ச்சுகலிலிருந்து கத்தோலிக்கப் பாதிரியார் அண்டோனியோ மான்சரெட் அக்பரின் அரசவைக்கு வருகை தந்தபோது, அவரை வரவேற்று சில ஆண்டுகள் விருந்தினராகத் தங்க வைத்தார். அக்பர் குறித்து அந்தப் பாதிரியார் எழுதி வைத்த குறிப்புகளிலிருந்து சில பகுதிகளைப் பார்ப்போம்.

நாங்கள் சென்று சந்தித்தபோது அக்பரின் வயது 38. முன்பின் தெரியாதவர்கள்கூட அக்பரைப் பார்த்த மாத்திரத்திலே அவர் ஓர் அரசராகத்தான் இருக்கவேண்டும் என்று சொல்லிவிடுவார்கள்.

அகன்ற தோள்பட்டை, குதிரையேற்றத்துக்கு ஏற்ற உறுதியான கால்கள், மெலிதான பழுப்பு நிறத் தோல், தன் தலையை வலதுபக்கத் தோள் பக்கமாகக் கொஞ்சம் சாய்த்தவாறு இருப்பார். விரிந்த நெற்றி. சூரிய வெளிச்சம் பட்டு கடல் தகதகவென்று மின்னுவதைப் பார்த்திருக்கிறீர்கள் அல்லவா? அப்படியொரு மினுமினுப்பை அவர் கண்களில் தரிசிக்கலாம். மெலிதான புருவங்கள். நேரான, சிறிய மூக்கு. மூக்கு துவாரங்கள் நன்றாகத் திறந்திருக்கும். இடது பக்க மூக்குக்கும் மேலுதடுக்கும் நடுவில் ஒரு சிறிய மச்சத்தைக் காணலாம்.

தன் காலத்து வழக்கப்படி முடியைக் கத்தரித்துக்கொள்வதில்லை அவர். தொப்பிக்குப் பதிலாக தலைப்பாகை போல் ஒன்றை அணிகிறார். அதற்குள் தலைமுடியைச் சுருட்டி வைத்துக் கொள்கிறார். இந்தியர்களுக்கு இப்படி அணிவதுதான் பிடித்திருக்கிறது, இதுதான் அவர்கள் வழக்கம் என்பதால் அவரும் தலைப்பாகை அணிகிறாராம். தாடியை மழித்துக்கொள்கிறார். மீசை வைத்திருக்கிறார். தாடி இல்லாததால் துருக்கிய இளைஞன் போன்ற தோற்றமே இருக்கிறது. நடக்கும்போது இடதுகாலைக் கொஞ்சம் சாய்த்து நடப்பதுபோல் இருக்கிறது. ஆனால், அந்தக் காலில் காயம் எதுவும் இல்லை.

பருத்தும் இல்லை, மெலிந்தும் இல்லை; உறுதியான உடல் அவருடையது. அவர் சிரிக்கும்போது முகமே கோணலாக மாறிவிடும். அவர் கோபம் கொண்டால் அந்தக் கோபத்தில் ஒரு கம்பீரம் இருக்கும். தன்னை நாடி வருபவர்களோடு அவர் எந்த அளவுக்கு இயல்பாகப் பழகுவார் என்பதை விவரித்தால் அது ஏதோ மிகை போல் தோன்றக்கூடும்! சாமானியர் தொடங்கி பிரமுகர் வரை எவரோடும் இனிமையாகப் பேசக்கூடியவர்.

வேட்டையாடுவது அக்பருக்குப் பிடிக்கும். யானைச் சண்டை, காளைச் சண்டை, கோழிச் சண்டை போன்ற விளையாட்டுகளை ரசிப்பார். வித்தியாசமான பறவையைக் கண்டால் ஆர்வம் கொள்வார். வித்தியாசமாக எது இருந்தாலும் பிடிக்கும். சில நேரம் அவரைப் பார்க்கும்போது ஓய்வில் இருப்பதுபோல் தோன்றும். தோற்றப்பிழை. பொறுப்புகளைத் தலையில் இருந்து அவர் இறக்கி வைப்பதே இல்லை.

உடை இப்படி இருக்கவேண்டும், அப்படி இருக்கக் கூடாது, காலணி இப்படி அணியலாம், அப்படி அணியக் கூடாது என்றெல்லாம் முஸ்லிம்களுக்கு மத்தியில் நிலவும்

கட்டுப்பாடுகளை அவர் பொருட்படுத்துவதில்லை. தனக்குப் பிடித்ததை அணிந்துகொள்கிறார். ஐரோப்பிய வாள், கேடயம் அவருக்குப் பிடிக்கும். அவரைச் சுற்றி 20 பாதுகாவலர்கள் எப்போதும் இருக்கிறார்கள். அவரும் எப்போதும் ஆயுதம் தரித்திருக்கிறார்.

அவர் அரண்மனை அழகானது. பாதுகாப்பானது. பார்த்துப் பார்த்துக் கட்டப்பட்டது. அக்பருக்கு கட்டடக்கலை தெரியும் என்பதால் சில நேரம் அவரும் தொழிலாளர்களோடு இணைந்து பணியாற்றுவார். உள்ளே நிறைய புறாக்களை வளர்க்கிறார். சீட்டி ஒலி எழுப்பினால் புறாக்கள் படபடவென்று சத்தமெழுப்பியபடி பறந்து, (சொன்னால் நம்பமாட்டீர்கள்) சொல்லி வைத்தாற்போல் ஒரே மாதிரி காற்றில் தலைகீழாகத் திரும்பி, அழகாக நடனமாடி நம்மையெல்லாம் மகிழ்வித்துவிட்டு, ஒன்றுபோல் பறந்துவந்து என் வேலை முடிந்தது என்று அமர்ந்துகொள்கின்றன.

படித்தவர்களையும் சான்றோர்களையும் எப்போதும் அருகில் வைத்துக்கொள்கிறார். அவர் தேவைக்கு ஏற்ப தத்துவம், சமயம், ஆன்மிகம் என்று பலவற்றை அவர்கள் விவரிக்கிறார்கள். பண்டைய மன்னர்கள் பற்றியும் அவர்களுடைய புகழ்மிக்கச் செயல்பாடுகள் பற்றியும் சொல்லச் சொல்லிக் கேட்பார். அமைதியாக அமர்ந்து எல்லாவற்றையும் கேட்டுக்கொள்வார். எல்லாவற்றையும் அப்படியே கிரகித்துக்கொண்டுவிடுவார். எது சரி, எது தப்பு என்பதை விரைவில் கண்டுபிடித்துவிடுவார். நல்ல நினைவுத்திறன். அவரால் எழுதவோ படிக்கவோ முடியாது. ஆனால், அப்படியொரு குறை அவரிடம் இருப்பது போலவே காட்டிக்கொள்ளமாட்டார். யார், எதை, எங்கே கேட்டாலும் தன் கருத்தைத் தெளிவாகவும் அழகாகவும் எடுத்து வைக்கும் விதத்தைக் காணும் எவரும் இவர்தான் எவ்வளவு கற்றிருக்கிறார் என்று தன்னை மறந்து வியப்பார்கள்!

நாட்டை நிர்வகிக்கவும் அரண்மனையை நிர்வகிக்கவும் தகுந்த ஆள்களை நியமித்திருக்கிறார். இருபது இந்துக்கள் தலைமைப் பொறுப்புகளை வகிக்கிறார்கள். இவர்களில் சிலர் அக்பருக்கு ஆலோசனைகளும் வழங்குவார்கள். இன்னும் சிலர் அக்பரின் குழந்தைகளுக்கு வழிகாட்டிகளாக இருக்கிறார்கள். இந்த இந்துக்கள் அக்பருக்கு உண்மையானவர்களாக நடந்து கொள்கிறார்கள். அக்பர் அவர்களை மிகுந்த நம்பிக்கையோடு எல்லா இடங்களுக்கும் அழைத்துச் செல்கிறார். தன் குழந்தை களுக்கு எழுதவும் படிக்கவும் தெரியவேண்டும் என்பதில் அக்பர்

யானைக்குப் பயிற்சி அளிக்கும் முகலாயப் பேரரசர் அக்பர்

அக்பரின் ஆட்சியின் போது
மேற்குக் கடற்கரையை ஆக்கிரமித்து
போர்ச்சுகீசியர்கள் தங்கள் கட்டுப்பாட்டில் வைத்திருந்தனர்

தெளிவோடு இருக்கிறார். வீர விளையாட்டுகளிலும் அவர்களை ஈடுபடுத்துகிறார். போர்ப்பயிற்சி அளிக்க சிறந்த ஆசிரியர்களை நியமித்திருக்கிறார். ஒரு முடிவு எடுப்பது குறித்துத் தன் ஆலோசகர்கள் ஒவ்வொருவரிடமும் தனித்தனியே கருத்துச் சேகரிக்கிறார். எல்லோருடைய கருத்தும் எதில் ஒத்துப்போகிறது, எதில் மாறுபடுகிறது என்று அலசி அதன் அடிப்படையில் ஒரு முடிவை எடுப்பார். பல நேரங்களில் அவர் முன்கூட்டியே ஒரு முடிவை எடுத்திருப்பார். ஆனால், அதை வெளிப்படுத்தாமல், நீங்கள் என்ன சொல்கிறீர்கள், நீங்கள் என்ன நினைக்கிறீர்கள் என்று ஒவ்வொருவரிடமும் கேட்பார். அவர்களும் அவர் முடிவையே பிரதிபலித்தால், உடனே முடிவெடுத்து உத்தரவு போட்டு விடுவார். யாரேனும் முரண்பட்டால், என்ன ஏது என்று விசாரித்து, தேவைப்பட்டால் தன் முடிவை மாற்றியமைக்கவும் தயங்க மாட்டார்.

அரசரின் அலுவல் பணிகளைக் கவனித்து, குறிப்புகள் எழுதுவதற்கு எழுத்தர்கள் அமர்த்தப்பட்டிருந்தனர். அவர் எடுக்கும் முடிவுகள், அவர் போடும் உத்தரவுகள், அவருடைய வர்த்தக நடவடிக்கைகள் அனைத்தையும் இவர்கள் எழுதி வைப்பார்கள். எங்கே அக்பரின் வாயிலிருந்து வரும் சொல் கீழே தவறி விழுந்துவிடுமோ என்பதுபோல் அவரையே உன்னிப்பாகக் கவனித்து, அவர் பேசத் தொடங்கியவுடன் எழுத ஆரம்பித்து விடுவார்கள். அவர் பேசும் வேகத்துக்கு இவர்கள் கரங்கள் ஈடுகொடுக்கும். அக்பரின் வாயிலிருந்து வரும் ஒவ்வொரு சொல்லையும் இப்படி எழுதி வைப்பதன்மூலம் அப்படி என்ன நன்மை ஏற்பட்டுவிடும் என்றுதான் எனக்குத் தெரியவில்லை.

அந்நிய நாடுகளிலிருந்து வருபவர்களை வழக்கத்தைக் காட்டிலும் கூடுதல் பரிவோடு உபசரிக்கிறார். அயல்நாட்டுத் தூதுவர்களை, தஞ்சம் தேடி வரும் பக்கத்து நாட்டு இளவரசர்களை கரிசனத்தோடு வரவேற்று வசதிகள் செய்துகொடுக்கிறார். இவர்களிடமிருந்து அவர் எதிர்பார்ப்பது ஒன்றை மட்டுமே. இங்கிருக்கும்வரை, எங்கள் நாணயங்களைத்தான் பயன்படுத்த வேண்டும். எங்கள் அளவுகளையும் எடைகளையும்தான் கணக்கீட்டுக்கு எடுத்துக்கொள்ளவேண்டும்.

அத்தை குல்பதான் பேகம் (பாபரின் மகள்) மீது அக்பருக்குப் பாசம் அதிகம். ஒருமுறை மெக்காவிலிருந்து அத்தை திரும்பி வரும்போது வீதியெங்கும் பட்டுத் துணி விரித்து வரவேற்றார். தானே நேரில் சென்று அவரை மாளிகைக்கு அழைத்துவந்தார்.

பிறப்பால் தாழ்ந்தவராகக் கருதப்படும் ஒருவர் திறமையானவராக இருந்து அக்பரின் பார்வையில் விழுந்துவிட்டால், படிப்படியாக அவர் நல்ல நிலைமைக்கு வந்துவிடலாம். தவறிழைப்பவர்கள் துரத்தப்படுவார்கள். சில பணியாளர்கள் சூழற்சி முறையில் பணியாற்றுவார்கள். முக்கிய அதிகாரிகள் தொடர்ச்சியாகப் பணியாற்றுவார்கள். பலருக்கு வசதியான அலுவலக அறைகளை அமைத்துக் கொடுத்திருக்கிறார். தந்தையை இழந்த குழந்தைகள் பலருக்குக் கல்வி வழங்கியிருக்கிறார்.

வணிகம், ஏற்றுமதி, இறக்குமதி எல்லாம் நல்லபடியாக இருக்கிறது. வரி வசூலும் நன்றாகவே நடக்கிறது. விளைச்சல் அமோகமாக இருக்கிறது. நாட்டிலுள்ள பெரிய மனிதர்கள் குவித்து வைத்திருக்கும் அளவற்ற செல்வத்துக்குத் தனியே வரி வசூலிக்கிறார். செல்வந்தர்கள் இறந்துபோனால் அவர்கள் சேகரிப்பு அரசருக்கே வருகிறது. ஆக்கிரமிக்கப்பட்ட பிரதேசங்களிலிருந்தும் செல்வம் கிடைக்கிறது. பரிசுகள் தேடிவருகின்றன. எல்லாம் போக, அக்பரே பலவிதமான வணிகங்களில் நேரடியாக ஈடுபட்டு பெரும் லாபம் ஈட்டுகிறார். வருமானம் வரும் எந்த வாய்ப்பையும் அவர் நழுவவிடுவதில்லை.

அரசருக்குத் தெரியாமல் யாரும் நாட்டில் குதிரை வாங்கவோ விற்கவோ முடியாது. குதிரை ஏலம் அடிக்கடி நடக்கும். அக்பரும் கலந்துகொள்வார். நல்ல குதிரை விலைக்கு வந்தால் அவரே வாங்கிக்கொள்வார். பல குதிரைகளைச் சேர்ந்தாற்போல் வாங்குவதும் உண்டு. அரசர் என்பதால் அடாவடியாகப் பிடுங்கிக் கொள்கிறார் என்று யாரும் கருதிவிடக் கூடாது என்பதற்காக அதிகப் பணம் கொடுத்தே அவர் கொள்முதல் செய்வது வழக்கம். ஏலம் விடுபவர் அக்பர் கொடுக்கும் பணத்தை மக்கள் முன்னால் காண்பித்து, அவர்கள் முன்னால் எண்ணி, கணக்குச் சரிபார்த்துக் கொள்ளவேண்டும்.

அக்பர் மீது மக்களில் சிலருக்கு வருத்தமும் இருக்கிறது. இந்த அளவுக்கு நம் மன்னர் மற்ற மதத்தினரோடு ஒன்றுகலந்து பழகவேண்டுமா? இந்த அளவுக்குத் தாராளமாக எல்லோருக்கும் இடம் அளிக்கவேண்டுமா? அவர் ஏன் இப்படி இருக்கிறார்? ஏனென்றால் அவர் அக்பர் என்பதைவிட வேறு என்ன பதில் இவர்களுக்குச் சொல்வது?

- 65 -

தாஜ் முதல் தாரா வரை

முகலாயர்கள் குறித்து எழுதியவர்களில் இரண்டு பிரெஞ்சுப் பயணிகள் முக்கியமானவர்கள். முதலாமவர், பிரான்சுவா பெர்னியர். 15 வயதில் பாரிஸில் கல்லூரிப் படிப்புக்காகச் சென்றவர், ஒரு தத்துவவாதியால் ஈர்க்கப்பட்டு அவர் உதவியாளராகச் சேர்ந்தார். அவர்மூலமாகத் தத்துவம் அறிமுகமானது. மூன்று மாதங்களில் மருத்துவராக வேண்டுமா? எங்களிடம் வாருங்கள் என்று ஒரு புகழ்பெற்ற பிரெஞ்சுக் கல்லூரி வெளியிட்ட அறிவிப்பால் ஈர்க்கப்பட்டு இணைந்துகொண்டார். மூன்று மாதங்களில் மருத்துவர் சான்றிதழ் வந்துவிட்டது. ஒரே ஒரு நிபந்தனைதான். பிரான்ஸ் தவிர எங்கு வேண்டுமானாலும் சிகிச்சை அளிக்கலாம்! அங்கிருந்து கிளம்பியவர், பாலஸ்தீனம், எகிப்து, அராபியா, எத்தியோப்பியா என்று சுற்றிவிட்டு, 1658ஆம் ஆண்டு சூரத் வந்தடைந்தார்.

இரண்டாவது பிரெஞ்சுக்காரர், ழான் படிஸ்ட் டெவர்னியர். நகை வியாபாரி. செல்வமும் செல்வாக்கும் மிக்கவர். பாரசீகத்துக்கும் இந்தியாவுக்கும் ஆறு முறை பயணம் மேற்கொண்டவர். மன்னர்களோடும் பெரும் புள்ளிகளோடும் புழங்கியவர். தந்தை,

சகோதரர் இருவரும் வரைபடம் தயாரிப்பதில் வல்லுநர்கள் என்பதால் அத்திறமையை அவர்களிடமிருந்து பெற்றுக் கொண்டவர் டெவர்னியர். அரிய வகை 116 காரட் வைரத்தைக் கண்டுபிடித்ததற்காகவும் பதினான்காம் லூயிக்கு அதை விற்பனை செய்ததற்காகவும் புகழ்பெற்றவர்.

பெர்னியர், டெவர்னியர் இருவரும் ஒரே காலகட்டத்தில் இந்தியாவில் பயணம் செய்தவர்கள். டெவர்னியரைவிட 20 ஆண்டுகள் சிறியவர் பெர்னியர். இருவரும் சந்தித்துக்கொண்டது ஆக்ராவில். அந்தச் சந்திப்பை பெர்னியர் பதிவு செய்திருக்கிறார். பெர்னியருக்கு தாஜ் மஹால் என்றால் உயிர். ஷாஜகான் தன் மனைவி மும்தாஜின்மீது கொண்ட காதலின் வெளிப்பாடுதான் தாஜ் மஹால் என்பதை அறிந்துகொண்ட நாள்முதல், தாஜ் மீதான இவர் காதல் பலமடங்கு அதிகரித்துவிட்டது. ஒவ்வொருமுறை அதைப் பார்க்கும்போதும், மெய்மறந்துவிடுவார். இதைவிடப் பிரம்மாண்டமான ஒன்றை, இதைவிட மயக்கவைக்கும் ஒன்றை இந்த உலகில் நான் கண்டதில்லை என்கிறார் பெர்னியர். எகிப்து பிரமிடுகளை ஆகா ஓகோ என்று எல்லோரும் புகழ்கிறார்கள். உலக அற்புதங்களில் ஒன்று என்னும் பெயரையும் அது பெற்றுவிட்டது. சரி என்றும் நானும் போய்ப் பார்த்தேன். ஒருமுறையல்ல, இருமுறை. ஏதோ பெரிதாகக் குவிந்திருப்பது போல் ஒரு தோற்றம். மற்றபடி அதில் என்ன இருக்கிறது? எந்த வகையிலும் பிரமிடு என்னைத் திருப்திபடுத்தவில்லை என்பதுதான் உண்மை. இதோ, இந்த தாஜ் மஹாலைப் பாருங்கள்! அடடா! இதுவல்லவா உலக அதிசயம்!

டெவர்னியரைப் பார்த்ததும் பெர்னியர் தன் உணர்வுகளை மறைத்துக்கொண்டு, அது சரி, இந்தியா வந்திருக்கிறீர்களே, இந்த தாஜ் மஹாலைப் பார்த்தீர்களா? அது எப்படி இருக்கிறது என்று ஒன்றும் தெரியாதது போல் விசாரித்திருக்கிறார். அப்படி விசாரித்ததற்கான காரணத்தையும் பெர்னியர் எழுதி வைத்திருக்கிறார். நான் இந்தியா வந்து பல ஆண்டுகள் ஆகிவிட்டன. எனக்கு ஏனோ தாஜ் ரொம்பவும் நெருக்கமாகி விட்டது. ஒருவேளை இந்தியாவிலேயே இருந்துவிட்டதால் இப்படியெல்லாம் எனக்குத் தோன்றுகிறதோ! இந்தியா என் கலை ரசனையைப் பாதித்துவிட்டதோ! ஒரு பிரெஞ்சுக்காரனாக, ஐரோப்பியனாகப் பார்ப்பதற்குப் பதில் ஓர் இந்தியனைப் போல் நானும் தாஜைப் பார்த்து மயங்கிவிட்டேனோ! இந்த டெவர்னியர் என்ன சொல்கிறார் என்று பார்ப்போம்!

பெர்னியர், டெவர்னியர் இருவரையும் கவர்ந்துவிட்ட தாஜ் மஹால்

டெவர்னியரையும் தாஜ் கவர்ந்துவிட்டது. நானும் பல இடங்களுக்குச் சென்றுவிட்டேன். இப்படியோர் அதிசயத்தை எங்கும் கண்டதில்லை என்று சொல்லியிருக்கிறார் அவர். பெர்னியருக்கு இரட்டிப்பு மகிழ்ச்சி. அப்படியானால், தாஜ் நிஜமாகவே அழகானதுதான். நல்லவேளை, நான் இன்னமும் ஐரோப்பியனாகவே இருக்கிறேன்!

பெர்னியர் மொத்தம் 12 ஆண்டுகள் இந்தியாவில் தங்கியிருந்தார். பிரான்ஸில் சாமானியர்களுக்கே மருத்துவராக இருக்க முடியாதவர் இங்கே ஷாஜகானின் மூத்த மகன் தாரா ஷுகோவின் பிரத்தியேக மருத்துவராக நியமிக்கப்பட்டார். தாரா ஷுகோவுக்கு அவருடைய சகோதரர் ஔரங்கசீப்பால் நேர்ந்த முடிவை பெர்னியரின் குறிப்புகளிலிருந்து தெரிந்துகொள்ளமுடிகிறது. இஸ்லாத்தின்மீது ஔரங்கசீப் கொண்டிருந்த பற்றும் பிடிப்பும் தாராவிடம் இருந்தது போல் தெரியவில்லை. தத்துவம், இறையியல், சூஃபியிசம் போன்றவற்றில் ஆர்வமிக்கவராக இருந்திருக்கிறார் தாரா. கலைகளிலும் அவருக்கு ஆர்வம் இருந்திருக்கிறது.

1657ஆம் ஆண்டு ஷாஜகான் நோயுற்றதைத் தொடர்ந்து அவருடைய நான்கு மகன்களுக்கு இடையில் வாரிசுப் போட்டி மூண்டது. தந்தையைச் சிறைப்படுத்தி, ஆட்சியைக் கைப்பற்றி, மூன்று சகோதரர்களையும் வேட்டையாடத் தொடங்கினார் ஔரங்கசீப். மூவரில் நிஜப் போட்டி தாராவோடுதான். ஔரங்கசீப்பை முறியடிக்க முயன்று, முடியாமல் போகவே தப்பிச் சென்றார் தாரா. மூன்று மாதங்கள் விடாமல் இடம்விட்டு இடம் ஓடிய தாரா இறுதியில் ஆப்கன் மன்னரிடம் அடைக்கலம் புகுந்தார். முன்பொருமுறை ஔரங்கசீப்பிடமிருந்து அந்த மன்னரைத் தாராதான் காப்பாற்றினார் என்பதால் தனக்கு அவர் நன்றிக்கடன் பட்டவர் என்று நினைத்தார் தாரா. ஆனால், ஔரங்கசீப்பைப் பகைத்துக்கொள்ள விரும்பாத அந்த மன்னர், தாராவைச் சிறைப்படுத்தி ஔரங்கசீப்பிடமே அனுப்பிவைத்தார்.

தாராவும் அவருடைய 14 வயது மகன் ஷிகிர் ஷுகோவும் பிச்சைக்காரர்கள் போல் கிழிந்த உடையுடன் யானையின்மீது அமர வைக்கப்பட்டு, தில்லியில் ஊர்வலமாக இழுத்து வரப்பட்டதை பெர்னியர் கண்டிருக்கிறார். ஊரே வெளியில் வந்து நின்று பரிதாபப்பட்டிருக்கிறது. சுட்டெரிக்கும் வெயில். இருவரும் உடல் வெந்து துடித்திருக்கிறார்கள். அவர்களுக்குப் பின்னால் உருவிய வாளோடு ஒரு வீரன் நடந்து வந்து கொண்டிருந்தான். தாராவும் அவர் மகனும் தப்பிச்செல்ல முயன்றால் தாமதிக்காமல் அவர்கள் தலையைச் சீவவேண்டும் என்பது அந்த வீரனுக்கு இடப்பட்டிருந்த உத்தரவு. மிகச் சரியாக ஒன்றரை ஆண்டுகளுக்கு முன்பு இதே தாரா சில தளபதிகளுக்குத் தண்டனை அளிக்கும் வகையில் இதே வீதிகளில், இதே போல் அவமானப்படுத்தி இழுத்து வந்ததை தில்லிவாசிகள் மறந்திருக்க மாட்டார்கள். இருந்தாலும் தாராவுக்கும் இதே நிலை ஏற்படும் என்பதை அவர்கள் எதிர்பார்க்கவில்லை. ஔரங்கசீப்பின் தண்டனையை அவர்கள் ரசிக்கவில்லை என்கிறார் பெர்னியர். மறுநாள் தாராவின் தலை துண்டிக்கப்பட்டது.

ஔரங்கசீப் பற்றி நிலவும் பொதுப்பிம்பத்தை உடைக்கவும் பெர்னியரின் பதிவு உதவுகிறது. அக்பரின் ஆட்சியில் உயர் பதவியிலிருந்த முகலாய அதிகாரிகளில் இந்துக்களின் பங்கு 22.5%. ஷாஜகானின் ஆட்சியில் இது கூடவும் இல்லை, குறையவும் இல்லை. ஔரங்கசீப்பும் ஆரம்பத்தில் இந்தச் சதவிகிதத்தை மாற்றவில்லை. ஆட்சிக்கு வந்து இருபதாண்டுகள் கழிந்து அதிக இந்துக்களை அவர் இணைத்துக்கொள்ளத்

ஔரங்கசீப்பின் தர்பார்

தொடங்கினார். வெகு விரைவில் மொத்த அதிகாரிகளில் இந்துக்கள் 50% வரை உயர்ந்தனர். உயர் பதவிகளிலும் 30 சதவிகிதம் தாண்டிச் சென்றனர். அவர்களில் ஒருவர் ராஜா ரகுநாதா. ஷாஜகானின் நிதியமைச்சராக இருந்தவர், ஔரங்கசீப்புக்கு நெருக்கமான அதிகாரிகளுள் ஒருவராக மாறினார். அவருடைய செயல்பாடுகளால் கவரப்பட்ட ஔரங்கசீப், முதன்மை நிதி அமைச்சர் (திவானி) என்னும் பொறுப்பை ராஜா ரகுநாதாவுக்கு அளித்தார். ரகுநாதாவாக இருந்தவருக்கு ராஜா என்னும் பட்டத்தை அளித்தவரும் ஔரங்கசீப்தான். முகலாய கஜானாவைத் திறமையாகவும் சிறப்பாகவும் நிர்வகித்தவராக இவர் அறியப்படுகிறார்.

இது பல மட்டங்களில் புகைச்சலைக் கிளப்பியிருப்பதை பெர்னியர் கண்டிருக்கிறார். இஸ்லாத்தை உயிர் மூச்சாகக் கருதி உயர்த்திப் பிடிக்கும் நம் மன்னர், எதற்காக ஓர் இந்துவை இப்படித் தேவையில்லாமல் தலையில் தூக்கிவைத்துக் கொண்டாட வேண்டும் என்று அவர்கள் புலம்பியிருக்கிறார்கள். முகலாயப் பேரரசைத் தலைமை தாங்கி நடத்துபவர் ஔரங்கசீப்பா ராஜா ரகுநாதாவா என்று குழம்பும் அளவுக்கு அவர் புகழ்பெற்றவராக இருந்தார் என்கிறார் பெர்னியர். ஒருமுறை ஔரங்கசீப்

காஷ்மிருக்குச் சுற்றுலா சென்றபோது ரகுநாதாவையும் உடன் அழைத்துச் சென்றிருக்கிறார். என்ன, ஏது என்று தெரியவில்லை. திடீரென்று அங்கே மரணமடைந்துவிட்டார் ரகுநாதா. ஔரங்கசீப்பால் இந்த இழப்பை ஏற்றுக்கொள்ளவே முடிய வில்லையாம். உயிரோடு இருந்தவரை எல்லா முக்கியத் தருணங்களிலும் ரகுநாதாவை நினைவுகூர்ந்துகொண்டே இருந்திருக்கிறார். ஔரங்கசீப் ஓர் இந்து விரோதி என்று நினைப்பவர்கள் பெர்னியரின் குறிப்புகளைக் கவனத்தில் எடுத்துக் கொள்ளும்போது, தங்கள் முடிவை மாற்றியமைத்துக்கொள்ள வேண்டியிருக்கும்.

மதுவை அனுமதிப்பதா, வேண்டாமா என்னும் குழப்பத்தில் முகலாயர்களும் அன்று தடுமாறியிருக்கிறார்கள். மது ஒரே நேரத்தில் செல்வாக்குமிக்க பானமாகவும் இஸ்லாத்துக்கு விரோதமான பானமாகவும் இருந்ததால் நேர்ந்த தடுமாற்றம் அது. ஜஹாங்கீர் ஒரு குடிகாரர். ஆனாலும் ஓர் இஸ்லாமிய ஆட்சியாளராகத் தன்னைக் காட்டிக்கொள்வதற்காக மதுவுக்கு அவர் தடை விதித்தார். அவருக்குப் பிறகு வந்த ஒவ்வொரு முகலாயரும் மதுவை எதிர்த்திருக்கிறார்கள், மதுவுக்குத் தடை விதித்திருக்கிறார்கள். அடிக்கடி தடை விதித்திருப்பதைப் பார்க்கும்போது எந்தவொரு தடையும் மக்களிடையே செல்லு படியாகவில்லை என்பதையே உணரமுடிகிறது.

ஔரங்கசீப்பும் தன் பங்குக்கு விழி பிதுங்கியிருப்பதை பெர்னியரின் பதிவுகள் சுட்டிக்காட்டுகின்றன. எல்லோரையும் விடத் தீவிர மதப்பற்றாளரான அவர், திராட்சைப் பழரசம் தொடங்கி எல்லாவிதமான மதுபானங்களுக்கும் தடை விதித்திருக்கிறார். விதித்துவிட்டு திண்டாடியிருக்கிறார் என்கிறார் பெர்னியர். ஔரங்கசீப் தனிப்பட்டமுறையில் மது அருந்துவ தில்லை. என்னைப் பார்த்தும் ஏன் என்னோடு இருப்பவர்கள் திருந்தமாட்டேன் என்கிறார்கள்? அப்படி அதில் என்ன இருக்கிறது என்று எல்லோரும் அடிமையாகிக் கிடக்கிறார்கள் என்று குழம்பியிருக்கிறார் ஔரங்கசீப். மது விற்பனையைத் தடுக்க அவர் வில்லாக வளைந்திருக்கிறார். பலனில்லை. அவர் ஆட்சியில் படுதோல்வியடைந்த திட்டங்களில் முதலிடத்தை மது பெற்றுவிட்டது.

- 66 -

முகலாயர்களின் தில்லி

தாஜ் மஹாலில் ஆரம்பித்த பெர்னியரின் காதல் விரைவில் ஒட்டுமொத்த தில்லிக்கும் பரவிவிடுவதைப் பார்க்கிறோம். தில்லியெல்லாம் ஓர் இடமா, அங்குள்ள கட்டடங்கள் எல்லாம் ரசிக்கும்படியாகவா இருக்கிறது என்று முகஞ்சுளித்த ஐரோப்பியர்களுக்குத் தக்க பதிலடி கொடுக்கிறார் பெர்னியர். மேற்குலகோடு ஒப்பிட்டால் இந்தியக் கட்டடக்கலை ஒன்றுமே இல்லை என்று சொல்பவர்கள் ஓர் அடிப்படை உண்மையை மறந்துவிடுகிறார்கள். எல்லா இடங்களிலும் ஒன்றுபோல் கட்டடங்களை உருவாக்கிவிட முடியாது. சூழல்தான் அனைத்தையும் தீர்மானிக்கிறது. பாரிஸிலும் லண்டனிலும் ஆம்ஸ்டர்டாமிலும் இருப்பதைப் போன்ற ஒரு கட்டுமானத்தைத் தில்லியில் உருவாக்க முடியாது. இங்குள்ள வானிலைக்கு ஏற்பதான் இங்குள்ள கட்டடங்கள் அமையும். உங்களுக்கு அது அழகு என்றால் இங்குள்ளவர்களுக்கு இதுதான் அழகு என்று வாதிடுகிறார் பெர்னியர்.

தாஜ் மஹால் போன்ற பெரிய கட்டடங்கள் மட்டுமல்ல, மக்களின் சாதாரண வீடுகள்கூட, தில்லிக்கு ஏற்ற முறையில் கட்டப்

பட்டிருக்கின்றன. இங்குள்ள சூட்டைத் தணிக்கும் வகையில் காற்று வந்து போகும்படி கதவுகளையும் ஜன்னல்களையும் பொருத்தி வீடு கட்டுகிறார்கள். மேற்குலகம் வியக்கும்படியான கட்டடங்களைத் தில்லி மக்கள் சிரமப்பட்டு உருவாக்கவேண்டிய கட்டாயம் இல்லை. உங்களுக்குப் பிடிக்காவிட்டால் பரவாயில்லை என்கிறார் பெர்னியர். ஜம்மா மஸ்ஜித் தொடங்கி தெருவோரத்து வீடு வரைக்கும் எல்லாவற்றையும் விரிவாக வர்ணிக்கிறார்.

மக்கள் தொகையை எடுத்துக்கொண்டால் தில்லியும் பாரிஸூம் கிட்டத்தட்ட ஒன்றுதான் என்கிறார் பெர்னியர். குறைந்தது 25,000 வீரர்கள் குடும்பம், குழந்தை, குட்டிகளோடு இங்கே வசிக்கிறார்கள். பழைய முகலாய நகரமான ஆக்ரா போன்ற ஒரு நகரமல்ல தில்லி. வீதிகள் பல இடங்களில் ஒன்றுபோல் அமைக்கப்பட்டுள்ளன. ஒவ்வொன்றும் பார்க்க அகலமாக இருக்கின்றன. மக்கள் நெரிசல் அதிகம். வண்டிகள் எப்போதும் பறந்துகொண்டிருக்கின்றன. குதிரையிலும் யானையிலும் அமர்ந்தபடி மன்னர் உலா வருவதைக் காணலாம். சில நேரம் மனிதர்கள் மீதும் மன்னர் ஏறி அமர்ந்துகொண்டு வருகிறார். மன்னரைத் தோளில் வைத்துத் தூக்கிச் செல்லும் ஒவ்வொருவரும் ஆறடி உயரத்தில் இருக்கிறார்கள். வாயில் எதையோ போட்டு மென்றபடி நடக்கிறார்கள். வாயெல்லாம் சிவந்திருக்கிறது. பெர்னியர் இங்கே குறிப்பிடுவது பல்லக்கை.

வெயில் காலங்களில் தில்லி சந்தையில் பழங்கள் கொட்டிக் கிடப்பதைப் பார்க்கவேண்டுமே! நீங்கள் அங்கே, இங்கே என்று எந்த நாட்டுக்கும் போக வேண்டாம். எல்லா நாட்டுப் பழங்களும் தில்லியைத் தேடி வந்துவிடும். பாரசீகத்திலிருந்து உலர்ந்த பழங்கள் கிடைக்கும். சாமர்கண்ட் தொடங்கி பல இடங்களில் இருந்து விதவிதமான பருப்புகள் கிடைக்கின்றன. சுவையான திராட்சைகள், கறுப்பு, வெள்ளை இரு நிறங்களிலும் கிடைக்கின்றன. ஆப்பிள் அல்லது பேரிக்காய் வேண்டுமானால் குறைந்தது நான்கு வகைகள் வைத்திருக்கிறார்கள். சில பழங்களை மெல்லிய துணியில் சுற்றி விற்பனை செய்கிறார்கள் என்கிறார் பெர்னியர். முகலாயப் பேரரசைத் தொடங்கி வைத்த பாபருக்குப் பழங்களென்றால் உயிர். சிறு வயதில் உண்ட சாமர்கண்ட் பழங்களின் சுவையை இறுதிவரை மறக்கவில்லை அவர்.

நீங்கள் எந்த நாட்டைச் சேர்ந்தவராகவும் இருக்கலாம். உங்கள் முகம் வெளுப்பாக இருக்குமென்றால், நீங்கள் ஒரு முகமதியர்

என்றால் நீங்களும் ஒரு முகலாயர்தான் என்கிறார் பெர்னியர். பாரசீகம், துருக்கி, அராபியா, உஸ்பெகிஸ்தான் போன்ற நாடுகளைச் சேர்ந்தவர்களும் முகலாயர்களாகவே தில்லியில் கருதப்படுவார்களாம்.

செங்கோட்டையில் முகலாயப் பேரரசர் எவ்வளவு ஆர்ப்பாட்டமாக கொலு வீற்றிருப்பார், அவர் என்னென்ன மணிகளும் மாலைகளும் அணிந்திருப்பார், எப்படிப்பட்ட உடை உடுத்துவார், எப்படி நகர்வலம் செல்வார் என்று அனைத்தையும் விலாவாரியாக விவரிக்கிறார். மன்னரை வானுக்கும் முடிந்தால் அதற்கு அப்பாலும் கொண்டுசென்று நிறுத்திப் புகழ்பாடும் அவையினரின் செய்கை மட்டும் பெர்னியருக்குப் பிடிக்க வில்லை. அருவருப்பாக இருக்கிறது, இருந்தாலும் என்ன செய்ய, வகை தொகையில்லாமல் எல்லோரும் அதைத்தான் செய்கிறார்கள் என்று சலித்துக்கொள்கிறார்.

ஷாஜகான், தாரா, ஔரங்கசீப் மூவரையும் கண்டிருக்கிறார் பெர்னியர். தந்தையைவிட ஔரங்கசீப் மிகவும் கருத்தூன்றிப் பணியாற்றுபவராக அவருக்குக் காட்சியளித்திருக்கிறார். ஒரு நல்ல முஸல்மானாகத் தன்னை வெளிப்படுத்திக்கொள்ள வேண்டும் என்பதில் எப்போதும் அக்கறை கொண்டவராக இருக்கிறார். தன் செயல்பாடுகளில் தவறு நேர்ந்துவிடக் கூடாது என்று நினைப்பதால் பதற்றமாக அவர் இருப்பது போல் தோன்றுகிறது என்கிறார் பெர்னியர். இதை இத்தாலியப் பயணியான நிக்கோலி மனூஸ்ஸி என்பவரும் உறுதிப் படுத்துகிறார். ஔரங்கசீப் எப்போதும் ஒருவித சோக மனோ பாவத்துடன் காணப்படுகிறார். வழக்குகளைத் தீர்த்து வைக்கும் தருணங்களிலெல்லாம் பரபரப்போடு இருக்கிறார். சரியான முடிவை எடுக்கவேண்டும், நீதி வழங்கவேண்டும் என்னும் துடிப்பினால் ஏற்பட்ட பதற்றம் அது என்கிறார் மனூஸ்ஸி.

ஔரங்கசீப்போடு ஒப்பிடும்போது தாரா மிக, மிகத் தாராளமான சிந்தனையாளர் என்கிறார் பெர்னியர். தாரா கற்றறிந்த ஓர் அறிஞரும்கூட. உபநிடதங்களைப் பாரசீகத்துக்கு மொழி பெயர்க்கும் ஆற்றல் மிக்கவர். எப்போதும் வழிபாட்டில் மூழ்கிக்கிடக்கும் ஔரங்கசீப்பை, தாரா வெறுத்தார். மூடன் என்று அவரை அழைத்தார் என்கிறார் பெர்னியர். ஆனால், தாராவிடமும் நிறைய குறைகள் இருக்கத்தான் செய்கின்றன என்று ஒப்புக்கொள்கிறார் பெர்னியர். அவர் ஒரு முன்கோபி. யாரை எப்போது தூக்கிப் போட்டுப் பேசுவார், யாரை எதற்காகச்

முகலாயப் பேரரசர்

சுடுசொல்லால் பழிப்பார் என்று ஒருவராலும் யூகிக்க முடியாது. நல்ல ஆலோசனைகளைக்கூடப் பொருட்படுத்த மாட்டார்.

அதேபோல், பல குறைகள் இருந்தாலும் சில நல்ல பண்புகளும் ஔரங்கசீப்பிடம் இருந்தன என்கிறார் பெர்னியர். அவர் எடுக்கும் முடிவுகள் தீர்க்கமானவை. யாரை, எப்பணியில் அமர்த்த வேண்டும் என்பது அவருக்குத் தெரியும். ஔரங்கசீப்புக்குப் பதில் தாரா ஷுகோவ் ஆட்சிக்கு வந்திருந்தால் இந்திய வரலாறு வேறு மாதிரியாக இருந்திருக்கும் என்று வாதிடுபவர்கள் இன்றும் இருக்கிறார்கள். குணங்களில் ஔரங்கசீப்புக்கு நேர் எதிரானவர் தாரா என்னும் நம்பிக்கையின் அடிப்படையில் சொல்லப்படும் அனுமானம் இது. ஆனால், உண்மை அதுவல்ல என்பதை பெர்னியரின் குறிப்புகள் உணர்த்துகின்றன.

இதிலும் பெர்னியரோடு உடன்படுகிறார் மனூஸ்ஸி. அவர் விவரிக்கும் இந்த நிகழ்வைப் பாருங்கள். தலையைச் சீவுவதற்கு முன்பாக ஔரங்கசீப் தாராவிடம் கேட்டாராம். ஒருவேளை நீ மன்னனாகவும் நான் உன்னிடத்திலும் இருந்திருந்தால் என்னை நீ என்ன செய்திருப்பாய்? தாரா அளித்த பதில் இது. 'உன் உடலை நான்கு துண்டுகளாக வெட்டி, தில்லியின் நான்கு பிரதான வாயில்களில் தொங்கவிட்டிருப்பேன்!'

தில்லி பிடிக்கும் என்றாலும் அதன் குறைகளின்மீதும் வெளிச்சம் பாய்ச்சுகிறார் பெர்னியர். இங்கே மத்திய பாதை என்றொன்று இல்லை. ஒன்று நீங்கள் பளபளப்பான செல்வந்தராக இருக்க வேண்டும் அல்லது பரம ஏழையாக. பாரிஸ் வீதியில் பத்துப் பேரில் எட்டுப் பேராவது நன்றாக உடுத்தியிருப்பார்கள். தில்லியில் இரண்டு, மூன்று பேர் நன்றாக இருந்தால் அதிகம். மிச்சமுள்ளவர்களுக்குப் பரிதாபகரமான வாழ்வுதான் விதிக்கப் பட்டுள்ளது.

தன் கண்களால் கண்ட, தானும் பங்கேற்ற ஒரு சாகசக் கதையை பெர்னியர் விவரிக்கிறார். ஒருநாள் அவருடைய இந்து நண்பர் ஒருவர் இறந்துவிட்டாராம். அவர் மனைவி உடன்கட்டை ஏறுவதற்குத் தயாராகிவிட்டாராம். பெர்னியரும் அப்போது அங்கே இருந்திருக்கிறார். அந்தப் பெண்ணின் கேசம் கலைந்திருந்ததையும் அவர் முகம் வெளுத்திருந்ததையும் கண்டிருக்கிறார். தன் கணவனின் சடலத்துக்கு அருகில், கால்மாட்டில் அந்தப் பெண் அமர்ந்துகொண்டிருக்கிறார். பிராமணர்கள் இருந்திருக்கிறார்கள். இன்னும் யார், யாரோ

சூழ்ந்திருக்கிறார்கள். அந்தப் பெண் என்ன செய்ய உத்தேசித்திருந்தார் என்பதை அறிந்ததும் பதறிப்போய்விட்டார் பெர்னியர். தயவுசெய்து நெருப்பில் விழுந்து உன்னை மாய்த்துக்கொள்ளாதே என்று இயன்றவரை மன்றாடியிருக்கிறார். என்னை நீ தடுத்தால் சுவற்றில் முட்டி முட்டி, மூளைச் சிதறிதான் நான் இறந்துபோக வேண்டியிருக்கும். அதற்கு நெருப்பே மேல் என்று பதிலளித்திருக்கிறார் அந்தப் பெண். பெர்னியருக்குக் கோபம் பொத்துக்கொண்டு வந்துவிட்டது. சரி, அப்படியே சிதையில் விழுந்து செத்துப்போ! ஆனால், அதற்குமுன் உன் குழந்தைகளைக் கொன்றுவிடு. அவர்கள் கழுத்தை நெரித்துவிடு! தாயில்லாமல் தவித்து பஞ்சத்திலும் பசியிலும் அவர்கள் இறக்கவேண்டும் என்பதுதான் உன் விருப்பமா என்று ஆவேசத்தோடு கத்தியிருக்கிறார். பெர்னியரின் வீர, தீரமான உரைக்குத் தக்க பலன் கிட்டியிருக்கிறது. நெருப்பில் விழத் துடித்த அந்தப் பெண்ணை, அவருடைய கடினமான சொற்கள் சுட்டிருக்கின்றன. பதறியடித்து தன் குழந்தைகளிடம் ஓடியிருக்கிறார்.

உடன்கட்டை ஏறுவது என்று அதற்குப் பெயர் வைக்காதீர்கள். இது அப்பட்டமான கொலை என்கிறார் பெர்னியர். தயங்கி நிற்கும் பெண்களைத் தள்ளிவிடுவதற்கென்றே நீளமான தடியோடு சிலர் நின்றுகொண்டிருப்பதைக் கண்டதாக எழுதுகிறார். சில பெண்களைக் கட்டிப்போட்டும் இன்னும் சிலரை மயக்க மருந்து கொடுத்தும் நெருப்புக்கு இரையாக்குவதைக் கண்டாராம். வைர வியாபாரி டெவர்னியரும் இதே போன்ற காட்சிகளைக் கண்டதாகக் குறிப்பிட்டுள்ளார்.

பெர்னியரின் பதிவுகள் மேற்குலகில் பலரால் விரும்பி வாசிக்கப்பட்டன. முகலாய இந்தியாவை பெர்னியர் வாயிலாக அறிந்து கொண்டவர்கள் ஏராளம் பேர். பெர்னியரின் குறிப்புகள் எல்லாமே துல்லியமானவை என்று சொல்ல முடியாது. அவருடைய புகழ்பெற்ற, பிழையான பார்வைக்கு ஓர் உதாரணம் சொல்ல முடியும். இந்துஸ்தானத்தில் யாரும் நிலம் வாங்க முடியாது. எல்லா நிலங்களும் மன்னருக்கே சொந்தம். துருக்கியிலும் பாரசீகத்திலும்கூட இதே வழக்கம்தான் நிலவுகிறது என்று திட்டவட்டமாகக் குறிப்பிட்டுள்ளார். இதைக் கொண்டு கிழக்கு நாடுகள் பற்றிய தவறான ஒரு சித்திரத்தைப் பலர் உருவாக்கிக்கொண்டுவிட்டார்கள். அவர்களில் கார்ல் மார்க்ஸும் ஒருவர்.

- 67 -

தரங்கம்பாடிக்கு வந்த பாதிரியார்

டென்மார்க்கிலிருந்து 200 நாள்களுக்கும் மேல் பயணம் செய்து 9 ஜூலை 1706 அன்று தரங்கம்பாடிக்குக் கப்பலில் வந்து சேர்ந்தார் ஜெர்மானியப் பாதிரியாரான பாத்லோமேயு சீகன்பால்கு (பர்த்தலோமேயு சீகன்பால்க்). கிறிஸ்தவத்தைப் பரப்பவேண்டும் என்பதுதான் அவருக்கு இடப்பட்டிருந்த பணி. அப்போது அவர் வயது 24. கொடுக்க வந்தவரைப் பிடித்து வைத்துக்கொண்டு பலவற்றை வாரி, வழங்கத் தொடங்கிவிட்டது தரங்கம்பாடி.

சீகன்பால்க் வருவதற்கு ஒரு நூற்றாண்டுக்கு முன்பே தரங்கம்பாடிக்கும் டென்மார்க்குக்கும் நெருங்கிய உறவு உருவாகிவிட்டிருந்தது. இந்தியாவோடும் சிலோனோடும் வணிகத் தொடர்புகள் ஏற்படுத்திக்கொள்வதற்காக 17ஆம் நூற்றாண்டில் தொடங்கப்பட்ட நிறுவனம்தான் டேனிஷ் கிழக்கிந்திய கம்பெனி. இந்தியாவில் ஓரிடத்தைப் பிடித்து, அங்கிருந்து மிளகு, பட்டை போன்ற மசாலாப் பொருள்களை ஏற்றுமதி செய்வதுதான் இந்நிறுவனத்தின் திட்டம். அதற்கு சோழமண்டலக் கடற்கரையில் அமைந்திருந்த தரங்கம்பாடி

பொருத்தமான இடமாக இருக்கும் என்று அவர்கள் முடிவெடுத்தனர்.

கப்பலில் கிளம்பி வந்து, பக்கத்தில் தஞ்சாவூரை ஆண்டுவந்த மன்னரோடு பேசி ஓர் ஒப்பந்தம் போட்டுக்கொண்டார்கள். அதன்படி தரங்கம்பாடியிலிருந்து டேனிஷ் கம்பெனி தடையின்றி ஏற்றுமதிகளைச் செய்துகொள்ளும். அதற்கு ஈடாக, ஆண்டு தோறும் 3,000 சொச்ச ரூபாய் பணத்தை, தஞ்சாவூர் மன்னருக்கு கம்பெனி செலுத்தும். அதிகம் அறியப்படாத ஒரு சிறிய கிராமமாக இருந்த தரங்கம்பாடி டேனிஷ்காரர்கள் குடியேறி, கோட்டையொன்றை எழுப்பியதைத் தொடர்ந்து வேகமாக வளரத் தொடங்கியது.

தரங்கம்பாடி என்றால் பாடும் அலைகளின் நிலம். கவித்துவமான இந்தப் பெயர் வாயில் நுழையாததால் 'ட்ரான்கிபார்' என்று கடித்துத் துப்பினார்கள் டேனிஷ்காரர்கள். அந்தப் பெயர் அப்படியே நிலைத்துவிட்டது. வணிகத்தை வளர்ப்பதற்குக் கப்பல் அனுப்பியது போல் மதத்தை வளர்ப்பதற்கு டென்மார்க் மன்னர் அனுப்பிவைத்த கப்பலில் வந்து சேர்ந்தவர்தான் பாதிரியார் சீகன்பால்க்.

வந்தவுடன் அவரைக் கவர்ந்தது, தமிழ். வளைந்தும் சுருண்டும் இருந்த தமிழ் எழுத்துகள்மீது கண்டவுடன் காதல் பிறந்துவிட்டது அவருக்கு. உடனே ஆள்களை அமர்த்தி கற்றுக்கொள்ள ஆரம்பித்துவிட்டார். திண்ணைப் பள்ளிக்கூடங்களில் குழந்தைகளை அமரவைத்து மணலைக் கொட்டி, அதில் எழுத கற்றுக்கொடுப்பார்கள் அல்லவா? அதே போல் சீகன்பால்க் முன்னால் மணலைப் பரப்பி அதில் ஒவ்வோர் எழுத்தாக யாராவது எழுதிக்காட்டுவார்கள். அவர் ஒரு குச்சியைக் கையில் பிடித்துக்கொண்டு அந்த எழுத்தின்மீது வளைந்து, வளைந்து கோடு போட்டபடி கற்றுக்கொள்வார். எழுத்துகள் அறிமுக மானதும் சொற்கள் இதே போல் எழுதிக் காட்டப்படும்.

ஒவ்வொரு நாளும் காலை ஏழு மணி முதல் எட்டு மணி வரை முந்தைய இரவு கற்றுக்கொண்ட எழுத்துகளை நினைவுபடுத்தி சத்தம் போட்டு உச்சரிப்பார். கற்றுக்கொண்ட ஒவ்வொரு சொல்லையும் எழுதிப் பார்ப்பார். எட்டு மணியிலிருந்து மதியம்வரை தமிழ்ப் புத்தகங்களை எடுத்து வைத்துக்கொண்டு வாசிக்கப் பழகுவார். எழுத்துகளை எழுதிக்காட்ட ஓர் ஆசிரியரை நியமித்துக்கொண்டார் என்றால், புத்தகம் படிக்கும்போது

உடனிருந்து சரிபார்க்கவும் திருத்தவும் ஒரு கவிஞரை அமர்த்திக் கொண்டார். சீகன்பால்க் திணறும்போது கவிஞர் உதவிக்கு வருவார். அவரால் உச்சரிக்க முடியாத சொற்களை அவர் சொல்லிக் காட்டுவார். ஒவ்வொரு சொல்லுக்குமான பொருளையும் கூடவே விளக்கிக்கொண்டு வருவார். அடுத்து பேச்சுப் பயிற்சி தொடங்கும். பேச்சுவழக்கில் தமிழை எப்படிக் கையாள்வது என்பதற்கு அதே கவிஞர் வகுப்பெடுப்பார்.

சீகன்பால்க் சாப்பிட அமரும்போது இன்னோர் உதவியாளர் கையில் புத்தகத்தோடு அவர் பக்கத்தில் வந்து நிற்பார். வாய் சாப்பிட்டுக்கொண்டே இருக்கும். காது அவர் படிப்பதைக் கேட்டுக்கொண்டேயிருக்கும். நேரம் விரயமானால் அவருக்குப் பிடிக்காதாம்! செவியும் வயிறும் நிறைந்ததும் கொஞ்ச நேரம் கோழித் தூக்கம் போடுவார். மூன்று மணிக்குத் தமிழ்த் தாயின் நினைவு வந்துவிடும். எழுந்து உட்கார்ந்து படிக்கத் தொடங்குவார். ஐந்து மணி வரை அசைய மாட்டார். அடுத்த வகுப்பு ஏழு மணிக்குத் தொடங்கும். உதவியாளர் இந்த முறை இலக்கிய நூலோடு வந்துவிடுவார். அடுத்த ஒரு மணி நேரம் தமிழ்ச் செய்யுள்களை அவர் வாசிப்பார். எழுத்துக்கூட்டி ஓரளவுக்குப் படிக்கக் கற்றுக்கொண்ட பிறகும் உதவியாளரை வாசிக்கச் சொல்லிக் கேட்கும் வழக்கத்தை சீகன்பால்க் மாற்றிக் கொள்ளவில்லை. தொடர்ந்து நானே பல மணி நேரம் படித்தால் கண்கள் சோர்வடைந்துவிடும். அதனால்தான் இந்த ஏற்பாடு என்று அதற்கொரு காரணத்தையும் எழுதி வைத்திருக்கிறார்.

அவரே உருவாக்கிக்கொண்ட அட்டவணைதான் என்றாலும் கொஞ்சம்கூடத் தளர்த்திக்கொள்ளத் தயாராக இல்லை சீகன்பால்க். தமிழுக்கும் அவருக்கும் இடையில் எவரும் எதுவும் குறுக்கே வராமல் பார்த்துக்கொண்டார். இன்று வேண்டாம் என்றோ இந்தச் செய்யுள் ரொம்பவும் கடினமாக இருக்கிறது என்றோ இன்னும் கொஞ்ச நேரம் தூங்கினால் என்ன என்றோ ஒருபோதும் நினைத்ததில்லை அவர். மூன்று ஆண்டுகாலம் தமிழுக்காகத் தவமிருந்தார் சீகன்பால்க். மனநிறைவோடு ஊருக்கு ஒரு கடிதம் எழுதிப் போட்டார். ஒரு தமிழனால் எப்படிப் பேசமுடியுமோ அப்படி என்னாலும் இப்போது தமிழ் பேசமுடியும்!

பேசினால், எழுதினால் போதுமா? அவர் வந்தது சமயத்தைப் பரப்புவதற்கு அல்லவா? தரங்கம்பாடி தமிழர்களுக்கு இயேசு நாதரை அவர்கள் மொழியிலேயே அறிமுகப்படுத்தினார். தமிழில்

தரங்கம்பாடியில் சீகன்பால்க்

பிரசங்கங்கள் செய்யத் தொடங்கினார். அடுத்து, புதிய ஏற்பாட்டைத் தமிழில் மொழிபெயர்த்தார். அதைத் தொடர்ந்து டென்மார்க்குக்கு எழுதிப் போட்டு, அச்சு இயந்திரங்களைத் தருவித்தார். தமிழ் எழுத்துருகளை வரைந்து அனுப்பி, அச்சுப் பொறிகள் செய்து வாங்கிக்கொண்டார்.

எல்லாம் வந்து சேர்ந்தன என்றாலும் அச்சுகள் பெரிதாக இருந்ததால் உள்ளூரிலேயே ஆள்களை வைத்து வேறு செய்துகொண்டார். அச்சகம், காகித ஆலை மை தயாரிக்கும் ஆலை, உலோகங்களால் தமிழ் எழுத்துகள் தயாரிக்கும் கூடம் ஆகியவற்றை நிறுவினார். முதல்முறையாகத் தமிழ் பைபிளை அச்சிட்டு வெளியிட்டார். தொடர்ந்து திருக்குறள், தொல்காப்பியம், புறநானூறு என்று இலக்கியங்கள் வெளிவர ஆரம்பித்தன. தமிழ் இலக்கணம், அகராதி போன்றவையும் அடுத்தடுத்து வெளிவந்தன.

இங்கே ஒன்றைத் தெளிவுபடுத்தவேண்டும். இந்தியாவுக்கு அச்சுக்கூடத்தை அறிமுகப்படுத்தியவர் என்னும் புகழை சீகன்பால்க் பெற்றுவிட்டார் என்றாலும் அது உண்மையல்ல. 16ஆம் நூற்றாண்டிலேயே போர்ச்சுகீசியர்கள் கோவாவில்

அச்சுக்கூடத்தை அறிமுகப்படுத்திவிட்டார்கள். பல மத நூல்களையும் அச்சிட்டுக் கொண்டுவந்துவிட்டார்கள். ஆனால், பல ஆண்டுகளாக அது பயன்பாட்டில் இல்லை என்பதால் சீகன்பால்க் அமைத்த அச்சுக்கூடம் முக்கியமானது என்பதில் சந்தேகமில்லை. அறிமுகம் செய்தார் என்றுதான் சொல்ல முடியாதே தவிர, அச்சுக்கூடத்தை ஆர்ப்பாட்டமாக மறுஅறிமுகம் செய்து வைத்ததற்காக அவரைப் புகழலாம்.

அடுத்து இந்து மதத்தின்மீது தன் கவனத்தைக் குவித்தார் சீகன்பால்க். புராணங்களையும் இதிகாசங்களையும் கேட்கக் கேட்க இவ்வளவு கடவுள்களா என்று வியந்துபோனார். எது அவர் ஆர்வத்தைக் கிளறுகிறதோ அதில் ஆழம் செல்வது அவர் இயல்பு. எதில் ஆழமாகச் செல்கிறாரோ அதைப் பற்றி எழுதுவதும் அவர் இயல்புதான். ஆற்று மணல் போல் இந்துக் கடவுள்கள் அங்கும் இங்குமாகச் சிதறிக்கிடக்கிறார்கள். யாரும் அவர்களை முறையாகத் தொகுக்கவில்லை என்று அவருக்குத் தோன்றி விட்டது. அதை ஏன் நாமே செய்யக் கூடாது என்று எல்லாக் கடவுள்களையும் தூக்கித் தோளில் போட்டுக்கொண்டு ஆராய்ச்சி செய்யத் தொடங்கிவிட்டார்.

மூத்தவர் யார், அவருக்குப் பின் யார், யாருடைய வாரிசு யார், யாருக்கு என்ன பொறுப்பு வழங்கப்பட்டிருக்கிறது என்று தொடங்கி வரவு, செலவு கணக்கு போடுவதுபோல் கட்டம் கட்டி, கோடு கிழித்து, கிளைகள் பரப்பி அவருக்குத் தெரிந்த எல்லாக் கடவுள்களையும் வரைபடம் போட்டு அடக்கிவிட்டார். அதன்பின் ஒவ்வொருவரைப் பற்றியும் விலாவாரியாக விளக்கி, குறிப்புகள் எழுதினார். தகவல் சேகரிப்பது தொடங்கி சரிபார்ப்பது வரை எதிலும் குறை வைக்கவில்லை அவர். தமிழ் கற்பதில் காட்டிய அதே ஒழுக்கத்தை இங்கும் கடைபிடித்தார். உயர் சாதி பிராமணர்களைக் காட்டிலும் அடித்தட்டு மக்களிடமே அவர் அதிகம் உரையாடியதாகவும் அவர்களிடமிருந்தே அதிக தரவுகள் திரட்டியதாகவும் சொல்லப்படுகிறது. உரையாடியது போக தமிழ் நூல்களிலிருந்தும் இலக்கியங்களிலிருந்தும் கற்று, தரவுகளை இணைத்திருக்கிறார்.

இந்து மதக் கடவுள்களை ஐரோப்பிய கிறிஸ்தவர்களுக்கு அறிமுகப்படுத்தி சீகன்பால்க் எழுதிய காலத்தில் ‘இந்து மதம்’ என்னும் பெயரே தோன்றியிருக்கவில்லை. அவருடைய நூலை இன்று பார்க்கும்போது தகவல்களில் அதிகக் குற்றங்களைக்

சீகன்பால்க் வெளியிட்ட
தமிழ் புதிய ஏற்பாட்டிலிருந்து ஒரு பக்கம்

காணமுடியாது. ஆனால், அவருடைய அனுமானங்களிலும் முடிவுகளிலும் முரண்படுவதற்கு நிறைய இருக்கின்றன. ஒரு விநோதத்தைக் குறிப்பிட்டாகவேண்டும். இவ்வளவு கடவுள்களா என்னும் திகைப்போடுதான் அவர் ஆய்வையே தொடங்குகிறார். ஆனாலும் எழுதும்போது மட்டும் இங்கிருப்பவர்களும் நம்மைப் போல் ஒரு கடவுளைத்தான் பிரதானமாக வழிபடுகிறார்கள் என்று முடிவு கட்டிவிடுகிறார்.

இன்னொரு தவறையும் செய்கிறார் அவர். இவர்களுடைய நம்பிக்கைகள் முட்டாள்தனமானவை. இவர்களுடைய கதைகள் ஆபாசமானவை. உள்ளதிலேயே நம் கடவுள்தான் உயர்ந்தவர். இங்குள்ளவர்களின் கடவுள்கள் பொய்யர்கள் என்று தீர்ப்பெழுதிவிடுகிறார். சில கதைகளை என்னால் சகித்துக் கொள்ளவே முடியவில்லை என்பதால் அவற்றை எழுதாமல் விட்டுவிடுகிறேன் என்றொரு குறிப்பும் கொடுக்கிறார். இது போக, பிராமணர்களோடும் இஸ்லாமியர்களோடும் நீண்ட மத விவாதங்கள் நடத்தி அதையும் தனி நூலாகத் தொகுத்திருக்கிறார் சீகன்பால்க். அதில் பிராமணர்களைக் கடுமையாகத் தாக்குகிறார். இந்துக்களின் சாதி அமைப்பு, வழிபாடு, சடங்குமுறை, சுகாதாரம் அனைத்தையும் கண்டிக்கிறார். எங்கும் பரவியிருக்கும் வறுமையைச் சுட்டிக்காட்டி கேள்விகளை எழுப்புகிறார்.

எனவே மதம் மாறுங்கள் என்று சொல்லி முடிப்பதுதான் அவர் வழக்கம். அதுதான் அவர் இலக்கும்கூட. தரங்கம்பாடியில் சீர்திருத்தக் கிறிஸ்தவம் வளர்வதற்கான அடிக்கல்லை நாட்டுவதில் வெற்றி பெற்றார் சீகன்பால்க். புதிய ஏற்பாடு வெளிவந்ததும் பழைய ஏற்பாட்டையும் மொழிபெயர்க்கத் தொடங்கினார். முடிக்கவில்லை. 1719ஆம் ஆண்டு தனது 36ஆம் வயதில் இறந்துபோனார். தரங்கம்பாடியில் அவர் உதவியோடு நிறுவப்பட்ட தேவாலயத்திலேயே அவருடல் அடக்கம் செய்யப்பட்டது.

- 68 -

இந்தியாவின் ஜோன்ஸ்

முதல் முறையாக இந்தியாவைக் கண்ட அந்த ஜோடிக்கு அவர்கள் முன்பு தோன்றிய எல்லாமே புதிதாக இருந்தன. எதைக் கண்டாலும் விழிகளை விரித்துப் பரவசமடைந்தார்கள். 'ஆ, அங்கே பார்த்தாயா? புலியொன்று நீர் அருந்துவதற்காக ஆற்றுக்கு வந்துகொண்டிருக்கிறது!' என்று கூச்சலிட்டார் அன்னா மரியா. வில்லியம் ஜோன்ஸ் திரும்பிப் பார்த்தார். அவர் மனம் ஏற்கெனவே கனவுகளால் நிறைந்திருந்தது. திருமணம் முடிந்து சரியாக நான்கே நாள்களில் மூட்டை முடிச்சுகளோடு இருவரும் இங்கிலாந்திலிருந்து கப்பல் ஏறிவிட்டார்கள். இந்தியாவை வந்தடைய ஐந்து மாதங்கள் ஆயின. இப்போது கல்கத்தாவை நோக்கி முன்னேறிக்கொண்டிருந்தார்கள். புலி மட்டுமா அதிசயம்? இந்தியப் பறவை, இந்திய ஆறு, இந்திய ஆகாயம் எல்லாமே அதிசயம்தான் என்று நினைத்துக்கொண்டார் வில்லியம் ஜோன்ஸ்.

வில்லியம் ஜோன்ஸை அறிந்தவர்கள் அனைவரும் ஒன்றுபோல் அவரை மேதை என்கிறார்கள். ஆக்ஸ்போர்டில் பட்டம்

பெற்றபோது அவருக்கு 13 மொழிகள் சரளமாகவும் 28 மொழிகள் மிக நன்றாகவும் தெரிந்திருந்தன. அதே பல்கலைக்கழகத்தில் அரபுத் துறை பேராசிரியராகப் பணியாற்றவேண்டும் என்பதுதான் அவர் விருப்பம். அந்த இருக்கை என்னுடையதுதான் என்று இறுதிவரை உறுதியாக நம்பியிருக்கிறார். கிடைக்கவில்லை. போகட்டும் என்று மூன்றாண்டுகள் சட்டம் பயின்று வழக்கறிஞராகப் பணியாற்றத் தொடங்கினார். வாங்கிக் கொண்டிருந்ததைவிடப் பத்து மடங்கு அதிகச் சம்பளமும் நீதிபதி பதவியும் கல்கத்தாவில் காத்திருக்கின்றன என்பது தெரிந்ததும் மரியாவை மணந்துகொண்டு, 1783ஆம் ஆண்டு கல்கத்தா வந்து சேர்ந்தார் ஜோன்ஸ்.

அவர் வருவதற்கு சுமார் 25 ஆண்டுகளுக்கு முன்பு, 23 ஜூன் 1757 அன்று வங்காளத்தின் நவாப் சிராஜ் உத் தவுலாவை பிரிட்டிஷ் கிழக்கிந்திய கம்பெனியின் ராபர்ட் கிளைவ் பிளாசி போரில் தோற்கடித்திருந்தார். வங்காளம் கிழக்கிந்திய கம்பெனியின் கரங்களுக்குச் சென்று சேர்ந்தது. விரைவில் ஒட்டுமொத்த இந்தியாவையும் முதலில் இந்நிறுவனமும் அதன்பின் நேரடியாக பிரிட்டனும் அடுத்த 190 ஆண்டுகளுக்கு ஆட்சி செய்தன. இந்த 190 ஆண்டுகளில் பிரிட்டனிலிருந்து பலர் இந்தியாவுக்கு வருகை தந்தனர். வில்லியம் ஜோன்ஸ் அவர்களில் ஒருவர் என்றாலும் மற்றவர்களிடமிருந்து அவர் தனித்து நின்றதற்கும் மற்றவர்களைவிட வியப்பூட்டும் அளவுக்கு உயர்ந்து நின்றதற்கும் காரணம் அவருடைய மேதைமை.

வில்லியம் ஜோன்ஸ் நமக்கு அல்பெரூனியை நினைவு படுத்துகிறார். அல்பெரூனி இந்தியாமீது கொண்டிருந்த அதே வியப்பை, அதே மதிப்பை ஜோன்ஸிடமும் நாம் காண்கிறோம். இதென்ன நாடு, இப்படியா வெயில் அடித்துக் கொளுத்தும்? இதென்ன வீதிகள் இப்படித் தாறுமாறாக இருக்கின்றன? இந்த மக்களுக்குச் சுகாதாரம் என்றால் என்ன வென்றே தெரியதா? இவர்களுக்கு வரலாறு என்றால் என்ன வென்றாவது தெரியுமா? இப்படியெல்லாம் நட்சத்திரத்தின்மீது ஏறியமர்ந்துகொண்டு அங்கிருந்து இந்தியாவை இளக்காரமாகக் குனிந்து பார்த்து முகம் சுளித்த எண்ணற்ற வெள்ளைக்காரர்களில் ஒருவராக இல்லாமல், இந்தியாவை அதன் உள்ளடக்கத்துக்காக, அதன் பண்பாட்டுக்காக, அதன் இலக்கியத்துக்காக, அதன் வளமான கடந்த காலத்துக்காக, மிக முக்கியமாக அதன் மொழிக்காகப் பெரிதும் மதித்தார் ஜோன்ஸ்.

வில்லியம் ஜோன்ஸ்

அல்பெரூனி போலவே எந்தவித முன்முடிவும் இல்லாமல் இந்தியாவை அதன் நிறைகுறைகளோடு புரிந்துகொள்ள விரும்பினார் ஜோன்ஸ். அதற்காக உழைக்கவும் அவர் தயாராக இருந்தார். இந்தியாவை எப்படிப் பிரச்னையின்றி ஆள்வது, இந்தியாவில் நமக்கு எதிரான மனநிலை தோன்றாமல் எப்படிப் பார்த்துக்கொள்வது, இங்கிருந்து முடிந்த அளவுக்கு எப்படி சுருட்டிக்கொண்டு செல்வது என்றெல்லாம் கவலைப்பட்டுக் கொண்டிருந்தவர்கள் மத்தியில், இந்தியாவில் எங்கு திரும்பினாலும் இப்படி மலை மலையாக அறிவுச்செல்வம் குவிந்திருக்கிறதே, இதையெல்லாம் நான் எப்போது கற்கப் போகிறேன் என்று திக்குமுக்காடி நின்றார் ஜோன்ஸ்.

என் செய்வேன் நான்? பண்டைய இந்தியாவின் வரலாற்றைப் புரட்டிப்பார்த்தால் மலைப்பிலும் மலைப்பாக இருக்கிறது. மறை நூல்கள் கடல் போல் விரிந்திருக்கின்றன. கணிதம், வடிவியல், தர்க்கம், தத்துவம், இலக்கியம் என்று எதைத் தொட்டாலும் ஆகாயம் போல் நீள்கிறது. எனது துறையான சட்டத்தை எடுத்துக்கொண்டால் இந்துக்களும் முகமதியர்களும் தங்களுக்கான பிரத்தியேகச் சட்ட நூல்களை இயற்றி வைத்திருக் கிறார்கள். நான் நவீன இந்தியாவின் அரசியலைக் கற்பேனா

அல்லது பண்டைய இந்தியாவின் மரபுகளைக் கற்பேனா? இந்திய நிலவியலில் ஆர்வம் செலுத்துவேனா அல்லது காவிய அழகியலில் என்னைத் தொலைப்பேனா? கவிதை, மருத்துவம், உடற்கூறியல், இசை, அறம், வணிகம் என்று இங்கு வளம் பெறாத துறைகளே இல்லை! தனியொருவனால் என்னால் இந்த ஞானக்கடலைப் பருகித் தீர்க்க முடியாது. ஓர் அறிவியக்கத்தை நாம் தொடங்கியாகவேண்டும். இந்தியாவின் செழுமையை நாம் பதிவு செய்யவேண்டும்.

நாம் ஏன் இதையெல்லாம் செய்யவேண்டும்? அதற்காகவா வந்திருக்கிறோம் இந்தியாவுக்கு? யாரிடமிருக்கிறது பணம்? யார் நேரம் செலவிடமுடியும் இதற்கெல்லாம் என்று சலித்துக் கொண்டவர்களை ஒதுக்கிவிட்டு, 'ஏஷியாடிக் சொஸைட்டி' எனும் அமைப்பை வந்ததும் வராததுமாக கல்கத்தாவில் உருவாக்கினார் வில்லியம் ஜோன்ஸ். தான் செய்ய விரும்பிய அனைத்தையும் அங்கே அமர்ந்துகொண்டு செய்யத் தொடங்கினார். அவரைப் போலவே ஆர்வமும் துடிப்பும் மிக்க பிரிட்டிஷ் இளைஞர்களை அமைப்பில் சேர்த்துக்கொண்டார். எல்லோரும் சேர்ந்து இந்தியாவின் பழங்கால ஏடுகளைத் தேடத் தொடங்கினர். மொழிபெயர்க்கத் தொடங்கினர். ஆய்வுக் கட்டுரைகளை எழுதத் தொடங்கினர்.

அலுவலக நேரங்களில் நீதிபதியாக அமர்ந்து வழக்குகளைப் பார்ப்பார். வேலை முடிந்ததும் விரைந்து வந்து நீதிபதி ஆடையைக் களைந்து, குர்தா அணிந்துகொண்டு, புத்தகங்களை எடுத்து வைத்துக்கொண்டு படிக்கவும் எழுதவும் ஆரம்பிப்பார். அவருக்குக் கிடைத்த, அவர் தேடிய, அவர் கனவு கண்ட பிரதிகள் எல்லாமே சமஸ்கிருதத்தில் எழுதப்பட்டிருந்ததால் அம்மொழி இயல்பாகவே அவருடைய பேரார்வத்தைக் கிளறிவிட்டது. விரைவில் சமஸ்கிருதத்தைத் கற்றுத் தேர்ந்தார். அதுவும் எப்படி? அதற்குமுன்பிருந்த எந்த ஐரோப்பியரும் பெற்றிராத ஆழமான உறவை சமஸ்கிருதத்தோடு ஜோன்ஸால் வளர்த்துக்கொள்ள முடிந்ததற்கு அவர் ஒரு மொழியியலாளராக இருந்ததும் அவர்கள் எல்லோரையும்விட இந்தியாவை அவர் மனமாற நேசித்ததும் ஒரு முக்கியமான காரணம்.

தனக்குத் தெரிந்த மொழிகள் அனைத்தோடும் சமஸ்கிருதத்தை ஒப்பிட்டு ஆய்வுகள் நடத்தியபின் சில முடிவுகளுக்கு வந்து சேர்ந்தார் ஜோன்ஸ். 'சமஸ்கிருதம் எவ்வளவு பழமையானது

ராஜா ரவி வர்மாவின் சகுந்தலா

என்று எனக்குத் தெரியாது. ஆனால், எனக்கு உறுதியாகத் தெரிவது என்னவென்றால் அது அற்புதமான அமைப்பைக் கொண்டிருக்கும் ஒரு மொழி. இலக்கண ரீதியில் கிரேக்கம், லத்தீன் இரண்டோடும் சமஸ்கிருதம் நெருக்கமான உறவைக் கொண்டிருக்கிறது. அதே நேரம் கிரேக்கத்தைக் காட்டிலும் கச்சிதமானது. லத்தீனைக் காட்டிலும் செழுமையானது. இந்த மூன்றையும் அருகருகில் நிறுத்தி ஆராயும் எந்த மொழியியல் அறிஞரும் இந்த மூன்றும் ஒரே இடத்திலிருந்துதான் தோன்றியிருக்கமுடியும் என்னும் முடிவுக்கே வந்துசேர்வார்.'

இவ்வாறு அறிவித்ததன்மூலம் கடும் எதிர்ப்புகளை அவர் சக பிரிட்டிஷாரிடமிருந்து எதிர்கொள்ளவேண்டியிருந்தது. மேற்குலகின் பாரம்பரியமிக்க மொழிகளாக கிரேக்கத்தோடும் லத்தீனோடும் ஓர் இந்திய மொழியை ஒப்பிடுவதா? இந்திய மொழி எல்லாவற்றையும்விடச் சிறந்தது என்று தீர்ப்பும் தருவதா? இதைவிடவும் பெரிய அபத்தம் என்ன இருக்கமுடியும்? ஆனால், ஜோன்ஸ் சொன்னது உண்மை என்பது இன்று உறுதியாகிவிட்டது.

ஏன் சமஸ்கிருதம் உயர்ந்தது என்பதை நீங்களே பார்த்துக் கொள்ளுங்கள் என்று செயலில் இறங்கினார் ஜோன்ஸ். ராமாயணம், பகவத் கீதை, ஜெயதேவரின் கீத கோவிந்தம், காளிதாசர் என்று தொடங்கி அவரும் அமைப்பினரும் சேர்ந்து பல சமஸ்கிருத நூல்களை ஆங்கிலத்துக்கு மொழிபெயர்த்து வெளியிடத் தொடங்கினார்கள். இலக்கியத்தோடு நிறுத்திக் கொள்ளாமல் வரலாற்றிலும் சில முக்கியமான கண்டு பிடிப்புகளை நிகழ்த்தினார் ஜோன்ஸ். பண்டைய இந்தியாவைப் பண்டைய கிரேக்கத்துக்கு அருகில் நிறுத்தி காலவரிசை ஒன்றை உருவாக்கினார். மெகஸ்தனிஸின் இண்டிகாவை ஆராய்ந்து அதில் வரும் 'பலிபோத்ரா' பாடலிபுத்திரம்தான் என்பதையும் அவர் குறிப்பிடும் விநோதப் பெயர் கொண்ட மன்னர் வேறு யாருமில்லை, சந்திரகுப்த மௌரியர்தான் என்பதையும் கண்டறிந்து சொன்னார்.

'இந்தியா பிற்போக்கான நாடு, கல்வியற்ற நாடு, வரலாறற்ற நாடு, நாகரிகமற்ற நாடு. இந்தியாவை இந்தியர்கள் ஆள்வதைவிட நாம் ஆள்வதுதான் இந்தியாவுக்கு நல்லது.' இந்தியாவை ஆக்கிரமித்ததற்கு கிழக்கிந்திய கம்பெனியும் பின்னர் பிரிட்டிஷ் பேரரசும் முன்வைத்த இந்த நியாயத்தை ஜோன்ஸ் தலைகீழாக மாற்றினார். இந்தியாவை அறியாதவர்கள் மட்டுமே எங்கள் மதம்

உயர்ந்தது, எங்கள் மொழி சிறந்தது, எங்கள் பண்பாடு மேலானது என்றெல்லாம் பெருமிதம் கொள்ளமுடியும். என்னைப் பொருத்தவரை இந்திய நாகரிகம் கிரேக்க, ரோமானிய நாகரிகத்துக்குச் சமமான வலுவும் ஆற்றலும் கொண்டது என்று திடமாக அறிவித்தார் ஜோன்ஸ்.

ஜோன்ஸின் படைப்புகள் பிரிட்டனுக்கும் மற்ற ஐரோப்பிய நாடுகளுக்கும் செல்லத் தொடங்கியதையடுத்து அங்குள்ள மக்களும் மனமாற்றம்கொள்ளத் தொடங்கினர். ஜோன்ஸ் வாயிலாக சாகுந்தலத்தை முதல் முதலில் வாசித்த ஐரோப்பியர்கள் தங்கள் இதயத்தைப் பறிகொடுத்தார்கள். ஆங்கிலத்திலிருந்து சாகுந்தலம் ஜெர்மனுக்கு உடனடியாக மொழிபெயர்க்கப்பட்டது.

எங்கெல்லாம் ஜோன்ஸ் இந்தியாவை அறிமுகப்படுத்தினாரோ அங்கெல்லாம் இந்தியா வரவேற்கப்பட்டது, கொண்டாடப் பட்டது. பண்டைய இந்தியாமீது வில்லியம் ஜோன்ஸ் பாய்ச்சிய ஒளி அசாதாரணமானது. மொழியியல் முதல் மொழிபெயர்ப்பு வரை ஜோன்ஸ் ஆற்றிய பங்களிப்புகள் (அவற்றின் குறை களையும் போதாமைகளையும் மீறி) இன்றும் முக்கியமானவையாகக் கருதப்படுகின்றன. பண்டைய இந்தியவியலை ஒரு துறையாக வளர்த்தெடுத்தவர்களில் முதன்மையானராக ஜோன்ஸ் திகழ்கிறார்.

சில ஆண்டுகள் பணியாற்றிவிட்டுக் கிளம்பிவிடலாம் என்று எண்ணிதான் இந்தியா வந்தார் ஜோன்ஸ். 27 ஏப்ரல் 1794 அன்று அவர் மிகவும் நேசித்த கல்கத்தாவில் அவர் உயிர் பிரிந்தது. அப்போது அவர் வயது 47 மட்டுமே. அதற்குள் சட்டம், இசை, வரலாறு, இலக்கியம், தாவரவியல், புவியியல் என்று பல துறைகளில் மலைக்கவைக்கும் படைப்புகளை உருவாக்கி விட்டார். இந்தியா ஏற்படுத்திய மலைப்பைவிடவும் பெரிதான ஒன்றை யார்தான், எதுதான் ஏற்படுத்திவிடமுடியும் என்பார் ஜோன்ஸ்.

- 69 -

வரலாறு திரும்புகிறது

பிரிட்டிஷ் அதிகாரிகளில் ஒரு பிரிவினர் சமகால இந்தியாவை ஆண்டுகொண்டிருக்க, இன்னொரு சாரார் பண்டைய இந்தியாவை வியந்து, வியந்து ஆராய்ந்துகொண்டிருந்தனர். இந்தியாவை ஆள்வதற்காகவும் ஆள்பவர்களுக்கு உதவி செய்வதற்காகவும் அனுப்பிவைக்கப்பட்டவர்கள்தாம் என்றாலும் அரசியலைவிட வரலாறே அவர்களை ஈர்த்தது. நிர்வாகத்தைவிடத் தொன்மத்தில் அதிகக் கவனம் செலுத்தினார்கள். அலுவலகக் கோப்புகளைப் புரட்டிப் புரட்டிச் சோர்ந்து போன கண்களுக்கு உயிரூட்டும் வகையில் பண்டைய இலக்கியப் பிரதிகளை மாய்ந்து, மாய்ந்து வாசித்தனர், ஆராய்ந்தனர், மொழிபெயர்த்தனர். இந்த அறிவுத்தேடலின் விளைவாக ஜோன்ஸ் போலவே வேறு சிலரும் இந்திய வரலாற்றில் குறிப்பிடத்தக்க கண்டுபிடிப்புகளை நிகழ்த்தினர்.

ஜேம்ஸ் பிரின்ஸெப் அவர்களில் ஒருவர். லண்டனில் கட்டடக்கலையும் வேதியியலும் பயின்றவர். பதின் பருவத்தைக் கடந்து வருவதற்குள் கிழக்கிந்திய கம்பெனி அவரை கல்கத்தாவுக்கு அழைத்துவந்துவிட்டது. நாணயங்கள் அச்சிட்டுத்

தயாரிக்கும் ஆலையில் அவரை நியமித்திருந்தார்கள். ஓராண்டு பணியாற்றிய பிறகு அங்கிருந்து வாரணாசிக்கு அவரை அனுப்பி வைத்தார்கள். வாரணாசியைக் காணும்வரை பிரின்ஸெப் அறிவியல் நாட்டம் கொண்ட ஓர் இளைஞராக, தானுண்டு தன் வேலையுண்டு என்று இருக்கும் ஒரு நல்ல பணியாளராகத்தான் இருந்தார். வேதியியல் தொடர்பான பணிகளில் மட்டும் அதுவரை கவனம் செலுத்திவந்தவர் வாரணாசியைக் கண்டதும், குறிப்பாக ஊரெங்கும் நிறைந்திருந்த கோயில்களைக் கண்டதும் பிரமித்துப் போனார்.

கண்பார்வையில் தோன்றிய குறைபாட்டால்தான் கட்டடக் கலையிலிருந்து வேதியியல் துறைக்கு மாறினார் பிரின்ஸெப். வாரணாசி அவரை வேதியியலிலிருந்து மீண்டும் கட்டடக் கலைக்கே திருப்பிவிட்டது. பார்வை குறைபாடும் இப்போது சரியாகியிருந்ததால் உற்சாகத்தோடு வாரணாசி கோயில்களை வலம்வந்தார். குளமும் படித்துறையும் சிற்பமும் விதானமும் அவரை ஈர்த்தன. சித்திரங்களைத் தீட்டினார். கோயில் கட்டடக்கலையை அருகில் சென்று ஆராய்ந்தார்.

வாரணாசி முழுக்க அலைந்து, திரிந்து ஒரு வரைபடத்தை உருவாக்கிக்கொடுத்தார். வாரணாசியை அழகிய படங்களோடு கூடிய விளக்கங்களோடு அறிமுக நூலொன்றை எழுதினார். அடைத்துக்கொண்டிருக்கும் ஏரிகளைச் சீர்செய்யும் வகையில் சுரங்கப்பாதையை வடிவமைத்துக்கொடுத்தார். ஔரங்கசீப் காலத்து கோபுரங்களைப் புனரமைக்கும் பணியில் தன்னை ஆர்வத்தோடு ஈடுபடுத்திக்கொண்டார். பத்தாண்டுகாலம் வாரணாசியோடு நெருக்கமாக இருந்தார் பிரின்ஸெப். கல்கத்தாவுக்கு மீண்டும் வந்த பிறகு, ஏற்கெனவே அங்கே தொடங்கி வைத்த சில பணிகளைத் தொடர்ந்து மேற்பார்வை இட்டார்.

கலை, கட்டடம், பண்பாடு ஆகியவற்றிலிருந்து மொழிகள்மீதும் பிரின்ஸெப்புக்கு ஆர்வம் படர்ந்தது. வில்லியம் ஜோன்ஸ் தொடங்கி வைத்த ஏஷியாடிக் சொஸைட்டியிலிருந்து வெளிவரும் ஆய்விதழின் ஆசிரியராக நியமிக்கப்பட்டார். தனது பெயரை நிலைநாட்டும் மாபெரும் கண்டுபிடிப்பொன்றை பிரின்ஸெப் நிகழ்த்தியது அதன்பிறகுதான். பண்டைய இந்திய ஆய்வுகளின் ஒரு பகுதியாக, கல்வெட்டுகள் படியெடுக்கும் பணி பல இடங்களில் அப்போது நடைபெற்றுவந்தது. பல பகுதிகளில்

ஜேம்ஸ் பிரின்ஸெப் வரைந்த வாரணாசி வரைபடங்கள்

பாறைகளிலும் தூண்களிலும் சில விசித்திரமான எழுத்துகள் பதிவு செய்யப்பட்டிருந்தது கண்டுபிடிக்கப்பட்டது. பலரும் முயன்று, முயன்று பார்த்தும் அந்த எழுத்துகளைக் கண்டுபிடிக்க முடியவில்லை. இந்தியாவை ஆராய்ந்து வந்த எவரும் அந்த எழுத்துகளை அதுவரை பார்த்ததில்லை.

அங்குமிங்குமிருந்து பலரும் இந்த விநோத கல்வெட்டு எழுத்துகளைப் பிரதியெடுத்து பிரின்ஸெப்புக்கு அனுப்பி வைத்துக்கொண்டிருந்தனர். அவர் எல்லாவற்றையும் தொகுத்துக் கொண்டு, பல ஆண்டுகள் விடாமல் ஆராய்ந்துகொண்டிருந்தார். அங்கும் இங்குமாகக் கிடைத்த துப்புகளை ஒன்றுசேர்த்து ஒரு வழியாகக் கல்வெட்டில் இருப்பது பிராகிருத மொழி என்பதையும் அது பிராமி எழுத்துருவில் எழுதப்பட்டிருக்கிறது என்பதையும் கண்டுபிடித்தார் பிரின்ஸெப். 'தேவனாம்பிய பியதசி' எனும் மன்னர்தான் இந்தத் தூண்களிலும் பாறைகளிலும் எழுதி வைத்திருக்கிறார் என்பது தெரியவந்தது. யார் இந்த மன்னர் என்று தேடலை விரிவாக்கியபோது, அசோகரிடம் வந்துசேர்ந்தார் பிரின்ஸெப். பண்டைய இந்தியாவின் மகத்தான பேரரசரான அசோகர் கண்டுபிடிக்கப்பட்டது இப்படித்தான்.

ஒரு நாள் ஜேம்ஸ் பிரின்ஸெப் கல்கத்தாவில் அலெக்சாண்டர் கன்னிங்காம் என்னும் 19 வயது இளைஞரைச் சந்தித்தார். கன்னிங்காம் லண்டனில் பொறியியல் பயின்றவர்; ராணுவப் பயிற்சியும் எடுத்துக்கொண்டவர். பிரின்ஸெப்போடு 1833இல் தொடங்கிய உரையாடல் தனிப்பட்ட ஒரு நிகழ்வாக இல்லாமல் வளர்ந்து, நீண்டுகொண்டே போனது. தன்னுடைய பணிகளின் ஊடே அவ்வப்போது பிரின்ஸெப்புக்குக் கடிதம் எழுதத் தொடங்கினார். பிரின்ஸெப்பின் இந்திய ஆர்வம் கன்னிங்காமைத் தொற்றிக்கொண்டது. இந்திய வரலாற்றில் பிரின்ஸெப் கொண்டிருந்த ஆழ்ந்த அக்கறையை, கன்னிங்காம் பகிர்ந்து கொள்ளத் தொடங்கியபோது இருவருக்கும் இடையிலான நட்பு வலுவடைய ஆரம்பித்தது. வாரணாசி பிரின்ஸெப்பை உரு மாற்றியது போல் பிரின்ஸெப் கன்னிங்காமை உருமாற்றினார்.

கிட்டத்தட்ட 30 ஆண்டுகள் பிரிட்டிஷ் இந்திய ராணுவத்தில் பணியாற்றினார் கன்னிங்காம். உயர் பொறுப்புகள் பலவும் அவரைத் தேடிவந்தன. கர்னலாக கிடுகிடுவென்று வளர்ந்தவர், பணி ஓய்வு பெறும்போது மேஜர் ஜெனரலாகியிருந்தார். எவ்வளவோ மாற்றங்கள். ஆனால், இறுதிவரை அவர் தன்

கண்களைப் பழங்கால இந்தியாவிலிருந்து ஒரு கணமும் அகற்றவேயில்லை. பயணங்கள் வாயிலாக இந்தியாவோடு தன்னை நெருக்கமாக்கிக்கொண்டவர் கன்னிங்காம். வேலையாகத்தான் இந்தியாவெங்கும் சுற்றித் திரிந்தார் என்றாலும் செல்லும் இடமெல்லாம் இந்தியாவைத் தொடர்ச்சியாக அவர் ஆராய்ந்துகொண்டிருந்தார். தொல்லியல் துறையின்மீது அவர் ஈடுபாடு வளர்ந்திருந்தது.

இந்தியாவின் பழங்காலம் பூமிக்கு அடியில் புதைந்துகிடப்பதாக அவர் உறுதியாக நம்பினார். அதுதான் நிஜமான இந்தியா. அது நம்மோடு உரையாடத் துடித்துக்கொண்டிருக்கிறது. எண்ணற்ற கதைகளைச் சொல்வதற்காகக் காத்துக்கொண்டிருக்கிறது. அலெக்சாண்டர் வந்து சென்ற இந்தியா, மெகஸ்தனிஸ் எழுதிய இந்தியா, கிரேக்கர்கள் கண்டுபிடித்த இந்தியா இங்குதான் எங்கோ புதைந்துகிடக்கிறது. சீனாவோடு பட்டுப் பாதையைப் பகிர்ந்துகொண்ட இந்தியா மணலுக்கடியில் இன்னமும் வாழ்ந்து கொண்டிருக்கிறது. புத்தரின் இந்தியா மறைந்துவிடவில்லை. பாஹியானின் கால் தடங்கள் அழிந்துவிடவில்லை. அதே காலடித் தடங்களில் மீண்டும் தன் கால்களைப் பதித்து நடந்த யுவான் சுவாங்கின் மூச்சுக்காற்று நமக்காகக் கீழுலகில் காத்துக் கிடக்கிறது. ஒவ்வொன்றையும் தோண்டியெடுத்து மேலே கொண்டுவரும்வரை ஓயமாட்டேன் என்றார் கன்னிங்காம். குதிரையில் ஏறிச் சுற்றினார். மாட்டு வண்டியில் ஆடி அசைந்து சென்றார். நடந்தார்.

கன்னிங்காம் தொல்லியலுக்குள் பேரார்வத்தோடு இறங்கியபோது, மிக மிக ஆரம்ப நிலையில் இருந்தது அத்துறை. அறிவியல் பார்வை என்பதே சுத்தமாக இல்லாத பிரிட்டிஷ் காரர்கள்தாம் அதிகாரிகளாக இருந்தனர். எந்தவித வழிகாட்டு நெறிகளும் வகுக்கப்படவில்லை. கிடைத்த துப்புகளைக் கொண்டு ஓரிடத்தைத் தேர்ந்தெடுப்பார்கள். உள்ளூர் மக்களைப் பணியிலமர்த்தி தோண்டுங்கள் என்று உத்தரவிட்டுவிட்டுச் சாய்ந்து உட்கார்ந்துகொள்வார்கள். பழங்காலச் சிதிலங்கள், மாளிகைகளின் எச்சங்கள், தூண்கள், நாணயங்கள் என்று அகப்பட்டதை வெளியில் எடுத்து பத்திரப்படுத்திவிட்டு, மண்ணை மூடிவிட்டுக் கிளம்பிவிடுவார்கள். கிடைக்கும் பழங்காலப்பொருள்களைப் பெரும்பாலும் அதிகாரிகளே பத்திரப்படுத்திக்கொண்டு விடுவார்கள். மாளிகையின் தூண் பிடித்திருந்தால் பெயர்த்து எடுத்து வந்து வீட்டில் வைத்துக் கொள்வார்கள். தேவை இல்லாதவை களையப்படும். எஞ்சி

நிற்கும் சிலவற்றை அருங்காட்சியத்தில் கொண்டுவந்து கணக்குக் காட்டி வைத்துவிடுவார்கள். விலை மதிப்புள்ளவை என்று தெரிந்தால் கப்பலில் போட்டு ஊருக்கு அனுப்பி வைத்து விடுவார்கள். கன்னிங்காமின் வருகைக்குப் பிறகு இவை எல்லாம் பெருமளவில் மாறின.

கன்னிங்காமைப் பொருத்தவரை பாஹியான், யுவான் சுவாங் இருவரும் எழுதி வைத்துவிட்டுப் போன குறிப்புகள்தாம் இந்தியாவைக் கண்டுபிடிப்பதற்கான சாவிகள். புத்தர்தான் அவருடைய கலங்கரை விளக்கம். பழங்கால இந்தியாவின் புவியியலைத் தெரிந்துகொள்ள அவர் நாடியது கிரேக்கர்களை. அலெக்சாண்டரின் வழித்தடத்தைப் பின்தொடர்ந்தால் பண்டைய இந்தியாவை அடைந்துவிடலாம் என்று கன்னிங்காம் திடமாக நம்பினார்.

புத்தர் தம்மம் போதித்த சாரநாத்தில் தொல்லியல் ஆய்வுகளைப் படிப்படியாகத் தொடங்கினார். சாரநாத்தின் முக்கியத்துவத்தை உணர்ந்து முதல் முறையாக முறையான அகழ்வாராய்ச்சியை அங்கே தொடங்கி வைத்தவர் கன்னிங்காம்தான். அவருடைய முன்முயற்சியால் பழம்பெரும் இந்தியக் கட்டுமானங்களில் ஒன்றான சாஞ்சி, நிலத்துக்கு அடியிலிருந்து மெல்ல உயிர்பெற்று எழுந்துவந்தது. பிரின்ஸெப் அசோகரைக் கண்டறிந்தது போல், அவர் நண்பர் கன்னிங்காம் அசோகரின் மாபெரும் கட்டு மானத்தைக் கண்டறிந்தார். புத்தரோடு தொடர்புடைய மற்ற இடங்களிலும் முறையான ஆய்வுகளைத் தொடங்கினார்.

ஜேம்ஸ் பிரின்ஸெப்

தொல்லியல் ஆய்வுகள் எப்படி நடத்தப்படவேண்டும் என்பதற்கான தெளிவான வழிகாட்டு நெறிகளையும் வகுத்துக் கொடுத்தார் கன்னிங்காம். பண்டைய வரலாற்றோடு தொடர்புடைய இடங்களை எப்படித் தேர்ந்தெடுத்துப் பார்வையிடுவது, அங்குள்ள கட்டடங்களை ஆராய்ந்து எவ்வாறு அறிக்கைகள் தயாரிப்பது, கண்டெடுக்கப்படும் சிற்பங்களையும் இன்னபிற பழம்பொருள்களையும் எவ்வாறு ஆவணப் படுத்துவது, படங்கள் எப்படி வரைவது, எப்படிப்பட்ட தாள்களில் படங்கள் வரையவேண்டும், படங்களுக்குக் கீழே குறிப்புகள் எவ்வாறு எழுதவேண்டும், புகைப்படங்கள் எங்கே சேர்க்கவேண்டும் உள்ளிட்ட எல்லாவற்றையும் அவர் விளக்கி எழுதியிருக்கிறார். தனது தொல்லியல் ஆய்வுகளைத் தொகுத்து 1854ஆம் ஆண்டு அவர் வெளியிட்ட படங்களோடு கூடிய 368 பக்க நூலை, தொல்லியல் ஆய்வாளர்கள் இன்றும் மதிக்கின்றனர்.

இதற்கிடையில் உடலையும் மனதையும் தேவைக்கும் அதிகமாக வருத்திக்கொண்டு பணியாற்றிக்கொண்டிருந்த ஜேம்ஸ் பிரின்ஸெப் துவண்டு விழுந்தார். லண்டன் சென்று சேர்ந்த பிறகும் சரியாகாமல் தனது 41ஆவது வயதில் இறந்துபோனார். பிரின்ஸெப்பின் பணிகளைக் கன்னிங்காம் தொடர்ந்து முன்னெடுத்துச் சென்றார். 1857ஆம் ஆண்டு சிப்பாய் புரட்சி மூண்டது. அதற்கு முன்பே பல இடங்களில் கிளர்ச்சிகள் தொடங்கிவிட்டன. தொல்லியலுக்கென்று ஓர் அமைப்பை இந்தியாவில் நிறுவவேண்டும் என்று நீண்டகாலமாகப் போராடி வந்த கன்னிங்காமின் கனவு நிறைவேறியது. இந்தியத் தொல்லியல் ஆய்வகத்தின் முதல் தலைமை இயக்குநராக கன்னிங்காம் நியமிக்கப்பட்டார். தட்சசீலம், நாளந்தா, கௌசாம்பி, பத்மாவதி, வைஷாலி என்று தொடங்கிப் பல பண்டைய இந்திய நகரங்களை அடுத்தடுத்து கண்டுபிடித்து அனைவரையும் ஆச்சரியத்தில் ஆழ்த்தினார். அவருடைய தொல்லியல் பங்களிப்புகளைச் சுருக்கமாகத் தொட்டுக்காட்டுவது கூட மிகவும் கடினம்.

ஒரு சக்கரம் போல் வரலாறு உருண்டோட ஆரம்பித்தது. இருளில் புதைந்திருந்த பழங்காலம் மினுமினுப்பான வெளிச்சத்தை முதல்முறையாகக் கண்டது.

- 70 -

யானை தடவுதல்

கிரேக்கம் கண்டறிந்த இந்தியாவில் தொடங்கி, கிரேக்கப் பதிவுகளைக் கொண்டு இந்தியாவைக் கண்டறிந்த பிரிட்டனிடம் வந்து சேர்ந்திருக்கிறோம். ஹெரோடோட்டஸில் ஆரம்பித்த பயணம் கன்னிங்காமிடம் வந்து முடிவடைந்திருக்கிறது. முடிவடைந்திருக்கிறதே தவிர, நிறைவடையவில்லை. இன்னும் ஆயிரம் அத்தியாயங்களுக்கு விரித்துச் சென்றாலும் இந்தியாவைப் போதுமான அளவுக்கு விளக்கிவிட முடியாது.

நூறு அல்பெரூனிகள் திரண்டு வந்தாலும், நூறு வில்லியம் ஜோன்ஸ்கள் பிறந்துவந்து ஆராய்ந்தாலும் இந்தியா அவர்கள் கரங்களுக்கு முழுமையாக அகப்படப் போவதில்லை.

இந்தியா என்பது ஒரு நாடா, துணைக்கண்டமா அல்லது உலகமா? இந்தியா என்பது அதன் வரலாறா, மதமா, பண்பாடா, அரசியலா? இந்தியா என்பது அதன் பழமையா, புதுமையா, இரண்டின் கலவையா? இந்தியா என்பது நிலமா, கடலா, பள்ளத்தாக்கா, காடா? இந்தியா என்பது மொழியா, மக்களா, உணர்வா? இந்தியா என்பது கிராமமா, நகரமா, பெருநகரமா? இந்தியா என்பது

புத்தர், காந்தாரம், 1-2 பொஆமு

காவியமா, பாடலா, இசையா? இந்தியா என்பது தொன்மமா, கதையா, பழங்காலத்து நினைவா? இந்தியா என்பது வறுமையா, செழுமையா? இந்தியா என்பது ஒன்றா, பலவா? இந்தியா என்பது நம்பிக்கையா, கனவா, கருத்தா, அல்லது எல்லாமேவா? எல்லாமே என்றால் இதில் எதுவொன்றைத் தொட்டாலும் கடல் போல் அல்லவா விரிகிறது?

இந்தியாவின் மொழிகள் அனைத்தையும் அறிந்தவர் யார்? வரலாறுதான் இந்தியா என்றால் அதைக் கற்றுத் தீர்த்தவர் யார்? மதம்தான் இந்தியா என்றால் அதைப் பருகித் தீர்த்தவர் யார்? இந்தியாவின் நீள, அகலங்களை அளந்து முடிக்க ஒருவருக்கு எவ்வளவு ஆயுள்கள் போதும் என்று உத்தேசமாவது சொல்ல முடியுமா? இதுதான் இந்தியாவின் சாரம் என்று திட்டவட்டமாகச் சுட்டிக்காட்டுவதற்கு இன்னும் எவ்வளவு ஆயிரம் நூல்கள் எழுதப்படவேண்டும்?

நாம் சந்தித்த பயணிகள் கலக்கம்கொள்ளவில்லை. மேற்கு பகுதியில் காலடி பதித்தவுடன் இதுதான் இந்தியா என்றார்கள். வடக்கைக் கண்டதும் இல்லை இதுதான் இந்தியா என்றார்கள். இல்லை, தெற்குதான் இந்தியா என்றார்கள் அங்கு சென்றவர்கள். சிலர் சமஸ்கிருதத்தைக் கற்றுத் தெரிந்துகொண்டு இதுதான் இந்தியா என்றனர். சிலர் இந்து மதத்தைச் சுட்டிக்காட்டி இதுதான் பண்டைய இந்தியாவின் அடையாளம் என்றனர். கடவுள் களையும் கட்டுமானங்களையும் சடங்குகளையும் நம்பிக்கை களையும் விவரித்துவிட்டு, இந்தியாவை விவரித்துவிட்டேன் என்றனர். புத்தர்தான் இந்தியாவின் இதயம். அவரை உணர்ந்தால் இந்தியாவை உணர்ந்துவிடலாம் என்றார்கள் வேறு சிலர். விகாரைகளிலும் ஜாதகக் கதைகளிலும் திரிபிடகத்திலும் இந்தியா ஒளிந்திருப்பதை அவர்கள் கண்டறிந்து வெளிப்படுத்தினார்கள்.

காலவரிசைப்படி நிகழ்வுகளைப் பட்டியலிட்டுவிட்டு இதுதான் இந்தியா என்றார்கள் சிலர். மகாராஜாக்களின் கதைகளைத் தொகுத்துவிட்டு, இந்தியாவின் வரலாற்றைத் தொகுத்து விட்டதாகச் சிலர் நம்பினர். எங்கெங்கும் நிறைந்து வழியும் வறுமையின்மீது கவனத்தைக் குவித்த சிலர், வறுமையின் கதைதான் இந்தியாவின் கதையும் என்றனர். வாரணாசியில் உடலெல்லாம் சாம்பல் பூசிக்கொண்டு, தாடி மீசையோடு திரியும் சாதுக்களின் கூட்டத்தை எழுதிவிட்டு, இந்தியாவின் கதையை எழுதிவிட்டேன் என்றார்கள்.

இந்திய நாகரிகம் உயர்ந்தது. இந்தியாவுக்கு நாகரிகம் என்றொன்று கிடையாது. இந்திய வரலாறு பிரமிக்கத்தக்கது. இந்தியாவுக்கு வரலாறு கிடையாது. இந்தியாவில் எல்லாமே ஏற்கெனவே கண்டுபிடிக்கப்பட்டுவிட்டன. இந்தியா எதையும் கண்டுபிடிக்கவில்லை. இந்தியா என்றால் மூடநம்பிக்கை. இந்தியா என்றால் அற்புதம். இந்தியா வேற்றுமையில் ஒற்றுமை காணும் நாடு. இந்தியா ஒரு மதவாத நாடு. இந்தியா ஒரு புண்ணிய பூமி. இந்தியா ஓர் அழுக்கு மூட்டை. இந்தியா பகுதியளவிலும் முழுமையாகவும் அந்நியர்களால் ஆளப்பட்டிருக்கிறது; எனவே அது ஒரு பலவீனமான நாடு. அலெக்சாண்டர் தொடங்கி ஆங்கிலேயர் வரை உள்ளே நுழைந்த எல்லா ஆக்கிரமிப்பாளர் களையும் இந்தியா நொறுக்கி அனுப்பியிருக்கிறது; எனவே இந்தியா ஒரு பலமான தேசம்.

அயல்தேசத்துப் பயணிகளால் இந்தியாவை ஒருபோதும் புரிந்து கொள்ளமுடியாது. அதனால்தான் இப்படிப் பிழையாகவும் முன்னுக்குப் பின் முரணாகவும் அரைகுறையாகவும் அவர்கள் பதிவுகள் அமைந்துவிட்டன என்று அவசரப்பட்டு முடிவு கட்டிவிட வேண்டாம். இந்தியர்களின் பார்வையில் இந்தியாவின் கதையைச் சொல்லத் தொடங்கினாலும் கிட்டத்தட்ட இதே போன்ற முரண்களையும் இதே போன்ற பிழைகளையும் இதே போன்ற முழுமையற்ற பார்வைகளையும்தான் நாம் எதிர்கொள்ள வேண்டியிருக்கும். எனில், இந்தியர்களாலும் இந்தியாவைப் புரிந்துகொள்ள முடியவில்லை என்று சொல்லிவிடலாமா?

இன்றும் வடக்கிலிருக்கும் ஒருவரின் இந்தியாவும் தெற்கிலிருக்கும் ஒருவரின் இந்தியாவும் ஒன்றுபோல் இருப்பதற்கு வாய்ப்புக் குறைவுதான். சமஸ்கிருத இந்தியாவும் பாலி இந்தியாவும் பிராகிருத இந்தியாவும் தமிழ் இந்தியா போல் இருக்கப் போவதில்லை.

ஓர் ஆணின் இந்தியாவும் பெண்ணின் இந்தியாவும் ஒன்றல்ல. சாதிப் படிநிலையில் மேலே இருப்பவரும் கீழே இருப்பவரும் ஒரே இந்தியாவில்தான் வாழ்கின்றனரா, என்ன? ஓர் ஆதிவாசியிடம் இந்தியாவை விளக்கச் சொன்னால் அவர் வேறோர் இந்தியாவை நமக்கு அளிப்பார். அது அவர் இந்தியா. ஒரேயொரு பெண் பயணியைக்கூட நாம் இங்கே சந்திக்க வில்லை. இதன் பொருள் இந்தியா நமக்குக் கிடைக்கவேயில்லை என்பதுதான்.

இதில் எதுவுமே இந்தியா அல்ல என்று சொல்லலாம். அல்லது எல்லாமே இந்தியாதான் என்றும் சொல்லலாம்.

அலெக்சாண்டர் கண்டது ஓர் இந்தியாவை. மெகஸ்தனிஸ் எழுதியது ஓர் இந்தியாவை. பாஹியானைப் பின்பற்றி வந்தவர்தான் என்றாலும் யுவான் சுவாங் வேறோர் இந்தியாவில்தான் கால்களைப் பதித்தார். அல் மசூடி கண்ட இந்தியாவை இபின் பதூதா காணவில்லை.

அல்பெரூனி கண்டுபிடித்தது முற்றிலும் புதியதோர் இந்தியாவை. கஜினி முகமதுவின் இந்தியாவும் விஜயநகரத்து இந்தியாவும் வெவ்வேறானவை. தென்னிந்தியாதான் என்றாலும் மார்கோ போலோவும் வாஸ்கோ ட காமாவும் வெவ்வேறு இந்தியாக் களையே கண்டனர். வெவ்வேறாகவே அதை எதிர்கொண்டனர். கிரேக்கர்கள் காணாத இந்தியாவை அவர்களுடைய பதிவுகளைக் கொண்டே வில்லியம் ஜோன்ஸும் அவர் சகாக்களும் கண்டுபிடித்தனர்.

ஐம்பது ஆண்டுகளுக்கும் மேலாகப் பண்டைய இந்திய வரலாற்றை ஆராய்ந்துவரும் ரொமிலா தாப்பரிடம் கேட்டால், பண்டைய இந்தியா இன்னமும் முழுமையாகக் கண்டு பிடிக்கப்படவில்லை என்றே சொல்வார். புதிய ஆய்வு முறையியலைக் கொண்டு இந்திய வரலாற்றை எழுதியவர் அவர். அவருடைய புத்தகங்களைப் பிரித்தால் அலெக்சாண்டருடன் இணைந்து இந்தியாவுக்கு வந்து பல விநோதக் கதைகள் எழுதிய கிரேக்கர்களை நாம் சந்திக்கலாம். அசோகர் குறித்து அவர் எழுதிய ஆய்வு நூலைப் புரட்டினால் அதிலிருந்து மெகஸ்தனிஸ் உயிர்பெற்று வருகிறார்.

குறைகளும் குற்றங்களும் போதாமைகளும் நிறைந்த அவர்களுடைய பதிவுகளை இன்னமும் ஏன் அவரும் அவரைப் போல் பிறரும் இன்றும் வாசிக்கிறார்கள்? சீன பௌத்தர்களையும் அரபு பயணிகளையும் ஐரோப்பியப் பயணிகளையும் ஏன் நாம் இன்னமும் வாசிக்கவேண்டும்? ஆங்கிலேயர் வெளியேறிச் சென்றுவிட்டபிறகும் அவர்களின் படைப்புகள் ஏன் நம்மிடம் இருக்கின்றன? புதிய ஆய்வாளர்களை அவை இன்றும் ஈர்ப்பது ஏன்?

மேற்கத்திய சமூகம் இந்தியா போன்ற ஆசிய நாடுகளை அணுகி, ஆராய்ந்த முறையை விரிவாக ஆய்வு செய்த எட்வர்ட் செய்த்,

'கீழைத்தேயவியல்' என்னும் செல்வாக்குமிக்க கருத்தாக்கத்தை அறிமுகப்படுத்தினார். அதைக் கொண்டு அணுகும்போது, இந்தியாவைக் கண்டும் உணர்ந்தும் ஆராய்ந்தும் எழுதிய அயலவர்கள் பெருமளவில் மனச்சாய்வோடு இயங்கி இருப்பதைக் காணமுடிகிறது. இந்தியா இப்படித்தான் இருக்கும் அல்லது இருக்கவேண்டும் என்னும் முன்முடிவோடு அவர்கள் இந்தியாவை எழுதியிருக்கிறார்கள். குறைவான தரவுகளைக் கொண்டு, குறைபாடுள்ள முறையியலைக் கையாண்டு, பிழையான புரிதலோடு இந்தியாவின் தத்துவத்தை, மதத்தை, வரலாற்றை, பண்பாட்டை, கலையை, சமூகத்தை, வாழ்வை, அரசியலை, பொருளாதாரத்தை எழுதிவிட்டுச் சென்றிருக் கிறார்கள் அவர்கள்.

இதன் பொருள் அவற்றையெல்லாம் மொத்தமாக நீக்கிவிட வேண்டும் என்பதல்ல. எழுத்தில் உள்ளவை எல்லாம் உண்மை என்று ஏற்றுக்கொண்டுவிடாமல், கவனமாக ஒவ்வொரு பதிவையும் விரிவான, ஆழமான ஆய்வுக்கு உட்படுத்தவேண்டும். என்ன எழுதப்பட்டிருக்கிறது என்பதை மட்டும் பார்க்காமல், ஏன் இவ்வாறு எழுதப்பட்டிருக்கிறது என்பதையும் தகுந்த பின்னணியோடு புரிந்துகொள்ள முயலவேண்டும். அந்நியரின் பதிவுகளை மட்டுமல்ல, இந்தியா குறித்து இந்தியரே எழுதும் பதிவுகளும் ஆராயப்படவேண்டும், கேள்விகளுக்கு உட்படுத்தப் படவேண்டும். மனச்சாய்வுக்கு எவரும் ஆட்படலாம்.

புதிய கேள்விகள் எழும்போது வரலாறு மாறுகிறது. புதிய தரவுகள் கிடைக்கும்போது வரலாறு மாறுகிறது. ஆய்வுக் கோணங்கள் மாறும்போது வரலாறு மாறுகிறது. இந்திய வரலாறு என்றொன்று கிடையாது. இந்திய வரலாறுகள்தாம் உள்ளன. அவையும்கூடத் திரும்பத் திரும்ப எழுதப்படுகின்றன. திரும்பத் திரும்ப ஆராயப்படுகின்றன.

உருண்டு, திரண்டு நின்றுகொண்டிருக்கிறது இந்திய யானை. என் கதையை இதுவரை முழுவதுமாகச் சொன்னவர் ஒருவருமில்லை என்கிறது அது.

பின்னிணைப்பு 1

பயணிகளும் பதிவுகளும்

- வரலாற்றின் தந்தை என்று மேற்குலகால் அழைக்கப்படுபவர், ஹெரோடோட்டஸ். வரலாற்றோடு புனைவையும் கலக்கத் தயங்காதவர். பொஆமு 430 வாக்கில் *The Histories* என்னும் நூலை எழுதினார். கிரேக்கம் போக, மேற்கு ஆசியா, வடக்கு ஆப்பிரிக்கா ஆகிய பகுதிகளும் இந்நூலில் இடம் பெறுகின்றன. புவியியல், வரலாறு, பண்பாடு, போர், மரபு என்று பல தலைப்புகளில் பண்டைய உலகின் கதைகள் இதில் விவரிக்கப்படுகின்றன. தங்கக்கட்டிகளைத் தூக்கிச் செல்லும் இந்திய எறும்புகள் இவருடைய புகழ்பெற்ற கண்டு பிடிப்புகளில் ஒன்று. அவர் இந்தியா வந்ததில்லை.

- தீஷியஸ் (Ctesias) ஹெரோடோட்டஸ் காலத்தைச் சேர்ந்தவர். பாரசீகப் பேரரசின் உருவாக்கம் குறித்து இவர் எழுதிய நூல் Persica. இது முழுமையாகக் கிடைக்கவில்லை. இந்தியா பற்றிய பதிவு *Indica* என்று அழைக்கப்படுகிறது. பாரசீகர்கள் இந்தியாவை எவ்வாறு கண்டனர் அல்லது எவ்வாறு கற்பனை செய்து வைத்திருந்தனர் என்பதை இதிலிருந்து தெரிந்து கொள்ளலாம்.

- அரிஸ்டாட்டிலின் படைப்புலகம் மிக விரிவானது. உயிரியல் குறித்து அவர் தனி நூலாக எதுவும் எழுதவில்லை. History of Animals, or Inquiries into Animals, Generation of Animals, Movement of Animals என்று தொடங்கி தனித்தனியே அவர் எழுதியவற்றைத் தொகுத்துக்கொண்டால் அவருடைய உயிரியல் பார்வை வெளிப்படும். பிற அறிவியல் துறைகளிலும் ஏராளமாக எழுதியிருக்கிறார். இவை மிக நீண்டகாலத்துக்கு மக்களிடையே செல்வாக்குச் செலுத்தி இருக்கின்றன. தத்துவத்துறையில் இன்றும் மதிக்கப்படுபவர். இந்தியா வந்ததில்லை.

- அலெக்சாண்டர் எதுவும் எழுதி வைக்கவில்லை என்றாலும் அவருடன் வந்தவர்களின் (Onesicritus, Nearchus, Aristobulus) பதிவுகள் கிரேக்கப் பார்வையில் இருந்து இந்தியாவைப் புரிந்துகொள்ள உதவுகின்றன. அலெக்சாண்டரின் வாழ்க்கை வரலாற்றைக் கட்டமைப்பதற்கும் உதவியாக இருக்கின்றன.

- மெகஸ்தனிஸின் Indica முழுமையாகக் கிடைக்கவில்லை. அதிலிருந்து மேற்கோள் காட்டி மற்றவர்கள் (Diodorus Siculus, Strabo, Pliny, Arrian) எழுதிய குறிப்புகளிலிருந்துதான் மெகஸ்தனிஸின் பதிவு கட்டமைக்கப்பட்டிருக்கிறது. மௌரியப் பேரரசு குறித்து தெரிந்துகொள்ள மெகஸ்தனிஸ் நமக்கு உதவுகிறார். சந்திரகுப்த மௌரியர் குறித்தும் பாடலிபுத்திரம் குறித்தும் இவர் மேற்கொண்ட பதிவுகள் முக்கியமானவை.

- பௌத்த ராஜ்ஜியங்கள் பற்றிய பாஹியானின் பதிவு, 'A Record of Buddhistic Kingdoms; being an account by the Chinese monk Fa-Hien of his travels in India and Ceylon, A.D. 399-414, in search of the Buddhist books of discipline' எனும் பெயரில் ஆங்கிலத்தில் கிடைக்கிறது. யுவான் சுவாங்கின் பதிவை முழுமையாக வாசிக்க Thomas Watters எழுதிய *On Yuan Chwang's Travels in India, 629-645 A.D.,* எனும் நூலை நாடலாம்.

- அல் மசுடி (Al-Masudi) அரபு மொழியில் எழுதிய விரிவான உலக வரலாற்று நூலின் ஆங்கிலத் தலைப்பு *Meadows of Gold and Mines of Gems*. சுருக்கப்பட்ட ஆங்கில வடிவம் (*The Meadows of Gold: The Abbasids,* translated and edited by Paul Lunde and Caroline Stone) கிடைக்கிறது. அரபு மொழியில் இவருடைய படைப்புகள் இன்றும் முழுமையாகக் கிடைக்கின்றன.

- அல்பெரூனி பெரும்பாலும் அரபு மொழியிலும் சில நூல்களை பாரசீகத்திலும் எழுதியிருக்கிறார். இவருடைய படைப்புகளில் கிடைத்தவை குறைவே. இந்தியா பற்றிய அல்பெரூனியின் பார்வைக்கு நான் பயன்படுத்திய நூல், *Alberun's India : An Account of the Religion, Philosophy, Literature, Geography, Chronology, Astronomy, Customs, Laws and Astrology of India about AD 1030,* Edited by C.Eduard Sachau. இவரே இன்னொரு நூலையும் மொழி பெயர்த்திருக்கிறார். *The Chronology of Ancient Nations : An English Version of the Arabic Text of the Athâr&ul&Bâkiya of Albîrûnî, or 'Vestiges of the Past.*

- மார்கோ போலோவின் பயண நூலின் தலைப்பு, *Book of the Marvels of the World* என்றாலும் *The Travels of Marco Polo* எனும் தலைப்பில்தான் நீண்டகாலமாக வெளிவந்து கொண்டிருக்கிறது.

- இபின் பதூதாவின் பயண நூல் *The Rihla* என்று சுருக்கமாகவும் *A Gift to those who Contemplate the Wonders of Cities and the Marvels of Travelling* என்று முழுமையாகவும் ஆங்கிலத்தில் அழைக்கப் படுகிறது. இறுதிக்காலத்தில் அவர் சொல்லச்சொல்லக் கேட்டு எழுதப்பட்டது.

- நிக்கோலோ காண்டி (Niccolò de' Conti) எழுதிய குறிப்புகள், கேம்ப்ரிட்ஜ் வெளியிட்ட *India in the Fifteenth Century : Being a Collection of Narratives of Voyages to India in the Century Preceding the Portuguese Discovery of the Cape of Good Hope, from Latin, Persian, Russian, and Italian Sources* (Ed. Richard Henry Major) எனும் நூலில் இடம்பெற்றுள்ளது. இதே நூலில் நிகிடினின் (Afanasy Nikitin) பயண அனுபவங்களும் இடம்பெற்றுள்ளன.

- வாஸ்கோ ட காமா எதுவும் எழுதவில்லை. காமா பற்றிய விரிவான வரலாற்றுப் பார்வைக்கு சஞ்சய் சுப்ரமணியம் எழுதிய *The Career and Legend of Vasco da Gama* எனும் நூல் உதவும்.

- அக்பர் பற்றிய எழுதிய மான்சரெட் (Monserrate, S. J) எனும் பாதிரியாரின் குறிப்புகள், *The commentary of Father Monserrate, S.J., on his journey to the court of Akbar* (Tr. J.S. Hoyland) எனும் தலைப்பில் மொழியாக்கம் செய்யப்பட்டுள்ளது.

- பெர்னியரின் பயணங்கள், *Travels in the Mughal Empire A.D. 1656-1668* (Tr. Archibald Constable) எனும் தலைப்பில் மொழியாக்கம் செய்யப்பட்டுள்ளது.

- சீகன்பால்கு (Bartholomäus Ziegenbalg) எழுதியவை ஆங்கிலத்தில் கிடைக்கின்றன. *Genealogy of the South-Indian Gods: A Manual of the Mythology and Religion of the People of Southern India, Including a Description of Popular Hinduism* எனும் நூலில் தென்னிந்தியக் கடவுள்களை மேற்குலக வாசகர்களுக்கு அறிமுகப்படுத்துகிறார். மதம் தொடர்பாக அவர் மேற்கொண்ட விரிவான உரையாடல்களின் தொகுப்பு, *Thirty four conferences between the Danish missionaries and the Malabarian Bramans (or heathen priests) in the East Indies, concerning the truth of the Christian religion :*

together with some letters written by the heathens to the said missionaries எனும் நூலாக வெளிவந்துள்ளது.

- வில்லியம் ஜோான்ஸின் படைப்புகள் *The Works of Sir William Jones* எனும் தலைப்பில் 13 தொகுதிகளில் திரட்டப்பட்டுள்ளன. கேம்ப்ரிட்ஜ் வெளியீடு.

- அலெக்சாண்டர் கன்னிங்காமின் படைப்புகளில் சில : 1) *The Ancient Geography of India,* 2) *Mahâbodhi, or the great Buddhist temple under the Bodhi tree at Buddha-Gaya,* 3) *Coins of Ancient India,* 4) *The Stupa of Bharhut: A Buddhist Monument Ornamented with Numerous Sculptures Illustrative of Buddhist Legend and History in the Third Century B.C.*

- ஜேம்ஸ் பிரின்ஸெப்பின் ஆய்வுக் கட்டுரைகள் *Journal of the Asiatic Society of Bengal* எனும் ஆய்விதழில் இடம்பெற்றுள்ளன.

மேலே உள்ள படைப்புகளில் பெரும்பாலானவை இணைய ஆவணக்காப்பகத்தில் (archive.org) முழுமையாகக் கிடைக்கின்றன.

பின்னிணைப்பு 2

படங்கள்

- Cover image

  Gandhara Buddha - Gift of Abby Aldrich Rockefeller, 1942
- Chapter heading image

  Drum panel with Great Departure and Temptation of the Buddha scenes - Fletcher Fund, 1928
- Page 40

  The Manticore, or Martigora, Joannes Jonstonus, 1678
- Page 57

  Aristotle teaching Alexander the Great, Illustration by Charles Laplante, 1866
- Page 66

  Map of Alexander's empire and his route, GNU Free Documentation License
- Page 76

  Medieval miniature reproducing the meeting of the gymnosophists with Alexander, c. 1420
- Page 79

  Taxiles offering presents to Alexander, François Verdier, 1651
- Page 82

  Alexander accepts the surrender of Porus, Andre Castaigne, 1898-1899

  Victory coin of Alexander the Great, minted in Babylon c. 322 BC, British Museum
- Page 98

  Sarcophagus with the Triumph of Dionysus, Anonymous (Roman Empire) - Walters Art Museum
- Page 100

  Hercules and the Erymanthian Boar, mid-17th century Sculpture-Bronze, After a model by Giambologna (Netherlandish, Douai 1529–1608 Florence), The Jack and Belle Linsky Collection, 1982

- Page 117

  Ruins of pillared hall at Kumrahar site at Pataliputra, Archaelogical excavations by ASIEC - 1912-1913
- Page 124

  Mauryan remains of a wooden palissade discovered at the Bulandi Bagh site, Archaeological Survey of India 1926-1927
- Page 131

  Silver punch mark coin of the Maurya empire, with symbols of wheel and elephant (3rd century BCE), Per Honor et Gloria
- Page 1444

  The Great Stupa at Sanchi, Biswarup Ganguly
- Page 148

  Bodhisattva, Gandhara - Gift of Abby Aldrich Rockefeller, 1942

  Kimbell seated Buddha, Mathura. Kimbell Art Museum, Cultural District, Fort Worth, Texas, TravelBear71
- Page 154

  Faxian at Daisho-in Temple, Miyajima, Malaiya
- Page 163

  Kanishka coin with Greek lettering "Buddha", Kushan Empire, 2nd century CE, CNG Coins
- Page 165

  Statue of Kanishka, Mathura Museum.
- Page 167

  Shingerdar stupa in Ghalegay region near Peshawar, TheFranek2
- Page 171

  Sculptures from the Dharmarajika Stupa, "A Guide To Taxila" by John Marshall, published in Calcutta, India in 1918
- Page 176

  Buddhist Triad, Peshawar Museum, 1930
- Page 181

  The Story of the Buddha and Angulimala, India, Pala Period, mid 9th century AD, basalt - Chazen Museum of Art
- Page 182

  The dream of Queen Maya, 1932: collected (Jamal Garhi, Pakistan)
- Page 185

  Fa-Hien at the ruins of Ashoka's palace in Pataliputra in the 4th century CE (artist impression), Unknown author - Hutchinson's story of the nations
- Page 198

  Xuanzang, Alexcn, Chinese Wikipedia

- Page 210

  Buddhas of Bamiyan, Iwan Lavrowitsch Jaworski: Trip of the Russian legation to Afghanistan and Bukhara in the years 1878-79, Jena: Costenoble, 1885.

- page 215

  Buddha with monks under the Bodhi tree - Wikimedia Commons, museum of Tashkent

- Page 220

  Xuan Zang, Dunhuang cave wall painting, 9th century

- page 226

  Standing Bodhisattva, probably Maitryeya (Buddha of the Future), ca. 3rd century, (Gandhara) - Rogers Fund, 1913

  Standing Buddha, ca. 3rd–4th century, (Gandhara) - Bequest of Adra M. Newell, 1966

  Enthroned Buddha Finial, 4th–5th century, (Gandhara) - Gift of Jeff Soref and Paul Lombardi, in honor of Natalie Soref, 2015

  Standing Bodhisattva Maitreya (Buddha of the Future) ca. 3rd century, (Gandhara) - Lita Annenberg Hazen Charitable Trust Gift, 1991

- Page 237

  The "Kanishka casket", dated to 127 CE, with the Buddha surrounded by Brahma and Indra, and Kanishka standing at the center of the lower part, British Museum.

  Seal of Harshavardhana found in Nalanda, Epigraphia Indica XIV, Hiranand Sastri (1878–1946), published in 1918

- Page 242

  India 7th century AD, "Historical Atlas of India," by Charles Joppen

  Coins of Harshavardhana, Circa AD 606-647.

- Page 249

  Nalanda University ruins, ASI Monument Photo

  Avalokisteshvara in Khasarpana Lokesvara, sculpture from Nalanda, 10th century, National Museum, New Delhi.

  Jain Tirthankara, Bronze from Nalanda, 10th century, Government of India

- Page 255

  Head of a Bodhisattva, 7th–8th century (Nalanda), Rogers Fund, 1929

  Seated Buddha in a Temple, ca. 9th–10th century (Nalanda), Gift of John and Evelyn Kossak, The Kronos Collections, 1982

  Lord Ganesha, Bronze, Nalanda, 10th cen, Govt of India

  Lord Kubera, Bronze, Nalanda, 10th cen, Govt of India

- Page 267

  Statue of Al Masudi, Museum of Natural History, Vienna, Hubertl
- Page 275

  "Ellora. Kylas," lithograph by James Fergusson and Thomas Dibdin, 1839, http://www.columbia.edu

  Ardhanari, Elephanta Caves, Ricardo Martins
- Page 276

  Sangameshwara Temple at Pattadakal, Sanyam Bahga

  Jain Narayana temple at Pattadakal, Dineshkannambadi
- Page 286

  Ruined Somnath temple, D.H. Sykes, 1869
- Page 298

  Al-Biruni, Persian Scholar Pavilion in Vienna International Centre donated by Iran. Jun 2009, Yamaha5
- Page 305

  Marco Polo, Grevembrock, Scanned by Coureurs des mers, Poivre d'Arvor.
- Page 327

  Handmade oil painting reproduction of Ibn Battuta in Egypt, a painting by Hippolyte Leon Benett
- Page 330

  Daulatabad Fort, Photograph by Samir Faraz
- Page 338

  The iron pillar in the Qutb complex at Mehrauli in Delhi, Mark A. Wilson
- Page 343

  Procession at the Temple of Jagannath in July, 1818, anonymous artist, part of the MacKenzie Collection
- Page 348

  The stone chariot at Vittala temple

  Hoysaleshwara temple, Halebidu, Photograph by Mashalti
- Page 350

  The Gol Gumbaz, a grand mausoleum of Muhammad Adil Shah, Photograph by Henry Hinton, 1860
- Page 352

  The ruins at Vijayanagara near Hampi, Photograph by Edmund David Lyon in c. 1868
- Page 355

  Badami Fort, Sanyam Bahga

  Ruins of Golgonda Fort, Navpuneet

- Page 362

  Portrait of navigator Vasco da Gama, from the c.1565 compendium, Livro de Lisuarte de Abreu (Pierpont Morgan Library, M.525)
- Page 367

  The arrival of Vasco da Gama at Calicut, Roque Gameiro (1864–1935), Biblioteca Nacional de Portugal

  Vasco da Gama before the Samorim of Calicut, by Veloso Salgado, 1898, Lisbon Geography Society
- Page 379

  Akbar training an Elephant - Mughal Miniature Painting (1609-10), Berlin State Museum
- Page 380

  An early Indian history of Portuguese activities (ca. 1603-1604) - Les Cahiers de Science et Vie
- Page 385

  Taj Mahal, Photograph by Kristian Bertel
- Page 385

  Aurangzeb seated on a golden throne holding a Hawk in the Durbar, Cordanrad
- Page 392

  Engraving from Voyage de François Bernier, Paul Maret, 1710.
- Page 398

  Ziegenbalg Leaving Tranquebar (p.170, 1890), London Missionary Society, archive.org
- Page 400

  A page from the Tamil New Testament published by Ziegenbalg
- Page 404

  William Jones, James Posselwhite, Welsh Portrait Collection at the National Library of Wales, 1840
- Page 406

  Raja Ravi Varma's painting of Shakuntala
- Page 411

  A Preacher Expounding the Poorans in the Temple of Unn Poorna, Benares and Kupuldhara Tulao. Illustration by Prinsep (1832-34)
- Page 413

  Young James drawn by his sister Emily
- Page 417

  Greco-Buddhist statue of standing Buddha, Gandhara (1st–2nd century), Tokyo National Museum

பின்னிணைப்பு 3

உதவிய நூல்கள்

1. *The Histories*, Herodotus, Tom Holland, Penguin Classics
2. *Ancient India as Described in Classical Literature*, Translated and Annotated by J.W. MCrindle, Archibald Constable and Co. Ltd.
3. *Ancient India as Described by Megasthenes and Arrian*, J.W. MCrindle, repr. Munshiram Manoharlal Publishers
4. *Alexander the Great*, Robin Lane Fox, Penguin
5. *The Invasion of India by Alexander the Great as Described by Arrian, Q. Curtius, Diodoros, Plutarch and Justin*, J.W. MCrindle, A. Constable and Company
6. *Alexander and the East: The Tragedy of Triumph*, A.B. Bosworth, Clarendon Press
7. *The Greek Experience of India : From Alexander to the Indo-Greeks*, Richard Stoneman, Princeton University Press
8. *Chandragupta Maurya And His Times*, Radhakumud Mookerji, Motilal Banarsidass
9. *The Origins of Philosophy in Ancient Greece and Ancient India : A Historical Comparison*, Richard Seaford, Cambridge
10. *The Golden Age of Indian Buddhist Philosophy*, Jan Westerhoff, Oxford
11. *Indian Philosophy : A Very Short Introduction*, Sue Hamilton, Oxford
12. *The British in India: Three Centuries of Ambition and Experience*, David Gilmour, Penguin
13. *Ancient India*, R.C. Majumdar, Motilal Banarsidass
14. *The Discovery of India*, Jawaharlal Nehru, Jawaharlal Nehru Memorial Fund/Oxford University Press

15. *Glimpses of World History*, Jawaharlal Nehru, Jawaharlal Nehru Memorial Fund/Oxford University Press
16. *A Strange Kind of Paradise : India Through Foreign Eyes*, Sam Miller, Cape
17. *The Classical Accounts of India*, R.C. Majumdar, Mukhopadhyay
18. *The Travels of Ibn-Battutah*, Edited by Tim Mackintosh-Smith, Picador
19. *Alberuni's India: An Account of the Religion, Philosophy, Literature, Geography, Chronology, Astronomy, Customs, Laws and Astrology of India About A.D.1030*, Dr. Edward C. Sachau, Asian Educational Services
20. *The Travels of Marco Polo*, Translated by Hugh Murray, Oliver & Boyd
21. *The Silk Road Journey With Xuanzang*, Sally Wriggins, Basic Books
22. *The Unknown Hsuan-Tsang*, D. Devahuti, Oxford
23. *The Travels of Fa-hsien (399-414 A.D.), or Record of the Buddhistic Kingdoms*, Translated by H. A. Giles, Cambridge
24. *Travels of Fah-hian and Sung-Yun*, Samuel Beal, Trubner & Co.
25. *Buddhist India*, T.W. Rhys Davids, T. Fisher Unwin
26. *Al-Masudi Millenary Commemorative Volume*, Edited by S. Maqbul Ahmad and A. Rahman, The Indian Society for the History of Science
27. *India in the Fifteenth Century: Being a Collection of Narratives of Voyages to India in the century preceding the Portuguese Discovery of the Cape of Good Hope*, Edited by R.H. Major, repr. Asian Educational Services
28. *The Career and Legend of Vasco da Gama*, Sanjay Subrahmanyam, Cambrdige
29. *A Social History of the Deccan:1300-1761*, Richard M. Eaton, Cambridge
30. *A History of South India: From Prehistoric Times to the fall of Vijayanagar*, K.A. Nilakanta Sastri, Oxford
31. *The New Cambridge History of India: Vijayanagara*, Burton Stein, Cambridge
32. *History of Medieval India: 800-1700*, Satish Chandra, Orient Longman
33. *India and South Asia: A Short History*, David Ludden, Oxford

34. *The Emergence of the Delhi Sultanate*, Sunil Kumar, Permanent Black
35. *India Before Europe*, Catherine Ella Blanshard Asher and Cynthia Talbot, Cambridge
36. *A Concise History of Modern India*, Metcalf, B. and Metcalf, T.R. Cambridge
37. *A History of India*, Burton Stein, Wiley
38. *The Wonder That Was India*, A.L. Basham, Picador India
39. *The Hindus*, Wendy Doniger, Oxford University Press
40. *Ashoka: The Search for India's Lost Emperor*, Charles Allen, Little, Brown
41. *India and the Romantic Imagination*, John Drew, Oxford University Press
42. *India : A Sacred Geography*, Diana L. Eck, Penguin
43. *What the Buddha Thought*, Richard Gombrich, Equinox
44. *The Arthashastra*, Kautilya, tr. L.N. Rangarajan, Penguin
45. *Buddhist Art in India*, Revised & Enlarged by Jas.Burgess, repr. Buddhist World Press
46. *The Buddha and the Sahibs*, Charles Allen, John Murray
47. *An Advanced History of India*, R.C. Majumdar, HC Raychaudhuri & Kalikinkar Datta, Macmillan
48. *Advanced History of India*, K.A. Nilakanta Sastri & G. Srinivasachari, Allied Publishers
49. *Travellers' India*, Edited by H.K. Kaul, Oxford
50. *Outlines of Indian Philosophy*, M. Hiriyanna, Motilal Banarsidass Publishers
51. *Indian Philosophy: Volume 1-2*, S. Radhakrishnan, Oxford University Press
52. *A History of India*, John Keay, Harper Collins
53. *India Discovered*, John Keay, Harper Collins
54. *Ashoka in Ancient India*, Nayanjot Lahiri, Harvard University Press
55. *Ashoka and the Decline of the Mauryas*, Romila Thapar, 3rd Edition, Oxford University Press

56. *A History of Ancient and Early Medieval India : From the Stone Age to the 12th Century,* Upinder Singh, Pearson

57. *Ancient India in Historical Outline,* D.N. Jha, Manohar

58. *The Penguin History of Early India : From the Origins to AD 1300,* Romila Thapar, Penguin

59. *Exploring Early India : Upto c.AD 1300,* Ranabir Chakravarti, Primus Books

60. *India's Ancient Past,* R.S. Sharma, Oxford University Press

61. *An Introduction to the Study of Indian History,* D.D. Kosambi, Popular Prakashan

62. *Orientalism,* Edward W. Said, Penguin

63. *'Orientalist Jones',* Michael J. Franklin, Oxford University Press

64. *The Discovery of Ancient India: Early Archaelogists and the Beginnings of Archaelogy,* Upinder Singh, Orient Blackswan

65. *Aurangzeb: The Man and the Myth,* Audrey Truschke, Penguin

66. *Indians: A Brief History of a Civilization,* Namit Arora, Penguin

பின்னிணைப்பு 4

இந்திய வரலாறு : ஒரு சுருக்கமான காலவரிசை

பொது ஆண்டுக்கு முன் (பொஆமு)

486	-	புத்தரின் மரணம்
327-325	-	அலெக்சாண்டரின் வருகை
321	-	சந்திரகுப்த மௌரியர் பதவியேற்பு
	-	மெகஸ்தனிஸ் வருகை (ஆண்டு தெரியவில்லை)
268-231	-	அசோகரின் ஆட்சி
185	-	மௌரியப் பேரரசின் வீழ்ச்சியும். சுங்கப் பேரரசின் எழுச்சியும்
50 வாக்கில்	-	தக்காணத்தில் சாதவாகனர் ஆட்சி

பொது ஆண்டு

1ஆம் நூற்றாண்டு	-	குஷானர் ஆட்சி தொடக்கம்
78 வாக்கில்	-	கனிஷ்கர் ஆட்சி
125 வாக்கில்	-	சாதவாகனர் ஆட்சி
319-20	-	முதலாம் சந்திர குப்தர் பதவியேற்பு
	-	குப்தர் காலம் தொடங்குகிறது
335	-	சமுத்திரகுப்தர் ஆட்சி
375-415	-	இரண்டாம் சந்திர குப்தர் ஆட்சி
405-11	-	பாஹியான் வருகை
543-66	-	பாதாமியில் சாளுக்கியர் ஆட்சி
	-	முதலாம் புலிகேசி ஆட்சி

574 வாக்கில் - 60	-	சிம்மவிஷ்ணுவின் தலைமையில் காஞ்சியில் பல்லவர் எழுச்சி
606-47	-	கனோஜில் ஹர்ஷவர்தனர் ஆட்சி
630-643	-	யுவான் சுவாங் வருகை
600-630	-	மகேந்திரவர்மன் ஆட்சி
609-42	-	இரண்டாம் புலிகேசி ஆட்சி; பல்லவர் சாளுக்கியர் மோதல் தொடங்குகிறது
712	-	சிந்து மாகாணத்தை அராபியர் கைப்பற்றுகின்றனர்
752 வாக்கில்	-	சாளுக்கியர்களை வீழ்த்தும் ராஷ்டிரகூடர்கள்
907 வாக்கில்	-	சோழப் பேரரசை முதலாம் பராந்தகன் பலப்படுத்துகிறார்
915 வாக்கில்	-	அல் மசுடி வருகை
985-1014	-	முதலாம் ராஜராஜ சோழன் சோழப் பேரரசை விரிவாக்குகிறார்
1000-1026	-	முகமது கஜினியின் சூறையாடல்கள்
1030	-	அல்பெரூனியின் வருகை
1110	-	விஷ்ணுவர்தனரின் எழுச்சி, பலம்பெறும் ஹோய்சால ஆட்சி
1148	-	கல்ஹானர் ராஜதரங்கினி இயற்றுகிறார்
1192	-	பிரித்விராஜ் செளகானை வீழ்த்தும் முகமது கோரி
1206	-	குத்புதீன் ஐபெக் தலைமையில் டெல்லி சுல்தானகம் உருவாகிறது
1221-1327	-	மங்கோலியப் படைகளின் தொடர் ஆக்கிரமிப்பு முயற்சிகள்
1246-79	-	இறுதி சோழ மன்னன் மூன்றாம் ராஜேந்திரனின் ஆட்சி
1290-1320	-	கில்ஜி வம்சத்தின் ஆட்சி
1292 வாக்கில்	-	மார்கோ போலோ வருகை
1320-1412	-	துக்ளக் வம்சத்தின் ஆட்சி

1334	-	இபின் பதூதா வருகை
1336	-	விஜயநகரப் பேரரசு தோற்றம்
1398	-	தைமூரின் ஆக்கிரமிப்பு
1420	-	நிக்கோலோ காண்டி வருகை
1451-1526	-	லோடி வம்சத்தின் ஆட்சி
1469	-	அஃபான்சி நிகிடின் வருகை
1497	-	வாஸ்கோ ட காமாவின் முதல் வருகை
1526	-	முதல் பானிபட் போர்
	-	முகலாயப் பேரரசை நிறுவுகிறார் பாபர்
1530	-	ஹுமாயூன் ஆட்சி
1556	-	இரண்டாம் பானிபட் போர்
	-	அக்பர் ஆட்சி
	-	அக்பர் ஆட்சியில் பாதிரி மான்சரெட் வருகை
1605	-	ஜஹாங்கீர் ஆட்சி
1615	-	சர் தாமஸ் ரோ ஜஹாங்கீரைச் சந்திக்கிறார்
1628	-	ஷாஜகான் ஆட்சி
1634	-	வங்காளத்தில் வணிகத்தைத் தொடங்கும் பிரிட்டிஷ் கிழக்கிந்திய கம்பெனி
1656	-	பெர்னியர் வருகை
1658	-	ஔரங்கசீப் ஆட்சி
1706	-	சீகன்பால்கு தரங்கம்பாடி வருகை
1757	-	பிளாசிப் போர்
	-	பிரிட்டனின் நேரடி ஆட்சி தொடங்குகிறது
1761	-	மூன்றாம் பானிபட் போர்
1783	-	வில்லியம் ஜோன்ஸ் வருகை
1819	-	ஜேம்ஸ் பிரின்ஸெப் வருகை
1833	-	அலெக்சாண்டர் கன்னிங்காம் வருகை
1857	-	சிப்பாய் புரட்சி

மருதன்

பதினைந்து ஆண்டுகளுக்கும் மேலாக எழுத்துத் துறையில் இயங்கிவருகிறார். வரலாறு, அரசியல், வாழ்க்கை வரலாறு ஆகிய துறைகளில் பல நூல்கள் வெளிவந்துள்ளன.

கடந்த சில ஆண்டுகளாக பண்டைய இந்திய வரலாற்றில் கவனம் செலுத்திவருகிறார். 'ரொமிலா தாப்பர் : ஓர் அறிமுகம்', 'அசோகர்', 'இந்தியா கண்டுபிடிக்கப்பட்ட கதை' ஆகியவை இவருடைய சமீபத்திய நூல்கள். இளம் வாசகர்களுக்காக இவர் எழுதிய கதைகளும் கட்டுரைகளும் நூல்களாக வெளிவந்துள்ளன.

www.ingramcontent.com/pod-product-compliance
Ingram Content Group UK Ltd.
Pitfield, Milton Keynes, MK11 3LW, UK
UKHW042138021026
15589UKWH00003B/904

9 789390 95822